अभिप्राय

सक्षम व्यक्तींनी साकारलेली सखोल संशोधनपूर्ण मोहीम... माहितीपूर्ण आणि हेलावून टाकणाऱ्या शोषणाचा अनुभव...

– बुकलिस्ट

भयावह आणि वेदनादायक!...

– लोकप्रभा १.२.२०१९

जगाला कलाटणी देणाऱ्या संहाराच्या वेदना...

– मिळून साऱ्याजणी – जुलै २०१९

नागासाकी

निरपराध अज्ञातांचा निरंकुश संहार

लेखक
क्रेग कोली

अनुवाद
डॉ. जयश्री गोडसे

मेहता पब्लिशिंग हाऊस

Please contact us at **Mehta Publishing House,** Pune.
Email : production@mehtapublishinghouse.com
Website : www.mehtapublishinghouse.com

NAGASAKI by CRAIG COLLIE

Copyright © Craig Collie 2011

First Published by Allen & Unwin Pty Ltd, Sydney Australia, 2011
Translated into Marathi Language by Dr. Jayashree Godse

नागासाकी / अनुवादित सत्यकथा

अनुवाद : डॉ.जयश्री गोडसे

Email : author@mehtapublishinghouse.com

मराठी अनुवादाचे व प्रकाशनाचे हक्क मेहता पब्लिशिंग हाऊस, पुणे.

प्रकाशक : सुनील अनिल मेहता, मेहता पब्लिशिंग हाऊस,
१९४१, सदाशिव पेठ, माडीवाले कॉलनी, पुणे - ४११०३०.

मुखपृष्ठ : सतिश भावसार
प्रथमावृत्ती : सप्टेंबर, २०१८

P Book ISBN 9789353171193
E Book ISBN 9789353171292
E Books available on : play.google.com/store/books
www.amazon.in

पुस्तकात उल्लेखिलेल्या व्यक्ती

नागासाकी

१. डॉ. तात्सुइचिरो आकिझुकी, २९, डॉक्टर, युराकामी डाय-इची हॉस्पिटल
२. चियोको इगाशिरा, ३५, शिक्षिका, शिरोयामा प्राथमिक शाळा
३. साक्यू कावासाकी, १०, श्री. आणि श्रीमती ताकिगावा यांची दत्तक कन्या
४. डॉ. ताकाशी नागाई, ३७, रेडिऑलॉजिस्ट, नागासाकी मेडिकल कॉलेज
५. सुगाको मुराई, २६, स्वयंपाकी आणि परिचारिका, युराकामी डाय-इची हॉस्पिटल
६. ताकेजिरो निशिओका, ५०, 'मिनयु' वृत्तपत्राचे प्रकाशक
७. मित्स्यू ताकेनो, १६, युद्धात काम करणारी विद्यार्थिनी, नागासाकी आर्म्स फॅक्टरी
८. मिवा ताकिगावा, ४९, समुदायाचे नेतृत्व करणारी व गृहिणी
९. त्सुमितेरु तानिगुची, १६, पोस्टमन
१०. कोइची वाडा, १८, युद्धात काम करणारा विद्यार्थी, ट्रामचालक, नागासाकी ट्राम कंपनी
११. त्सुतोमु यामागुची, २५, ड्राफ्ट्समन, नागासाकी शिपयार्ड

१. युकिची इगाशिरा, शिक्षक व युद्धात नागासाकी आर्म्स फॅक्टरीत काम करणारा सुपरव्हायझर / पर्यवेक्षक (ओहाशी)

२. परिचारिका त्सुयाको फुकाहोरी, मुख्य परिचारिका, युराकामी डाय-इची हॉस्पिटल
३. योशिरो फुकुडा, ५०, व्यवस्थापक, नागासाकी आर्म्स फॅक्टरी (ओहाशी)
४. क्योटो हाशिमोतो, युद्धात काम करणारा विद्यार्थी, नागासाकी आर्म्स फॅक्टरी
५. परिचारिका हाशिमोतो, नागासाकी मेडिकल कॉलेज हॉस्पिटल/दवाखाना
६. चिफुसा, 'चि-चॅन' हिराई, १६, मित्स्यू ताकेनोची शाळेतील मैत्रीण
७. अकिरा इवानागा, २५, ड्राफ्ट्समन, नागासाकी शिपयार्ड
८. ब्रदर जोसेफ इवानागा, फ्रॅन्सिस्कन धर्मगुरू, युराकामी, डाय-इची हॉस्पिटल/दवाखाना
९. रोयोको कावासाकी, ८, श्री. आणि श्रीमती ताकिगावा यांची दत्तक कन्या
१०. कोयोबी मिनामी, ४०, वॉर्डन, युराकामी तुरुंग
११. वाकामात्सु नागानो, नागासाकी प्रीफेक्चरचे गव्हर्नर/राज्यपाल
१२. सेत्सुको 'एन-सान' नाकामुरा, १६, युद्धात काम करणारा विद्यार्थी, नागासाकी आर्म्स फॅक्टरी
१३. फादर साबुरो, (रॅफेल) निशिदा, कॅथलिक धर्मगुरू, युराकामी कॅथेड्रल
१४. हारुको नोगुची, १२, ट्रामची कंडक्टर, नागासाकी ट्राम कंपनी
१५. तात्सु नोगुची, १३, ट्रामची कंडक्टर, नागासाकी ट्राम कंपनी
१६. योशिनी नोगुची, थिऑलॉजीचा विद्यार्थी, युराकामी डाय-इची हॉस्पिटल/दवाखाना
१७. जुन्जी सातो, २६, पत्रकार, डोमेई न्यूज एजन्सी
१८. कुनियोशी सातो, ड्राफ्ट्समन, नागासाकी शिपयार्ड
१९. प्रोफेसर सेइकी, फार्मसी विभाग, नागासाकी मेडिकल कॉलेज
२०. मित्स्यू तबाता, गर्भवती गृहिणी
२१. तोराहाची तगावा, ४०, नागासाकी आर्म्स फॅक्टरीचे फोरमन
२२. मासुइची ताकिगावा, १७, मेडिकलचा विद्यार्थी, मिवा ताकिगावा यांचा मुलगा
२३. सडाको ताकिगावा, २२, मिवा ताकिगावा यांची मुलगी
२४. फादर फुसाकिची (सायमन) तमाया, २८, कॅथलिक धर्मगुरू, युराकामी कॅथेड्रल
२५. साकातारो 'ओबा-चॅन', तानिगुची, सुमितेरु तानिगुचीची आजी
२६. तगा-'जि-सान' तानिगुची, सुमितेरु तानिगुचीचे आजोबा
२७. त्सुनिओ तोमिता, २१, फार्मसी विद्यार्थी, नागासाकी मेडिकल कॉलेज

२८. डॉ. सुसुमु त्सुनो, अधिष्ठाता, नागासाकी मेडिकल कॉलेज
२९. तात्सुरो यामावाकी, ११, प्राथमिक शाळेतील विद्यार्थिनी, योशिरो यामावाकीची जुळी बहीण
३०. तोशिहिरो यामावाकी, १४, युद्धात काम करणारा विद्यार्थी, यामावाकी जुळ्यांचा मोठा भाऊ
३१. यासुओ यामावाकी, इंजिनिअर, मित्सुबिशी इलेक्ट्रॉनिक कॉर्पोरेशन, यामावाकी जुळ्यांचे वडील
३२. योशिरो यामावाकी, ११, प्राथमिक शाळेचा विद्यार्थी, तात्सुरो यामावाकीचे जुळे
३३. मिडोरी नागाई, डॉ. नागाईंची पत्नी

अणुबॉम्ब मोहीम

१. जनरल लेस्ली 'डिक' ग्रोव्हज्, मॅनहॅटन प्रकल्पाचे संचालक
२. जे. रॉबर्ट ओपनहेमर, मॅनहॅटन प्रकल्प, शास्त्रीय संशोधन संचालक
३. मेजर चार्ल्स स्वीनी, वैमानिक 'बॉकस्कार' आणि दुसऱ्या मोहिमेचा नेता
४. कर्नल पॉल टिब्बेट्स, वैमानिक, 'इनोला गे', पहिल्या मोहिमेचा नेता
५. ले. डॉन अलबुरी, सहवैमानिक, 'बॉकस्कार'
६. ले. कमांडर फ्रेड्रिक अॅशवर्थ, वेपनीअर, 'बॉकस्कार'
७. कॅप्टन कर्मिट बीहान, २६, बॉम्बफेक करणारा, 'बॉकस्कार'
८. ले. जेक बेसर, इलेक्ट्रॉनिक काउंटरमेझर्स ऑफिसर, 'इनोला गे' आणि 'बॉकस्कार'
९. कॅप्टन फ्रेड बॉक, वैमानिक, द ग्रेट आर्टिस्टे
१०. सार्जंट एड बकले, रडार नियंत्रक, 'बॉकस्कार'
११. सार्जंट अल्बर्ट 'पॅपी' डीहार्ट, टेल गनर, 'बॉकस्कार'
१२. जनरल थॉमस फॅरेल, जॉइंट चीफ, प्रोजेक्ट अल्बर्टा मोहिमेचा संयुक्त प्रमुख
१३. मेजर थॉमस फेरेबी, बॉम्बफेक करणारा, 'इनोला गे'
१४. सार्जंट रे गालाहर, सहायक फ्लाइट इंजिनिअर, 'बॉकस्कार'
१५. ले. कर्नल जिम हॉपकिन्स, वैमानिक, 'द बिग स्टिंक'
१६. सार्जंट जॉन कुहारेक, फ्लाइट इंजिनिअर, 'बॉकस्कार'
१७. जनरल कर्टिस लीमे, XXI बॉम्बफेक पथकाचा प्रमुख
१८. ले. फ्रेड ऑलिव्ही, तिसरा वैमानिक, 'बॉकस्कार'
१९. कॅप्टन विल्यम 'डीक' पार्सन्स, वेपनीअर, 'इनोला गे' आणि अल्बर्टा

मोहिमेचा संयुक्त प्रमुख

२०. कर्नल हॅझेन पेयेटे, इंटेलिजन्स ऑफिसर, अल्बर्टा प्रकल्प

२१. रिअर-ॲडमिरल डब्ल्यू. आर. पर्नेल, अल्बर्टा मोहिमेचा संयुक्त प्रमुख

२२. डॉ. नॉर्मन रॅमसे, अल्बर्टा मोहिमेचा उपनेता

२३. डॉ. रॉबर्ट सर्बर, वैज्ञानिक अल्बर्टा प्रकल्प

२४. जनरल कार्ल स्पाट्झ, कमांडर यू.एस. आर्मी स्ट्रॅटेजिक फोर्सेस

२५. सार्जंट ॲबे स्पिट्झर, रेडिओ ऑपरेटर, 'बॉकस्कार'

२६. कॅप्टन जेम्स व्हॅन पेल्ट, नॅव्हिगेटर, 'बॉकस्कार'

जपानी नेते

१. जनरल कोरेचिका अनामी, ५८, युद्धमंत्री

२. हिरोहितो, राजा

३. नाओताके सातो, ६२, रशियामधील जपानचे राजदूत

४. बॅरन कानटारो सुझुकी, ७८, पंतप्रधान

५. शिगेनोरी तोगो, ६२, परराष्ट्रमंत्री

६. गेंकी ॲबे, गृहमंत्री

७. ले. जनरल सिझो ॲरिस्यू, हिरोशिमाच्या नौदल तपास संघाचा सदस्य

८. फील्ड मार्शल शुनरुकु हाता, साउथ-वेस्ट जपानचे लष्करप्रमुख

९. बॅरन किचिरो हिरानुमा, प्रिव्ही कौन्सिलचे अध्यक्ष

१०. कोकी हिरोता, माजी पंतप्रधान

११. ले. जनरल सुमिहिसा इकेडा, आर्मी बजेट प्लॅनिंगचे प्रमुख

१२. मार्क्विस कोइची किडो, ५६, प्रिव्ही सीलचे लॉर्ड कीपर

१३. राजपुत्र फुमिमारो कोनोए, ५४, माजी पंतप्रधान

१४. शुनिची मातुमोतो, फॉरेन अफेअर्सचे उपमंत्री

१५. हिसात्सुने साकोमिझु, ४२, कॅबिनेटचे मुख्य सचिव

१६. राजपुत्र ताकामात्सु, राजे हिरोहितो यांचे लहान बंधू

१७. कर्नल मसाहिको, टाकेशिता, डोमॅस्टिक अफेअर्स आणि मिलिटरी अफेअर्सचे प्रमुख

१८. ॲडमिरल सोयेमु तोयोडा, ६०, नेव्ही चीफ ऑफ स्टाफ

१९. जनरल योशिजिरो उमेझु, ६३, आर्मी चीफ ऑफ जनरल स्टाफ

२०. जनरल ओतोझो यामाडा, कमांडर क्वानटुंग आर्मी

२१. कॅप्टन यासुकाडो यासुई, नौदलाच्या हिरोशिमा तपास पथकाचे सदस्य

२२. ॲडमिरल मित्सुमासा योनाई, ६५, नौदलमंत्री

२३. ले. जनरल मासाओ योशिझुमी, युद्ध मंत्रालयातील लष्करी विभागाचे प्रमुख

२४. कॅप्टन मित्सुओ फुचिडा, नौदलाच्या हिरोशिमा तपास पथकाचे सदस्य

अमेरिकन नेते

१. हेन्री एल. स्टिमसन, युद्ध सचिव

२. हॅरी एस. टुमन, राष्ट्राध्यक्ष

३. जेम्स बायरनेस, स्टेट सेक्रेटरी

४. अॅव्हरेल हॅरिमन, रशियातील अमेरिकेचे राजदूत

५. जनरल जॉर्ज सी. मार्शल, अमेरिकन आर्मी चीफ ऑफ स्टाफ

रशियन नेते

१. व्हाचेस्लाव्ह मोलोटोव्ह, परराष्ट्रमंत्री

२. जोसेफ स्टालिन, कम्युनिस्ट पार्टी, रशियनचे जनरल सेक्रेटरी, पंतप्रधान

३. जनरल अॅलेक्सी अँटोनोव्ह, सोव्हिएत चीफ ऑफ स्टाफ

४. लेव्हरेंटी बेरिया, सुरक्षाप्रमुख

५. सॉलोमन लोझोव्हस्की, उपमंत्री, परराष्ट्र व्यवहार

६. याकोव्ह मलिक, जपानमधील रशियन राजदूत

७. मार्शल रोडियन मॅलिनोव्हस्की, ट्रान्स-बैकल फ्रंटचे कमांडर

८. मार्शल किरील मेरेटस्कोव्ह, कमांडर, फर्स्ट फार ईस्टर्न फ्रंट

९. जनरल मॅक्सिम, पुरकायेव्ह, कमांडर, सेकंड फार ईस्टर्न फ्रंट

१०. मार्शल अलेक्झांडर व्हॅसिलेव्हस्की, फार ईस्टमधील सैन्याचे मुख्य अधिकारी

इतर

१. प्रायव्हेट अॅलन चिक, ऑस्ट्रेलियाचा पी.ओ.डब्ल्यू., फुकुओका कॅम्प १४, नागासाकी

२. सार्जंट पीटर मॅकग्रथ-कर, ऑस्ट्रेलियाचा पी.ओ.डब्ल्यू., फुकुओका कॅम्प १४, नागासाकी

३. जनरलइसिमो चियांग कै-शेक, चीन प्रजासत्ताकाचे राष्ट्राध्यक्ष

४. विन्स्टन चर्चिल, पंतप्रधान, ग्रेट ब्रिटन

५. सैजी हासेगावा, डोमेई न्यूज एजन्सीचे परराष्ट्र संपादक

६. सार्जंट जॅक जॉन्सन, ऑस्ट्रेलियाचा पी.ओ.डब्ल्यू. कॅम्प १४, फुकुओका, नागासाकी

७. ले. मार्क्सस मॅकडिल्डा, ओसाकाजवळ मारला गेलेला वैमानिक
८. डॉ. योशिओ निशिना, भौतिकशास्त्र वैज्ञानिक, जपानच्या ॲटॉमिक बॉम्ब प्रकल्पावर नियुक्त
९. त्से-व्हेन (टी.व्ही.) सुंग, चीन प्रजासत्ताकाचे पंतप्रधान

वेळेतील फरक

वॉशिंग्टनमधील वेळ ही टोकियोतील वेळेच्या १३ तास मागे असते. मॉस्को टोकियोपेक्षा सहा तास मागे आणि वॉशिंग्टनपेक्षा सात तास पुढे असते.

टिनियन टोकियोपेक्षा एक तास पुढे असते आणि जपानवर जेव्हा बॉम्ब टाकले गेले त्या मोहिमा टिनियनवरील वेळेप्रमाणे केल्या गेल्या. या पुस्तकात सर्व विमान उड्डाणे ही टोकियोच्या वेळेप्रमाणे दिली आहेत. त्यामुळे प्रत्येक घटना क्रमाक्रमाने कशी घडली हे रडारप्रमाणे लक्षात यायला मदत होईल. अमेरिकेच्या मोहिमेबद्दलचे उल्लेख त्या त्या कागदपत्रांमध्ये जे आहेत त्याप्रमाणे वेळा दिल्या आहेत. त्या वेळा टिनियन वेळेप्रमाणे आहेत.

कारण वॉशिंग्टन व मॉस्को यांच्या वेळांमध्ये खूपच फरक असल्यामुळे हे करावे लागले. अमेरिकन लोक सकाळी सात वाजता रात्रीचे जेवण घेत आहेत म्हणणे विसंगत होईल. शक्यतो वेळ ही त्या त्या ठिकाणाची दिली आहे. पण घटना मात्र एका क्रमाने घडल्याप्रमाणे दिल्या आहेत. त्यामुळे घटना कसकशी घडत गेली हे समजून घेणे सोपे जाईल. दोन वेगळ्या ठिकाणी काय घडत होते ते समजण्यासाठी दोन्ही ठिकाणच्या वेळा दिल्या आहेत.

अनुवादकाचे मनोगत

'नागासाकी' हे पुस्तक अनुवाद करायला घ्याल का,' असे जेव्हा मला विचारण्यात आले, तेव्हा यात खूप वैज्ञानिक संशोधनाबाबत मजकूर असेल असा माझा समज होता. पण प्रत्यक्षात पुस्तक वाचायला घेतले आणि झपाट्याने पूर्ण केले. वाचतानाच डोळे पाणावत होते आणि प्रत्यक्ष अनुवाद करताना तर कितीतरी वेळा रडू यायचे, इतके ते मनाला भिडत होते.

मुळात माझा जन्मच १९४७ च्या सप्टेंबरमधला! म्हणजे आपल्याला स्वातंत्र्य मिळाले त्यानंतरचा आणि जगाच्याच इतिहासाला कलाटणी देणारा हा पूर्ण संहार १९४५ च्या ऑगस्टमधला!

मी मोठी झाल्यावर शाळेत असताना वृत्तपत्रात या दिवसांची, घटनेची बातमी यायची त्यात तो मश्रूम ढग बघितल्याचे आठवते!

लेखक स्वतः टीव्ही निर्माता आणि दिग्दर्शक आहे. त्याच्या संवेदनक्षम मनाला या घटनेबाबत संशोधन करून, खूप संदर्भ अभ्यासून, प्रत्यक्षदर्शींच्या मुलाखती घेऊन हे करावेसे वाटले त्यासाठी हॅट्स ऑफ!

यातून एकूणच जपानी माणूस, तिथली संस्कृती, जाज्वल्य राष्ट्रप्रेम आणि त्याचबरोबर असलेली महत्त्वाकांक्षा याचे नितान्त दर्शन घडते.

जगाच्या या पटावर प्रत्येक देश कसा आपापल्या सामर्थ्यानिशी कुरघोडी करायला बघता, ते बघून सध्याचे पंतप्रधानांचे चाललेले प्रयत्न, याचाही संदर्भ कळतो. मानवी मन गंभीरातल्या गंभीर प्रसंगीसुद्धा वैयक्तिक प्रतिष्ठा, अहंकार यालाच महत्त्व देते, ते शरणागती पत्करायची की नाही याबाबतच्या चर्चेमधून

दिसून येते. हिरोशिमाच्या स्फोटानंतर लवकर निर्णय घेतला असता तर नागासाकी वाचले असते. आडमुठेपणामुळे ८० हजार नागरिक मृत्यूमुखी पडले नसते! पण लक्षात कोण घेतो!

लेखकाने यात अनेक व्यक्तिरेखा खूप समरसतेने उभ्या केल्या आहेत. त्यांचे परस्परसंबंध, स्वभाव, कृती हे एखाद्या मनोज्ञ पेंटिंगप्रमाणे चित्रित केले आहे. जपानला न जाताच संपूर्ण भूगोल डोळ्यांसमोर येतो.

जपानी माणसाकडे असलेली शिस्त, राष्ट्रप्रेम, संकटकाळी न डगमगता एकमेकांना मदत करत पुन्हा उभे राहण्याचा प्रयत्न करणे, ही वैशिष्ट्ये आजही 'फुकोशिमा'सारख्या अपघाता वेळी दिसतात. आजसुद्धा आपण नतमस्तक होतो. त्या संहारानंतर केवढ्या झपाट्याने जपान पुन्हा उभा राहिला, हे बघून आश्चर्य वाटते. भगवान बुद्धाला मानणाऱ्या या देशावर असे संकट कोसळायला नको होते, असेही वाटते.

अमेरिकेच्या अधिकाऱ्यांची वृत्ती, शास्त्रज्ञांची हुशारी अशी संहारक शस्त्र तयार करण्यासाठी वापरली गेली आणि मानवतेला लाजवणारी ही घटना घडली, याने मन हळहळते. मला हा अनुवाद करण्याची संधी मिळाली, हे मी माझे भाग्य समजते आणि कोणत्याही देशाने संहारासाठी अणुऊर्जा वापरू नये, अशी प्रार्थना करते!

डॉ. जयश्री गोडसे

अनुक्रमणिका

एक

हिरोशिमा, सोमवार, ६ ऑगस्ट १९४५, सकाळ

नशीब हे आकाशात विमानाच्या उंचीवर असते. कधी कधी ते येताना आपल्याला कळते, कधी कधी नाही. कधी कधी आपल्याला त्या आवाजाचे महत्त्व लक्षात येते, कधी कधी ते हुशारीने निसटून जाते. खूप दूरवरून येणाऱ्या विमानाचा आवाज आपल्याला आपल्या धुंदीत स्पष्टपणे कळत नाही. पण नशीब म्हणजेसुद्धा शेवटी जुगार आहे. घटना घडून गेल्यावर मग आपण विचार करतो की, अरे! असे केले असते तर बरे झाले असते; खूप वेळा बऱ्याच आधी ते करणे आवश्यक असते. बऱ्याच वेळा आपण आपल्या या जवळ येणाऱ्या नशिबाचा आवाज ऐकून काही करण्याआधीच सगळे घडून जाते. आपण ते टाळू शकत नाही.

ही गोष्ट आहे त्या दिवसाची, ज्या दिवशी माणसाच्या तंत्रज्ञानविषयक बुद्धिमत्तेतून निर्माण झालेले एक संहारक उत्पादन मुक्त होत होते... अति उंचावर विमानाच्या आवाजाच्या रूपाने लागलेली ही भविष्याची चाहूल, युद्धामुळे खिळखिळ्या झालेल्या त्या शहराला लागलीच नाही! उन्हाळ्याच्या तलखीने ते शहर अधिकच सुस्त झाले होते. रोजच्यासारख्या दिसणाऱ्या त्या दिवसावर नशिबाचा घाला येऊ घातला होता...

***

कंपनीच्या घरांपासून बस मित्सुबिशी शिपयार्डच्या अगदी जवळपर्यंत, म्हणजे चालत जाता येईल अशा अंतरापर्यंत जात असे. बसमध्ये बसल्यावर त्सुतोमू यामागुचीच्या लक्षात आले की, त्याचा वैयक्तिक शिक्का- 'इनकान' तो घरीच

विसरला आहे. सही म्हणून लाल रंगात शिक्का बुडवून सर्व कागदपत्रांवर मारला जात असे. त्या शिक्क्याशिवाय बाहेर पाठविण्यात येणाऱ्या कागदावर सही होत नसे. त्याने त्याच्याबरोबरच्या दोघा सहकाऱ्यांना पुढे जायला आणि नंतर शिपयार्डमध्ये आपण भेटू, असे सांगितले. त्याने परत घराकडे जाणारी बस पकडली. बसच्या मागच्या बाजूला लाकडे जाळण्यासाठी जी जागा होती, तेथून धुराचे लोट बाहेर पडत होते. अनेक वर्षे चाललेल्या युद्धाचे हे परिणाम होते. जे काही उपलब्ध असेल त्याने काम भागविणे गरजेचे होते.

मित्सुबिशी नागासाकी शिपयार्ड कंपनीमधून त्यांच्या हिरोशिमा येथील विस्तारित कामाकरता यामागुची आणि त्याचे दोन सहकारी इवानागा आणि सातो यांची टेक्निकल ड्राफ्ट्समन म्हणून तात्पुरती बदली झाली होती. पाच हजार टन ऑइल टॅंकरवर ते काम करत होते. काम झाल्यावर ते परत घरी जाऊ शकणार होते. तिघांनी सकाळीच आपले सामान बांधून ठेवले होते. उन्हाळ्यातील एक स्वच्छ प्रकाशाचा दिवस उजाडलेला होता. कामाच्या ठिकाणी जाऊन गेल्या तीन महिन्यांपासून बरोबर काम करणाऱ्या तेथील कर्मचाऱ्यांचा निरोप घ्यायचा त्यांनी ठरविले. दुसऱ्या दिवशी दक्षिणेकडच्या क्युशू बेटावरच्या नागासाकीकडे ते प्रयाण करणार होते. तेथे त्यांची कुटुंबे आणि मित्रमंडळी होती.

तो दिवस ६ ऑगस्ट, १९४५ हा होता. १९४१च्या डिसेंबरमध्ये पर्ल हार्बरवर हल्ला केल्यापासून जपान विरुद्ध अमेरिका आणि मित्रराष्ट्रे यांच्यात युद्ध सुरू होते. पहिल्या सहा महिन्यांतच ज्या गतीने जपानने दक्षिण-पूर्व आशिया ते डच पूर्व इंडीजपर्यंत (आताचा इंडोनेशिया) मुसंडी मारली होती, याचे त्यांनाच आश्चर्य वाटत होते. पण गेल्या तीन वर्षांत मात्र हे यश हळूहळू खच्ची केले गेले. यात शत्रुराष्ट्रांनी चांगलीच कामगिरी केली होती. ओकिनावाच्या रक्तपातात आणि महागड्या युद्धात अमेरिकेने चांगलेच यश मिळविले आणि त्यांनी आता आपला मोर्चा जपानच्या भूमीकडे वळवला होता. जपानच्या, सार्वभौम राष्ट्राच्या स्वप्नांचा अतिशय दुःखद शेवट करायचा होता.

युद्धाच्या या टप्प्यावर सगळ्याच वस्तूंची टंचाई होती. सर्वसामान्य जपानी माणसासाठी आयुष्य म्हणजे जगण्यासाठी चाललेला दुःखद संघर्ष होता. अशक्य वाटणाऱ्या विजयाच्या क्षीण तंतूचा काय तो आधार होता आणि विजयाच्या स्वप्नाचा हा बुडबुडाही जपानी अधिकाऱ्यांनी फुगविला होता. लोकांचे नीतिधैर्य टिकविण्यासाठीची ती युक्ती होती. १९४५पर्यंत तर अंडी, दूध, कॉफी यांपैकी काहीच दुकानांत मिळत नसे आणि चहासुद्धा खूप कमी प्रमाणात उपलब्ध असे. सोयाबीन भाजून त्यापासून कडवट, कॉफीसारखा अर्क बनविता येत असे. मागच्या अंगणात किंवा वस्त्यांमधील मोकळ्या जागेत उगवलेल्या भाज्या उपलब्ध असत.

बऱ्याचशा सार्वजनिक जागा, शाळांची मैदाने, बागा यांमध्ये या भाज्या उगवल्या जात होत्या. सर्वसामान्य माणसांसाठी पेट्रोल कुठेही उपलब्ध नसे. खासगी गाड्या चालवायच्या नाहीत, असा नियम होता. बस आणि टॅक्सीसुद्धा ज्वलनासाठी लाकडाचा वापर करत, तर ट्रेनसारख्या गाड्या अनेक शहरांत विजेवर चालविल्या जात होत्या. याशिवाय रस्त्यांवर सायकली, पायी जाणारे लोक आणि काही लष्करी वाहनांची फक्त गर्दी असे.

या काळात शत्रुपक्षांची विमाने जपानच्या इतक्या जवळ पोचली की मार्चपर्यंत विमानांच्या ताफ्यांचे जपानी शहरांवर मोठ्या प्रमाणात बॉम्बहल्ले सातत्याने सुरू झाले होते. लाकडी इमारतींचे प्रमाण जास्त असल्याने या हल्ल्यांमुळे जबरदस्त नुकसान होत असे. आपले सार्वभौम राज्य स्थापता येणार नाही, या वास्तवाची जाणीव झाल्यामुळे जपानी लोक दुःख वाटत असूनही, तक्रार न करण्याचा लवचीकपणा वागण्यात ठेवत. अन्नाची कमतरता असली तरी सर्वसामान्य माणसे आणि लष्करातील लोकांनी आपली नैतिकता हट्टाने, निग्रहाने टिकवली होती.

बर्माच्या पपेट सरकारचे पंतप्रधान यू बा मॉ यांनी जेव्हा टोकियोला दुसऱ्यांदा भेट दिली, तेव्हा लोकांमधील हा बदल त्यांच्या लक्षात आला. घडणाऱ्या घटनांमुळे ते कमालीचे शांत झाले होते आणि त्यांचा भ्रमनिरास झाला होता, असे मॉ यांनी म्हटले तरीही अनेक जण निर्धाराने युद्धास तयार होते. अमेरिकेने जेव्हा बॉम्बहल्ले करून शहरांत विध्वंस केला होता, तेव्हा बा मॉ तेथे होते. जपानी लोकांची सहनशीलता बघून ते चकित झाले होते. अक्षरशः हजारोंची हत्या आणि दाट लोकवस्तीत धडाडून पेटलेल्या आगी त्यांनी बघितल्या. दुसऱ्या दिवशी प्रचंड पडझड आणि विध्वंस बघितला. तरीदेखील कुठेही घबराट, स्वतःचीच कीव करणे नव्हते किंवा या सगळ्याचे जे बळी होते ते कुठेही तक्रार करताना दिसत नव्हते. उलट त्यांपैकी काही जण आनंद व्यक्त करत होते, 'राजाचा राजवाडा' वाचल्याबद्दल!

संपूर्ण जपानमधील शाळकरी विद्यार्थी आणि ज्यांची गरज नव्हती असे सामान्य नागरिक ग्रामीण भागाकडे पाठविले गेले होते. पण त्याचे नियोजन योग्य पद्धतीने केलेले नव्हते. जे मागे राहिले त्यांचे योग्य नियोजन करून, आगी विझविण्यासाठी, राहण्यासाठी घरे बनविण्यासाठी किंवा कारखान्यांमध्ये व शेतात काम करण्यासाठी उपयोग करून घेतला जात होता.

या ढेपाळलेल्या नेतृत्वामुळे आणि प्रत्यक्ष लढण्यात अपयशी ठरणाऱ्या लष्करामुळे जे सतत हवाईहल्ले होत होते, त्यावर काहीच परिणाम होत नव्हता. पूर्ण राष्ट्रात हवाईहल्ल्यांची सूचना देणारी आणि हल्ला झाल्यावर जमिनीखाली खंदकात जाण्याची सोय करून घेण्यात आली होती. हवाईहल्ल्याची सूचना जवळजवळ दररोज सगळीकडे दिली जात असे; पण इतक्या दिवसांत हिरोशिमावर

अजून तरी हवाईहल्ले झाले नव्हते.

६ ऑगस्टला सकाळी सात वाजता जपानच्या रडारवर अमेरिकेचे विमान दक्षिणेकडून येताना दिसले. त्याबरोबर धोक्याची सूचना दिली गेली. रेडिओवरचे कार्यक्रम बंद केले गेले, बऱ्याच शहरांत आणि हिरोशिमातसुद्धा! विमाने खूप उंचीवरून उडत होती. ती संख्येनेही कमी आणि विखुरलेली होती. आठ वाजेपर्यंत हिरोशिमातील रडार यंत्रणेवर अधिकाऱ्याला फक्त तीन विमाने दिसत होती. त्यामुळे त्याने धोका संपल्याची सूचना दिली. रेडिओचे कार्यक्रम पुन्हा सुरू झाले. फक्त प्रत्यक्षात अमेरिकेचे बी-२९ हे बॉम्बर विमान जर दिसले तर पुन्हा खंदकाकडे जा, असे सांगण्यात आले. येणारी विमाने ही प्रदेशाची माहिती घेणारी, टेहळणी करणारी आहेत असे वाटले. पेट्रोल इतके कमी होते की अशा वेळी पूर्वीसारखी जपानी लढाऊ विमाने येणाऱ्या विमानांवर हल्ला करण्यासाठी उड्डाणे घेत नसत. ही विमानेसुद्धा फक्त तीनच होती.

यामागुची दक्षिण-पूर्वेकडील शहराच्या राहण्याच्या ठिकाणी परत आला. एकतर विमाने दिसल्यावर वाजवण्यात आलेली धोक्याची घंटा त्याने ऐकली नाही किंवा तिच्याकडे दुर्लक्ष केले. त्याने त्याचे बूट काढले. गेल्या तीन महिन्यांपासून तेथे राहत असलेल्या या पाहुण्याला तेथील वयस्क व्यवस्थापकाने चहा प्यायला बोलावले. गप्पाटप्पांमध्ये २५ वर्षांच्या यामागुचीने त्याला सांगितले की, आता आपण कुटुंबाला भेटायला खूप उत्सुक आहोत. तो हिरोशिमाला आला तेव्हा नुकताच त्याचा मुलगा जन्माला आला होता. त्याने त्याचे नवे घरही अजून बघितले नव्हते. घरी परतल्यावर अनेक गोष्टी उत्साहाने करण्याजोग्या होत्या.

नागासाकीत राहणारा आणखी एक जण व्यवसायासाठी आला होता. तोपण याच गाडीने घरी जाणार होता. 'मिनयु' (People) या नागासाकीत दररोज प्रकाशित होणाऱ्या वृत्तपत्राचा हा प्रकाशक बुटका, लठ्ठ आणि छोट्या मिश्या ठेवणारा होता. पन्नाशीच्या जवळ असणाऱ्या या इसमाचे नाव ताकेजिरो निशिओका असे होते. अमेरिकेकडून केल्या जात असलेल्या बॉम्बहल्ल्यांमुळे होणाऱ्या हानीमुळे जपानच्या उत्तरेकडील या वृत्तपत्राच्या संपादकांना विशेष खबरदारी घेणे आवश्यक होते; कारण त्यांच्या प्रिंटिंग प्रेसचे जर बॉम्बमुळे नुकसान झाले, तर तातडीने काही निर्णय घेणे आवश्यक ठरले असते. या समूहाची नागासाकीमध्ये जागा अजून निश्चित झाली नव्हती, एका गुहेत रोटरी प्रेसेस बसवायचे असे ठरवले होते. महिन्याच्या आत असा जमिनीखाली एक प्लांट उभारण्याचे या संपादकांनी ठरवले होते. खरे म्हणजे साहित्य आणि कामगार दोघांचीही कमतरता होती. जे कैदी होते त्यांनाच कामगार म्हणून घेणे फायद्याचे होते. कारण त्यातील काही कदाचित कोळसा खाणीत काम करणारे अनुभवी असू शकत होते; परंतु त्यासाठी न्याय प्राधिकरण अधिकारी आणि

प्रीफेक्चर गव्हर्नर यांची परवानगी मिळविणे आवश्यक होते. गृहमंत्रालयाकडून जर आदेश मिळाला, तर गव्हर्नरचे सहकार्य मिळू शकले असते.

या समूहाने चांगला जनसंपर्क असणारे आणि स्पष्टवक्ते निशिओका यांना या कामासाठी निवडले होते. टोकियोला जाऊन दोघा संबंधित मंत्र्यांची परवानगी मिळवणे हे काम त्यांच्यावर सोपवले गेले होते. दोन्ही मंत्र्यांचा होकार मिळवला तेव्हा टोकियोला गेलेल्या निशिओका यांच्या लक्षात आले की, लष्करामधील कामगारांचीसुद्धा गरज आहे. क्युशूमधील लष्कराचे कमांडर जनरल योकोयामा यांच्याकडून त्याची परवानगी काढणे आवश्यक होते. जगात इतरत्र असते तसेच जपानमध्येही होते. तुम्ही कुणाला ओळखता, हे तुम्हाला काय माहीत आहे यासाठी उपयुक्त ठरते. निशिओका योकोयामांना ओळखत नव्हते; पण दक्षिण-पश्चिम जपानचे आर्मी कमांडर मार्शल शुनरोकू हाता हे योकोयामांचे नातेवाईक, तर निशिओकांचे मित्र होते. हातांचे मुख्य कार्यालय हिरोशिमा येथे होते. टोकियोहून नागासाकीला जाताना या दूरच्या प्रवासात त्यांनी हिरोशिमाला उतरायचे ठरविले.

५ ऑगस्टला हिरोशिमाकडे जाणाऱ्या गाडीत जागा नव्हती; पण ताकेजिरो निशिओका यांच्या खूप ओळखी होत्या. त्या वापरून एका रात्री जाणाऱ्या लष्करी गाडीत त्यांनी जागा मिळविली. ठीक सकाळी आठ वाजता हिरोशिमात पोचणे अभिप्रेतही होते; पण विमानाच्या हल्ल्याची सूचना मिळाल्यामुळे गाडी थांबवावी लागली आणि २५ मिनिटे उशिराने ती पोचली. हिरोशिमा शहराच्या मध्यवस्तीपासून आठ किलोमीटर दूर असणाऱ्या कैडायची या स्टेशनवर ८.१५ वाजता गाडी पोचली.

शहराच्या त्याच भागात, बंदराच्या जवळ यामागुची याने आपला चहा संपवला आणि आपला शिक्का ताब्यात घेतला. बूट घालून पुन्हा एकदा तो शिपयार्डकडे निघाला. या वेळेला त्याने ट्राम वापरली. बसपेक्षा ती थोडी लांबच्या रस्त्याने जाऊन आधी शहराच्या मध्यभागी गेली आणि मग परत वळली. यामागुचीला कसलीच घाई नव्हती. उरलेले अंतर त्याने चालत पार केले आणि तो मित्सुबिशी जहाजबांधणी कंपनीत पोचला. त्याच्या खोलीतील सहकारी अकिरा इवानागा आणि कुनियोशी सातो तेथे आधीच पोचले होते आणि तेथील कर्मचाऱ्यांशी मोठ्या ऑफिसच्या इमारतीत गप्पा मारत होते. यामागुचीने आपले जाकीट काढले आणि शर्टाच्या बाह्या वर दुमडल्या. छोट्या झऱ्यावरचा पूल त्यांनी ओलांडला. नुकतीच बटाट्याची लागवड केलेल्या एका शेताजवळून जाताना त्यांनी एका काळी पॅन्ट घातलेल्या स्त्रीला त्यांच्याकडे येताना बघितले. तिने जी पॅन्ट घातली होती ती गणवेश म्हणून अगदीच अघळपघळ होती. म्हणजे या सगळ्या सुरकुतलेल्या पॅन्टच बहुतांश जपानी बायका घालत असत. त्याच क्षणी त्यांना आकाशात उंचावर विमानाची

घरघर ऐकू आली. दोघेही थबकले आणि विमान दिसतेय का हे बघण्याचा प्रयत्न करू लागले.

❋ ❋ ❋

सकाळी ८.०९ - ३० वर्षांचा कर्नल पॉल टिब्बेट्स हे अमेरिकन लष्कराचे वैमानिक आपले बी-२९ हे विमान जपानच्या होन्शू बेटावरील हिरोशिमा शहराच्या दिशेने उडवू लागले. आदल्या दुपारीच त्यांनी विमानाला आपल्या आईचे नाव दिले होते, 'इनोला गे'. इंटरकॉमवर त्यांनी सांगितले, 'आता आपण बॉम्बहल्ला सुरू करणार आहोत. आपले गॉगल्स काढा आणि ते कपाळावर ठेवा. जेव्हा मी उलटी गिनती सुरू करेन तेव्हा ते डोळ्यांवर लावा आणि बॉम्ब टाकल्यावर जो मोठा प्रकाशाचा लोळ येईल तो जाईपर्यंत ते काढू नका.' - बॉम्ब टाकल्यावर निर्माण होणाऱ्या तीव्र प्रकाशापासून डोळ्यांचे रक्षण व्हावे यासाठी सर्व कर्मचाऱ्यांना वेल्डर वापरतात तसे गॉगल्स दिले गेले होते.

कुठलाच आवाज येत नव्हता. कुठेही शत्रूच्या विमानांची चाहूल नव्हती. सहवैमानिक कॅप्टन रॉबर्ट लुइसने आपल्या फ्लाइट लॉग (डायरी)मध्ये लिहिले, 'आम्ही बॉम्ब आमच्या लक्ष्यावर टाकण्यादरम्यान थोडे मध्यांतर असेल.'

त्या विमानाच्या अवाढव्य पोटात अगदी सेंट बर्नार्डच्या कुटुंबासारखा चार टनी निळा-काळा 'लिटल बॉय' नावाचा बॉम्ब होता. हे नाव काही विसंगती म्हणून ठेवले नव्हते. तो इतर लांबलचक प्रोटोटाइप बॉम्बपेक्षा लांबीला थोडा कमी होता, म्हणून अमेरिकन लष्कराने त्याला हे नाव ठेवले होते. अर्थात, तरीही ही ३.५ मीटर एवढी लांबी म्हणजे काही कमी नव्हती!

न्यू मेक्सिकोमधील मॅनहॅटन मोहीम या अति गुप्त मोहिमेअंतर्गत हा अणुबॉम्ब लॉस अलमॉसच्या प्रयोगशाळेत तयार करण्यात आला होता. नॉर्थन मरियनास समूहाच्या बेटावर, टिनियनवर त्याची जोडणी करण्यात आली. ही बेटे पॅसिफिक महासागरातून हल्ला करून जपानकडून या शत्रुपक्षांनी जिंकली होती. मॅनहॅटन मोहीम ही इतकी गुप्त ठेवण्यात आली होती की, अमेरिकेचे उपाध्यक्ष असलेले फ्रँकलीन रुझवेल्ट यांच्या निधनानंतर अध्यक्ष झालेले हॅरी एस. ट्रुमन यांना त्यांची अध्यक्षपदासाठी निवड होईपर्यंत याच्या अस्तित्वाबद्दल कल्पना नव्हती. टिनियनहून तीन विमानांनी उड्डाण केले होते. यात एका विमानात हा युरेनिअम-कोअर असलेला बॉम्ब होता, ज्यामुळे प्रचंड मोठ्या प्रमाणात संहार करणे शक्य होणार होते. या प्रकारच्या बॉम्बची यापूर्वी कधीही चाचणी घेण्यात आली नव्हती.

'इनोला गे'च्या मागे उजव्या बाजूच्या पंखाकडे दहा मीटर अंतर ठेवून 'द ग्रेट आर्टिस्टे' होते, ते नंतर एक किलोमीटर अंतर ठेवून उडत होते. तिसरे विमान

ज्याला नाव नव्हते (नंबर ९१) - जॉर्ज मार्क्वार्डट हा वैमानिक ते चालवत होता आणि तो आता घडणाऱ्या घटनेचे फोटो काढण्यासाठी आपल्या स्थितीत बदल करत होता. बॉम्ब टाकणाऱ्या 'इनोला गे'वरील मेजर थॉमस फेरेबी याने डाव्या डोळ्याने नॉर्डन बॉम्बसाइटवर दाब टाकला. ८.१३ + ३० सेकंदांनी टिब्बेट्स त्याला म्हणाले, ''चल, घे आता ताबा.'' आणि इंटरकॉमवर त्यांनी सूचना दिली, 'डोळ्यावर गॉगल्स चढवा.' फेरेबीच्या बॉम्बलाइटमुळे ऑटोपायलटमध्ये थोडा बदल झाला. संपूर्ण हिरोशिमाभर पसरलेले ओटा नदीचे जे खोरे होते त्यातील एका भागात असलेला आयओई पूल हे त्याचे लक्ष्य होते.

''मला सापडले,'' फेरेबी म्हणाला.

बॉम्ब ठेवला होता त्या भागाचे दरवाजे खालून उघडले गेले. त्याचा एक दबका आवाज सतत इंटरकॉममधून येत होता. त्याबरोबर पायलट आणि फेरेबी यांच्याशिवाय सगळ्यांनी आपले काळेकुट्ट वेल्डरचे गॉगल्स डोळ्यांवर लावले. हा आवाज इतर विमानांनाही पाठविण्यात आला. यात फक्त १५ सेकंदांची बॉम्ब खाली टाकण्याआधी सूचना दिली गेली.

८.१५ + १७ सेकंद हा रेडिओचा आवाज अचानक थांबला आणि उघडलेल्या झडपांमधून आत घुसणाऱ्या हवेचा आवाज येऊ लागला. 'लिटल बॉय' पाठीमागच्या बाजूने आधी बाहेर आला. मग उलटा झाला आणि नाकाचा भाग खाली करून हिरोशिमाच्या दिशेने झेपावला.

दोन

हिरोशिमा, सोमवार, ६ ऑगस्ट १९४५

मेजर चार्ल्स स्वीनी एखाद्या कॉलेजमधील फुटबॉल खेळाडूप्रमाणे धष्टपुष्ट होता. तो पूर्वी खेळतही असे. त्याचा चेहरा एखाद्या मैत्रीपूर्ण बघणाऱ्या अस्वलासारखा होता आणि त्याचे एकूणच वागणे फारसे घाबरवणारे नव्हते. 'द ग्रेट आर्टिस्टे' उडवताना त्याने 'इनोला गे' त्यातील वजनदार बॉम्ब खाली पडल्यामुळे वर उचलले गेलेले बघितले. कर्नल टिब्बेट्सनी ऑटोपायलट बंद केला आणि ६० डिग्री डावीकडे जात १५५ डिग्री वळवत विमानाची गती वाढविली. ''बॉम्ब पडला,'' स्वीनीच्या बॉम्ब कर्मचाऱ्याने ओरडून सांगितले. त्याचे नाव कर्मिट बीहान होते. मग त्याने अशा मोहिमांमध्ये जी जी कामे करायची असतात ती सुरू केली. चक स्वीनीच्या कर्मचाऱ्यांना न्यूमॅटिक बॉम्ब ठेवलेल्या जागेची दारे उघडल्याचे त्याच्या आवाजावरून कळले. मग हवेचा झोत आत शिरल्याचेही समजले. तीन सिलिंडर्स हवेत उडाली, ती मोठ्या आग विझविण्याच्या साधनांसारखी दिसत होती. ती ॲल्युमिनिअमची होती. त्यात ट्रान्समीटर्स होती. त्यातून पुढील तपशील पाठविला जाणार होता. त्या प्रत्येकाला पॅराशूट होती. ती उघडत गेली.

दहा हजार मीटर उंचीवरून 'इनोला गे'मधून पडल्यावर 'लिटल बॉय'ला फक्त ४३ सेकंद लागले. शहराच्या वर ६०० मीटर अंतरावर स्फोटाची कळ असणार होती. वाऱ्याच्या झोतांमुळे 'आयओई ब्रीज' या लक्ष्यापासून बॉम्ब २५० मीटर भरकटला. गन बॅरलप्रमाणे कार्य सुरू झाले. काही हजार किलोग्रॅम अतिशय संवेदनाक्षम स्फोटक- युरेनिअम आयसोटोप यू-२३५ चा एक कण दुसऱ्या कणांमध्ये घुसला आणि त्यातून अणूंची साखळी प्रतिक्रिया सुरू झाली आणि या

दोन कणांच्या दाबाने त्या स्फोटकांना पेटवले!

या बॉम्बची कोणतीही चाचणी घेतली गेली नव्हती; कारण यू-२३५ युरेनिअमच्या कोअरमधून वेगळे करणे ही खूप कष्टांची आणि महागडी प्रक्रिया होती. त्या वेळी जेवढे यू-२३५ अगदी शुद्ध अवस्थेत होते ते ६० किलोग्रॅम होते आणि 'लिटल बॉय' बॉम्बमध्ये ते पूर्ण वापरले होते. ते जेव्हा पेटवले गेले तेव्हा १२ हजार ५०० टन टीएनटी एवढा जबरदस्त स्फोट झाला. तापमान एकदम लाख डिग्री सेंटिग्रेडच्या वर गेले. त्यामुळे हवेलासुद्धा आग लागली, त्याचा एक प्रचंड मोठा लोळ तयार झाला. जेव्हा स्फोट झाला तेव्हा ती ऊर्जा प्रकाशाच्या रूपात उष्णता आणि दाब या माध्यमातून बाहेर पडली. प्रकाश बाह्य बाजूला झेपावला, त्यानंतर प्रचंड दाबाने एक धक्का देणारी लाट निर्माण झाली. तिचा वेग आवाजा (ध्वनी)च्या वेगाइतका होता.

शहरांमध्ये असलेल्या सिमेंट कॉंक्रीटच्या इमारती सोडल्यास सर्व काही क्षणार्धात नष्ट झाले. जणूकाही सगळे स्वच्छ केलेले सपाट पण जळून गेलेले वाळवंट! प्रत्यक्ष स्फोटाच्या केंद्रापासून १५ किलोमीटर अंतरावर असणाऱ्या खिडक्यांच्या काचा फुटून गेल्या. त्याला नेहमीच्या भाषेत 'ग्राउंड झीरो' म्हणतात. हिरोशिमाच्या दोनतृतीयांश इमारती उद्ध्वस्त झाल्या, आतील संपूर्ण भागाची पडझड झालेली, आणखी सगळ्या खिडक्या, दारे, फ्रेम्स, सज्जे उखडले गेले. त्या उष्णतेमुळे जागोजागी आगी लागल्या, त्यातून आगीचे लोळ तयार होऊन अनेक किलोमीटरपर्यंत ती आग पसरली. जवळजवळ ८० हजार म्हणजे हिरोशिमाच्या एकूण लोकसंख्येच्या (दोन लाख ५० हजार) ३० टक्के लोक क्षणार्धात मृत्यू पावले. खरे म्हणजे लाखापेक्षा अधिक! खरा आकडा कधीच कळणार नाही.

स्फोट घडला त्या क्षणी 'इनोला गे'ची पुढची केबिन प्रकाशमान झाली. बॉम्बच्या रेडिएशनमुळे दातांतील धातू चुणचुणल्याचा भास टिब्बेट्सना झाला. बी-२९ च्या खाली जांभळ्या रंगाच्या आगीचा एक प्रचंड मोठा ढग तयार झाला. प्रकाश तर एक किलोमीटर खाली पडला होता. त्या विशाल ज्वाला आणि धूर यांच्या ढगाखाली हिरोशिमा दिसेनासे झाले. मागच्या विमानातील बॉब कॅरॉन याने आपला कोडॅक कॅमेरा घेऊन धडाधड फोटो काढायला सुरुवात केली. त्या जांभळ्या ढगातून धुराचा एक मोठा तीन हजार मीटर उंचीचा स्तंभ तयार झाला आणि त्यातून एक प्रचंड मोठा मश्रूम आकाराचा ढग तयार झाला. ते मशरूम घुसळल्यासारखे उंच होते. त्या धुराचा स्तंभ १५ हजार मीटरपर्यंत उंच गेला. सहवैमानिक, लुइसने आपल्या डायरीत लिहिले, 'देवा, काय केलंय हे आम्ही!'

चक स्वीनीने एक मुसंडी मारत विमान उजव्या बाजूला 'द ग्रेट आर्टिस्टे'कडे वळवले. त्याला गॉगलमधून काही दिसत नव्हते, म्हणून त्याने ते वर केले. त्याने विमान पुन्हा योग्य दिशेला नेले. तोपर्यंत आकाश जणूकाही पारदर्शक पांढऱ्या रंगाने

रंगविले गेले- तो प्रकाश सूर्यप्रकाशापेक्षाही अधिक तेजस्वी होता. त्या प्रकाशाने त्याला ग्रासून टाकले. जेव्हा त्याची दृष्टी परत आली तेव्हा दुसऱ्या विमानातील टेल गनर 'पॅपी' डीहार्ट इंटरकॉमवर काहीतरी बडबडत होता; पण आता त्यांना बॉम्बपासून ताबडतोब खूप दूर जायचे होते. विमानाला एक प्रकारचा प्रचंड धक्का बसला आणि ते उडाले. बीहान ओरडला, 'फ्लॅक!' — पुन्हा थोड्या कमी दाबाचा धक्का बसला. तो शत्रूच्या विमानाचा धक्का नव्हता. स्फोटाच्या दाबाने तयार झालेल्या त्या लाटा होत्या. जे कॅनिस्टर खाली टाकले होते त्यातून माहिती यायला सुरुवात झाली होती. विमानात जे शास्त्रज्ञ बसलेले होते ते स्फोटाचे रेकॉर्डिंग करणाऱ्या यंत्रावर नजर ठेवून होते. एखादा चमत्कार बघावा अशा पद्धतीने ते अतिशय उत्साहाने सर्व न्याहाळत होते. विज्ञानात एक नवीन पर्व सुरू झाले होते. ते मानवाला कुठे नेणार होते कोण जाणे!

तिसऱ्या विमानात भौतिकशास्त्राचा शास्त्रज्ञ बर्नार्ड वाल्डमन एका विशिष्ट हाय-स्पीड कॅमेऱ्याने या घटनेचे दृश्य टिपत होता. कॅमेऱ्याची अवकाशात चाचणी घेण्याची संधी त्याला मिळाली नव्हती, म्हणून त्याने ४०पर्यंत आकडे मोजायला सुरुवात केली. बॉम्ब टाकल्यावर त्याने तो सुरू केला. 'द ग्रेट आर्टिस्टे'मध्ये निरीक्षण करणाऱ्या हेरॉल्ड ॲग्न्यूने घरात वापरला जाणारा १६ एमएम मूव्ही कॅमेरा खिडकीजवळ धरला आणि त्याच्याकडे असलेली मूक-चित्रपटाची फिल्म त्याने शूटिंग करायला सुरुवात केली. बीहान हा इतका धावपळीत होता की, केबिनमधील सहकारी काय बोलत आहेत ते रेकॉर्ड करण्यासाठी रेकॉर्डरचे बटण दाबायलाच तो विसरला.

नेव्ही कॅप्टन विल्यम 'डीक' पार्सन्स 'इनोला गे'मध्ये 'वेपनीअर' म्हणून होते. ते मॅनहॅटन मोहिमेत काम करणारे होते. त्यांनी एक सांकेतिक सूचना टिनियनला पाठविली. तेथून ती अमेरिकेत पाठविली गेली : 'परिणाम स्पष्ट. सर्वार्थाने यशस्वी. ट्रिनिटी चाचणीपेक्षा भयानक दृश्यपरिणाम दिसत आहे (ही चाचणी न्यू मेक्सिकोमध्ये झाली होती). हिरोशिमा लक्ष्य होते. विमानात परिस्थिती सामान्य आहे. काम करून विमान आता मुक्कामी परत येत आहे.' संपूर्ण मोहीम घड्याळाच्या काट्यानुसार सुनियोजित पार पडली होती. आकाशात असलेल्यांच्या मनात यशस्वी झाल्याची आणि सुटकेची भावना होती.

जमिनीवर मात्र परिस्थिती अगदी वेगळी होती.

नौदलातील ड्राफ्ट्समन यामागुची विमानाकडे बघत होता तेव्हा त्याला त्यातून एक काळसर वस्तू पडताना दिसली. एक पांढऱ्या रंगाचे पॅराशूट उघडले आणि त्यापाठोपाठ आणखी एक उघडले. या स्वच्छ आणि गरम दिवशी ही विमानाची घरघर, तीही दूरवरून येणारी ही एकच गोष्ट लक्ष वेधणारी होती. क्षणार्धात एखाद्या

मोठ्या मॅग्नेशिअमच्या आगीसारखा प्रकाश पडला आणि त्यांचे डोळे दृष्टिहीन झाल्यासारखे झाले. एकूणच त्यांच्या सर्व संवेदना हरवून गेल्या.

मित्सुबिशीमधील सगळ्या कर्मचाऱ्यांप्रमाणे विमानाचा हल्ला झाल्यास काय करायचे याचे प्रशिक्षण यामागुचीला पण होते. त्याने पटकन आपल्या बोटांनी डोळे झाकून घेतले. कानांत अंगठे घालून बंद केले आणि चेहरा जमिनीकडे करून पटकन आडवा झाला. ज्या बाईला त्याने पाहिले होते ती घाबरून बटाट्याच्या शेताकडे पळाली. यामागुचीवरून एक मोठा स्फोट सरकला. त्याने तो हादरला. यासारखे काहीच त्याने याआधी अनुभवले नव्हते. भूकंप झाला आणि अगदी हलक्या बेकिंग ट्रेसारखा तो अर्धा मीटर वर फेकला गेला. खालून एक वाऱ्याचा झोत गेला आणि धाडकन तो परत जमिनीवर आपटला. आता त्याची शुद्धही गेली.

जेव्हा त्याने डोळे उघडले तेव्हा त्याला फक्त अंधार दिसला. मग त्या अंधाराचा पोत आणि अन्य तपशील वेगळा दिसू लागला. धुरकट संध्याकाळच्या उजेडात तो जणूकाही एका काळ्या धुळीच्या ढगांत होता. त्या मंद प्रकाशात बटाट्याच्या शेतात सगळीकडे पानांमधून ज्वाला निघत होत्या. काळी पॅन्ट घातलेली ती बाई कुठेच दिसत नव्हती. यामागुचीला त्याच्या चेहऱ्याच्या डाव्या बाजूला आणि डाव्या हातावर खूप भाजल्यासारखे होऊ लागले. त्याच्या त्वचेवर जणूकाही उष्णता नाच करत होती. त्याची त्वचा खूप भाजली होती. आता धूळ खाली बसत होती. शहरावर तयार झालेला मशरूमच्या आकाराचा ढगही आता विरळ होऊ लागला होता. त्याला मळमळू लागले, शुद्ध हरपू लागली. आपल्या कुटुंबाबरोबर आपण आता नागासाकीला असायला हवे ही भावना प्रबळ झाली. त्याला घरातील ऊब आणि सर्व सुविधा हव्या होत्या.

बटाट्याच्या शेतातील मध्यावर झाड उभे होते. स्फोटाने त्याची सगळी पाने झडून गेली होती. जखमी ड्राफ्ट्समन त्या दिशेने धडपडत जाऊ लागला. त्याने आपली सर्व संवेदना आणि कमी होऊ लागलेली शक्ती एकवटून आणि एकाच ठिकाणी केंद्रित केली. उद्देश होता, झाडापर्यंत पोचणे. तो झाडाजवळ जाऊन त्याच्या बुंध्याशी कोसळला. प्रचंड तहान त्याला सतावत होती. आजूबाजूची सगळी घरे कोसळली आणि त्यातील लाकडे जळू लागली.

यामागुचीला डोंगराचा त्रिकोणी आकार दिसत होता. त्यामुळेच तो पलीकडे असलेल्या शिपयार्डला जाऊ शकत नव्हता. इवानागा आणि सातो त्याची तेथे वाट बघत होते. स्फोटाच्या केंद्रापासून चार किलोमीटर दूर असलेल्या या डोंगरामुळे मित्सुबिशी प्लांट स्फोटाच्या गंभीर परिणामापासून वाचला; परंतु त्याच्या खिडक्या उडाल्या होत्या आणि छतही खचले होते. फुटलेल्या काचा आणि फर्निचर सगळ्या ऑफिसभर विखुरले गेले होते. त्या वेळी तेथे उपस्थित असलेल्या ३०० कर्मचाऱ्यांपैकी

काही जखमी झाले होते. पण त्यात नागासाकीहून आलेल्या दोघांचा समावेश नव्हता. जे सुखरूप होते, चालू शकत होते त्यांना कंपनीच्या पहारेकऱ्याने स्फोटाच्या वेळी संरक्षण करणाऱ्या भूमिगत खंदकात जायला सांगितले. कदाचित आणखी स्फोट होण्याची शक्यता होती. हे दोघे यामागुचीला शोधण्यासाठी बाहेर पडले; पण रस्त्यात अनेक अडथळे होते. आगी लागल्या होत्या आणि पूल तुटले होते. शेवटी घाबरून तेही त्या खंदकाकडे परत गेले.

***

प्रकाशक निशिओका यांनी हिरोशिमाच्या पूर्व भागातील कैडायची येथे खूप विचित्र प्रकाशाचा स्फोट बघितला. शहराच्या मध्यभागातून तो आला होता. सैनिकांनी लगेचच सगळ्यांना गाडीतून खाली उतरायला सांगितले. निशिओकांना शहरावर एक मोठा काळा ढग तयार होत असलेला दिसला. सगळ्यांप्रमाणे त्यांनाही वाटले की, युद्धसामग्रीच्या ढिगाला किंवा स्फोटकांच्या गुदामाला आग लागली असावी आणि त्यामुळे स्फोट झाला असावा. गाडीचे डबे सुटे केले गेले. पण इंजिन हिरोशिमाकडे जाऊ लागले. स्वतःचा अधिकार दाखवत आणि ओळखी वापरून निशिओका यांनी एका गाडीत जाण्याची परवानगी मिळविली. त्यांच्याबद्दल वाटणारा आदर, गोष्टी त्यांच्या बाजूने वळवणारा होता. त्यामुळेच टोकियोला जाण्यासाठी त्यांची निवड झाली होती आणि म्हणूनच सोपवलेले कार्यही यशस्वीपणे पार पडले होते.

ती गाडी फार पुढे न जाताच थांबवावी लागली. शहर सोडून रेल्वेच्या रुळांमधून दूर जायचा प्रयत्न करणाऱ्या लोकांची प्रेते स्फोटामुळे तेथेच पडून होती. भिंतीवरचे एखादे पोस्टर फाडून लटकत राहते तशी अनेकांची कातडी चेहऱ्यावरून, हातावरून सोलली जात होती. ते अगदी हळूहळू चालत होते व 'पाणी! पाणी!!' असे पुटपुटत होते. एखाद्या भट्टीतून जळके तुकडे, वस्तू पसराव्या तसे सगळे काही जळत होते. नुसत्या भांडारातील स्फोटकांच्या स्फोटापेक्षा आणखी काही भयानक तेथे घडले आहे असे दिसू लागले होते. पण ते काय असावे याची निशिओकांना कल्पना नव्हती. त्यांनी बॉम्बर विमानांचा ताफा आकाशातून उडताना पाहिला नव्हता. त्यामुळे हा हवाईहल्ला असावा, असे त्यांना वाटले नाही.

माउंट फुटाबाच्या खालच्या बाजूला असणाऱ्या मार्शल हाता यांच्या कार्यालयाकडे शेवटी प्रकाशक चालत जाऊ लागले. तो शहराच्या उत्तरेकडे होता. इमारतीच्या उंचीमुळे स्फोटाच्या भयंकर धक्क्यानेही इमारती कोसळल्या नव्हत्या, तर त्या वाचल्या होत्या. त्या कुठे कुठे पडल्या होत्या; पण पूर्णतः उद्‌ध्वस्त झाल्या नव्हत्या. एका लष्करी कर्मचाऱ्याला त्यांनी हाता कुठे असतील, असे विचारले.

'फील्ड मार्शल जिवंत आहेत की मृत आहेत हे मला माहीत नाही,' हे त्याचे उत्तर होते. काहीतरी भयंकर मोठे आणि कल्पनातीत घडले होते.

निशिओकांच्या या भेटीमुळे फार काही हाती लागले नव्हते. या अवतीभोवती घडलेल्या भयानक घटनेमुळे त्यांच्या मित्राचा शोध घेणेही शक्य नव्हते, म्हणून त्यांनी चालत परत स्टेशन गाठायचे आणि नागासाकीला जाणारी गाडी पकडायची असे ठरविले. 'त्या परिस्थितीत मी हिरोशिमात कुठल्याच स्वरूपाचं काम करू शकणार नव्हतो,' असे त्यांनी नंतर सांगितले. 'परतताना वाटेत अनेक मृतदेह, तर काही मरणासन्न, रक्तबंबाळ, कातडी नसलेले देह, कण्हणारे, पाणी मागणारे लोक असे भयावह दृश्य मला बघावे लागले. नरकाच्या चित्रांतसुद्धा असे दृश्य नसेल.'

❋ ❋ ❋

हिरोशिमाची लाइन बंद झाल्याचे जपान ब्रॉडकास्टिंग कार्पोरेशन (एनएचके)च्या टोकियोच्या मुख्य अधिकाऱ्याच्या लक्षात आले. तो टोकियोहून कार्यक्रम पुढे पाठवत असे आणि त्यावर नियंत्रण ठेवत असे. सकाळचे ८.१७ वाजले होते. दुसरी टेलिफोन लाइन वापरून पुन्हा हिरोशिमाला संपर्क साधण्याचा त्याने प्रयत्न केला; पण यश आले नाही. कंपनीच्या इतर कार्यालयांतून कानावर फोन ठेवलेले कर्मचारी त्या-त्या भागातील प्रसारणावर लक्ष ठेवून होते. त्यात पराभवाबाबतची बातमी येते का ते बघत होते. सातनंतर अनेक आकाशवाणी केंद्रांनी प्रसारण बंद केले आणि विमाने दिसल्यामुळे कर्मचाऱ्यांना सुरक्षित जागी जायला मिळावे म्हणून सूचना दिल्या. ही विमाने होन्शूच्या दक्षिण भागाकडून येताना दिसली. धोका टळला अशी सूचना मिळाल्यावर पुन्हा प्रसारण सुरू झाले. पण ८.१५ नंतर कोणतीही पूर्वसूचना न देता हिरोशिमात पुन्हा आकाशवाणी केंद्र बंद पडले आणि नंतर सुरूच झाले नाही.

बरोबर २० मिनिटांनी टोकियोच्या रेल्वे सिग्नल केंद्राच्या इंजिनिअरना समजले की, हिरोशिमाला जाणारी टेलिग्राफ लाइन बंद पडली आहे. वायर तुटली असावी, असा त्यांनी निष्कर्ष काढला. शहराच्या बाहेरच्या रेल्वे स्टेशनवरून हिरोशिमामध्ये भयानक स्फोट झाल्याचे अर्धवट संभ्रमित करणारे निरोप येत होते. पण त्यामुळे बाहेरच्या परिघातील विजेच्या वायरला काय धोका पोचला, ते कळत नव्हते. हिरोशिमाच्या मुख्य स्टेशनहून कोणताही अहवाल येत नव्हता आणि इकडून माहिती द्या म्हणून जाणाऱ्या संदेशालाही उत्तरच दिले जात नव्हते.

टोकियोमध्ये असलेल्या नौदलाच्या होमलँड अफेअर्सचे कमांडर ओकुमिया यांना कुरे नौदल कार्यालयातून ८.३० वाजता फोन आला. ८.३० च्या आधी हिरोशिमाजवळ २० किलोमीटर अंतरावर एक भयानक मोठा प्रकाशाचा लोळ दिसला आणि लगेच एक काळा धुराचा स्तंभ आणि ढग शहरातून वर जाऊ

लागला. कुरे अधिकाऱ्याने हिरोशिमाच्या सेकंड आर्मी मुख्य कार्यालयाला फोन करण्याचा प्रयत्न केला; पण तो लागला नाही. ओकुमिया यांनी विचारले की, विमानांचा हल्ला झाला होता का? पण त्यांना उत्तर मिळाले नाही. फक्त दोन-तीन बी-२९ विमाने दिसली होती.

टोकियोच्या इम्पिरिअल आर्मी या मुख्यालयाकडे सगळीकडून येणाऱ्या पण गोंधळात टाकणाऱ्या बातम्या पोचविल्या जात होत्या. हिरोशिमाच्या किल्ल्यामधील लष्करी खंदकात कामावर असणाऱ्या कर्मचाऱ्यांनी संवाद साधण्याचा प्रयत्न केला. हेच ताकेजिरो निशिओकांच्या हरवलेल्या मित्राचे, सेकंड आर्मी कमांडरचे मुख्यालय होते. त्यांचे नाव होते, फील्ड मार्शल हाता. सगळ्या लाइन्स बंद होत्या. ही संपूर्ण शांतता कोड्यात टाकणारी होती. मुख्यालयाच्या कर्मचाऱ्यांना ठाऊक होते की, शत्रूकडून खूप मोठा विमानहल्ला झालेला नाही आणि हिरोशिमामध्ये एवढा मोठा स्फोट होण्यासारखी स्फोटकेही ठेवलेली नाहीत.

हिरोशिमाच्या समुद्रकिनाऱ्यालगतचा सेकंड आर्मीचा शिपिंग डेपो हा स्फोटाच्या मुख्य केंद्रापासून दूर होता. त्यामुळे स्फोटाने जे नुकसान झाले त्यात तो पूर्णतः नष्ट झाला नव्हता. डेपोच्या ऑफिसरना जवळपासच्या नौदल केंद्राकडून सूचना मिळणे शक्य होते. आलेला संदेश नौदल दळणवळणाचे भेट देणारे अधिकारी लेफ्टनंट हाशिमोतो यांच्या संदेशाप्रमाणेच होता. हाशिमोतो हिरोशिमा रेल्वे स्टेशनच्या सामान्य लोकांसाठी असलेल्या मुतारीमध्ये होते. त्याच वेळी बॉम्बचा स्फोट झाला. वर आल्यावर त्यांना रस्त्यावरचे जे दृश्य दिसले ते पाहून ते स्तब्धच झाले. ते कैडायचीला पळत गेले आणि त्यांनी कुरे बेसला घाईघाईत एक संदेश पाठविला.

दुपारच्या थोडे आधी कुरेने कमांडर ओकुमियांचा अहवाल जो प्रत्यक्ष घटना पाहिलेल्या व्यक्तीचा होता तो पाठविला. त्यात दोन बी-२९ विमाने खूप उंचावरून हिरोशिमावरून गेली आणि लगेच तो स्फोट-प्रकाशाचा लोळ आणि धूळ, धूर यांचा ढग- प्रचंड मोठा आवाज झाला असे कळविले. शहरात घरे पडली असून सगळीकडे आगीने थैमान घातले असल्याचेही कळविले, 'सगळे गोंधळात टाकणारे आहे.' संदेशात म्हटले होते, 'आग व घाबरून पळत सुटलेले लोक यामुळे कैडायचीहून अधिक जवळ जाऊन बघणे शक्य होत नाहीये.'

लाकडी पॅनल लावलेल्या आपल्या युद्ध मंत्रालयात मंत्री कोरेचिका अनामी एका मीटिंगमध्ये होते. तेथे योशिजिरो उमेझू लष्कराच्या जनरल स्टाफचे आणि अर्थसंकल्प शाखेचे मुख्य होते. त्यांचाही हिरोशिमाच्या मुख्य कार्यालयाशी संपर्क तुटला होता. हिरोशिमात प्रचंड मोठा स्फोट झाल्याने पडलेली घरे आणि झपाट्याने पसरणाऱ्या आगीचे वृत्त नौदलाकडून आलेल्या दोन संदेशांमध्ये होते. जनरल अनामींनी गुप्तचर विभागाच्या जनरल ॲरिस्यू यांना फोन केला. एका तरुण

अधिकाऱ्याला विमानाने प्रत्यक्ष पाहणी करून येण्यास सांगण्यात आले.

✳ ✳ ✳

अणुबॉम्बमुळे झालेल्या स्फोटामुळे अकरा वाजता मोठमोठ्या गोट्यांच्या आकाराचे थेंब असलेला पाऊस हिरोशिमाच्या उत्तर-पश्चिमेकडे जो ढग निर्माण झाला होता त्यातून पडू लागला. त्याला 'काळा पाऊस' असे म्हणतात. त्यातून स्फोटामुळे हवेत होते ते घाण, धूळ, धूर आणि किरणोत्सारी कण पडू लागले होते. तो खरा म्हणजे काळ्यापेक्षा मातकट रंगाचा, जणूकाही ग्रीसच पडतेय असा पाऊस होता. ज्याचे सगळीकडे कपड्यावर, भिंतीवर डाग पडू लागले.

शहराच्या दक्षिणेकडच्या भागात पाने नसलेल्या झाडाने यामागुचीला या पावसापासून वाचविले व त्यापासून होणाऱ्या इजेपासूनही तो बचावला. त्याला भयंकर तहान लागली होती. मात्र पावसाचे किरणोत्सारी पाणी प्यायल्याने त्याला त्रास झाला असता. इकडेतिकडे बघितल्यावर नेमबाजीचा सराव करण्यासाठी असलेल्या जागेजवळ एक खड्डा बघून तो निवारा शोधायला तिकडे गेला. त्या खड्ड्यात एक बाई कण्हत होती. ती पूर्णता नग्न होती आणि तिच्या अंगावर, कातडीवर भाजल्याच्या मोठमोठ्या लाल खुणा होत्या. तिने उठण्याचा प्रयत्न केला पण ती अतिशय अशक्त झाली होती, त्यामुळे उठू शकली नाही. कोरियन भाषेत ती कुणा एकाला नव्हे तर सगळ्या जगाला उद्देशून 'मदत करा, मदत करा' असे पुटपुटत होती.

जपानी भाषेत तिने यामागुचीला विचारले, ''मी आता मरणार आहे का?''

त्याने तिची समजूत काढली आणि लवकर बरी होशील म्हणाला. ''त्या खड्ड्याच्या सावलीत राहा,'' असे त्याने तिला सांगितले.

जखमी न झालेले दोन विद्यार्थी, ज्यांनी काळा गणवेश घातला होता तेथे पोचले. जखमी ड्राफ्ट्समनकडे त्यातील एकाने काळजीने बघितले.

''तुम्ही खूप भाजला आहात, सर,'' तो म्हणाला.

यामागुचीने स्वतःच्या चेहऱ्याला हळुवार स्पर्श केला. कातडी खूप भाजून टरारली होती आणि ती गळून पडणार होती. त्याचा भाजलेला हातसुद्धा काळा पडला होता आणि आता सूज आली होती.

त्या विद्यार्थ्याने खांद्यावरच्या बॅगेमधून एक काचेचा बुधला बाहेर काढला. त्यात भाजण्यावरचे औषध आहे, असे तो म्हणाला. त्या दिवशी सकाळी घर सोडून फॅक्टरीमध्ये रुजू होण्यासाठी तो निघाला असताना त्याच्या आईने ते नशिबानेच दिले होते. सगळेच विद्यार्थी तेथे काम करत असत. दुःख असून यामागुचीने तटस्थपणे मदत नाकारली; पण त्या तरुण मुलाने खूपच आग्रह केला आणि त्यातील मलम यामागुचीच्या त्वचेवर हळुवारपणे लावले. त्यामुळे त्याला थोडेसे बरे वाटू लागले.

अजूनही नागासाकीच्या आपल्या सहकाऱ्यांचे काय झाले आहे हे न कळल्यामुळे इवानागा आणि सातो यांनी खंदक सोडला. यानंतर आणखी हल्ला होणार नाही असे वाटत होते. शिवाय खंदकात गुदमरल्यासारखे होत होते. कंपनीच्या दवाखान्याजवळ ते आले. तेथे भुतांसारख्या दिसणाऱ्या अर्धनग्न, सिमेंटच्या पावडरमध्ये नखशिखान्त न्हाल्यामुळे पांढरट दिसणाऱ्या आणि त्यामुळे स्त्री आहे की पुरुष हेसुद्धा ओळखता न येणाऱ्या व्यक्तींची गर्दी होती. ज्यांनी टोप्या घातल्या नव्हत्या त्यांचे केसही जळाले होते. हे स्फोटाच्या वेळेस बाहेर असणारे कर्मचारी होते.

दुपारपर्यंत यामागुचीने टेकडीला वळसा घालून मित्सुबिशीच्या कार्यालयात जायचे ठरविले. दोन्ही कुमारवयीन मुले गेली होती आणि कोरियाहून आलेली महिला बहुतेक मरणपंथावर होती- कोणतीच हालचाल करत नव्हती. जमिनीवर लागलेल्या आगी आता हळूहळू विझू लागल्या होत्या. त्यामुळे पडलेल्या कचऱ्यातून वाट काढणे शक्य होते. रस्त्याच्या कडेला अनेक मृतदेह पडलेले होते. यामागुची जेव्हा त्याच्या डिझाइन विभागाच्या तात्पुरत्या इमारतीकडे पोचला, तेव्हा तेथे फक्त इमारतीचे भग्नावशेष दिसत होते आणि त्यातून धूर निघत होता. समुद्रकिनाऱ्यावर कोरियाहून आलेल्या मजुरांच्या मृतदेहांचा अक्षरशः सडा पडला होता.

जसा तो कंपनीच्या मैदानाकडे सरकला, तसा जिवंत राहिलेल्या लोकांनी त्याला गराडा घातला आणि त्याला दवाखान्यात नेले. जवळच्या मैदानात त्याने जळालेली प्रेते बघितली. काहींच्या हाता-पायांची थोडी हालचाल होत होती; पण बाकी मृत होते. दवाखान्याच्या दारात एका डॉक्टरने यामागुचीच्या हातावर आणि चेहऱ्यावर पांढरे मलम लावले आणि जखमेवर बँडेज बांधून दिले. मिळणारी औषधाची सुविधा, लोकांची एकमेकांबद्दलची आपुलकी, वाटणारी काळजी पाहून त्याचे दुःख आणि घडलेल्या अघटिताची तीव्र जाणीव थोडी कमी झाली.

उपचार आणि बँडेज बांधून झाल्यावर यामागुचीला जवळच्या पाइन वृक्षांच्या जागेत इतरांबरोबर पाठविले गेले. अनोळखी चेहरे न्याहाळताना त्याला नागासाकीचे त्याचे दोन सहकारी दिसले आणि त्याला अत्यानंद झाला. त्याच्या मनाने उभारी धरली. नागासाकीचे तिघेही आता एकत्र होते आणि सगळे वाचले होते. यामागुचीला दोन बिस्किटे आणि थोडे पाणी दिले गेले होते. पण बिस्किटाचा तुकडा खाल्ल्यावर त्याला उलटी झाली- त्या तिघांच्या जवळ उभ्या असलेल्या कार्यालयातील महिला रडत होत्या; कारण त्यांना घरी जाता येत नव्हते. स्फोटांमध्ये हिरोशिमातील सर्व पूल नष्ट झाल्यामुळे मित्सुबिशी शिपयार्ड जेथे होते त्या डेल्टा बेटावरून दुसरीकडे जाण्यास रस्ताच उरला नव्हता.

॰ ॰ ॰

दुपारी हिरोशिमाच्या परिघावर- उत्तरेकडच्या बाजूला हारा येथे असलेल्या छोट्या स्टुडिओत डोमेई वृत्तसंस्थेचा एक पत्रकार आला. रॉयटर्स वृत्तसंस्थेला पर्याय म्हणून ही राष्ट्रीय वृत्तसंस्था स्थापन करण्यात आली होती. सातोशी नाकामुरा ३७ वर्षांचा अनुभवी स्थानिक पत्रकार होता. त्याचे घर हिरोशिमा शहरात होते; पण नशीब चांगले म्हणून आदली रात्र त्याने शहराबाहेर राहणाऱ्या मित्राच्या घरी घालवली होती. सकाळचा पेपर वाचत असताना एका मोठ्या धक्क्याने तो जमिनीवर फेकला गेला आणि पूर्वेकडे असणाऱ्या सगळ्या खिडक्या फुटल्या-तुटल्या. तो धावत बाहेर आला तेव्हा त्याला हिरोशिमामधून तो धूर आणि धूळ यांचा स्तंभ-ढग वर वर जाताना दिसला.

नाकामुरा सायकलने हिरोशिमाकडे जायला निघाला तेव्हा त्याला जोराने मागे ढकलणाऱ्या वाऱ्याचा सामना करावा लागला आणि त्याच वेळेस तो काळा पाऊसही पडू लागला. सायकलचे हँडल धरलेल्या हातांवर त्या चिकट पावसातील काळे पदार्थ पडू लागले. त्याच्या ठिकाणाहून तो उद्ध्वस्त शहराकडे चालू लागला. बरोबर त्याचे नोटबुक होते. त्याचे घर आता शिल्लक राहिले नव्हते; पण तो जिवंत होता आणि त्याला आता खूप काम करणे आवश्यक होते. तो पहिला पत्रकार होता जो प्रत्यक्ष हा विध्वंस बघत होता; पण त्याचा वृत्तान्त कोठेही पाठवू शकत नव्हता. पण हा अहवाल पाठवणार कोणाला?

नाकामुरा पुन्हा सायकल चालवत हारा येथे आला. तेथे एनएचके आणि ट्रान्स्मीटर होता. फक्त चालू असलेल्या या एकमेव लाइनवर ओकायामा ट्रान्स्मीटर जोडलेला होता. ती जागा पूर्वेकडे १४० किलोमीटर लांब होती. १२.२० वाजता त्याने ओकायामाच्या डोमेई वर्तमानपत्राच्या कार्यालयाकडे एक छोटा अहवाल पाठविला : 'बरोबर ८.१६ मिनिटांनी शत्रूच्या एक किंवा दोन विमानांनी हिरोशिमावरून उडत असताना एक स्पेशल बॉम्ब टाकला. हिरोशिमा शहर पूर्णपणे बेचिराख झाले आहे. किमान एक लाख ७० हजार व्यक्ती मृत पावल्या आहेत.'

त्या वेळेस शहराची जी लोकसंख्या होती तिच्या निम्मा आकडा त्याने अंदाजाने सांगितला. त्याच्या समजुतीप्रमाणे मृत आणि जखमी व्यक्ती तेवढ्या असाव्यात! नाकामुराने जेव्हा दुसरा अहवाल पाठविला तेव्हा डोमेईच्या कार्यालयातील प्रमुखाने विचारले, "तू सांगतोयस तो आकडा कसा शक्य आहे?" नाकामुराचा अंदाज अगदीच चुकीचा नव्हता. पण मुख्य अधिकाऱ्याला वाटत होते की, फक्त एका बॉम्बने एवढे सगळे उद्ध्वस्त होणे कसे शक्य आहे? त्याने पत्रकाराला अहवाल दुरुस्त करण्याबाबत सुचविले; कारण लष्करात हा अहवाल अजिबात मान्य केला नसता.

"लष्कर मूर्ख आहे," नाकामुरा ओरडला!

***

जगाच्या दुसऱ्या बाजूला एक जनरलच्या वेषातील लष्करी इंजिनिअर खूप उत्सुकतेने 'इनोला गे'च्या मोहिमेचे काय झाले याची वाट बघत होता. पेंटागॉनच्या पोटोमॅक नदीच्या समोर असणाऱ्या नवीन युद्ध इमारतीत आठव्या मजल्यावर त्याचे कार्यालय होते. आपल्या टेबलाजवळ येरझारा घालत शेवटी त्याने आपल्या बाह्या वर केल्या, टायची गाठ सैल केली आणि कॉलर जरा मोकळी केली. जनरल लेसली आर. ग्रोव्हज हे मॅनहॅटन या अत्यंत गुप्त मोहिमेचे संचालक होते. पोशाखात असा मोकळेढाकळेपणा आणणे हे त्यांच्या स्वभावाच्या विरुद्ध होते; पण आता त्यांचा संयम सुटू लागला होता. त्यांच्या नेतृत्वाखाली गेली तीन वर्षे सुरू असलेल्या या तंत्रज्ञान-विकासाची ही अत्यंत महत्त्वाची चाचणी होती. ते एक अतिशय हुशार असे लष्करी मोहिमेचे संचालक होते. त्यांच्याच कार्यकाळात पेंटागॉनची उभारणी झाली होती. सतत संघर्ष करणारे आणि कोणाचीही तमा न बाळगता टीका करणारे ग्रोव्हज हे शास्त्रज्ञ आणि लष्करातील लोक यांच्यात अजिबात लोकप्रिय नव्हते. त्यांच्या हाताखालच्या सहकाऱ्याने त्यांचे वर्णन अगदी शिव्या देऊन करताना 'माझ्या आयुष्यातील सर्वांत वाईट पण तितकाच कर्तृत्ववान माणूस' असे केले होते. 'जर पुन्हा मला याच स्वरूपाचं काम करायचं असेल तर माझा वरिष्ठ म्हणून मी ग्रोव्हज यांनाच निवडेन. त्यांचं धैर्य पाहून मला राग यायचा, इतरांनादेखील यायचा; पण तरीही आम्ही एकमेकांना समजून घेत असू,' असेही त्याने नमूद केले होते.

वॉशिंग्टनमध्ये ती मध्यरात्रीची वेळ होती. म्हणजे बी-२९ ने ठरलेल्या वेळेला नवीन बॉम्ब टाकल्यानंतर जवळजवळ चार तास उलटून गेले होते. टिनियनकडून कोणत्याही स्वरूपाचा विलंबाबाबतचा अहवाल नव्हता. डिक ग्रोव्हज खूप तणावाखाली होते; पण ते त्यांना दाखवायचे नव्हते. कोणत्याही कामातील धडाडी आणि नियोजनाची उत्तम जाण याबरोबरच ते क्रूरही होते. त्यांचा आत्मविश्वाससुद्धा दांडगा होता. आपल्यात काही दुर्बलता किंवा सौम्यपणा आहे, हे त्यांना त्यांच्या हाताखालच्या कर्मचाऱ्यांना अजिबात दाखवायचे नव्हते; पण तरीही त्यांच्यात जी एक खूप मोठी डावी बाजू होती, ती सर्वांना ठाऊक होती. जेमतेम ५० वर्षांचेच असूनही त्यांचे वजन खूपच जास्त होते आणि हीच त्यांची समस्या होती. त्यांना चॉकलेट खूप आवडत असे आणि कदाचित तेच त्यांच्या मृत्यूचे कारण बनू शकले असते.

पोटोमॅक पुलावरून चालत नवीन युद्ध इमारतीच्या आर्ट डेको लॉबीच्या अप्रतिम काळ्या संगमरवरावरून चालत येऊन लष्कराच्या कुरिअरने ग्रोव्हजना हवा असलेला अहवाल आणला. जनरल थॉमस फॅरेल त्यांचा टिनियनमधील सहकारी

याने, डीक पार्सन्स यांनी 'इनोला गे'वरून जो संदेश पाठविला होता तो शब्दशः तसाच ग्रोव्हजना पाठविला होता. फॅरेलने तो मनिलामार्फत पाठविला आणि तेथे तो काही काळ खोळंबून राहिला होता. ग्रोव्हजनी आलेला संदेश वाचला आणि एक प्रकारचा सुटकेचा निःश्वास सोडला; पण आपला आनंद मात्र थोडा लपविला. त्यांनी लगेच अमेरिकेच्या आर्मी चीफ ऑफ स्टाफ यांच्या हाताखालच्या माणसाला कर्नल मॅकार्थी याला फोन केला आणि मॅकार्थीने त्याचे वरिष्ठ कर्नल जॉर्ज सी. मार्शल यांना घरी फोन करून बातमी सांगितली. सभ्यपणे आणि कोणतीही भावना न दाखविता ते एवढेच म्हणाले, "मला फोन केल्याबद्दल धन्यवाद!" आणि त्यांनी फोन ठेवून दिला.

ग्रोव्हजनी आपल्या हाताखालच्या इतर सहकाऱ्यांना बातमी सांगितली. ते लोकही या मोहिमेचा निकाल काय लागतोय हे ऐकण्यासाठी थांबले होते. बातमी ऐकल्याबरोबर त्यांनी जल्लोश केला. पण त्यांनी या मोहिमेचे कौतुक केले, त्यांच्या नेत्याचे नाही! वरिष्ठांबद्दल अजिबातच जिव्हाळा नव्हता. ग्रोव्हजही त्यांच्यात न रेंगाळता स्वतःच्या ऑफिसमध्ये गेले. सकाळी त्यांनी जनरल मार्शल यांच्यासाठी अहवाल लिहिला आणि आपल्याच कार्यालयातील दिवाणावर आडवे झाले. त्यांना मात्र पुरेशी गाढ झोप लागली नाही.

***

टिनियन बेस येथे अमेरिकन लष्कर आणि एअरफोर्सचे कार्यालय होते. कार्यालयातील स्वयंपाकघराचे स्वयंपाकी, होणाऱ्या धमाकेदार पार्टीसाठी विविध पदार्थ बनवत होते. त्यांना ठाऊक होते की, ५०९-कंपोझिट ग्रुप ही तुकडी त्यांच्या गुप्त यशस्वी मोहिमेनंतर, जी त्यांनी पराकाष्ठेने पूर्ण केली होती, परत येत होती. पण तेथील कोणालाही ती मोहीम काय होती हे अजिबात ठाऊक नव्हते. तीन विमानांनी केलेल्या हवाईहल्ल्यांत एखाद्या भोपळ्यासारख्या दिसणाऱ्या दुसरीकडे तयार झालेला बॉम्ब जपानच्या मुख्य भूमीला लक्ष्य करून टाकणे यापेक्षा नक्कीच ही मोहीम विशेष होती. या तुकडीच्या याआधी फार मोहिमा झाल्या नव्हत्या आणि त्याबाबत बेसवरची इतर युनिट्स त्यांची नेहमी थट्टा करत.

'पाय'-खाण्याच्या स्पर्धेकरिता शेकड्यांनी 'पाय' बनविले होते. हॉट डॉग्ज, बीफ आणि सालमी सँडविचेस, बटाटा आणि फळे यांचे सॅलड असे तऱ्हेतऱ्हेचे पदार्थ त्या दिवशीच्या जेवणासाठी तयार होते. नेमके काय होते कोण जाणे! रेशनकार्ड न दाखविता प्रत्येकाला चार-चार बाटल्या फुकट बिअर आणि ज्यांना लेमोनेड आवडत होते त्यांच्यासाठी ते उपलब्ध होते. तसेच एक स्पर्धा, 'जिटरबग' हीपण जाहीर झाली होती. एक अगदी नावीन्यपूर्ण कार्यक्रम करण्यासाठी, एक

सोनेरी केसाची, अतिशय सुंदर, अप्रतिम शरीरयष्टीची स्त्री (जिचे नाव माहीत नव्हते) येणार होती. त्यावर ताण म्हणजे 'इट्स ए प्लेझर' हा सोन्जा हेनी आणि मायकेल ओ'शिआ यांचा चित्रपट दाखविण्यात येणार होता. याचा अर्थ हे यश मोठ्या प्रमाणात साजरे करावे, असे कोणालातरी खरेच वाटत होते.

स्थानिक वेळेनुसार तीन वाजता आणि तो 'लिटल बॉय' हिरोशिमावर टाकल्यानंतर सहा तासांनी 'इनोला गे' टिनियनच्या उत्तरेकडील धावपट्टी 'अ'वर उतरले. सर्व कर्मचारी जवळजवळ १२ तास अवकाशात होते. ते पूर्णपणे दमले होते. शेकड्यांनी कर्मचारी त्यांच्या स्वागतासाठी रस्त्याच्या कडेला रांगेत उभे राहिले. आपण का उत्सव साजरा करतो आहोत, हे बऱ्याच जणांना ठाऊक नव्हते. तरीही अचूकतेचे प्रमाण कमी-अधिक असणारी बातमी हळूहळू पसरली होती.

टिब्बेट्सनी विमान वळविले आणि इंजिन बंद केले. जवळजवळ २०० लोक विमानाभोवती जमा झाले. त्यात सगळ्या पदांवरचे जवान, शास्त्रज्ञ, तंत्रज्ञ, छायाचित्रकार, पत्रकार, मूव्ही कॅमेरामन, अनेक जनरल्स आणि एक ॲडमिरल एवढे लोक होते. हा एक ऐतिहासिक क्षण होता. सगळ्यांनाच यात सामील होण्याची इच्छा होती. 'द ग्रेट आर्टिस्टे' आणि 'नंबर ९१' ही दोन विमाने मुद्दामहून थोडी मागे होती आणि जवळजवळ कोणालाही न कळता रनवे 'बी'वर ती थोड्या वेळाने उतरली.

'इनोला गे'च्या नाकाकडच्या भागाकडून दार उघडून कर्नल टिब्बेट्स यांचे पाय आधी बाहेर आले. त्यांच्या मागोमाग उर्वरित लोक चटकन बाहेर आले. एक आवाज आला, 'हुकमाकडे लक्ष द्या.' विमानातील सर्व जण विमानाजवळ एका रांगेत उभे राहिले. ग्वाम-बेसचे जनरल कार्ल स्पाट्झ, जे अमेरिकेचे एअरफोर्सचे पॅसिफिकमधील मुख्य होते. ते टिब्बेट्सजवळ गेले आणि त्यांनी विशेष कामगिरीसाठी असलेला क्रॉस त्यांच्या ओल्या, घामट उड्डाणाच्या पोशाखावर लावला. विमानातून उतरताना आपला पाइप घेऊन उतरणाऱ्या टिब्बेट्सनी डाव्या हाताने पाइपचे पुढचे टोक झाकले आणि पाइपचा मागचा भाग पोशाखाच्या बाहीकडे धरला जेव्हा त्यांचे मेडल पोशाखावर लावले जात होते. दोघांनी एकमेकांना सॅल्यूट केला आणि मग सगळ्यांनी त्यांचे हात हातात घेऊन आणि पाठीवर थोपटून अभिनंदन करण्यास सुरुवात केली.

'इनोला गे'च्या कर्मचाऱ्यांना एका खास खोलीत नेले गेले व दोन तास या मोहिमेबद्दल चौकशी केली गेली. त्यांची पूर्ण शारीरिक तपासणी करण्यात आली आणि त्यांना पुन्हा ताकद येण्यासाठी काही औषधांची इंजेक्शन्स दिली गेली. 'जीगर काउंटर्स' त्यांच्या शरीरावरून, कपड्यांवरून व 'इनोला गे'वरून फिरवले गेले.

किरणोत्सर्गाच्या संपर्कात आल्यामुळे त्यांच्या आरोग्याला होऊ शकणारा धोका नेमका ठाऊक नव्हता. रेडिएशनचा प्रभाव लक्षात घेऊन हे केले. मूळ तपासणीचे

खरे कारण हेच होते. बाकी चाचण्या म्हणजे निव्वळ उपचार होता. ज्या पातळीचा किरणोत्सर्ग सापडला तो गंभीर किंवा अपायकारक नव्हता.

गोलाकार छताखाली कॉन्सेट हटमध्ये सगळ्यांचे खेळीमेळीत संमेलन झाले. अन्नपदार्थ, सिगारेट, बरबॉन आणि लेमोनेड टेबलावर ठेवलेले होते. सगळे तणावमुक्त झाल्याचे दिसत होते. हा ताण दोघांसाठीही होता. ज्या चमूने विमाने नेऊन जपानवर हल्ला केला त्यांच्याबद्दल आणि टिनियनमध्ये राहून त्यांना मदत करणाऱ्या चमूबद्दलही! या मोहिमेबद्दल साशंकता होती आणि अशीही काही कारणे होती की कदाचित तो एक भयंकर अपघात झाला असता. पण तसे झाले नाही.

वातावरण निवळलेले होते. उल्हास होता. 'डच' व्हॅन कर्कने (नॅव्हिगेटरने) मान्य केले की बॉम्ब ठरल्यावेळेपेक्षा १७ सेकंद आधी टाकला गेला! डेट्रॉईटला पूर्वी वकील असलेल्या आणि आता डी-ब्रीफिंग मुख्य असलेल्या हॅझेन पेयेटे याने विचारले, ''हा उशीर का झाला?'' त्याबरोबरच एक हास्याची लहर टेबलावर पसरली.

युरेनिअम प्रॉजेक्टाईल थोड्या दिवसांपूर्वी टिनियनला आणण्यात आले होते, त्याच्या पावतीवर डीक पार्सन्स यांनी लिहिले होते, 'मी अशी सही करतो की यातील घटक हे हिरोशिमा शहरावर, जपानमध्ये ९.१५ वा. ६ ऑगस्ट रोजी टाकण्यात आले.' आणि खोलीत सर्वांना त्यांनी ते दाखविले. त्यावर सही केली. ते कुठेही असले तरी टिनियन नेहमी ग्याम आर्मी वेळेप्रमाणे कार्य करत असे आणि तो टोकियोपेक्षा एक तास पुढे असे.

स्पाट्झने सर्व कर्मचाऱ्यांचे अभिनंदन करत व्याख्यान दिले; सगळ्यांना नंतर चांदीची पदके दिली गेली. दुपारी बऱ्याच उशिरा ही पार्टी आटोपली. संपूर्ण दिवसाच्या कार्यक्रमामुळे काही कर्मचारी अतिशय थकले होते. काही जण स्वयंपाक्यांनी जे चविष्ट पदार्थ बनविले होते त्याचा आस्वाद घ्यायला गेले; पण दुर्दैवाने ते उशिरा पोचले. बिअर, सँडविचेस, सॅलड सर्व संपले होते. पाय खाण्याची स्पर्धा संपली होती. जिटरबग स्पर्धेचा विजेताही घोषित केला गेला होता. ती कोण सुंदर तरुणी होती हेही कोणाला आठवत नव्हते किंवा अशी कोणी खरेच होती का तेही उमजत नव्हते. आता फक्त 'इट्स अ प्लेझर' हा सिनेमा उरला होता.

***

दुपारपर्यंत जपानची इम्पिरिअल आर्मी हिरोशिमात टाकल्या गेलेल्या बॉम्बबद्दल माहिती मिळवीत होती. ही माहिती तुकड्या-तुकड्यात मिळाली होती. जेव्हा स्फोट झाला तेव्हा फक्त तीन विमाने हिरोशिमावरून उडत होती. त्यांतील दोन विमानांनी बॉम्ब टाकला नव्हता- याचाच अर्थ आता लक्षात आला आणि निष्कर्ष हा होता की,

आता जे हिरोशिमाचे संहाराचे दृश्य दिसत होते ते एकाच बॉम्बमुळे घडले आहे.

बहुतेक हा अणुबॉम्ब असावा असा संशय आता लष्कराच्या लोकांना येऊ लागला होता. अमेरिका अणुबॉम्बवर संशोधन करत आहे, ही गुप्त माहिती जपानी नौदल गुप्तचरांना मिळाली होती. काही महिने आधी अशीही माहिती मिळाली होती की, युरेनिअम ज्या खनिजांपासून मिळवले होते ते पिच-ब्लेंड जिथे जिथे उपलब्ध होते तिथून विकत घेण्याचा अमेरिकेने सपाटा लावला होता. जपानी शास्त्रज्ञसुद्धा स्वतःच्या अणुप्रकल्पावर काम करत होते; पण तीन ते पाच वर्षांतच असा फिजन बॉम्ब तयार करता येईल यावर त्यांचा विश्वासच बसला नव्हता. अमेरिकेची या संशोधनातील प्रगती त्यांच्यापेक्षा अधिक गतीने होत असल्याची बाब लष्करातील लोकांना सतत सलत होती.

माहिती आणि गुप्तचर विभागाने टोकियोतील पाच मुख्य वृत्तपत्रांच्या संपादकांना कार्यालयात बोलावून घेतले होते. यांत डोमेईचा प्रतिनिधीसुद्धा होता. आय.आय.ए. ही वृत्तपत्र व रेडिओ यांच्यावर नियंत्रण ठेवणारी शासकीय संस्था होती. लष्कराचा प्रेस अधिकारी त्यांना म्हणाला, ''प्रत्यक्षात जे घडलं आहे त्यापेक्षा हिरोशिमाबद्दलची बातमी वेगळ्या पद्धतीने द्या. सध्या हिरोशिमावर टाकण्यात आलेला बॉम्ब सामान्य बॉम्बपेक्षा वेगळा आहे. त्याची तीव्रता थोडी कमी करून दिली जावी. कारण या क्षणी आमच्याकडे पुरेशी माहिती नाही. आम्हाला जेव्हा अधिक माहिती मिळेल तेव्हा आम्ही ती प्रसारित करू. तोपर्यंत तुम्ही तुमच्या वृत्तपत्रांतून हिरोशिमाबद्दल सहज लक्ष जाणार नाही अशा पद्धतीने छोटी बातमी छापा. यापूर्वी जे हवाईहल्ले होत त्याच पद्धतीने शहरावर हल्ला झाल, असं लिहा.''

जपानच्या जनतेला ही अत्यंत महत्त्वाची बाब कळू नये, असे लष्कराला वाटत होते. जपानच्या भूमीवर अमेरिकेच्या सैनिकांशी जितके दिवस युद्ध चालू ठेवता येईल तेवढे ठेवायचे, म्हणजे युद्धबंदीच्या वेळी जपान ज्या काही अटी घालेल त्या त्यांना स्वीकाराव्या लागतील, असेही त्यांना वाटत होते. सध्या अमेरिका कोणत्याही अटींशिवाय शरण या, असे म्हणत होती.

मिळालेल्या सूचनांबाबत संपादक खूश नव्हते, पण त्याबाबत ते काही फारसे करूही शकत नव्हते. सहाच्या बातम्यांमधून हिरोशिमाच्या दुर्घटनेबद्दल लोकांना जपानमध्ये पहिल्यांदा माहिती मिळाली. पण मार्चपासून जे काही हवाईहल्ले जपानमध्ये विविध ठिकाणी होत होते, त्यापेक्षा काही खूप भयानक घडले आहे असे कळत नव्हते. पहिल्या बातमीतच पुढीलप्रमाणे म्हटले होते, 'काही बी-२९ विमानांनी हिरोशिमा शहरावर ६ ऑगस्ट रोजी सकाळी ८.२० वाजता घरादाराची राखरांगोळी करणारे बॉम्ब टाकले. किती नुकसान झाले आहे त्याचे सध्या परीक्षण सुरू आहे.' या प्रकारच्या बातमीचा ती बातमी ऐकणाऱ्या लोकांवर परिणाम होणार नव्हता.

फक्त हिरोशिमामधील लोकांनीच आश्चर्य दाखवले असते.

फार संहार न करणारे बॉम्ब ज्यावर टाकले गेले, असे आणखी एखादे हिरोशिमा नावाचे शहर आहे का, असे त्यांना वाटले असते. एवढा भयानक हल्ला का करण्यात आला, याचे कोणतेही कारण दिले गेले नाही.

संध्याकाळ होऊ लागली तसे सैजी हासेगावा यांनी टोकियोतील डोमेई वृत्तपत्राचे कार्यालय सोडले. तातडीने येणाऱ्या काही बातम्यांची मांडणी करण्यासाठी डोमेईचा विदेशी बातम्यांचा संपादक आठवड्याच्या रात्री जवळच्या डाय-इची हॉटेलमध्ये काढत असे. तो बाहेर पडत असताना वाहतूक विभागाच्या लोकांनी त्याला सांगितले की, तीन बी-२९ विमानांनी हिरोशिमावर हल्ला करून मोठा स्फोट घडवला आहे.

तीनच विमाने एवढा मोठा संहार करू शकत नाहीत, असे हासेगावा यांना वाटले आणि ते हॉटेलच्या दिशेने चालू लागले.

***

डिक ग्रोव्हजना जास्त वेळ झोप मिळू शकली नाही. सकाळी ४.१५ ला जनरल फॅरेल यांचा टिनियनहून दुसरा संदेश आला होता. त्यात मोहिमेहून परत आलेल्या सर्व माणसांशी बोलल्यानंतर मिळालेले वर्णन होते.

एक निरीक्षण करणारा म्हणाला, ''जणू संपूर्ण शहर टराटरा फाडलं जात होतं.''

अहवालात असे म्हटले होते की, 'दरीमधून धुळीचे स्तंभ निघून शहरापर्यंत पोचत होते. इमारतींचे किती नुकसान झाले ते या धुळीमुळे समजत नव्हते. पार्सन्स आणि इतर निरीक्षकांना वाटले की, हा स्फोट महाभयानक आणि ट्रिनिटीशी तुलना केल्यास भयंकर होता. जपानी लोक कदाचित याची तुलना एखाद्या उल्कापाताशी करतील.'

ग्रोव्हजनी स्वतःसाठी कॉफी बनवली आणि मध्यरात्री लिहिलेला अहवाल पुन्हा लिहिला. तो टाईप होत होता तोवर त्यांनी दाढी केली आणि नवीन गणवेश घातला. एका गाडीतून नदी पर करून ते पेंटागॉनला पोचले. सकाळी सात वाजता सवयीप्रमाणे जॉर्ज मार्शल आपल्या कार्यालयात आले तेव्हा अतिशय उत्तेजित ग्रोव्हज आपला अहवाल घेऊन त्यांच्या स्वागताला उभे होते. डीक पार्सन्सनी विमानांतून पाठविलेला संदेश आणि नंतर आलेली विमाने परतल्यावर मिळालेली माहिती त्यात लिहिलेली होती. 'कोणतेही जपानी फायटर किंवा इतर प्रकारे हल्ला झाला नाही. १/१० ढगाचा आडोसा आणि त्याच्यामध्ये असणारे मोठे भोक हे लक्ष्याच्या बरोबर वर होते. हाय स्पीड कॅमेऱ्याच्या मदतीने उत्तम चित्रण होऊन छान रेकॉर्ड प्राप्त झाले आहे. दुसऱ्या निरीक्षण करणाऱ्या विमानातील लोकांना खात्री आहे की फिल्म अजून

प्रक्रिया केली गेली नसली तरी उत्तम फोटो मिळाले आहेत.'

खरे म्हणजे हाय स्पीड प्रकारची फिल्म नव्हतीच आणि ती मिळणार नव्हती. डॉ. वॉल्डमनच्या फास्टॅक्स कॅमेऱ्याची फिल्म टिनियनच्या प्रयोगशाळेमध्ये खराब झाली. तेथील रेफ्रिजरेटरही मोडलेला होता. उष्णतेमुळे त्या फिल्मवरील रसायन नष्ट झाले होते आणि त्यामुळे त्यावरील फोटोही नष्ट झाले होते. हेरॉल्ड ॲग्न्यूच्या १६ एम.एम. कॅमेऱ्याने घेतलेले हिरोशिमा बॉम्बचे शूटिंग उपलब्ध होते; पण मोहिमेच्या प्रमुखांना त्याचा पत्ता लागायला काही आठवडे लागले.

मार्शलच्या कार्यालयात दोन जनरलबरोबर जनरल हेन्री 'हॅप' अरनॉल्ड, आर्मी लष्कर व हवाई दलाचे मुख्य आणि जॉर्ज एल. हॅरिसन, सेक्रेटरी ऑफ वॉरचे हेन्री स्टिमसन यांचे अणुसंशोधनाबाबत मदत करणारे सहकारी आले. हॅप अरनॉल्डने आपल्या हाताखालच्या सहकाऱ्याजवळ मत मांडले होते की, अणुबॉम्बची काहीही आवश्यकता नाही; कारण जपानवर हल्ला करण्याचीच गरज नाही. सततचे बॉम्बहल्ले आणि सागरी अडथळे यामुळे जपानमध्ये पेट्रोलची टंचाई निर्माण झाली होती. शिवाय त्यांचे बरेच कारखानेसुद्धा उद्ध्वस्त झालेले होते. त्यामुळे युद्ध चालू ठेवणे जपानला शक्य होणार नव्हते. पण आता या अणुबॉम्बमुळे झालेला संहार हे वास्तव होते. या सभेत सगळ्यांना एकाच गोष्टीची काळजी होती ती म्हणजे ही बातमी योग्य स्वरूपात सगळ्या जगाला आणि जपानला कशी सांगायची? सदर शस्त्र किती संहारक आहे हेही कळणे आवश्यक होते. त्याशिवाय सोव्हिएत रशियालादेखील हाच संदेश जाणे महत्त्वाचे होते.

अध्यक्ष ट्रुमन यांच्याकडून येणारा अभिप्रायार्थ अहवाल हा काही आठवडे आधीच तयार होता. तो लिहिणारा विल्यम लॉरेन्स हा 'न्यू यॉर्क टाइम्स'चा कर्मचारी होता. पण मॅनहॅटन मोहिमेवर त्याला उसनवार घेतले गेले होते. त्या वेळेस लॉरेन्स टिनियनला होता. त्याला आशा होती की, या बॉम्बहल्ल्याच्या मोहिमेत आपल्याला बरोबर घेतले जाईल म्हणजे मॅनहॅटन मोहिमेबद्दल लिहिताना आपल्याला अगदी प्रत्यक्षदर्शी आतली बातमी लिहिता येईल. त्याने जो अहवाल लिहिला होता त्यात स्टिमसन, ग्रोव्हज आणि इतरांनी काही सुधारणा सुचविल्या होत्या. हिरोशिमावरचा हा हल्ला म्हणजे जपान्यांनी पर्ल हार्बरवर केलेल्या हल्ल्याचा बदला होता. दुष्कृत्य जपानने आधी केले होते. 'ज्या शक्तीकडून सूर्य ऊर्जा प्राप्त करतो, तीच ज्यांनी अतिपूर्वेकडे युद्ध सुरू केले त्यांच्यावर सोडली गेली,' असे त्यात म्हटले होते. शिवाय पोस्टडॅम परिषदेत १२ दिवसांपूर्वी जपानने कोणतीही अट न घालता शरण यावे, अशी भूमिका शत्रुपक्षांनी घेतली होती, त्याला भीक न घालता ताडकन त्याला नकार दिला होता याविषयीसुद्धा त्यांत संदर्भ होता.

७.४५ वाजता मार्शलने एक गुप्त स्क्रॅम्बलर फोन वापरला आणि 'हायहोल्ड'

सेक्रेटरी ऑफ वॉरला फोन लावला. त्यांची लाँग बेटाच्या उत्तरेकडच्या बाजूला ही मालमत्ता होती. अतिशय बारीक, उच्चकुळातील हेन्री स्टिमसन हे तीन रिपब्लिकच्या अध्यक्षांचे व्यवस्थापक म्हणून काम करण्याआधी वॉल स्ट्रीटला वकील म्हणून कार्यरत होते. १९४०मध्ये डेमोक्रॅट रुझवेल्ट यांचे युद्धसंबंधी सचिव म्हणून ते आले; पण ट्रुमनविषयी त्यांचे फार चांगले मत नव्हते. अतिशय गुंतागुंतीची, चटकन चिडणारी अशी ही व्यक्ती होती. स्टिमसन सतत बदलणारे, सतत परस्परविरोधी मतप्रदर्शन करत. स्वतःच्या क्षमतांबद्दल त्यांना अतिशय अभिमान होता; पण इतरांना मात्र ते सतत दुसऱ्यावर दबाव टाकणारे आणि दांभिक वाटायचे. कोणत्याही गोष्टीबाबत दुसरा काय अगदी तिसरा विचारसुद्धा न करता ते नैतिकतेच्या उच्च पातळीवरचा निर्णय घ्यायचे. ते स्वतःला आंतरराष्ट्रीय दर्जाचे समजत असत. अमेरिकेच्या श्रेष्ठत्वावर त्यांचा गाढ विश्वास होता आणि गोरेतर लोक आणि संस्कृती याविषयी तुच्छभाव होता. १९४५मध्ये ७७ वर्षांचे असताना त्यांना प्रकृती साथ देत नव्हती. नुकत्याच झालेल्या पोस्टडॅम परिषदेने त्यांना अगदी थकवले होते; कारण ट्रुमन, स्टालिन आणि चर्चिल वर्चस्वासाठी सतत दबाव आणत होते आणि दुसरीकडे अणुबॉम्ब विकसित करण्याच्या प्रक्रियेत नैतिकता आणि लष्करी सत्तेची गरज या दोन टोकांमध्ये त्यांची फरफट होत होती.

बॉम्बची गरज या विषयाबाबत सातत्य राखणे हे स्टिमसनना खूपच अवघड जात होते. पण आता निर्णय झालेला होता. त्यांनी सगळ्यांचे अभीष्टचिंतन केले आणि पोस्टडॅमहून परत जाण्यासाठी 'यूएसएस ऑगस्टा' या विमानाने निघालेल्या ट्रुमनना ही बातमी लवकरात लवकर सांगावी यासाठी प्रयत्न करू लागले. अध्यक्षांचे आधीच तयार केलेले अहवाल सकाळी अकरा वाजता प्रसारित करण्यास संमती दिली गेली, तेव्हा टोकियोत मध्यरात्र झाली होती.

स्टिमसनना फोन केल्यानंतर अध्यक्षांच्या अहवालात कशी दुरुस्ती करायची यावर चर्चा सुरू झाली. 'हिरोशिमा' या शब्दानंतर 'जपानचा महत्त्वाचा लष्करी तळ' असे शब्द जोडले गेले. ग्रोव्हजचा उत्साह बघता 'विजयाचा दर्प येऊ देऊ नका' असे मार्शलने सुचविले. जपानमध्ये प्रचंड जीवितहानी झाली असेल, असेही तो म्हणाला. ग्रोव्हजवर इतर अनेक आरोप केले जात असतील; पण त्यांना कोणी 'कच खाणारा' असे मात्र म्हणू शकले नसते. ''आत्ता जपानच्या दुर्घटनेपेक्षा मी फिलिपिन्समध्ये पकडलेल्या अमेरिकन सैनिकांवर जे अनन्वित अत्याचार केले गेले, ज्याला 'बटान डेथ मार्च' म्हणतात त्याबद्दल विचार करतो आहे, असे तो म्हणाला. त्यानंतर, अणुबॉम्बची गरज नाही, असे आधी मानणारे जनरल अरनॉल्ड कॉरिडॉरमध्ये भेटले व त्यांनी ग्रोव्हजची पाठ थोपटली. ''तू ते म्हणालास

ते छान केलंस; मलाही असंच वाटतं.''

***

दुपारच्या वेळेला हिरोशिमामधील अधिकारी मित्सुबिशीच्या कर्मचाऱ्यांना घरी जायला प्रवृत्त करत होते. या शिपयार्डच्या बेटाकडे येण्यासाठी असलेले सगळे पूल उद्‌ध्वस्त झालेले असल्याने नागासाकीहून आलेले तिघेही जण इतर कर्मचाऱ्यांबरोबर मोटार लाँचची वाट बघत थांबले. त्याशिवाय त्यांना शहराच्या दुसऱ्या भागाकडे जाता आले नसते. ज्या लाँचमध्ये आधीच भरपूर माणसे होती त्यावरच हे तिघे आणि धक्काबुक्की करत इतर कर्मचारी घुसले. चालू झालेल्या लाँचमधून त्यांना जळत असलेले शहर दिसत होते. त्या धूसर प्रकाशात जागोजागी पेटलेल्या ज्वालांचे स्तंभ एखाद्या भव्य प्रयोगासाठी उभारण्यात आलेल्या रंगमंचाचा भास निर्माण करीत होते.

त्या बोटीवरच्या गर्दीत पुन्हा यामागुची आणि इवानागा व सातो यांची चुकामूक झाली. लाँच लष्कराच्या शिपिंग डेपोच्या जेट्टीला थांबली. सायंकाळी धुरकट संधिप्रकाशात ते जमिनीवर उतरले. जखमी, काही वाचलेले यांच्या गर्दीत सगळे सामील झाले आणि त्या जळणाऱ्या शहरातून आपली वाट काढत राहिले. यामागुचीला त्यांत खूप मुले सगळीकडे दिसू लागली. काही धावत होती, तर काही रस्त्याच्या कडेने लंगडत चालली होती. त्यांचे केस जळाले होते, काही नग्न होती; पण तरीही यामागुचीला रडण्याचा आवाज अजिबात आला नाही. एका प्राथमिक शाळेच्या मुलींच्या घोळक्याजवळून तो गेला. त्यांची कातडी जळाल्याने व सोलून निघाल्याने त्यांच्या मनगटावर एखाद्या बाहीसारखी लटकत होती. त्यांच्या पॅन्ट वगळता सर्व कपडे जळाले होते. काही अंध झाल्या होत्या, त्यांना इतर जणी हाताने धरून नेत होत्या.

एका न तुटलेल्या काँक्रीट पुलावरून यामागुची पलीकडे गेला. तेथून यामागुची राहत होता ती कर्मचाऱ्यांची घरे जवळ होती. पुलावरसुद्धा काही जळालेली माणसे दिसत होती. त्यातील काही मृत होती. पुढे जाता येणे शक्य नव्हते म्हणून काही तिथे पडून होती. कोणीही बोलत नव्हते. संयमाची परीक्षा बघणाऱ्या त्या वाटचालीत यामागुचीला कुठेही मानवी आवाज ऐकू आला नाही. कुठेही ओरडण्याचा आवाज नाही. फक्त जळणाऱ्या शहराचा आवाज... जळणाऱ्या लाकडांचा किंवा जळून ढिगांतून कोसळणाऱ्या लाकडांचा आवाज होता. पुलाच्या खाली पाण्यात, कापलेल्या लाकडांचे ओंडके तरंगावे तशी प्रेते वर-खाली होत तरंगत होती.

ती सगळी घरे म्हणजे एक ढिगारा झाला होता. तुटक्याफुटक्या लाकडी पट्ट्या, फुटलेल्या काचा... त्यातील काही भिंती फक्त शिल्लक होत्या. जेथे पूर्वी गेट होते तेथील काँक्रीटच्या चौथऱ्यावर मॅनेजरची बायको बसली होती. बधिर

अवस्थेत तिने चेहरा सुजलेल्या, काळ्या झालेल्या यामागुचीला ओळखले नाही. तिचा नवरा कुठेच दिसत नव्हता. यामागुचीने त्याचे नाव घेताच तिला रडू कोसळले.

थोड्याच वेळाने त्या पडझड झालेल्या घरांजवळ सातो आणि इवानागाही येऊन पोचले. त्या दिवसांतील घडलेल्या भयानक घटनांमुळे ते पूर्णतः दमले होते. त्यांना जखमा झाल्या नव्हत्या; तरीपण मानसिक आघात फार मोठा होता. कुणाजवळच बोलण्याजोगे काहीच नव्हते. इतके काही घडले होते की त्या सगळ्याबाबत कुठलेच स्पष्टीकरण किंवा समजूत घालणे शक्यच नव्हते. सातो त्या मित्सुबिशी कंपनीच्या विश्रामगृहाच्या उरलेल्या भागात चक्कर मारू लागला. छत खाली कोसळले होते आणि जमीन वर उचलली गेली होती. जेथे खिडक्या होत्या तेथील काचा समोरच्या भिंतीत जाऊन रुतल्या होत्या. तेथे राहणे अशक्यच होते.

सातो आणि इवानागा जवळच्या खंदकाकडे गेले. त्या वयस्कर बाईचा नवरा येईपर्यंत ती तेथून हलणार नव्हती. अचानक उद्‌भवणाऱ्या आगीची यामागुचीला भीती वाटत होती. तो चालत समुद्रकिनारी गेला आणि एका बोटीच्या खाली सरकून त्याने रात्र काढली. त्याचा बँडेज केलेला हात आणि चेहरा जळाल्यामुळे भयानक वेदनेने ठसठसत होता.

***

'ग्रेट आर्टिस्टे'तील कर्मचाऱ्यांचे त्यांच्या जमिनीवरील सहकाऱ्यांनी स्वागत केले. एक ट्रक तेथे वाट बघत होता. त्यांना व्हिस्की दिली गेली आणि दोन डॉक्टरांनी त्यांना तपासले. त्यातील एक जण रेडिऑलॉजिस्ट होता. सर्वांवरून जीगर काउंटर खूप काळजीपूर्वक फिरविला गेला. 'इनोला गे'च्या कर्मचाऱ्यांना जिथे नेले होते त्यापेक्षा वेगळ्या क्वानसेट कार्यालयात त्यांना आणि कॅप्टन मार्क्वार्डट, ९१ नंबरच्या विमानातील कर्मचाऱ्यांनाही नेण्यात आले. तेथे त्यांची चौकशी करण्यात आली. दूरवर त्यांना 'इनोला गे'भोवती जमलेली माणसे दिसत होती; पण कर्मचाऱ्यांना कुठे नेले ते ठाऊक नव्हते. स्वीनी, मार्क्वार्डट आणि त्यांचे कर्मचारी यांना जनरल स्पाट्झना भेटायला निमंत्रण दिले गेले नाही. टिनियन बेसच्या इतर लोकांसाठी मेसच्या आचाऱ्यांनी बनविलेले पदार्थ जेथे ठेवलेले होते त्या पार्टीत त्यांना जाऊ देण्यात आले. ते दुय्यम दर्जाच्या गटात होते, हे उघड होते.

सहा वाजता छानपैकी अंघोळ करून पटकन स्वीनी ऑफिसर्स क्लबकडे गेला. बहुतेक मेडिकल विभागातून तेथे पार्टीचा जल्लोश चालू होता. कुठूनतरी अधिकाऱ्यांनी भला मोठा बरबॉनचा साठा मागविला होता. त्या गर्दीत 'इनोला गे'चे काही कर्मचारी त्याला दिसले. एक तासानंतर स्वीनीला थकवा जाणवू लागला. तो जेव्हा खोलीवर

जाण्याचा विचार करत होता, तेव्हा कर्नल टिब्बेट्स त्याला खूण करून बाजूला यायला सांगत होते.

या सगळ्या पार्टीच्या गोंधळात टिब्बेट्सनी, थोड्याच दिवसांत असाच आणखी एक बॉम्ब गरज भासली तर टाकला जाण्याची शक्यता आहे, असे स्वीनीला सांगितले. प्रथम लक्ष्य हे कोकुरा, म्हणजे क्युशू शहराचा औद्योगिक परिसर आहे असे ठरले होते. त्याच्या मध्यभागी शस्त्रे तयार करण्याचा प्रचंड मोठा कारखाना होता. हिरोशिमामध्ये लष्कराची औद्योगिक वसाहत होती आणि तीसुद्धा परिघावर होती. टिब्बेट्सनी स्वीनीला सांगितले की, या मोहिमेचा तो प्रमुख असेल. युद्धाचा अनुभव नसल्याने स्वीनीला आश्चर्यही वाटले, त्याचबरोबर तो कृतज्ञपण होता. त्याला बॉम्ब असलेले विमान उडवायला मिळेल अशी आशा वाटली; पण त्याला हेही ठाऊक होते की, १५ कर्मचाऱ्यांपैकी त्याला एकट्यालाच अशा प्रकारच्या मोहिमेचे प्रशिक्षण मिळाले होते.

"तू त्याच पद्धतींचा वापर करशील," टिब्बेट्स म्हणाले. स्वीनीला वाटले, मागेपुढे कोणतेही संरक्षक विमान न घेता फक्त हवामान अंदाज देणाऱ्या विमानांसह तीन बी-२९ विमाने दहा हजार फुटांवर उडताना बघणे हे जपानी लोकांच्या एव्हाना परिचयाचे झाले असेल. तरीही टिब्बेट्सनी त्याचा समावेश मॅनहॅटन मोहिमेच्या प्रत्यक्ष कृती करणाऱ्या विमानासाठी केला होता. त्याला कर्नलबद्दल कृतज्ञता आणि आदर दोन्ही वाटले. स्वीनी काहीच बोलला नाही.

त्या भल्या मोठ्या धातूच्या अंड्याचे दोन भाग दोन सुरक्षित केसिंग असलेली दोन मोठी लाकडी खोकी अंधार पडल्यानंतर टिनियनच्या विमानतळावर संध्याकाळी पोचली. बॉम्बची जुळवाजुळव करण्यासाठी वापरल्या जाणाऱ्या खिडक्या नसलेल्या इमारतीमध्ये ते जमले होते. त्या ठिकाणी तारेची दोन कुंपणे होती आणि संपूर्ण कडक सुरक्षा होती. दुसऱ्या एका इमारतीच्या मागे बंदुका घेतलेले जवान एका बाकड्यावर ठेवलेल्या मॅग्नेशिअम पेटीवर लक्ष ठेवून होते. त्याच्या बाजूला थर्मामीटर बसविले होते. त्या पेटीचा बाह्य पृष्ठभाग उबदार होता. आत प्लुटोनिअमचे दोन अर्धगोल होते. त्या दोन्हींत सोन्याचा एक पातळ पत्रा होता. ते दोन गोल ६.२ किलोग्रॅम वजनाचे होते. एखाद्या संत्र्याप्रमाणे दिसणाऱ्या आकारात ते जोडले जाणार होते आणि मग त्या जोडलेल्या शस्त्रांत मध्यभागी ठेवण्यात येणार होते.

तारीख आणि लक्ष्य ठरविले गेले होते : ११ ऑगस्ट म्हणजे बरोबर पाच दिवसांनी आणि लक्ष्य होते, शस्त्रास्त्रांचे उत्पादन करणारे कोकुरा शहर.

तीन

नागासाकी, सोमवार, ६ ऑगस्ट १९४५

ताकिगावा राहत होते तिथे वरच्या बाल्कनीवरून जपानच्या राष्ट्रीय व्यायामप्रकारांची माहिती प्रसारित होत होती. आपल्या घराच्या जवळच्या मोकळ्या जागेत जास्तीत जास्त बायका आणि वृद्ध पुरुष जमा होऊन त्या प्रसारणातून ज्या व्यायामासंबंधी सूचना येत होत्या त्या एखाद्या कर्मकांडासारख्या पार पाडत होते. ताकिगावांच्या छान लाकडी रेडिओमधून ते प्रसारण होत होते. देशभक्तिपर सुरावट पियानोवर वाजविली जायची. त्यामुळे हालचालींची वेळ कळायची आणि जपानी लष्कराचा जवान विनोदी वाटावा अशा उंच आवाजात, ब्रिटिश सार्जंट मेजर सारख्या सूचना द्यायचा - 'डावीकडे हात वळवा! उजवीकडे हात वळवा. सुदृढ जपानसाठी निरोगी शरीरे आणि निरोगी मने!'

युराकामी खोऱ्यातील नदी आणि रेल्वेलाइनमध्ये अर्ध्या अंतरावर कोम्बा-चो ही वस्ती होती. श्रीमती ताकिगावा यांनी या जवळपासच्या जमलेल्या लोकांच्या समूहासमोर आपले स्थान ग्रहण केले. त्यांच्या दोन्ही छोट्या मुलीसुद्धा त्यांच्यासारख्या पुढेच होत्या. युद्धात विधवा झालेली २२ वर्षांची, श्रीमती ताकिगावांची सर्वांत मोठी मुलगी सडाकोसुद्धा पुढेच होती. तिला एक छोटे बाळ होते.

'उजवा हात डोक्यावर, डावीकडे झुका!

डावा हात डोक्यावर, उजवीकडे झुका!'

हळूहळू तापत जाणाऱ्या सूर्यप्रकाशात असे एकाआड एक दिशेने बायका त्यांच्या सैलसर पायजमे, पारंपरिक पॅन्टमध्ये आणि पुरुष सध्या दिल्या गेलेल्या एक प्रकारच्या गणवेशात एकत्रितपणे व्यायाम करत होते.

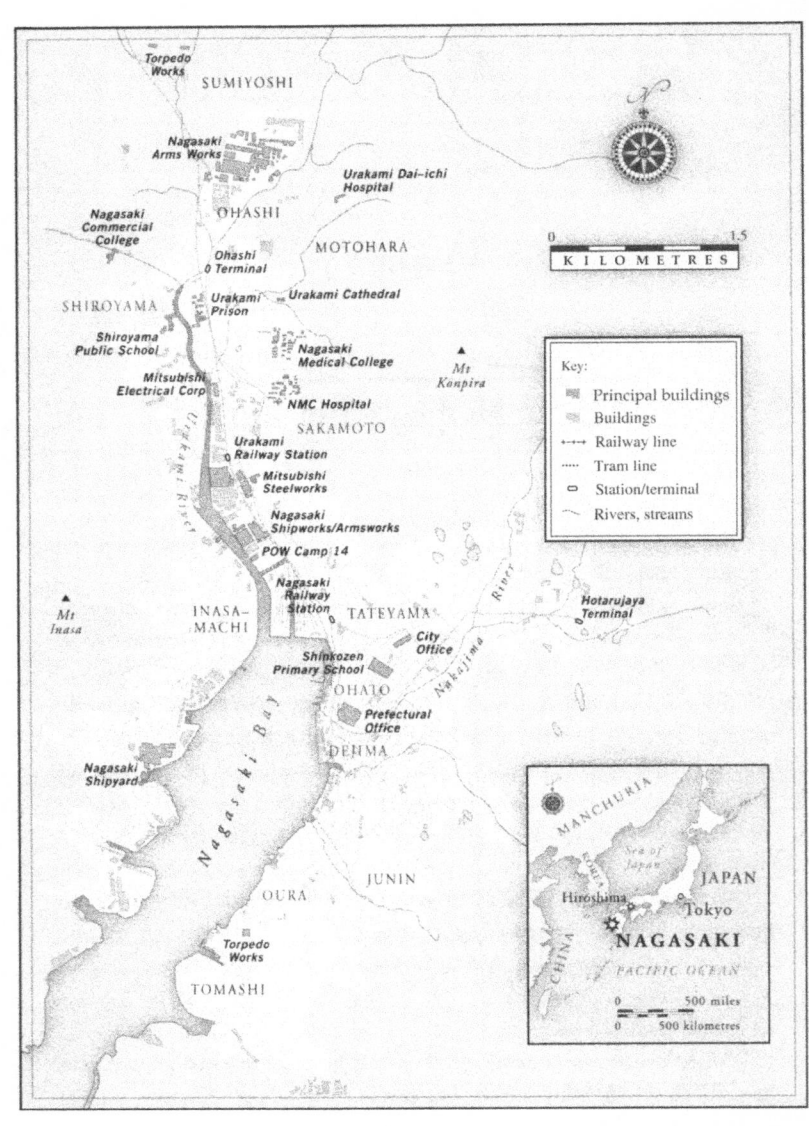

अणुबॉम्ब टाकण्यापूर्वीचे नागासाकी शहर

श्री. ताकिगावा तेथे नव्हते. सध्या गैरहजर असलेला हा नवरा आणि बाप लष्करात सामान्य नोकर होता. फारच क्वचित त्यांना घरी यायला रजा मिळायची. नागासाकीच्या उत्तरेकडे असलेल्या नौदल कार्यालयात सध्या त्यांची नेमणूक होती. मागच्या वर्षीपेक्षा सध्या घराच्या थोडे जवळ ते काम करत होते. पण तरीही कुटुंबाला मात्र ते फार कमी वेळा भेटत असत.

भविष्याबद्दल त्यांच्या आयुष्यात कुठलीच शाश्वती नसताना मिवा ताकिगावा, ४९व्या वर्षीसुद्धा भरवसा ठेवण्याजोग्या होत्या. आपल्या मुलांसाठीच्या नियोजनात त्यांनी प्रत्येकासाठी काही उद्दिष्ट ठरवले होते. एकतर शिक्षक किंवा डॉक्टर होण्याचे आपले ध्येय त्यांनी प्राप्त केले होते आणि नुकतीच त्यांनी त्यांच्या पुढच्या प्रवासाची सुरुवातही केली होती. त्यांचा मोठा मुलगा शिक्षक झाला होता; पण फिलिपिन्सशी झालेल्या युद्धात वैमानिक म्हणून काम करत असताना मृत्युमुखी पडला. १७ वर्षांचा मासुइची विद्यापीठाची प्रवेश परीक्षा, माध्यमिक शाळेच्या चौथ्या वर्षातच पास झाला होता. एक वर्ष आधीच. लष्कराभोवती फिरणाऱ्या समाजात वावरताना त्यानेही लष्करात जाऊन डॉक्टर म्हणून काम करण्याचा निर्णय घेतला होता. जेव्हा तो नागासाकी मेडिकल कॉलेजमध्ये नसे, तेव्हा बराच वेळ तो सैन्याच्या स्थानिक तुकडीबरोबर असे.

नदीपलीकडे असलेल्या प्राथमिक शाळेत दोन लहान मुली शिकत; पण सध्या शाळेला सुटी होती. रोयोकोने शिक्षिका व्हावे असे तिच्या आईने ठरवले होते. त्या लहान मुलीला वयाच्या आठव्या वर्षी हे माहीत होते की नाही कोण जाणे! इच्छा होती की नाही तेही माहीत नाही. शिक्षणाच्या बाबतीत श्रीमती ताकिगावा अतिशय कडक होत्या. मुलांच्या शिक्षणाची त्या काळजी घेत. त्यांना सतत अभ्यास करायला लावायच्या आणि शिकवत पण राहायच्या. सध्या त्यांना 'शैक्षणिक आई' असे म्हटलेले योग्य ठरले असते.

रोयोकोपेक्षा दोन वर्षांनी मोठी साक्यू मात्र आईच्या ध्येयाप्रमाणे विचार करायची. तिचा आदर्श होता, मोठा भाऊ मासुइची. त्याच्यासारखेच तिलापण डॉक्टर व्हायचे होते. हवाईहल्ल्यांत जखमी होणाऱ्या लोकांच्या हाका जणू तिला प्रेरणा देत. आत्तापर्यंत नागासाकीवर फार बॉम्बहल्ले झाले नव्हते; पण मोठ्या माणसांच्या संभाषणामधून इतर शहरांवर असे हल्ले होत असल्याचे तिने ऐकले होते. साक्यू एक गंभीर प्रवृत्तीची आणि सतत मनात शंका असणारी मुलगी होती. मोठ्यांच्या गप्पा चोरून ऐकणे तिला आवडत असे. जपानच्या इतर शहरांतील जखमी लोकांवर उपचार करणे, हे जणू तिला तिचे कर्तव्य वाटत होते.

श्रीमती ताकिगावासुद्धा ध्येयवेड्या होत्या. न दमता सतत स्वतःच्या जबाबदाऱ्या आणि त्याहूनही अधिक करण्यासाठी त्या धडपडायच्या. प्रत्येक गोष्ट त्या मानवजातीवर

प्रचंड उपकार करणाऱ्या संताप्रमाणे करत असत. मुळात त्या ग्रामीण भागात वाढलेल्या; पण युद्धाआधी खूप फॅशन करणाऱ्या होत्या. नेहमी उंच टाचांचे बूट आणि डोक्यावर कलती स्टायलिश टोपी त्या घालायच्या. साक्यू जेव्हा प्राथमिक वर्गात गेली, त्या समारंभाला त्यांनी पाश्चिमात्य वेषभूषा केली होती. नागासाकीच्या उपनगरांत त्या काळात ते भलतेच धाडसाचे होते.

तुझी आई राणीच्या राहणीमानाची नक्कल करते, असे त्या लहान मुलीच्या वर्गमैत्रिणी तिला चिडवत. पण मिवा ताकिगावा एक अतिशय सुंदर देशाला मान्च्युरियाला भेट देऊन आल्या होत्या. जेव्हा युद्ध सुरू झाले तेव्हा मात्र अमेरिकन महिलांप्रमाणे पोशाख घालते म्हणून सर्व जण त्यांना नावे ठेवू लागले. साक्यूला खूप वाटायचे की, आईने आता ती टोपी घालणे सोडून द्यावे आणि शाळेत येताना जरा साधेपणे कोणाच्या लक्षात येणार नाही असे यावे- पण आई काही तसे करायची नाही.

ग्रामीण भागातील बालपणामुळे श्रीमती ताकिगावा सगळे काय करतात ते बघण्यात रुची ठेवायच्या. कधी कधी तर नको असताना त्यांच्या कामकाजात लुडबूड करायच्या. त्या जिल्ह्यातील काही जण त्यांना, सतत कामात व्यग्र असलेली असे म्हणायचे आणि त्यांच्याबाबत जरा जपूनच वागायचे. पण त्या खूप उदारही होत्या. नदीजवळच्या जमिनीत बटाटे, जपानी मुळ्यांचे पीक घेऊन ते आजूबाजूच्या सगळ्यांमध्ये वाटत असत. घरी सगळा स्वयंपाक त्या करायच्या, शिवाय शिवणकाम करण्यात त्या तरबेज होत्या. स्वतःचे कपडे तर शिवायच्याच पण इतरांसाठीसुद्धा शिवून द्यायच्या. जेव्हा लहान मुलींचे कपडे वाळवी लागून खराब व्हायचे, तेव्हा त्या त्यांना चांदण्यांच्या आकाराच्या कापडाचे ठिगळ लावून ते दुरुस्त करायच्या! जपानमध्ये युद्धाच्या काळात नवीन कपडे मिळणे मुश्कील होते. त्यामुळे कपड्यावरच्या त्या चांदण्यांबाबत लहान मुली काही तक्रार करायच्या नाहीत.

धडपडणाऱ्या, सतत बाहेर जाणाऱ्या, स्वतःची मते ठामपणे मांडणाऱ्या मिवा ताकिगावा कोम्बा-चोच्या महिला मंडळाच्या मुख्य झाल्या. राष्ट्रीय पातळीवर चालवण्यात येणारा हा व्यायामाचा कार्यक्रम आपल्या शेजाऱ्यापाजाऱ्यांमध्ये राबवणे हे त्यांचे कर्तव्य होते, तसेच ते देशासाठीही आवश्यक होते. त्यांची खात्री होती की, या पाश्चिमात्य वसाहतवादी शत्रूंबरोबर होणाऱ्या युद्धात जपानचे भविष्य नक्की बदलणार आहे. एक पवित्र असा वारा वाहायला लागेल आणि जपान जिंकेल. राजासुद्धा हेच म्हणाला होता. येणाऱ्या विजयासाठी सगळ्यांनी आपले आरोग्य उत्तम ठेवणे अतिशय आवश्यक होते. 'हात आता कंबरेवर ठेवा आणि मागे वळा,' 'हात पुढे ताठ ठेवा आणि पुढे वाका.'

***

एका मोठ्या खोल खाडीच्या टोकाला नागासाकी वसलेले आहे. युराकामी आणि नाकाजिमा या दोन नद्यांच्या दोन खोऱ्यांमध्ये हे शहर वसले आहे. त्यातील डोंगररांगांमुळे दोन भाग झाले आहेत. या खोऱ्यांमध्ये आणि जेथे त्या एकमेकींना मिळतात तो भाग वगळता, हे शहर टेकड्यांवर वसले आहे. काही शेकडो मीटर अंतरावर बेट आहे आणि तेथे झालेल्या कालव्यांच्या जाळ्यातून भरतीचे पाणी येते. या पाण्यातून तराफ्यांवरून काही वस्तूंची ने-आण करता येते. मुख्य रस्ते, रेल्वे आणि ट्राम या दोन्ही खोऱ्यांतून जातात आणि नागासाकीच्या खाडीभोवती वळतात. बाकी ठिकाणी रस्ते अरुंद व अवघड वळणे घेत उंच टेकड्यांवर जातात. ते रस्ते मोटारगाड्यांसाठी केलेले नाहीत. त्यामुळे जनावरांतर्फे किंवा माणसांनी ओढलेल्या वाहनांसाठी ते वापरले जातात.

बंदराजवळच्या इमारती आणि सामान साठविण्याच्या जागा या नागासाकीच्या खालच्या भागापर्यंत खाडीच्या किनाऱ्याने पसरलेल्या आहेत. त्यांच्या मागे असलेले रस्ते दुकाने, दुकानदार आणि खरेदीदार यांनी भरलेले आहेत. खाडीच्या दोन्ही किनाऱ्यांवर लोक नावेमधून प्रवास करतात. शहराच्या औद्योगिक वसाहती खाडीच्या पश्चिमेकडच्या किनाऱ्याकडे असून, त्यावर मोठाल्या क्रेन्स आणि जहाजांच्या इमारती आहेत.

दुसरी औद्योगिक वसाहत युराकामी खोऱ्यात आहे. येथील छोटी छोटी खेडी आता या विस्तारलेल्या शहरांमध्ये विलीन झाली आहेत. १९४०मध्ये युराकामी नागासाकीमधील प्रगत भाग होता. रुंद रस्ते आणि खेळाची मैदाने तेथे होती. आता विकासामुळे नाकाजिमा खोऱ्यात सर्व शासकीय आणि आर्थिक व्यवहाराशी संलग्न कार्यालये एकाच ठिकाणी वसविली गेली होती. ही दोन खोरी म्हणजे शहराच्या औद्योगिक आणि व्यवस्थापकीय सत्तेची केंद्रे होती.

युराकामी खोऱ्यातूनच जपानच्या इतर भागाशी नागासाकी जमिनीवरून जोडले गेले होते. या भागातून जाणाऱ्या लांबलचक रस्त्याला फारसे छान नाव नव्हते. त्याला २०६ महामार्ग एवढेच म्हटले जायचे. याच रस्त्याला समांतर क्युशू बेटावरून येणाऱ्या लोकांच्या वाहतुकीसाठी एक रेल्वेलाइन होती. ती नागासाकी मुख्य स्टेशनपर्यंत जात असे.

पोर्तुगिजांनी १६व्या शतकात वसविलेल्या नागासाकीचा त्यानंतर बराच विस्तार झाला. डच लोकांनी तेथे बंदर बांधले. जपानने युद्धात प्रवेश केल्यानंतर बंदराची भरभराट झाली. चीनच्या मध्य आणि दक्षिण भागात युद्ध करण्यासाठी सैन्याची आणि त्याला लागणाऱ्या रसदीची ने-आण केली जायची. पण आपले हे वर्चस्व नागासाकी टिकवू शकले नाही. पुरवठा करणाऱ्या स्रोतांपासून फार दूर असल्याने आणि डोंगराळ भागामुळे हा द्वीपकल्प वेगळा झाल्याने १९४५पासून बंदराचे महत्त्व

कमी व्हायला लागले. नागासाकीऐवजी इतर केंद्रांची भरभराट झाली. जेव्हा कोळशाच्या खाणींजवळच बंदर बांधले गेले, तेव्हा कोळसा वाहतूकसुद्धा बंद झाली.

आता नागासाकी फक्त एका कंपनीच्या जिवावर जगत होते. अर्थात हे काही फारसे अनैसर्गिक नाही, कारण एकाच देशात अनेक प्रकारच्या उद्योगांची गरज असते आणि जेथे वैविध्य असते तेथे भरभराट होते. मित्सुबिशी ही अशी एक कंपनी होती. बंदर असलेल्या उद्योगाशी निगडित मित्सुबिशी इलेक्ट्रिकल कंपनी १९२३ पासून आपले स्वतंत्र अस्तित्व टिकवून होती. ते हेवी इलेक्ट्रिकल उपकरणे बनवत. युराकामी खोऱ्याच्या खालच्या बाजूला १९१७ मध्ये एक शस्त्रास्त्रे बनविणारा कारखाना उभारला गेला होता. खोऱ्याच्या दुसऱ्या टोकाला आणखी एक शस्त्रास्त्र कारखाना युद्धाच्या वेळेला उभारला गेला. मित्सुबिशी स्टील कारखाना या शस्त्रास्त्रांच्या कारखान्याजवळ होता. तेथे जहाजे बनविण्यासाठी लागणाऱ्या स्टीलच्या पट्ट्या बनविल्या जात. जसजसे युद्ध पुढे सरकू लागले तशी छोट्या छोट्या उद्योगांची कार्यालये व खासगी दुकाने बाजूला पडली. ते सर्व मित्सुबिशीने विकत घेतले. त्यामुळे १९४५पर्यंत नागासाकीतील ९० टक्के उद्योग हे मित्सुबिशीच्या मालकीचे झाले. नागासाकीचे महापौर ओकाडा आणि नागासाकी प्रीफेक्चरचे राज्यपाल, वाकामात्सु नागानो हे दोघेही मित्सुबिशीमध्ये होते.

***

आपली बायको आणि ११ वर्षांची मुलगी यांच्याबरोबर घरापासून चालत येऊन तोराहाची तगावा मित्सुबिशीच्या नवीन शस्त्रास्त्र कारखान्याजवळ पोचले. सकाळचे सात वाजले होते आणि दिवस होता ६ ऑगस्ट १९४५. हा दिवस जपानच्या इतिहासात एक अत्यंत महत्त्वाचा ठरणार होता. अर्थात या स्वच्छ सुंदर सकाळच्या वेळी असे काही घडणार आहे याची तगावा यांना कोणतीही कल्पना नव्हती. आता चाळिशीचे असलेले तगावा, वयाच्या १६व्या वर्षापासून या शस्त्रास्त्राच्या कारखान्यात काम करत होते आणि आता फोरमन या पदाला पोचले होते. कामाच्या आठवड्याची सुरुवात ते सर्व कर्मचाऱ्यांचा व्यायाम घेऊन करत असत. दररोज फॅक्टरीमध्ये व्यायामानेच कामाचा प्रारंभ होई. तगावा यांनी सूचना दिल्याबरोबर सगळे उत्तर-पूर्वेला वळले आणि राजवाड्याच्या दिशेने कंबरेत वाकून राजाने या युद्धात उत्तम मार्गदर्शन करावे म्हणून प्रार्थना करू लागले. कंपनीच्या संचालकाला सलाम ठोकून त्यांनी उपस्थितीबद्दल जो अहवाल त्यांना कामाच्या प्रमुखांकडून मिळाला होता तो सादर केला. आज एरवीपेक्षा अधिक लोक गैरहजर होते.

गैरहजेरीचा प्रश्न हाताळणारी प्रक्रिया सुरू झाली होती. मित्सुबिशीचा संरक्षण करणारा विभाग घरी फोन करून, गैरहजर राहण्यास योग्य कारण होते का, याची

चौकशी करणार होता. आजारपण असेल तर डॉक्टरचे प्रमाणपत्र आवश्यक होते. घरी राहण्याचे काही ठोस कारण नसेल तर कामगारांना सक्तीने कामावर बोलावून घेतले जाई. सतत गैरहजर राहणाऱ्यांवर कंपनी पुन्हा शिक्षेचा बडगा उगारू लागली होती. कधी कधी तगावा स्वतःसुद्धा ही छडी उगारत असत. ही गोष्ट करण्याची त्यांना नावडही नव्हती; पण त्यात ते मजाही घेत नसत. आपले उत्पादन नियमित ठेवण्यासाठी धडपड करणाऱ्या कारखान्यातील एक फोरमन म्हणून हा त्यांच्या जबाबदारीचाच एक भाग होता.

तगावांच्या हाताखाली ५१० लोक काम करत आणि कारखाना ९१ प्रकारचे टॉरपेडो एका महिन्यात तयार करत असे. जेव्हा १९४१मध्ये उत्पादनाची सुरुवात झाली, तेव्हा महिन्याला ३०० टॉरपेडोचे उत्पादन होत असे. पण आता जवळजवळ वर्ष होत आले, तेवढे उत्पादन करणे कठीण होऊ लागले. त्यातील कौशल्य असलेले कामगार सैन्यात भरती केले गेले. त्या जागी कौशल्य नसलेले कामगार आणि राष्ट्रभक्त- सैन्यातून विद्यार्थी घेतले जाऊ लागले. पण त्यांच्याकडे अनुभवही नव्हता आणि कौशल्यही! त्यामुळे उत्पादनात घट होऊ लागली.

जेथे व्यायाम चालला होता, त्या मोकळ्या जागेच्या समोर, आपल्या कार्यालयात ओहाशी फॅक्टरीचा उपसंचालक बसला होता. युद्धामुळे निर्माण झालेल्या सगळ्या समस्या त्याच्यासमोर होत्या. त्याचे काळेभोर केस खूप छान आणि व्यवस्थित विंचरलेले होते. गोल चेहरा, जाड कडांचा चश्मा, दात दाखविणारे हसू असलेले ५०वर्षीय योशिरो फुकुडा असे जपानी बाबू होते, जे कशानेही विचलित होत नसत. पण आता मात्र ही पूर्ण फॅक्टरी या कठीण प्रसंगी एवढ्या अडचणींमुळे कशी चालवायची यामुळे ते नाराज झाले होते. जळण नव्हते, वाहनव्यवस्था नव्हती. त्यामुळे कारखान्याचे काम कमी प्रमाणात होत होते. मेटल फोर्जिंग विभागाच्या फोरमनने त्यांना सांगितले होते की, आता पूर्ण उत्पादन करणे अशक्य आहे; कारण त्यांच्याकडचा कोळसा संपला होता. बुधवारच्या दुपारपर्यंत जहाजाने कोळसा येणार असल्याचे त्या विभागाच्या प्रमुखाने फुकुडांना सांगितले होते. फक्त दोन दिवस अवधी होता. शिबाटाने दिलेले आश्वासन प्रत्यक्षात येणार का, याची आता वाट बघत बसायची होती. योशिरो फुकुडा यांनी हे सगळे आधीपण ऐकले होते. या सगळ्याचा त्यांच्या तब्येतीवरही मोठा परिणाम होत होता. सतत साठत जाणारा राग आणि निराशा याने त्यांना पोटाचा अल्सर झाला होता.

कारखान्याची घंटा वाजली. काम सुरू करण्यासाठीचा हा इशारा होता. सकाळचा व्यायाम संपवून फोरमन तगावा आपल्या कार्यालयात जाऊन, येणाऱ्या प्रकल्पाबाबतचे कार्यालयीन काम करू लागले. हे खूप गुप्त असे काम होते. रॉकेट इंजिन बनविणे सुरू करायचे होते. सीनिअर मॅनेजर फुकुडा त्यांच्या कार्यालयात

बसून होते. त्यांचा अल्सर फारच दुखत होता. आता पुढे कोणत्या कारणामुळे त्यांची फजिती होणार होती, याबाबत काळजी करत होते. त्यांना खात्री होती की, नक्कीच कोळसा पुरविणारा या वेळी फजिती करणार होता.

***

फादर तमायांना निरोप आला की, ज्येष्ठ धर्मगुरूंना त्यांच्याशी बोलायचे आहे. युराकामी चर्चच्या मैदानावर, उन्हात हिंडत फादर निशिदांना शोधत होते. पण ते काही सापडले नाहीत. जसजसे ऊन तापायला लागले तसे त्यांनी चर्चच्या आतल्या थंड भागात जायचे ठरविले.

फुसाकिची तमाया यांनी एका संताचे नाव धारण केले होते, 'सायमन'. नागासाकीच्या उत्तरेकडे असलेल्या एका बेटावर कुरोशिमा येथे त्यांचे चर्च होते. सध्या ते सहा आठवड्यांपासून येथे भेट द्यायला आले होते. युराकामी चर्चमधील धर्मगुरूंना युद्धासाठी लष्करात पाठवले जात होते, त्यामुळे येथे धर्मगुरू कमी होते. २८ वर्षांच्या तमायांच्या हृदयाची झडप नीट काम करत नव्हती म्हणून त्यांना लष्करात घेतले गेले नव्हते. त्यामुळे युद्धावर न जाता येथे जी धर्मासंबंधी कामे होती ती करण्यासाठी उपयोग होणार होता. अमेरिकेकडून होणाऱ्या हल्ल्याची सततची टांगती तलवार लक्षात घेता, या परिस्थितीतही बदल होण्याची शक्यता होती. क्युशूवर सर्वप्रथम हल्ला होऊ शकणार होता.

आपले कुरोशिमा सोडून नागासाकीत येणे फादर सायमन यांना फारसे पसंत नव्हते. पण नागासाकीला झालेल्या थोड्या दिवसांपुरत्या बदलीच्या ते विरुद्धही नव्हते. हेसुद्धा त्यांचे मूळ गाव होते. एका मोठ्या कुटुंबात त्यांचा जन्म झाला होता. दहा अपत्यांपैकी ते एक होते. प्राथमिक शाळेसाठी ते युराकामी खोऱ्यातील शाळेत जात होते. मग नागासाकी येथे थिऑलॉजिकल कॉलेज व नंतर सेमिनारीकरता टोकियो. तीन वर्षांपूर्वी त्यांची नेमणूक कुरोशिमा चर्चमध्ये झाली. लहान मुलांबद्दल विशेष ममत्व असणारा धर्मगुरू ही त्यांची ओळख सध्याच्या काळात मात्र धोक्याचा इशारा देणारी ठरली असती; पण प्रत्यक्षात ते त्यांचे वैशिष्ट्य ठरले.

नागासाकी ही जपानच्या रोमन कॅथलिक धर्माच्या लोकांसाठी राजधानी होती कारण जवळजवळ देशातील ७० टक्के कॅथलिक त्या वेळेस तेथे राहत होते. शहर वसविल्यापासून त्याच्या इतिहासाचे पारडे सतत वर-खाली होत होते.

मिशिनरी सेंट फ्रान्सिस झेव्हियर याने काही राजांविरुद्ध उठाव करणाऱ्या दरबाऱ्यांना त्याच्या दोन वर्षांच्या कार्यकाळात ख्रिश्चन धर्माची दीक्षा दिली होती. अशा पद्धतीने धर्मबदल झाल्यावर शोगन हायडेयोशीचे तिकडे लक्ष गेले आणि त्याने २६ कॅथलिक लोकांची नागासाकीमध्ये क्रूसावर लटकवून हत्या केली.

त्यातील सहा युरोपियन होते. त्यानंतरच्या ख्रिश्चनांविरोधातील चळवळीने जोर धरला आणि क्युशू व जपानमधील इतर शहरांतील ख्रिश्चन लोकांचे शिरकाण केले गेले. त्यांनी धर्म सोडावा म्हणून त्यांचे हाल केले गेले व जबरदस्तीही केली गेली. त्यामुळे ख्रिश्चन कॅथलिक लोक भूमिगत झाले. त्यानंतर ज्या व्यापाऱ्यांना धर्मबदलात रुची नव्हती, अशा इंग्लिश व डच, युरोपियन लोकांना नागासाकीकडे थोड्या कमी प्रमाणात येऊ दिले गेले. त्या वेळच्या राजाने हा निर्णय घेतला.

१८६८मध्ये पुन्हा एकदा मेइजी रिस्टोरेशन म्हणजे जपानवर राजाचा अंमल सुरू झाला तेव्हा पश्चिमेकडचे देश, रोमन कॅथलिक पुन्हा समाजात दाखल झाले व त्यांची भरभराट झाली. रोमनेस्क कॅथेड्रल- त्याचे आधीचे नाव सेंट मेरीज कॅथेड्रल होते; पण आता ते युराकामी कॅथेड्रल म्हणून ओळखले जाऊ लागले. ते अशा एका मैदानावर उभारले गेले, जेथे ज्या काळात ख्रिश्चनांवर जुलूम केले जात होते आणि सेंट मेरीचे छोटे पुतळे द्या व माल खरेदी करा, अशी जबरदस्ती केली जात होती. नागासाकी खरे म्हणजे मिश्र लोकवस्तीचे शहर होते; पण तेथे ख्रिश्चन लोकांना मात्र आपल्या धर्माच्या रक्षणासाठी लढायला लागायचे. त्यासाठी त्यांना दीर्घ लढाई करावी लागली. त्याचा परिणाम त्यांच्या मनावर ते खोलवर ठसण्यात झाला. माउंट कोनपिरा या टेकडीच्या चढावर जेथे ती युराकामी खोऱ्यातून वर येई, तेथे एका चांगल्या उठावदार चढावर ख्रिश्चन लोकांच्या घरांजवळ सदर कॅथेड्रल बांधले गेले. त्या उतारावर टप्प्याटप्प्याने छान बागा केल्या गेल्या- चोहोबाजूंनी लागवड झाली. जवळ जवळ बांधलेल्या लाकडी घरांची रांग फार्महाउसपर्यंत होती, शिवाय कॅथेड्रल आणि फ्रान्सिस्कन हॉस्पिटल खोऱ्याच्या आणखी पुढच्या भागात होते.

सध्या युद्धामुळे नासधूस आणि हानी होत असूनही कॅथलिक 'होली डे ऑफ ऑब्लिगेशन' या दिवसासाठी तयारी करत होते. 'ॲझम्प्शन ऑफ मेरी' या दिवशी मोठी मेजवानी असे. व्हर्जिन मेरीचे पृथ्वीवरील आयुष्य संपल्यावर स्वर्गाकरता उत्थान होणे, याची ही मेजवानी असते. ती या वर्षी १५ ऑगस्ट रोजी होती. त्याआधी १४ दिवस उपास, तसेच कॅथेड्रलला जाऊन धर्मगुरूंसमोर कबुलीजबाब देणे इत्यादी होत असते. त्यामुळे युराकामीच्या दोन्ही धर्मगुरूंसाठी हा खूप धावपळीचा काळ होता.

धर्मगुरू तमाया, दुसऱ्या दिवशी म्हणजे मंगळवारी येथील शांत जीवन सोडून कुरोशिमाला रवाना होणार होते. आपल्या कुटुंबाला शेवटचे भेटून त्या संध्याकाळी आपल्या एकुलत्या एका बॅगेत ज्या काही थोड्या वस्तू होत्या त्या भरून ठेवणे आवश्यक होते. या मधल्या वेळात या पाहुण्या आलेल्या धर्मगुरूंनी शोधाशोध करून धर्मगुरू निशिदांना गाठले. ते कॅथेड्रल इमारतीच्या मागच्या बाजूला होते. निशिदा त्यांना एक विनंती करणार होते. तमायांनी त्यांचे कुरोशिमा प्रयाण पुढच्या

आठवड्याच्या शुक्रवारपर्यंत पुढे ढकलणे शक्य होते का? पुढे तरुण धर्मगुरू तसे करायला स्वेच्छेने तयार झाले. आपल्या स्वतःच्या चर्चच्या भक्तांकडे जाणे गरजेचे आहे असे जरी जाणवले असले तरी या मुख्य चर्चवर सध्या काय परिस्थिती ओढवली आहे, तेही त्यांना ठाऊक होते. म्हणून त्यांनी शुक्रवारी, १० ऑगस्ट रोजी जायचे ठरविले.

***

दगडाच्या साहाय्याने बनवलेल्या, खूप उतार असलेल्या छोट्या, ज्युनिनच्या गल्ल्यांमधून दोन मुली खाली उतरल्या आणि सेनबा-चो ट्राम स्टॉपजवळ जी कामगारांची मोठी रांग होती त्यात जाऊन उभ्या राहिल्या. मित्स्यूने रेऑनचा ब्लाउज आणि आजीने दिलेल्या किमोनोची छान पॅन्ट शिवली होती- ती घातली होती. तिच्या दंडावर बांधलेला बॅंड ती प्रीफेक्चरल मुलींच्या माध्यमिक शाळेच्या देशभक्त स्वयंसेवक गटाची सदस्य असल्याचे सुचवत होता. मित्स्यू ताकेनो श्रीमती हिराई या विधवेबरोबर राहत होती. हिराई यांना एक १६ वर्षांची मुलगी होती. तिचे नाव चिफुसा होते; पण तिला सगळे चि-चॅन म्हणत. दोन्ही मुली नागासाकी माध्यमिक शाळेत चौथ्या इयत्तेत शिकत होत्या. युद्धाचा काळ असल्यामुळे इतर सगळ्याच कुमारवयीन मुलांप्रमाणे त्यासुद्धा सध्या शाळेत जात नव्हत्या. मोरी-माची प्लांटला असलेल्या नागासाकी शस्त्रास्त्र कारखान्यात मित्स्यूला कामगार म्हणून जावे लागत होते. त्याच्या शेजारच्याच फाउंड्रीमध्ये चि-चॅन काम करत असे.

नागासाकीच्या उत्तर किनाऱ्यावर असलेल्या एका बेटावर असलेले खेडे हे मित्स्यूचे मूळ गाव होते. मासे पकडण्यासाठीच्या कामावर आणि सागरी अन्नाची प्रक्रिया करणाऱ्या कारखान्यात तिचे वडील सुपरवायझर होते. सुरुवातीला ती तिच्या मावशीकडे राहत होती. पण मग मावशी आजारी पडल्यावर ती तिच्या मैत्रिणीकडे, चि-चॅनकडे राहायला आली. तिचे घर शाळेच्या जवळ होते.

युराकामीला जाणारी लाकडी भिंतींची छोटी ट्राम पूर्ण भरली होती. दोन्ही मुली चढल्या आणि ती खोऱ्यातून डुगडुगत जाऊ लागली. मित्स्यू ट्राममधून आधी उतरली. बसथांब्याच्या एका करवतीच्या दात्यांप्रमाणे दिसणाऱ्या कारखान्यांच्या इमारती होत्या आणि दुसऱ्या बाजूला अगदी एकमेकाला भिंती लागून असलेली छोटी छोटी घरे होती. ही हाडकुळी मुलगी, जी इतकी बारीक होती की लोक तिला उदबत्ती म्हणत- घाईघाईने चालणाऱ्या इतर कामगारांबरोबर कारखान्याकडे चालू लागली. वाटेत दगडाच्या भिंती असलेले हवाईहल्ल्यांपासून बचावासाठी तयार केलेले खंदक होते. सगळ्यांनी बरोबर नेलेच पाहिजे अशी ज्याबाबत सक्ती होती ते डोक्यावर घालायचे टोपीसारखे हूड आणि एका पिशवीत असलेले प्रथमोपचाराचे

साहित्य होते- ते गळ्यात तिरपे अडकवून, ती जात होती. त्या काळात ती पद्धत होती. म्हणूनच इतके हल्ले होऊनसुद्धा जपानी लोक अजून टिकून होते.

शस्त्रास्त्र कारखान्याच्या पहिल्या मजल्यावर मित्स्यू टॉरपेडोच्या छोट्या छोट्या तुकड्यांना घासत असे. अवतीभोवती औद्योगिक कारखान्यांचे आवाज आणि मशिन ऑइलचा उग्र वासही येत असे. डोक्यावरून जड क्रेन्स सतत मागे-पुढे जात असत. एक ग्राइंडर सारखा ठिणग्या उडवत राही. जवळच एक मशिन लोखंडी पत्र्यांच्या तुकड्यांवर आपटत असे. या कारखान्याच्या मध्यावर एका टेबलाभोवती पाच मुली बसत, त्यात मित्स्यू होती. नट आणि बोल्टचे जे नको असलेले भाग होते ते त्या घासून काढत. ते एका कास्टिंग मोल्डमधून काढलेले असत. त्यांच्या टेबलावर सगळीकडे बारीक लेड धातूची धूळ पडलेली असल्यामुळे तो काळा दिसे. त्या माळ्यावर एका चौकोनी भोकातून क्रेन वर-खाली करत असे व जड वस्तू इतर मजल्यांवर पोचवत असे. त्या भोकाभोवती तारेचे एक कुंपण सुरक्षेसाठी उभारले होते. खाली एका मोठ्या सिलिंडरसारख्या वस्तूवर काम करणारी माणसे दिसत. कारखान्यात टॉरपेडो आणि सबमरीन्स तयार होतात, यापलीकडे मुलींना काहीही ठाऊक नव्हते.

त्या पाच जणींपैकी चौघी मित्स्यूच्या शाळेच्याच होत्या. सेत्सुको तिची खूप जवळची मैत्रीण होती. ती त्या शस्त्रास्त्र कारखान्याच्या जवळच आपल्या कुटुंबाबरोबर राहायची. पाचवी मुलगी मात्र दुसऱ्या शाळेतील होती. ती एकटीच असायची आणि गप्प बसून काम करायची. नागासाकी मुलींच्या शाळेच्या बाकी चौघी क्वचितच तिच्याशी बोलायच्या.

त्या कारखान्याच्या धबडग्यात आणि आवाजात या शाळेच्या मुली नेहमी काही लोकप्रिय गाणी गायच्या. त्यात या विद्यार्थिनी स्वयंसेवक गटाचे गाणे आवर्जून म्हणत. त्याचा अर्थ काहीसा असा होता —

आम्ही चेरीची छोटी झाडे आहोत
त्यांची फुले अजून कळ्याच आहेत
अजून पूर्ण उंचीपर्यंत ती वाढलेली नाहीत,
पण तरीही आमचे आयुष्य त्यागायला तयार आहोत
आमच्या राष्ट्राच्या हितासाठी
या पवित्र कामासाठी विद्यार्थ्यांचा गट सदैव सज्ज आहे
आमच्या हृदयात राष्ट्रभक्तीची ज्वाला पेटलेली आहे

या सगळ्या कारखान्याच्या गोंधळात आणि आवाजात त्या किती चांगल्या

किंवा किती वाईट गात होत्या, हा प्रश्नच नव्हता; कारण त्यांचे गाणे कोणालाच ऐकू येत नव्हते.

***

त्या दिवशी सकाळी त्सुनिओ तोमिताने मागच्या तीन आठवड्यांपासून तो जे काम करत होता ते सुरू केले. फार्मसी विभागाच्या मागच्या बाजूला हवाईहल्ल्यापासून संरक्षण मिळण्यासाठी खंदक खणण्याचे काम सुरू होते. २१ वर्षांचा हा मुलगा नागासाकी मेडिकल कॉलेजचा फार्मसीचा तिसऱ्या वर्षाचा विद्यार्थी होता. जुलैच्या सुरुवातीलाच तिसऱ्या वर्षाचे काही तास रद्द करण्यात आले. कारण या खंदकाचे काम करण्यासाठी माणसे कमी पडत होती. आता तर सर्वच तास रद्द केल्यामुळे त्यांनी दिवसा कामे करावी व शक्य असेल तेवढा अभ्यास रात्री करावा, अशी अपेक्षा होती. पहिल्या आणि दुसऱ्या वर्षाची मुले कारखान्यात किंवा शहरात कामे करत होती.

कुदळ आणि फावड्याने मुले खड्डे खणत. खंदकासाठी खूप खोल खणावे लागे. प्रोफेसर सेइकी चांगले मजबूत शरीरयष्टीचे होते, ते स्वतः खणायचे आणि शॉर्ट्स घातलेली मुले माती वाहून न्यायची. कोणे एके काळी खूप टापटीप असलेली ही कॉलेज मैदाने आता मात्र अगदीच वाईट अवस्थेत होती. बगिच्यांत सगळीकडे तण माजले होते. जेथे लॉन होते तेथे रताळी, बटाटे लावण्यासाठी खणले होते.

बरीचशी मुले शहराबाहेर राहत आणि नागासाकीला ये-जा करत; पण त्सुनिओ मात्र आपल्या कुटुंबाबरोबर जवळपास राहत असे. अर्थात बराच वेळ तो आपल्या मित्रांबरोबरच घालवत असे. वर्गातील काही मुलांनी लष्करात जाण्यासाठी शहर सोडले होते. जी येथे होती तीही खंदकाची कामे करत नाहीतर कॉलेजच्या मैदानावर भाज्यांसाठी परसबाग तयार करत.

अमेरिकेने १ ऑगस्ट रोजी नागासाकीवर विमानहल्ला करून बॉम्ब टाकले. पण जपानमधील इतर शहरांवर जे सतत जाळपोळ करणारे हल्ले होत, त्यापेक्षा हा जरा कमी विध्वंसक होता. जेव्हा धोक्याची सूचना वाजली तेव्हा तोमिता आपल्या मित्राबरोबर टेकडीकडे गेला होता. घाबरून आणि एक प्रकारे संमोहित झाल्यासारखे ते बघतच राहिले. अगदी कमी उंचीवरून उडणाऱ्या सात विमानांनी हॉस्पिटल आणि मेडिकल कॉलेजच्या जवळ बॉम्ब टाकले. त्यात तीन विद्यार्थी मारले गेले आणि दहा गंभीररीत्या जखमी झाले. या हल्ल्यानंतर विद्यार्थी कॉलेजवर रात्रंदिवस काम करू लागले. वर्गातच असलेल्या उंचवट्यांवर झोपू लागले.

एक किलोमीटर अंतरावर कोयोबी मिनामी यांच्या अधिकाराखाली नागासाकीतील

काही कामगार काम करत होते. जपानच्या युद्धासंदर्भात ते फारसे गंभीर नव्हते. याउलट तोमिता आणि त्याचे इतर विद्यार्थी मित्र अधिक गंभीरपणे काम करत. ४० वर्षांचे मिनामी युराकामी तुरुंगाचे जेलर होते. त्याच परिसरातील एका घरात बायको आणि दोन मुले यांच्यासह ते राहत होते. अनेकदा युद्धासंबंधीची जबाबदारी विद्यार्थ्यांकडूनही पुरेशी पार पाडली जायची नाही; मग मिनामींच्या तुरुंगात असणाऱ्या कैद्यांचा तर काही प्रश्नच नाही! त्यांना ती त्यांची जबाबदारीसुद्धा वाटत नसे.

दर दिवशी सकाळच्या हजेरीच्या वेळेस २०० कैद्यांना, जे तेथे राहत होते त्यांना एकच पर्याय दिला जायचा- एकतर जपानच्या सैन्याच्या संबंधित जे काम सोपवले जाईल ते करायचे किंवा तुरुंगात थांबून गणवेश शिवायचे. एकतृतीयांश कैद्यांनी तुरुंगात राहूनच काम करण्याचा पर्याय निवडला. त्यांच्याबरोबर २५ असे कैदी होते की ज्यांना जन्मठेप झाली होती. त्यांना पर्याय नव्हता. काही हुशार कैदी असा विचार करत की, जर बॉम्बहल्ला झाला तर तो तुरुंगावर होणार, नाही तर त्याचे लक्ष्य शिपयार्ड असेल! आणि तेथेच कैदी कामावर जातात. स्वतःचा जीव वाचविणे हा एक उद्देश त्यांच्या निर्णयामागे असे. मात्र मागच्या आठवड्यात झालेल्या बॉम्बहल्ल्यांमुळे प्रश्नचिन्ह निर्माण झाले. हॉस्पिटलवर बॉम्बहल्ला होऊ शकतो तर मग तुरुंगावर का नाही?

जे दोनतृतीयांश कैदी सैन्याबरोबर काम करायला तयार होत, त्यांचा हेतू वातावरण बदलण्याचा असायचा. त्यामुळे सतत खोलीचा येणारा कंटाळा कमी व्हायचा. सकाळी ७.३० वाजता हिरव्या रंगाचे कामाचे कपडे व टोप्या घालून जेलर आणि १२ गार्ड्स यांच्या देखरेखीखाली ते ओळीत दोन किलोमीटर अंतरावर, २०६ रूट या रस्त्याने चालत कारखान्यापर्यंत जात. मित्सुबिशी शिपयार्डमध्ये तयार केल्या जाणाऱ्या सागरी संरक्षण करणाऱ्या क्राफ्ट्स आणि टॉरपेडो बोटी यांच्या बांधणीसाठी स्क्रू तयार करणे, हे त्यांचे काम असायचे. कारखान्याच्या कार्यालयात स्वतःबरोबर आणलेले कार्यालयीन काम करण्यात जेलर मिनामी वेळ घालवत असत.

✳✳✳

या कैद्यांच्या रोजच्या रांगांच्या शेवटी आणखी एक कामगारांचा गट असायचा. त्यांना या कैद्यांपेक्षाही कामाचा प्रचंड कंटाळा असायचा. युद्धामध्ये इतर देशांचे जे कैदी (पॉज) पकडले जात, ते हे १९४ होते. ते सगळे फुकुओका कॅम्प १४ येथे ठेवलेले होते. मित्सुबिशी स्टील कारखाना आणि रेल्वेलाइन यांच्या मध्ये ही जागा होती. त्यातील १५० लोक डच होते, तर २४ ऑस्ट्रेलियाचे होते.

१९४३ मध्ये या डच कैद्यांना नागासाकीच्या खाडीजवळच्या शिपयार्डमध्ये

काम करण्यासाठी जावाहून आणले होते. ऑस्ट्रेलियन आणि ब्रिटिश कैदी एक वर्षानंतर आणले गेले होते. तेव्हाचे बटाव्हिया म्हणजे आताचे जकार्ता, त्याच्या परिघावरून त्यांची इकडे बदली करण्यात आली होती. जपानी कामगार कमी पडू लागल्याने कामे झटपट व्हावीत म्हणून ही उपाययोजना करण्यात आली होती. सक्तीची सैन्यभरती केल्यामुळे कारखाने ओस पडले होते. त्या जागी जे विद्यार्थी आणले जात होते तेही कमी पडत होते. तसेच त्यांच्यात पुरेसे कौशल्य नसल्यामुळे उत्पादन कमी होत होते.

जे कोणी नव्याने उपलब्ध होत असत त्यामुळे जणू जादूच होत असे. साखरेची पोती, भोपळे आणि युद्धकैदी घेऊन 'तामाहोको मारु' नावाचे जहाज क्युशूच्या किनारी मध्यरात्री आले; पण अमेरिकेच्या पाणबुड्यांनी त्यावर टॉरपेडोच्या साहाय्याने हल्ला केला. जहाजावर असलेल्या ७७२ कैद्यांमध्ये तास्मानियाचा पीटर मॅकग्रथ-कर आणि ॲलन चिक हे दोघे होते. शिवाय ८०० स्वदेशी परतणारे जपानी लोक बोटीच्या एका भागात होते.

पुढच्या भागात खाली असलेला मॅकग्रथ-कर हा वर येण्याची तयारी करत होता. जो दरवाजा उघडला होता त्यातून पाणी आत शिरू लागले. शिवाय खालूनही पाणी शिरत होते. त्याचा मारा त्याच्यावर झाला. लोखंडी शिडीवर एकदम गर्दी झाली; कारण सगळ्यांनाच वर जायचे होते. मॅकग्रथने त्या गर्दीतून, धक्काबुक्की करून जाण्याचा अजिबात प्रयत्न केला नाही. उलट पाण्यावर तरंगत तो त्या खोलीच्या छतापर्यंत गेला. तेवढ्यात तेथील दिवे विझले; त्यामुळे आणखी गोंधळ वाढला. या ऑस्ट्रेलियन माणसाने आपले शरीर छताच्या वाशांपर्यंत नेले आणि उघड्या भागाला धडक बसेपर्यंत वर गेला आणि त्या बाजूच्या कडेकडेने स्वतःला तरंगत ठेवत तो त्या उघड्या भागातून आपोआप बाहेर पडला. बोट दोन मिनिटांत तिरकी होऊन बुडाली. जे त्या उघड्या भागाच्या जवळ होते त्यांनाच फक्त बाहेर पडायला मिळाले. बोट झपाट्याने पाण्याखाली बुडत होती. अगदी वेगाने! मॅकग्रथ-कर त्या उघड्या भागातून बाहेर तर आला; पण पोहू शकत नव्हता. तरीही तो वरवर ढकलला जात होता. त्या गडबडीत त्याची पॅन्टही निघाली. त्याच्या डोक्यात त्या वेळेस एकच विचार होता असे त्याला आठवते, 'बुडायला फार वेळ लागतोय!'

तरंगणाऱ्या लाकडी दाराला त्याचे डोके आपटले. तो रांगत त्यावर चढला. त्या दिवशी चांदणेसुद्धा नव्हते. जिवाच्या आकांताने ओरडणाऱ्या जपानी आणि इंग्लिश लोकांचा आवाज जिवाची तगमग करत होता. बाजूने पोहणाऱ्या कोणीतरी एकाने मॅकग्रथ-करकडे एक जपानी पॅन्ट टाकली. आता ज्या लाकडाच्या तराफ्यावर तो बसला होता तो तराफा हळूहळू सुटा सुटा होत होता. एका उलट्या झालेल्या लाइफबोटीवरून जॅक जॉन्सन या ऑस्ट्रेलियन युद्धकैद्याने मॅकग्रथ-करला वर ओढून

घेतले. बघता बघता आणखी सहा जण त्या बोटीजवळ आले आणि त्या बोटीला धरूनच सर्व जण उजाडेपर्यंत थांबले.

चिकसुद्धा 'तामाहोको मारु'वर हल्ला झाला तेव्हा बोटीत पुढच्या बाजूलाच होता. त्याला आपण कसे वाचलो, बाहेर कसे आलो याबाबत काहीच आठवत नाही. फक्त आपण पाण्यात होतो आणि आता बुडणार असेच त्याला वाटले होते. पण मनातील भीतीचे भूत काढून तो समुद्रात आला आणि एका लाकडी फळकुटाला धरून तरंगू लागला. त्याच्याबरोबर एक इंग्लिश युद्धकैदी, एक जपानी गार्ड आणि आणखी एक जण होता.

रात्री अमेरिकन पाणबुडीला शोधणाऱ्या युद्धनौकेने काही तरंगणाऱ्या लोकांना वाचविले. बाकीच्यांना मात्र पहाट होईपर्यंत थांबावे लागले आणि मग व्हेलचा पाठलाग करणाऱ्या बोटीने त्यांना उचलले. जपानी गार्डला ॲलन चिकच्या त्या तरंगणाऱ्या लाकडावरून सकाळी लवकर उचलले गेले; पण बाकीच्यांना दुसरी बोट येईपर्यंत वाट पाहावी लागली आणि ती २० मीटर दूरवर उभी राहिली. युद्धाआधी चिक तास्मानियाचा एक कोळी होता, त्यामुळे तेवढे अंतर तो पोहू शकला.

वर घेतलेल्या लोकांना युद्धनौकेच्या कॅप्टनने पुन्हा समुद्रात उडी मारायला सांगितले आणि त्यांना वाचविण्यासाठी आलेल्या बोटींपर्यंत पोहत जायची सूचना केली. ऑस्ट्रेलियाचा एक युद्धकैदी पोहता येत नव्हते म्हणून या बोटीवरून दुसरीत जाण्याआधी बुडाला. 'तामाहोको मारु'वर असलेल्या ७७२ कैद्यांपैकी फक्त २१३ कैद्यांना वाचविता आले. त्यात ८५ डच, ७२ ऑस्ट्रेलियन, ४२ ब्रिटिश आणि १४ अमेरिकन होते. एकदा बोटीवर घेतल्यानंतर जपानी आणि युद्धकैदी यांना बोटीच्या दोन वेगळ्या बाजूला ठेवले गेले. त्या दिवशी दुपारी पीटर मॅकग्रथ-कर हा शेवटचा कैदी सुरक्षितपणे उचलला गेला. तोपर्यंत तो उलट्या झालेल्या बोटीला धरून तरंगत राहिला होता.

सुटका केलेल्या युद्धकैद्यांना धक्क्यावर सोडले होते. पण कुणाच्याही मनात पळून जाण्याचा विचार नव्हता. जपानी शहरांतून एवढ्या हालअपेष्टा सहन करत एखाद्या गोऱ्या माणसाला लपूनछपून जाणे अशक्यच होते. तो लगेच ओळखला गेला असता. अनेक तास वाट बघितल्यावर ट्रक आले आणि रेल्वेलाइनजवळच्या मैदानात त्यांना नेण्यात आले. एका शेडसारख्या ठिकाणी नेल्यावर त्यांना कपडे देण्यात आले. त्यांच्याकडून अर्ज भरून घेण्यात आले. त्यात, 'मी इथून पळून जाणार नाही' असे एक हमीपत्र होते. शिवाय त्यांच्या बोटांचे ठसे घेण्यात आले.

तेथेच बाजूला एक सूतगिरणी होती, तिच्या चारी भिंती विटांच्या होत्या. त्यामुळे तुरुंग म्हणून ही अगदी योग्य जागा होती. करवतीच्या दात्यांसारखे छत काढून तेथे एक एकच मोठा हॉल व मध्ये जाण्या-येण्यासाठी जागा अशी पाइन

लाकडापासून बनविलेली इमारत होती. जुन्या सूतगिरणीचा आता फुकुओका कॅम्प १४ झाला. पण आधीचे कैदी आणि नव्याने आलेले कैदी यामुळे तेथे प्रचंड गर्दी झाली. त्यांचे पहिले काम होते नवीन आलेल्या कैद्यांसाठी बराकी असलेल्या इमारती तयार करणे.

आधी जे डच कैदी तेथे होते त्यांच्यात नवीन कैद्यांना मिसळू दिले जात नव्हते. पण त्यांपैकी बरेच जावा बेटावरचे असल्याने इंग्रजी बोलू शकत नव्हते. त्यामुळे फारसा फरक पडला नाही. या युद्धकैद्यांच्या गटांमध्ये भांडणे होत. पण डच युद्धकैदी आधीपासून तेथेच राहत असल्यामुळे त्यांचे नोकरांशी जमत असे आणि ते थोडी दादागिरीही करत.

शत्रूने समुद्रातील वाहतूक ठप्प केल्यामुळे बांधकाम साहित्याची टंचाई निर्माण झाल्याने जहाजाचे बांधकाम ठप्प झाले होते. कॅम्पजवळ असलेल्या भट्टीमध्ये ऑस्ट्रेलियन कैद्यांना कामाला पाठवले जाई. लोखंडी जहाजाच्या विविध भागांसाठी कार्बन आर्क भट्टीमध्ये विविध आकारांचे कास्टिंग ओतले जायचे. त्यात विविध आकाराचे प्रोपेलर आणि डिझेल इंजिनाचे सिलिंडर-ब्लॉक्स मरीन बोटींसाठी तयार केले जायचे. न्यूमॅटिक हातोड्यांनी मोल्डमधील लोखंडी भाग सुटे केले जायचे. ॲलन चिकला एका मॅलेटवरचे न निघालेले लोखंडी भाग काढायचे काम दिले होते. मॅकग्रथ-कर नेहमी पुढच्या कास्टिंगसाठी आधीच्या कामातील वालुकामय लोखंडी माती स्वच्छ करत असे.

जपानच्या युद्धाच्या तयारीत काही प्रमाणात अडथळा आणण्यासाठी कास्टिंगमधील दोष शोधून ते आणखी सदोष कसे करता येईल व शत्रूला त्रास कसा देता येईल असा विचार मनात येणे या युद्धकैद्यांबाबत शक्य होते. काही जण ती संधी घेत. इतरांना याहून कठीण काम असे. स्टील ट्रॉलीमध्ये लोखंडाचे तुकडे व टाकाऊ भाग भल्या थोरल्या ढिगांतून उचलून भट्टीमध्ये फावड्यांनी टाकायचे. या लोखंडात एन.एस.डब्ल्यू.जी.आर. म्हणजे न्यू साउथ वेल्स गव्हर्न्मेंट रेल्वेचे छाप असत.

कॅम्पपासून फाउंड्रीपर्यंतचे ३०० मीटर अंतर मार्चिंग करत आल्यावर युद्धकैद्यांचा ताबा सामान्य नागरिकांकडे दिला जायचा. तेथील जपानी कामगार हे वयाने जास्त होते. त्यांना सक्तीने लष्करात भरती करता यायचे नाही. दोन बायका, त्यातील एकीच्या पाठीवर छोटे बाळ दुपट्याने बांधलेले असे. त्या फावड्याने सिमेंट कालवत असत. मोठमोठ्या होड्यांमधून बायका कोळसा काढत. तो एका बाम्बूच्या दोन्ही टोकांना बांधलेल्या टोपल्यांतून आणत असत. शाळेतील मुला-मुलींना फाउंड्रीमध्येच दुसरीकडे काम करताना जो भयानक आवाज ऐकायला लागायचा, तसाच येथेही आणि शेजारच्या मशिनच्या दुकानात पण असायचा. हे कामगार कैदी अधूनमधून दंडावर बांधलेल्या राष्ट्रभक्तीच्या बॅंडसह काम करणाऱ्या तरुण विद्यार्थी

स्वयंसेवकांना बघत असत. ही मुले कागदाच्या टोप्या, त्यांचे पट्टे, काळे काश्मिरी मोजे आणि बाहेर लटकणारे सस्पेंडर्स घालत असत. या काम करणाऱ्या सगळ्या कामगारांमध्येच मित्स्यूची मैत्रीण चि-चॅन असे.

१९४५च्या मध्यात फाउंड्रीचे काम संपू लागले. मग जपान्यांनी इकडे काम करणाऱ्या कैद्यांना क्युशूच्या उत्तरेला असलेल्या कोळशाच्या खाणींमध्ये पाठवायला सुरुवात केली. हा होता फुकुओका कॅम्प ५-बी. मोटार वाहने कोण दुरुस्त करणार, असे विचारल्यावर मॅकग्रथ-करने आपला हात वर केला. जुन्या मोटार तिचाकीवर काम करणाऱ्या २०० इतर कामगारांबरोबर तो नागासाकीलाच थांबला. चिक फाउंड्रीतच काम करत राहिला. शिवाय आता कामही बरेचसे कमी झाले होते. तसा तो छोट्या चणीचा होता. त्यामुळे कोळशाच्या खाणींपेक्षा फाउंड्रीत कामे करायला तो योग्य होता.

एप्रिल आणि जुलैमध्ये नागासाकीत काही तुरळक हवाईहल्ले झाले होते. एका बी-२९ विमानाने पहिल्यांदा बंदरात लोकांना ने-आण करणाऱ्या बोटीवर बॉम्ब टाकला होता. तेव्हा लोक नेमके बोटीवर चढत होते. त्यात १२९ लोक मारले गेले. त्याच परिसरात टाकलेल्या टाइमबॉम्बमुळे चार दिवस तेथील कामे ठप्प झाली होती. लष्कराने ते शोधून निकामी केले. २० जुलैला ए-२६ च्या छोट्या गटाने येऊन बंदराजवळ बॉम्ब टाकले. त्यामुळे साठा करण्यासाठीच्या इमारती आणि कामगारांच्या निवासी इमारतींना आग लागली. १ ऑगस्टला सकाळी जो हल्ला झाला त्यात २४ बी-२४ विमाने होती. मॅकग्रथ-करने विमाने डोक्यावरून जाताना बघितली. मग बॉम्ब जेथून टाकतात ती दारे उघडली आणि बॉम्ब टाकत ती निघून गेली. तो बॉम्ब आपल्या दिशेने तर येत नाही ना हे तो बघत होता. नंतर त्याने २३ बॉम्बचे अवशेष मोजले. एका इमारतीचे दार पडल्यामुळे डच युद्धकैदी या हल्ल्यात मेला. त्या काळात बरेच युद्धकैदी तेथून निघून गेलेले होते म्हणून त्या कॅम्पमध्ये फार मोठी जीवितहानी झाली नाही.

त्यानंतर फाउंड्रीचे काम आणखीनच कमी झाले. तेथे हवाईहल्ला झाल्यास लपण्यासाठी खंदक कमी होते, अशा तक्रारी येऊ लागल्या होत्या. या हवाईहल्ल्यांपायी कैदी आता जवळच्या टेकडीच्या बाजूला तसे खंदक खणू लागले होते. काही जण मिफ्युन कॅनॉलवरचा पूल बाम्बू आणि दोऱ्या वापरून दुरुस्त करत होते. या पुलामुळे नव्याने खणलेल्या खंदकांकडे जाता येत असे. पण पाच दिवसांपूर्वी झालेल्या हवाईहल्ल्यांत तो उद्ध्वस्त झाला होता.

दररोज हवाईहल्ल्याची सूचना देणारे भोंगे वाजत. ते वाजल्यावर जपानी कामगारांबरोबर या कैद्यांनाही एकत्र केले जाई. कधी कधी ते एकमेकांशी बोलत. त्यांच्या भाषा फारशा एकमेकांना कळत नसत; पण दोन्ही बाजूंच्या काही जणांना

दुसऱ्या भाषेचे काही शब्द बोलता येत आणि बाकी हाताच्या खुणांवर भागत असे. जर जपानवर आक्रमण झाले तर सर्व मिळून अगदी शेवटापर्यंत प्रतिकार करू, असे कामगारांचे म्हणणे होते.

सामान्य माणसांनाही पेट्रोलबॉम्ब तयार करायला शिकविले जात होते आणि भाल्यासारख्या टोकदार हत्याराचा वापरही!

अर्थात परदेशी कैद्यांसाठी ही बातमी फारशी सुखावह नव्हती. युद्ध थांबविण्याच्या अफवा त्यांना कळल्या होत्या; पण आकाशात अमेरिकन विमानांची संख्या वाढली होती. जपानवरच्या हल्ल्यातून आपण वाचू अशी आशा त्यांना नव्हती. कारण जपानी लोक कडवी झुंज देतील, असे दिसत होते. युद्धातील शेवटच्या पर्वात या युद्धकैद्यांचे नेमके काय होईल, हे स्पष्ट नव्हते. त्यांच्या मनात संमिश्र भावना होत्या- कुठेतरी आशा, एक प्रकारची निवृत्ती आणि हट्टी उद्वेग!

∗ ∗ ∗

नोगुची भगिनी ओहाशी टर्मिनलच्या बाथरूममध्ये त्यांच्या कंडक्टरच्या पोशाखात लपून बसल्या होत्या आणि रडत होत्या. दक्षिण क्युशूकडच्या अत्यंत हलाखीची परिस्थिती असलेल्या एका शेतकऱ्याच्या कुटुंबातील आठ मुलांपैकी त्या सगळ्यांत मोठ्या होत्या. तात्सु आणि हारुको यांना ट्राम कंपनीच्या दलालाने शोधून आणले होते. हे दलाल ग्रामीण भागात भटकून कामगार गोळा करत. बरेचसे कामगार सक्तीने लष्करात गेले होते. नाहीतरी मित्सुबिशी बऱ्यापैकी पगार देणारा कारखाना होता. तेरा वर्षांची तात्सू सगळ्यांत मोठी असल्यामुळे कुटुंबाच्या मिळकतीत काहीतरी हातभार लावण्याची तिची जबाबदारी होती. ग्रामीण भागातील या कुटुंबांना उपजीविकेची फारशी साधने नसत. जीवनही खूप पारंपरिक होते. बारा वर्षांची हारुकोपण तिच्याबरोबर आली होती. पण हे काम शारीरिक आणि भावनिकदृष्ट्या फार कठीण होते.

नागासाकी इलेक्ट्रिक स्ट्रीटकार कंपनीत ड्रायव्हर म्हणून काम करणारा कोइची वाडा दुरूनच या हुंदके देणाऱ्या मुलींकडे बघत होता. त्यांच्या वयापेक्षासुद्धा लहान दिसणाऱ्या या दोन नागुची बहिणींना कंडक्टरचा गणवेश घालून खूप गर्दी असलेल्या ट्राममध्ये फिरताना त्याने बघितले होते. त्या इतक्या छोट्या होत्या की गर्दीत त्या दिसतच नसत. या तरुण आणि सुंदर, गणवेशात निराधार मुलांसारख्या वाटणाऱ्या मुलींना बघून कोइची आश्चर्यचकित झाला होता, पण तो कधी त्यांच्याशी बोलला नव्हता. १८ वर्षांच्या मुलाने स्वतः पुढाकार घेऊन बोलावे, हे कदाचित योग्य ठरणार नव्हते.

कंडक्टरची नोकरी सोपीही नव्हती. त्या स्ट्रीटकार लाकडाच्या बनविलेल्या

होत्या. हल्लीच्या मानाने त्यांचा आकारही लहान होता. त्यात ४० माणसे बसू शकत. त्यात कारखान्यांत काम करणारे कामगार आणि कामासाठी जाणारे विद्यार्थी यांना प्राधान्य असे. नागासाकीत बस नव्हत्या त्यामुळे सगळे या ट्रामनेच प्रवास करत. त्यामुळे त्या कायम गच्च भरलेल्या असत. ज्यांना प्राधान्य नसे ते लोकही गर्दीत धक्काबुक्की करून, उड्या मारून चढत आणि मग त्यांच्याशी वाद घालण्याचे काम कंडक्टरचे असे. अर्थात प्रथम तिकिटे विकणे, पैसे घेणे आणि त्या एवढ्या गर्दीत तिकिटे पंच करणे ही कामे असत. एक दोर वरच्या बाजूने ओढून त्यांना एक खूप घट्ट खांब एका वरून गेलेल्या वायरवरून दुसऱ्या वायरवर न्यावा लागे. त्यामुळे एका रुळावरून दुसऱ्या रुळांवर जाणे किंवा ट्राम केंद्राकडे वळविणे ही कामे करावी लागत.

कंपनीने पुरविलेल्या निवासी इमारतीत या दोघी बहिणी राहत. ही सोय बायकांसाठी केलेली होती. ओहाशीहून नदी पार करून पाच मिनिटांच्या अंतरावर ही सोय होती. ही नोकरी खूप कष्टांची तर होतीच; शिवाय त्यातही त्यांच्यापेक्षा वयाने मोठ्या कंडक्टर स्त्रिया त्यांच्यावर दादागिरी करीत. तात्सू इलाज नाही म्हणून हे काम करीत होती. दोघींमध्ये ती मोठी होती. कुटुंबाच्या उपजीविकेसाठी तिला तसे करणे भाग होते. पण धाकट्या हारुकोसाठी मात्र हे सगळे भयंकर कठीण होत होते. कधी कधी ती आपल्या बहिणीबरोबर जात असे आणि दोघी मिळून एकाच कंडक्टरचे काम करीत. काही वेळा ती ओहाशी टर्मिनलच्या आसपास वेळ घालवीत असे.

नागासाकी कमर्शिअल कॉलेजमध्ये शिकणारा पण आता या कामासाठी पाठविण्यात आलेला कोइची आधी कंडक्टरचे काम करायचा. आता तो ड्रायव्हर म्हणून काम करू लागला होता. हाताने लावायचे ब्रेक असल्यामुळे हे अतिशय कष्टांचे काम होते. या ट्रामची चाके लोखंडी आणि वजनदार असल्यामुळे ब्रेक लावायला खूप ताकद लागायची. शहराच्या दक्षिणेकडे असलेल्या मारुयामा येथे तो आपल्या कुटुंबाबरोबर राहत असे. तोही घरातील एकटाच कमावणारा होता. कोइची आपले आजी-आजोबा आणि १९ वर्षांची लहान बहीण चियोको हिच्याबरोबर राहत असे. १९३७मध्ये प्रसूत होताना त्याची आई वारली होती. त्याच वर्षी बँकेत क्लार्क असलेले त्याचे वडीलही क्षय झाल्याने वारले. तेव्हापासून कोइची आणि चियोको त्यांच्या वडिलांच्या आई-वडिलांबरोबर राहत. आजोबांचा पूर्वी हॉटेलना फळे पुरविण्याचा चांगला फायदेशीर व्यवसाय होता. पण आता वयाची साठी जवळ आल्यामुळे दोघेही म्हातारे झाले होते आणि युद्धामुळे उद्ध्वस्त झालेल्या जपानच्या कामगारांच्या बाजारात काम करणे त्यांना शक्य नव्हते.

या ट्रामवर काम करणाऱ्या नोकरदारांना सलग नऊ दिवस काम करावे लागत

असे. मग एकदा दोन पाळ्या कराव्या लागत म्हणजे एक दिवस सुटी मिळत असे. पण ही कंपनी या स्वयंसेवक विद्यार्थ्यांना पगार देत असे, तर मित्सुबिशी कंपनी मात्र काम संपल्यावर संध्याकाळी त्यांना छोटासा ब्रेडचा रोल देत असे. मात्र हीच कंपनी प्रौढ कामगारांना ट्राम कंपनीपेक्षा अधिक वेतन देत असे. त्यामुळे ट्राम कंपनीत काम करणारे बरेच कामगार हे काम सोडून तिकडे कारखान्यात जात.

सकाळी ५.३० वाजता पहिल्या पाळीच्या कामगारांना ट्राम सुरू होण्याआधी यावे लागत असे. त्या सकाळी कोइची होतारुजया या ट्राम टर्मिनलला वेळेत पोचला होता. बरोबर आणलेला नाश्ता त्याला खाता आला. आपला शिक्का त्याने रजिस्टरवर मारला, त्याची नावाची प्लेट दाखविली आणि ड्रायव्हरच्या रांगेत जाऊन उभा राहिला. ब्रेक हँडल आणि त्याच्या स्ट्रीटकारचा नंबर मिळाल्यावर तो डेपोत चालत जाऊन आपल्या ट्रामच्या ड्रायव्हर सीटवर बसला. दुपारी त्याची शिफ्ट संपली. त्या दिवशी युराकामी खोरे ते ओहाशी मग पुन्हा वर्तुळाकार वळून बाजार होता त्या भागातून पुन्हा नाकाजिमा खोऱ्यातून होतारुजया असा त्याचा मार्ग होता.

या ट्रामच्या कामामुळे या विद्यार्थ्यांना एक गती मिळत असे जी या तारुण्यातील अस्वस्थतेला समाधान देणारी असे. त्या दिवशी ओहाशी परतीच्या प्रवासात त्याने थोडा वेळ घालवला तेव्हा त्याला त्या दुःखी नोगुची बहिणी रडताना दिसल्या. त्याची परतीच्या प्रवासाची वेळ झाली आणि तो परत जायला निघाला तेव्हासुद्धा त्या तेथेच बाथरूमच्या जवळ मागे उभ्या होत्या.

✳ ✳ ✳

साक्यू आणि रोयोको यांनी त्यांची ट्रायसिकल छान पांढऱ्या, डोक्याला बांधल्या जाणाऱ्या स्कार्फने सजविली होती. कोणीतरी ते घरून उसने आणले होते. त्याच्यावर, 'कामिकाझे' असे लिहिलेले होते. त्याचा अर्थ 'पवित्र वारा', जो युद्धात जपानचे नशीब बदलणार होता. ते खेळणे दुपारच्या खेळांमध्ये टँक म्हणून वापरले जाणार होते. ताकिगावा घरासमोर मुले एकत्र येत आणि ती ट्रायसिकल रस्त्यावर मागे-पुढे ढकलत. खेळात शत्रू येणार असे कल्पनेत ठरवून शत्रूवर अगदी खऱ्याखऱ्या जोशाने, संतापाने हल्ला केला जायचा आणि त्यासाठी घराजवळ असलेले बाम्बूचे भाले जे संरक्षण-व्यायामासाठी वापरले जायचे ते अशा रीतीने वापरले जात की खरेच अमेरिकन आल्यावर वापरले जातील.

मुलांचा हा खेळ म्हणजे दहा वर्षांच्या साक्यूसारख्यांना वस्तुस्थिती नाकारण्याचा एक प्रयत्न असायचा. मोठ्या माणसांच्या संभाषणातून ऐकलेल्या काही वाक्यांमधून तिने जपान युद्धात हरणार आहे, असा अंदाज बांधला होता. पण तिला हेही माहीत होते की, प्रत्यक्षात कुणीही हे बोलायचे नव्हते. नजीकच्या काळात अमेरिकेचे सैन्य

क्युशूच्या बंदरात उतरेल अशी सगळ्यांचीच अटकळ होती आणि खरेच तसे झाले तर एक भयंकर गंडांतर येणार होते. पण सरकारी अधिकारी असे म्हणत नव्हते. पण या हल्लेखोरांना जपानी लोक आपली दुर्दम्य राष्ट्रभक्ती आणि त्यांचे संरक्षण करणारे सैन्य याच्या जोरावर शत्रूंना माघारी पाठवतील असाही विश्वास होता.

आपल्या मित्रमंडळासह या दोघी आळीपाळीने ट्रायसिकल चालवत असत. साक्यू आणि रोयोको या दोघींची मिळून ही एकच ट्रायसिकल होती. जवळपासच्या कोणाकडेच अशी ट्रायसिकल नव्हती. त्यामुळे प्रत्येक जण आळीपाळीने तिच्यावर बसायचा आणि शत्रूचा निःपात करायचा!

ते लपाछपी खेळायचे आणि आणखी एक खेळ ज्यात दगड, कागद आणि कात्री वापरत- स्पर्धा करत. पण १९४५च्या मध्यापासून हे सगळे खेळ थांबविले गेले. आता सतत हवाईहल्ला झाल्यावर कसे धावत खंदकांत जायचे याचे प्रशिक्षण देण्यासाठी भोंगे वाजवले जायचे; या सरावातच दिवस सरायचा. जेव्हा युद्धाची भीती नव्हती तेव्हा ते खूप खेळत असत. आता मात्र वेळही थोडा आणि खेळायला पुरेशी मुलेही नसत.

या मुलींचा भाचा, तमाशी याने जपानच्या युद्धासाठी त्याग केला होता, फक्त त्याला ते अजून ठाऊक नव्हते. त्या एक वर्षाच्या मुलाच्या नावाचा अर्थ होता 'राष्ट्रभक्त आत्मा'. विजयाशी निगडित मुलांची नावे ठेवायची, हा त्या काळचा प्रघात होता. म्हणून पालकही तसे करत. त्यात एक घोषणा लोकप्रिय होती, 'जर आपल्याकडे जपानी राष्ट्रभक्तीचा आत्मा असेल, तर आपण युद्ध जिंकू.' मासेरू आणि मिवा ताकिगावा यांच्या सर्वांत मोठ्या मुलीचा मुलगा तमाशी याला कधी आपल्या वडिलांना भेटता आले नव्हते. ते युद्धात मारले गेले आणि त्यांची राखसुद्धा परत आणली गेली नाही. विधवा झालेली सडाको आपल्या आई-वडिलांकडे परत आली. आपल्याबरोबर नवऱ्याची व तमाशीच्या वडिलांची एकुलती एक आठवण- चर्मपत्रावर लिहिलेले पदवीच्या वेळेला केलेले भाषण, तेवढेच घेऊन आली. त्याला फ्रेम करून ती ताकिगावा कुटुंबाने भगवान बुद्धांचा पुतळा जेथे ठेवला होता त्या ठिकाणी ती फ्रेम ठेवली होती.

तमाशीला दिवसा या लहान मुलींजवळच ठेवले जाई. १ ऑगस्टच्या हल्ल्यानंतर ते त्या खंदकात राहत होते. खंदकात ओल आणि खूप डास असत. पण हवाईहल्ल्यांची सूचना इतक्या वेळा दिली जायची की बराच वेळ तेथेच जायचा. भोंगा वाजला की लहान मुलांना तातडीने खंदकांकडे पाठविले जायचे. मोठी माणसे गरज पडल्यास आग विझविण्याच्या आणि लोकांना वाचवता येईल अशा अन्य उपकरणांजवळ उभी राहायची. या सोमवारी मात्र सडाकोने तमाशीला आपल्याबरोबर कामावर नेले. तिची आई मिवा ताकिगावा यांनी युराकामी नदीजवळ भाजीपाल्याचे

वाफे लावले होते. तेथे ती मदत करत असे.

दुपारी खूप उशिरा साक्यू आणि रोयोको घरी परतल्या. सडाको जुने कपडे दुरुस्त करायला बसली होती. श्रीमती ताकिगावा स्थानिक महिला मंडळाची सभा घेत होत्या. ताकिगावा यांच्या अध्यक्षतेखाली सभा सुरू होती. त्यांच्या वसाहतीची नेता म्हणून या सगळ्या गडबडीतसुद्धा त्यांचे काम चालूच असे. आणलेल्या भाज्या आजूबाजूला नेऊन देणे आणि तांदूळ सडणे- म्हणजे पॉलिश करणे हे साक्यूचे संध्याकाळचे काम होते. तांदळावर जेव्हा साळीचे आवरण असते, तेव्हा उकळल्यावर तो फुगत नाही. उलट पॉलिश केलेला तांदूळ चांगला फुगतो. साक्यू आणि रोयोको कुटुंबाचा जो काही तांदूळ असे तो एका रिकाम्या दारू (साके)च्या बाटलीत घालत आणि मग बाम्बूच्या काठीने तो वर-खाली कुटत असत. हे अगदी वेळखाऊ आणि कंटाळवाणे काम असे.

***

युराकामी डाय-इची (पहिले) दवाखान्याच्या तळघरातील प्रशस्त स्वयंपाकघरात अनेक प्रकारची भांडी, पॅन ठेवलेली असत. रुग्ण, धर्मगुरू आणि दवाखान्यातील कर्मचारी यांच्यासाठी सुगाको मुराई संध्याकाळचा स्वयंपाक करत होती. ब्राउन तांदळाचे स्ट्यू (म्हणजे भातात थोड्या भाज्या घालून पातळ शिजविणे) त्या रात्रीचे जेवण होते. कोहळा, बटाटे, रताळी या भाज्या दवाखान्याच्या समोरच्या मैदानावरच पिकविलेल्या होत्या. संध्याकाळचे जेवण रुग्णांना चार वाजता दिले जात असे आणि बाकीच्यांना त्यांच्या कामामधून सुटी मिळाली की दिले जाई. सध्या अन्नाची टंचाई असल्यामुळे दवाखान्याच्या पिकवलेल्या भाजीपाल्याच्या वापर करून अन्नपदार्थ तयार केले जात. त्यामुळे दररोज फक्त दोन वेळा जेवण दिले जाई. इतरांना सकाळी अकरा वाजता. तेही तांदूळ व भाज्या असेच असे. पण भरपूर दिले जाई.

सध्या स्वयंपाक्याचे काम करणाऱ्या सुगाकोला नर्सिंगचे काम करण्याची इच्छा मनात निर्माण झाली होती. स्वयंपाकाच्या कामात मदत करणाऱ्यांचा सहवास तिला आवडत असे. फ्रान्सिस्कन ब्रदर इवानागा आपल्या कामाला कंटाळून जेव्हा दवाखान्यात चक्कर मारायला येत, तेव्हा ते, शिवाय जवळपासचे सहा स्वयंसेवक टेबल स्वच्छ करणे, अंथरुणावर असलेल्या रुग्णांचे वाडगे गोळा करणे, ते सगळे किचनमधल्या सिंकमध्ये धुणे इत्यादी कामात मदत करत असत. पण तरीही सुगाको अस्वस्थ होत होती. तिने नुकतीच वरिष्ठ परिचारिकेलाही आठवण करून दिली होती की मुळात तिचे प्रशिक्षण परिचारिका म्हणून झाले आहे.

युराकामी खोऱ्याच्या पूर्वेकडच्या उताराकडे बघत मोतोहारा टेकडीवर हा दवाखाना बांधला गेला होता. युद्धापूर्वी त्या जागेवर फ्रान्सिस्कन मोनस्ट्री आणि

थिऑलॉजिकल कॉलेज होते. येथे शिकविणारे सर्व शिक्षक धर्मगुरू कॅनडाचे होते आणि ते येथेच शिकाऊ म्हणून काम करत होते. पण युराकामी कॅथेड्रलप्रमाणे येथील तरुण धर्मगुरू सक्तीने सैन्यात पाठविले गेले होते.

आधी लष्कराने ही मजबूत वीटकाम असलेली तीनमजली इमारत ताब्यात घेण्याचा विचार केला होता. अनेक वेळा येऊन चाचपणी केली होती. पण अनेक क्षयरुग्णांमुळे आता धर्मगुरूंनी कॉलेजचे रूपांतर दवाखान्यात केले; ही एक हुशारीने केलेली खेळी होती. ज्या ठिकाणी संसर्गजन्य रोगाचे रुग्ण आहेत, तेथे ताबा घेण्याचा प्रयत्न करणे लष्कराच्या लोकांना गैर वाटले आणि त्यांनी त्याचा नाद सोडून दिला.

वरच्या मजल्यांवर जवळजवळ ७० क्षयरुग्ण ठेवले होते. दिवसा स्थानिक सुइणी आल्या की संख्या वाढे. तळमजल्यावर बाह्यरुग्ण विभाग होता. युद्धाच्या या स्थितीत खास औषधे मिळत नसत. फ्रान्सिस्कन दवाखान्यात फक्त दोन वेळचे भात व भाज्या यांचे जेवण मात्र नक्की उपलब्ध असे.

***

डॉ. नागाई नागासाकी मेडिकल कॉलेजमध्ये रेडिऑलॉजी विभागाचे प्रमुख होते, तेथून चालत ते घरी आले. युराकामी कॅथेड्रल दररोज सहा वाजता चर्चच्या घंटा वाजवत. सतत होणाऱ्या हवाईहल्ल्यांचे इशारे देणाऱ्या भोंग्यापेक्षा हा आवाज प्रसन्न वाटत होता. दूरवर शेतात काम करणारे कामगार आपल्या गुडघ्यांवर बसले आणि शांतपणे प्रार्थना करू लागले.

कॅथलिक धर्मात प्रवेश केलेल्या ताकाशी नागाईंना सध्याच्या काळवंडून टाकणाऱ्या चिंतेच्या वातावरणात या साध्या श्रद्धाळू गोष्टी खूप हेलावून टाकत. त्याला कारणेही अनेक होती. एकतर अनेक वर्षे युद्धग्रस्त असलेला जपान जिंकण्याची शक्यता कमीच होती. त्यांना दोनच महिन्यांपूर्वी रक्ताचा कॅन्सर झाला असल्याचे निदान करण्यात आले होते. त्यांच्या पांढऱ्या रक्तपेशी १०८,००० एवढ्या होत्या. सामान्य परिस्थितीत हीच संख्या सात हजार असते. त्या काळात रेडिऑलॉजीत वापरल्या जाणाऱ्या एक्स-रेचे काम करणाऱ्यांसाठी सुरक्षिततेचे उपाय फारसे विकसित झालेले नव्हते. त्यामुळे सतत किरणोत्सर्गाच्या संपर्कात आल्याने त्यांना हा कॅन्सर झाला असावा. डॉ. नागाईंपाशी आता फक्त तीन वर्षांचा काळ जगण्यासाठी होता.

आपले वैद्यकीय शिक्षण संपल्यावर त्यांनी दोनदा चीनमध्ये काम केले होते. एकदा १९३१मध्ये मान्च्युरियातील घटनेवेळी व तेथून मिलिटरी डॉक्टर म्हणून पुन्हा शांघायला १९३२मध्ये. सध्या ते ३७ वर्षांचे होते. विवाह झालेला होता. विद्यार्थी म्हणून ते मोरियामा कुटुंबात राहिले होते. युराकामीतील 'काकुरे ख्रिश्चन'

गटाचे नेतृत्व त्या घरात परंपरेने आले होते. १९३४मध्ये त्यांनी मिडोरी मोरियामा हिच्याशी विवाह केला, जिचा त्यांच्या धर्मबदलाच्या विचारांवर खोल परिणाम झाला होता.

आजाराचे निदान होईपर्यंत उत्तम तब्येत असलेल्या तगड्या नागाईंचे आयुष्य चांगले गेले होते. अर्थात युद्ध तर चालू होतेच. अमेरिकेकडून सतत जपानमधील सगळ्या शहरांवर होणारे हवाईहल्ले बघता, युद्धातील कामांमध्ये जे सहभागी नाहीत अशा सगळ्या नागरिकांनी शहरे सोडून ग्रामीण भागाकडे जावे यासाठी अधिकारी दबाव आणत होते. आपल्या आजीबरोबर आपल्या दोन लहान मुलांनी ग्रामीण भागात राहायला जावे, असे ताकाशी आणि मिडोरी यांनी मुलांना म्हटले; पण मुलांनी त्याच्या विरोधात इतका हट्ट केला की नागाई पालकांना सध्या तरी ती योजना थांबवावी लागली.

६ ऑगस्टच्या संध्याकाळी हिरोशिमा उद्ध्वस्त करणारा नवीन बॉम्ब टाकण्यात आल्याचे वृत्त ताकाशी नागाईंना मिळाले. त्याचे पुरेसे तपशील हाती नव्हते. पण तरीही बातमी ऐकून ते चिंतित झाले. या काळातील धोके आता दारापर्यंत येऊन ठेपल्याची जाणीव त्यांना झाली. ग्रामीण भागात जाण्याच्या चळवळीला पुन्हा वेग आला आणि या वेळी ती बाब केवळ प्रस्तावाच्या पातळीवर नव्हती तर तसा निर्णयच घ्यायचा असल्याने दुसऱ्या दिवशी मुले आणि आजी यांना घेऊन मिडोरीने कोबा येथील घरात जाण्याचे ठरविले. डॉ. नागाई कुठलाच वाद ऐकणार नव्हते आणि त्याबाबत वादही झाला नाही.

❊ ❊ ❊

कोइची वाडा होतारुजया ट्राम टर्मिनलहून दुपारी उशिरा चालत त्याच्या घरात मारुयामाला पोचला. त्या काळात नागासाकीतील एक 'मौजमस्तीचे' ठिकाण असा मारुयामाचा लौकिक होता. आपण इथे राहतो हे सांगायला कोइचीला लाज वाटत असे; म्हणून तो लोकांना सांगताना आणखी पुढे खोऱ्यातील कोशिमा येथे राहतो, असे सांगत असे. ही जागा साधी पण आरोग्यदायी मानली जात असे. त्या ठिकाणी पोचायला एक तास लागत असे. एका टेकडीच्या उतारावर, छोटी छोटी घरे होती. मग पुन्हा काही टेकडीचा भाग आणि परत दुसऱ्या खोऱ्यात उंचावर जावे लागत असे. जिथे घरे बांधलेली होती तिथे जवळच जमीन साफ करून स्थानिक भाजीवाल्यांनी भाज्या लावल्या होत्या. त्यात रताळी, मुळे आणि इतर भाज्या होत्या.

कोइचीच्या डोक्यात आता एकच विचार होता- ज्याने त्याचे आणि इतर अनेकांचे डोके व्यापलेले असे आणि तो म्हणजे कधीही न शमणारी भूक! त्याला ट्राम ड्रायव्हर म्हणून रोख पैसे मिळत असत. त्यातून त्याच्या कुटुंबाच्या दाणागोट्याएवढेच

भागत असे. त्याची छोटी बहीण अशाच एका व्यापारी संकुलात विद्यार्थिनी स्वयंसेवक म्हणून काम करत असे, तेथे तिला काहीच मिळत नव्हते. अगदी ब्रेडसुद्धा नाही. त्यांचे आजी-आजोबा काम करत नव्हते. पूर्वी ते फळांचा व्यापार करत तेव्हा त्यांची आर्थिक परिस्थिती चांगली होती. आधीसुद्धा युद्धात जवळच्या किमोनोच्या विक्रीमधून बदल्यात धान्य मिळवता येत असे. पण आता हळूहळू किमोनोही संपले. आणि आता काळ्या धंद्यातसुद्धा वस्तू चालत नसत. रोख पैसाच लागे. ग्रामीण भागातून कामाच्या शोधात येणाऱ्या काही जणांशी कोइचीने दोस्ती केली होती. कधी कधी त्याला आणि त्या ग्रामीण मित्राला एकाच दिवशी सुटी असे. तो त्याच्या घरी जाऊन तेथील पिकवलेल्या वस्तू घेऊन येई. त्यातून तो घरातील गरजा भागवत असे. तो आता टेकडीकडेने चालला होता आणि लगतच्या शेतात लगेच खाण्याजोगे भाजी किंवा अन्य काही पदार्थ आहेत का ते बघत होता. रात्री कधी कधी एकटा नाहीतर एखाद्या मित्राबरोबर तो लपूनछपून त्या शेतात जात असे आणि काही भाज्या उपटून पळवत असे. एकेका वाफ्यातील दोन-तीनच भाज्या तो घेई आणि उरलेली पानांनी झाकून टाकत असे.

ते पिशव्या आणत नसत; कारण तसे केले असते तर इतरांना ते दिसले असते. मातीतील त्या भाज्या तो खिशात कोंबायचा. मग घरी जाऊन गुपचूप स्वच्छ करून कच्च्याच खायचा. त्यांनी चोरलेल्या भाज्या ते शिजवू शकत नव्हते; कारण मग ते लक्षात आले असते आणि शंभर प्रश्न विचारले गेले असते. जर त्यांच्या कुटुंबाला हे कळले असते तर त्यांना भयंकर लाजिरवाणे वाटले असते आणि त्यांनी कधीही स्वतःला माफ केले नसते. चोरून आणलेले पदार्थ खाऊनही पोट भरत नसे. असे अधाशीपणे खाऊनसुद्धा समाधान मिळत नसे. फक्त थोडी भूक भागत असे, आणि म्हणूनच आपण जे करतो त्याबाबत त्यांना फार वाईटही वाटत नसे.

या जरा बरी हवा असणाऱ्या उन्हाळ्यातील संध्याकाळी कोइची वाडाला काही काढण्यायोग्य भाज्या असलेले वाफे दिसले होते. रात्रीच्या वेळी मेणबत्ती घेऊन मारलेल्या चकरांमध्ये त्याच्या हे लक्षात आले होते की, त्याने चोरून भाज्या उपटल्याने रिकाम्या झालेल्या जागा लक्षात येत होत्या पण आपल्या कृत्याचा पुढे होणारा परिणाम किंवा त्याची सुरक्षितता याबाबत त्याने विचारच केला नव्हता. तीव्र भुकेमुळे अंधार पडल्यावर तो आला आणि चोरपावलांनी त्या शेतात शिरला. या वेळेस तो एकटाच होता; पण शेतात मात्र तो आता एकटा नव्हता. शेतकऱ्याने आपल्या पिकांतील भाजी उपटल्यामुळे तयार झालेली मोकळी जागा बघितली होती हे एक कारण, शिवाय कोइचीचे नशीब साथ देत नव्हते हे दुसरे कारण - त्या शेताचा मालक त्या वाफ्याच्या कडेला दिसणार नाही असा अंधारात लपला होता. तो इतरांना बघू शकत होता; पण त्याला कोणी बघू शकत नव्हते. तो जोरजोराने

ओरडत चोराच्या मागे धावत होता. तो छोटासा आयताकाराचा वाफा त्याच्या उपजीविकेसाठी आवश्यक होता.

तरुण कोइचीने सुसाट धावून त्या पाठलाग करणाऱ्या शेतकऱ्यापासून सुटका तर करून घेतली, पण तो इतक्या जोरात धावला होता की त्याच्या हृदयाचे ठोके धाडधाड आवाज करत होते. बरेच पुढे आल्यावर, आता आपण पकडले जाणार नाही अशी त्याची खात्री झाली. त्याच्या आता लक्षात आले की, त्याच्यावर मोठे संकट येण्यापासून तो थोडक्यात वाचला होता. त्या क्षणी तेथेच त्याने ठरवून टाकले की यापुढे अशी लपूनछपून चोरी करायची नाही. त्याच्याशिवाय त्याच्या कुटुंबात कमवणारा कोणीच नव्हता. भाज्या चोरणाऱ्याविरुद्ध काय शिक्षा होती हे त्याला ठाऊक नव्हते आणि आता ते माहीत करून घेण्याची त्याला इच्छाही नव्हती. तो काही अट्टल गुन्हेगार नव्हता; त्याच्या वयाच्या सगळ्याच तरुणांसारखा तो फक्त सतत भुकेला असायचा. शिवाय हे असे धाडस करण्यात एक तारुण्यसुलभ प्रवृत्ती होती आणि त्यातून मिळणाऱ्या मजेचा थरारही होता. आता मात्र आपली भूक भागविण्यासाठी तो इतर काही ठिकाणे शोधणार होता.

***

अशा तऱ्हेने जपानच्या दक्षिणेकडच्या या शहरात, जेथे सतत युद्धाचे पडसाद उमटत होते, तेथे आणखी एक दिवस मावळला. आतापर्यंत ६ ऑगस्ट १९४५ हा दिवस नागासाकीत राहणाऱ्या लोकांसाठी असा काही फार महत्त्वाचा दिवस नव्हता. पण पूर्ण जपान आणि पूर्ण जगाच्या इतिहासात मात्र तो एक अत्यंत महत्त्वाचा दिवस ठरणार होता; परंतु त्याबाबत जपानच्या रेडिओवरच्या बातम्या किंवा संध्याकाळच्या वर्तमानपत्रांतसुद्धा विशेष काहीच उल्लेख नव्हता. लोक आपले काटकसरीचे जीवन जगत होते, सतत भुकेले होते आणि गरजेच्या वस्तूंशिवायच जगत होते. सगळ्यांचा अजून राष्ट्रभक्तीवर विश्वास होता. मनात शंकेचे ढग जमू लागले होते. युद्धात जपानचे काय होणार याची चिंता होती. त्यांचे नेते झपाटून युद्धाच्या मागे होते. ते सतत म्हणत होते की, शेवटी जपानचाच विजय होणार.

चार

मॉस्को, रविवार, ५ ऑगस्ट १९४५, संध्याकाळ

५ ऑगस्टला संध्याकाळी जोसेफ स्टालिन पोस्टडॅमची परिषद आटोपून मॉस्कोला परतले होते. वरिष्ठ अधिकाऱ्यांच्या बैठकीत त्यांनी इतर गोष्टींची चर्चा केली, त्याचबरोबर अतिपूर्वेकडील युद्ध आणि अमेरिकेकडून अणुबॉम्ब वापरला जाण्याची शक्यता याबाबतही चर्चा केली. सोव्हिएत युनियनच्या कम्युनिस्ट पार्टीचे मुख्य सचिव आणि १९४१ पासून पंतप्रधान असलेले स्टालिन चिंताग्रस्त होते. नव्याने उदयास येणाऱ्या या दोन महासत्तांदरम्यान उंदीर-मांजराचा खेळ सुरू झाला होता आणि त्यात सोव्हिएत युनियनची अवस्था उंदरासारखी होऊ नये म्हणून स्टालिन प्रयत्नशील होते.

सोव्हिएत युनियनचा सर्वांत बलदंड नेता जोसेफ स्टालिन प्रत्यक्षात फक्त पाच फूट चार इंच उंच व बारीक चणीचा होता. ढगळ जाकिटात आणि ओव्हरकोट किंवा लष्करी गणवेशात ते जणू दिसेनासे होत. लहानपणी आलेल्या देवीचे व्रण डाव्या हातावर आणि चेहऱ्यावर होते. दातांचा रंग पिवळसर होता, मिश्या कडक आणि टोकदार होत्या. थोडे अडखळत, जॉर्जियन उच्चार करत भरदार आवाजात ते बोलत. तो एक धूर्त नेता होता आणि त्याच्या विरोधकांनासुद्धा त्याचा हा गुण माहीत होता. त्याविषयी त्यांना आदर वाटत असे. युद्ध संपल्यानंतर या जगाला नवीन आकार देण्यात रुझव्हेल्टसारखी प्रतिष्ठित व्यक्ती साथीदार आहे, या दृष्टीने स्टालिन त्यांच्याकडे बघत होते. स्टालिनच्या माघारी अमेरिकेचे अध्यक्ष मात्र त्यांच्या विरोधात बेत आखत होते. पण तो राजकारणाचा एक भाग होता. भांडखोर चर्चिल या जागतिक राजकारणातील तिसरा साथीदार होता. रुझव्हेल्ट वारले आणि चर्चिल

आता राजघराण्याच्या विरुद्ध बाजूचा नेता होता. पोस्टडॅम संपेपर्यंत या 'बड्या तिघांपैकी' रशियाचा नेता हा एकटा सत्तेत होता. पण तरीही गोष्टी आपल्या बाजूने जात आहेत का, याबाबत तो साशंक होता.

त्या वेळचे 'बडे तीन'- स्टालिन, रुझव्हेल्ट आणि चर्चिल हे याल्टा येथील ब्लॅक सी रिसॉर्ट येथे फेब्रुवारीत भेटले होते. दृष्टिपथात आलेली जर्मनीची शरणागती कोणत्या प्रक्रियेने करायची याबाबत मूलभूत चर्चा करण्यात आली होती. पण रुझव्हेल्ट हे जपानच्या बरोबर चालू असलेले युद्ध आणि त्याच्या शेवटाच्या विचाराबाबतही भविष्याकडे बघत होते. जपानच्या भूमीवर हल्ला करणे हे अमेरिकन सैन्यासाठी फार भारी पडेल, अशी काळजी त्यांना वाटत होती. कारण ओकिनावा घेतानाच अनेक अमेरिकन सैनिक मृत्युमुखी पडले होते. यात जपानची मान्च्युरिया येथे असलेली सैनिकी तुकडी (क्वानटुंग आर्मी) आणि अमेरिकेच्या हल्ल्यापासून जपानी सैनिक आणखी दूर सरकवले जातील आणि त्यामुळे या हल्ल्याला तोंड देणे जपानला खूप कठीण जाईल, असे वाटत होते. क्वानटुंग सैन्य हे खूप भयानक होते. जपानी सैन्यावर इतर कुठे हल्ला करणे किती कठीण होते हे शत्रुपक्षाला ठाऊक नव्हते.

जर्मनीच्या शरणागतीनंतर रशियाने तीन महिन्यांच्या आत जपानवर हल्ला करायचा, असे याल्टा करारातील एका गुप्त कलमात ठरले होते. रशिया युद्धात तटस्थ राहील, असा तह पर्ल हार्बरची घटना घडण्यापूर्वी रशियाने जपानशी केला होता. याल्टामधील तहाच्या वेळेला रुझव्हेल्ट आणि चर्चिल यांनी ते मान्य केले होते. जपानच्या शरणागतीनंतर रशियाला साखालीन बेटांचा दक्षिणेकडचा अर्धा भाग आणि कुरिले बेटे द्यायचे ठरले होते. आणखी एक पोर्ट आर्थर हे बर्फ नसलेले बंदर (आता लुशुन) आणि चीनची पूर्वेकडची रेल्वे, सर्व मान्च्युरिया इत्यादीचा वापर रशियाला करता येईल, हेही मान्य केले गेले. अर्थात हे चीनला सांगितलेच नव्हते. हे सर्व भाग १९०४च्या रशिया-जपान युद्धापूर्वी रशियाकडे होते.

जर्मनीने ७ मे रोजी शरणागती पत्करली आणि घड्याळाची टिकटिक सुरू झाली!

५ एप्रिल रोजी रशियाच्या सरकारने घोषणा केली की, १९४६ मध्ये तटस्थ राहण्याबाबतचा जो तह करण्यात आला होता तो रशिया-जपान तह नव्याने पुनरुज्जीवित केला जाणार नाही. रशिया सध्या तोंडदेखला हा तह पाळत आहे असे म्हणत असला तरी वस्तुस्थिती अशी होती की, पश्चिम भागाकडे आता रशियाचे सैन्य नव्हते. उलट त्यांचे सैन्य (रेड आर्मी) अतिपूर्व दिशेला मेपासूनच हलविले गेले होते. पूर्वेकडची बाजू एका सर्वांत लांब सिंगल रेल्वेलाइनच्या टोकाला होती. त्याचे नाव ट्रान्स-सायबेरियन. तिथे भराभर सैन्य पाठविणे अवघड होते. पण या

युरोपमधील युद्धाला सरावलेले सैनिक आणि शस्त्रास्त्रे हे सायबेरियातून दिवसाला ३० रेल्वे या वेगाने भरून पाठविले जात होते, तेही रात्रीच्या अंधारात. मुख्य सीमारेषेपासून आणि रेल्वेलाइनपासून त्यांना दूर ठेवण्यात येत होते, म्हणजे तिथे जर कोणी नजर ठेवणारे असतील तर त्यांना कळू नये म्हणून.

जुने टँक युरोपच्या पूर्व भागाकडून आणण्यापेक्षा, उरल भागातील टँक कारखान्यातून टी-३४ मध्यम आकाराचे एक हजार ४०० नवीन टँक रेल्वेने पाठविले गेले होते. अमेरिका शर्मन टँक भाडेतत्त्वावर (Lend-Lease) देत असे. जूनमध्ये ते व्हलाडिव्होस्टॉकला बोटीने आणि त्यावर अमेरिकेचा ध्वज न लावता पाठविले गेले. त्याच्याच बरोबर अमेरिकेचे ट्रक, शिवाय इंधन आणि खाद्य पदार्थ गुपचूप पाठविले गेले. ऑगस्टच्या सुरुवातीलाच पूर्वेकडच्या सीमेवर एकूण साडेदहा लाख सैनिक, पाच हजार टँक, शिवाय पाच हजार लढाऊ विमाने तिथे होती.

ही सर्व मोहीम म्हणजे उत्कृष्ट नियोजन आणि कमालीची गुप्तता, याचे एक उत्तम उदाहरण होते. ५ जुलै रोजी सायबेरियाच्या पूर्वेकडे मार्शल अलेक्झांडर व्हॅसिलेव्हस्की यांच्या आधिपत्याखाली मुख्यालय सुरू करण्यात आले. सगळे वरिष्ठ अधिकारी खोटी नावे धारण करून तिथे आले. कनिष्ठ अधिकारीही आले. व्हॅसिलेव्हस्की स्वतः कर्नल जनरल व्हॅसिलेव्ह या नावाने प्रवास करत होते आणि त्यांचे दोन फील्ड लीडर्स मार्शल मॅलिनोव्हस्की आणि मेरेटस्कोव्ह हे कर्नल जनरल मोरोझोव्ह आणि मॅक्सिमोव्ह या नावाने प्रवास करत होते.

ट्रान्स-सायबेरियन रेल्वेतून जाणाऱ्या राजनैतिक संदेशांची देवाणघेवाण करणाऱ्या जपानच्या लोकांना मनुष्यबळ आणि यंत्रसामग्रीची हालचाल होत असलेली जाणवली होती. पण जपानी लष्कराच्या गुप्तचर विभागाने हा संशय फेटाळून लावला. त्यांनी गृहीत धरले की, रशिया आता हल्ला करणार नाही. अमेरिकेने हल्ला केल्यास मागे राहून आपले कमीत कमी सैनिक शहीद व्हावे असा प्रयत्न रशिया करेल; पण हल्ला केलाच तरी तो हिवाळ्यात ते करणार नाहीत. रशियाने तटस्थ राहण्याचा तह केला होता, याला काही जण धरून बसले होते!

पण जुलैच्या शेवटच्या आठवड्यात एका कर्नलने अहवाल दिला की, रशियाचे टँक आणि त्याबरोबरचे सैन्य मान्च्युरियाच्या सीमारेषेवर हलविले जात आहे आणि त्यात हिवाळ्यासाठी लागणारी यंत्रणा फारशी दिसत नाही. रशियन सैन्य बहुतेक ऑगस्टमध्येच हल्ला करण्याचे नियोजन करत असावे, असा अंदाज बांधून पुन्हा लष्कराच्या उच्चपदस्थांनी कर्नलच्या या अहवालाला केराची टोपली दाखविली.

***

एकीकडे रशिया युद्धाची सुरुवात करण्याची तयारी करण्यात गुंतला असताना,

जपानचे काही नेते त्यातून मार्ग कसा काढावा याचा विचार करत होते. बॅरन कानटारो सुझुकी यांना एप्रिल १९४५मध्ये पंतप्रधान म्हणून नेमले गेले होते. त्यांच्या आधीचे पंतप्रधान लष्करासमोर ठामपणे उभे राहू शकले नसते. हा बदल खुद्द राजालाच हवा होता याची हमी सुझुकींनी दिली; पण त्यांना या बाबतीत एक समतोल साधणे आवश्यक होते. कारण काही जण या शांततेच्या धोरणाच्या विरोधात जाणार होते किंवा चक्क त्यांचाच काटासुद्धा काढू शकणार होते. त्याचा परिणाम म्हणून सर्वांसमोर बोलताना ते युद्धासाठी तयारी करण्याचीच भाषा बोलत होते; पण आतून राजकीय आणि अन्य उपलब्ध मार्गांनी इतर देशांबरोबर युद्धसमाप्तीसाठीच प्रयत्न करत होते.

पूर्वी ॲडमिरल असलेले ७७ वर्षांचे बॅरन सुझुकी हे फारसा परिणाम साधू शकणार नाहीत, असे बोलले जात होते. ते खूप प्रेरणादायी नेते नव्हते. ते बहिरे आणि सतत पेंगुळलेले असल्याने कोणत्याही एका बाबीवर त्यांना ठाम राहणे जमत नसे. पण फारसे काही न साधता शासनाची प्रक्रिया पार पाडणे आणि मग जर काही घडले तर त्याबाबत तत्त्वज्ञाच्या थाटात बोलणे, हे त्यांना जमत होते. त्यांच्या स्वतःच्या मतांबद्दलसुद्धा ते परस्परविरोधी बोलत. युद्ध संपविण्याबाबत जी काही बोलणी करायला पाहिजे होती, त्यात जो समतोल राखायला हवा होता, त्याबाबतसुद्धा ते एक दिवस युद्ध संपविण्याच्या बाजूने बोलत, तर कधी कधी ते मत बदललेले असे.

अन्य मध्यवर्ती सत्ता किंवा रशियाप्रमाणे जपानमध्ये एकच सर्वसत्ताधीश नव्हता. राजावरसुद्धा इतर नीतिनियम आणि पारंपरिकता यांचे जोखड होते. लष्कराचे व नौदलाचे मुख्य, परदेशमंत्री, शासनाचे अधिकारी सगळ्यांची मते वेगवेगळी होती. त्यामुळे ती सर्व ऐकून मग निर्णय व्हायचा. सर्व बाबतीत आधी सगळ्यांशी चर्चा, त्यांची मते जाणून घेणे आणि मग निर्णय घेणे, अशी पद्धत होती. युद्ध संपविण्याचा नेमका उपाय शोधण्याच्या मार्गावर देशाच्या नेतृत्वाची रडतखडत वाटचाल सुरू होती आणि पराभवाला सामोरे जावे लागणार आहे याचीदेखील प्रत्येकाला खात्री होती.

जपानची युद्धात लढण्याची क्षमता किती आहे? युद्ध पुढे चालू ठेवण्याएवढी ती आहे का ते शोधा, असा आदेश सुझुकींनी कॅबिनेटचे मुख्य सचिव हिसात्सुने साकोमिझू यांना दिला. जपान आता अधिक काळ तग धरू शकणार नाही, असा अहवाल मे महिन्याच्या अखेरीस साकोमिझू यांनी दिला. पुरेशी विमाने तयार न करता येणे, जहाजे बरीचशी नष्ट झालेली असणे, अन्नाचा तुटवडा, लोकांमध्येसुद्धा युद्धाविषयी निर्माण होणारा द्वेष या सगळ्यामुळे शेवटी त्याच निर्णयाप्रत येणे आवश्यक होते.

मेमध्ये युद्धविषयक दिशा देणारी समिती, सुप्रीम कौन्सिल, ज्यात जपानच्या अंतर्गत कॅबिनेटमधील सहा व्यक्ती होत्या, त्या चर्चा करून युद्धातून माघार कशी घेता येईल याबाबत विचार करू लागल्या. त्यात रशियाची मध्यस्थी स्वीकारून शत्रूशी कशा वाटाघाटी करता येतील, हाही विचार होता.

या सगळ्या चर्चांमुळे त्या सुप्रीम कौन्सिलमध्ये फूट पडली आणि दोन गट निर्माण झाले. एक गट युद्ध कसे संपवायचे याचा विचार करत होता, तर दुसरा गट आणखी काही दिवस युद्ध चालू ठेवण्याचा विचार करत होता. या सगळ्या चर्चेतून रशियाला मध्यस्थीबाबत काय सांगायचे याविषयी जपानच्या नेत्यांमध्ये एकमत होऊच शकत नव्हते.

युरोपमधील युद्धात जर्मनीने शरणागती पत्करल्यावर युद्धमंत्री कोरेचिका अनामी यांनी सुचविले की, राजदरबारात एक बैठक घेऊन त्यात जपानने युद्ध लांबवायचे का ते ठरवावे. हा मंत्री आणि सैन्य युद्ध सुरू ठेवण्याचाच आग्रह धरत होते; पण अनामी मात्र चर्चेला तयार होते. पंतप्रधान सुझुकी किंवा लॉर्ड कीपर- जे प्रिव्ही सीलचे होते, कोइची किडो यांनी सुचविलेल्या काही शांततेसाठीच्या गोष्टींना त्यांनी विरोध दर्शवला नव्हता. एका बैठकीत अनामी यांनी किडोंना असे सांगितले की, शांततेबाबत ते घेत असलेल्या निर्णयांना ते मदत करणार नाहीत; पण त्याच वेळेला ते खूप ठामपणे विरोधही करणार नाहीत. इतर युद्धपिपासू अधिकारी सतत अनामींच्या निर्णयावर लक्ष ठेवून होते. त्यामुळे त्यांनासुद्धा सतत एक नाजूक समतोल राखावा लागत होता.

पंतप्रधान सुझुकी यांनी माजी पंतप्रधान कोकी हिरोता यांना सांगितले की, जपानच्या वतीने अमेरिकेशी चर्चा करायला रशिया इच्छुक आहे, असा सूचक संदेश टोकियोतील रशियन राजदूताला द्या. असा होकार द्यावा असे जपानला वाटत आहे. टोकियोपासून गाडीने दोन तासांच्या अंतरावर एका रिसॉर्टमध्ये याकोव्ह मलिक राहत होते. ३ जूनपर्यंत हिरोता काही जाऊ शकले नाहीत आणि त्या दिवशीसुद्धा अगदी अपघातानेच ते राजदूताला भेटू शकले. त्यांनी एकत्र जेवण घेतले आणि चर्चा केली. रशियन राजदूताने मॉस्कोला हा निरोप देण्याचे मान्य केले. पण रशियाचे परराष्ट्रमंत्री व्हाचेस्लाव्ह मोलोटोव्ह यांना मात्र यात अजिबात रुची नव्हती.

हिरोता आणि मलिक यांची चर्चा बरीच लांबणीवर पडली. तेवढ्यात जपानचे रशियामधील राजदूत आणि रशियाचे नेते यांच्यात एक बैठक होऊन रशियाने युरोप व अमेरिका यांना जपानच्या बाजूने मध्यस्थी करावी, असे राजदूत नाओताके सातो यांना सांगण्यात आले. पण पहिल्यापासून या घटनेबाबत सातोंच्या मनात शंका होती आणि ती त्यांनी बोलूनही दाखविली.

२२ जूनला राजे हिरोहितो यांनी सहा सुप्रीम वॉर मेंबर्स यांची बैठक बोलविली.

या संघर्षात पहिल्यांदाच राजाने स्वतःहून काही केले होते. त्यांनी असे सांगितले की, आता जी चर्चा होईल त्यात फक्त जपानचे संरक्षण कसे करायचे याचाच विचार न करता, युद्ध कसे संपेल याचाही विचार करावा. खास दूत मॉस्कोला कधी जाणार आहे, हेसुद्धा त्यांना कळून घ्यायचे होते. स्टालिन पोस्टडॅमला जाण्याआधी हे घडेल अशी सदस्यांना आशा असल्याचे चटकन सर्वांनी सांगितले. परिषदेनंतर पंतप्रधान कॅबिनेटचे मुख्य सचिव साकोमिझु यांना म्हणाले, ''सगळ्यांच्याच मनात जे होतं, पण सगळेच ते म्हणायला घाबरत होते ते आज महाराज स्वतः म्हणाले.''

राजपुत्र फुमिमारो कोनोए यांच्या नेतृत्वाखाली एक समिती मॉस्कोला पाठवायची असे या राजांच्या परिषदेत ठरले. राजदूत मलिक हे टोकियोत आजारी होते. त्यामुळे हिरोतांबरोबर झालेली बोलणी पुढे सरकत नव्हती. तीन आठवडे उलटले, आता मात्र संयम संपल्याने राजा पुन्हा परराष्ट्रमंत्री शिगेनोरी तोगो यांना म्हणाले,

''आता जुलैच्या सुरुवातीलाच आपला खास राजदूत अधिक उशीर न करता मॉस्कोला पाठवायला नको का?''

हिरोहितोंनी लगेच कोनोए यांना बोलावले आणि गुप्तपणे सूचना केली, ''ज्या काही अटी असतील त्या मान्य करा आणि त्या अटी मला तारेने लगेच कळवा.''

टोकियोकडून आलेल्या सूचनेनुसार राजदूत सातो यांनी रशियाच्या उपपरराष्ट्रमंत्र्यांशी संवाद साधला. सॉलोमन लोझोव्हस्की यांना या मोहिमेबाबत अधिक माहिती हवी होती म्हणजे मग प्रत्यक्ष मंत्री मोलोटोव्ह यांनी संमती दिली असती. सातोंनी तोगो यांना पुढील मोहिमेचे मुद्दे/उद्देश स्पष्ट करायला सांगितले :

१) अमेरिकेशी मध्यस्थी करून युद्ध थांबविणे.

२) रशिया व जपान यांच्यामधील संबंध आता रशियाने घेतलेल्या तटस्थतेचा तह पुन्हा न करण्याचा निर्णय बघता, सुधारणे. लोझोव्हस्की यांनी १३ जुलैला उत्तर दिले की, स्टालिन आणि मोलोटोव्ह हे पोस्टडॅमच्या परिषदेसाठी निघणार असून, ते मॉस्कोला परत येईपर्यंत याबाबतीत कोणतेच उत्तर देता येणार नाही.

✳ ✳ ✳

जपानच्या भूमीवर चढाई करताना येणारा खर्च कसा कमी करता येईल याबाबत अमेरिकेचे धोरण आखणारे तज्ज्ञ चिंतेत होते. रशियाने ते करावे यासाठी रशियाला काही मदत करण्यास ते तयार होते. पण तेवढ्यात आणखी एक पत्ता अमेरिकेच्या हातात आला. अणुबॉम्बचे संशोधन पूर्ण होऊन त्याची चाचणी घेतली गेली आणि ती जर यशस्वी झाली तर मग वेगळेच धोरण ठरले असते. प्रत्यक्ष जपानवर हल्ला न करताच जपान्यांनी शरणागती पत्करली असती. तोपर्यंत जर रशियाने पॅसिफिक युद्धात प्रवेश केला नसता तर स्टालिनला आशियामध्ये अधिक प्रदेश प्राप्त

करण्यात फारसे यश आले नसते, जे त्याने युरोपमधील युद्धानंतर मिळविले होते, असे अमेरिकेने गणित मांडले. एका वेळेला स्टालिनने असेही विधान केले होते की, रशियावर हल्ला करून नाझींनी नुकसान केले होते. पण जर्मन लोकांनी अमेरिकेत त्यांच्या भूमीवर एक खिडकीसुद्धा फोडली नव्हती.

आता अमेरिकेच्या शस्त्रास्त्रसामग्रीत अणुबॉम्ब येणे नक्की होते. १९३९ मध्ये सुरू झालेल्या एका छोट्या संशोधन प्रकल्पात त्याचा जन्म झाला. मॅनहॅटन मोहीम १९४२ मध्ये अमेरिकेच्या लष्करामधील मॅनहॅटन इंजिनिअर डिस्ट्रिक्ट या इंजिनिअर्सनी सुरू केली. पुढे ती अमेरिका, ब्रिटन आणि कॅनडा यांची संयुक्त मोहीम म्हणून विकसित झाली. कोलंबिया विद्यापीठाची जागा निवडली गेली; कारण यापूर्वी केलेल्या अणुसंशोधनाचे केंद्र तेथेच जवळ होते. लष्कराचे चीफ ऑफ स्टाफ जॉर्ज मार्शल यांनी जनरल ग्रोव्हज यांना तेथे नेमले आणि तेच पुढे प्रमुख झाले. त्यांनी अमेरिकेतील भौतिकशास्त्राचे वैज्ञानिक जे. रॉबर्ट ओपनहेमर यांना त्या प्रकल्पाचे संचालक नेमले.

लहानपणापासून अगदी साधे, जवळजवळ एकटेपणाने ग्रासलेले ओपनहेमर न्यू यॉर्कमधील ज्यू धर्म न पाळणाऱ्या श्रीमंत कुटुंबातील होते. सतत सिगारेट ओढणारे आणि सतत कामात व्यस्त असणारे ओपनहेमर पौर्वात्य गूढवादाकडे आकर्षित झाले होते. पूर्वी ते मार्क्सवादाचे भोक्ते होते. त्यामुळे सुरक्षेसंबंधी प्रश्न निर्माण होतील, असे काहींना वाटत होते. पण ग्रोव्हजना ओपनहेमरच्या तल्लख बुद्धीची खात्री होती. ही मोहीम तेच पूर्ण करतील, असेही त्यांना खात्रीने वाटत होते म्हणून त्यांच्या नियुक्तीकरता थोडा धोका पत्करून त्यांना भांडावे लागले. त्यांचा हेतू सफल झाल; पण त्याच वेळी त्या वैज्ञानिक संचालकावर नजर ठेवली जाईल हेही त्यांना मान्य करावे लागले. ग्रोव्हज आणि ओपनहेमर हे एकमेकांचे दोस्त नव्हते; पण परस्परांबद्दल आदर असल्याने त्यांचे काम यशस्वी होत असे.

१९४५ च्या प्रारंभीच्या काळात अणूबॉम्बचे स्वप्न वास्तवात येऊ लागले, समाजातील विविध घटकांचा त्याच्याकडे बघण्याचा दृष्टिकोन वेगवेगळा होता. सैन्यासाठी हा एक अधिक चांगला आग लावणारा बॉम्ब होता. तो अधिक स्फोटक, अधिक कार्यक्षम होता आणि त्यासाठी कमी विमाने लागणार होती. पण या शस्त्रास्त्रांच्या दुनियेत त्यामुळे नवे पर्व वगैरे काही उदयाला येणार नव्हते. एखाद्या क्रांतिकारी घडामोडीसाठी ज्या तऱ्हेचे कठोर अधिकारी नेमले जातात, त्यांच्या देखरेखीखाली हा बॉम्ब ठेवण्यात आला नव्हता. जणू एक विकासामधील क्रांतीच होती. युद्ध विभागाचे सचिव हेन्री स्टिमसन यांचे विचार मात्र थोडे वेगळे होते. त्यांच्या मते मॅनहॅटन मोहीम ही काही फक्त एक सैन्यासाठीचे नवीन शस्त्र नव्हती. उलट यामुळे मानवाचे विश्वाशी एक वेगळे नवे नाते जोडले जाणार होते. कोपर्निकसने

मांडलेले सूर्यकेंद्रित सूर्यमालेचे मॉडेल किंवा गुरुत्वाकर्षणाच्या नियमाच्या शोधाइतके या मोहिमेला महत्त्व होते.

यासाठी एक उच्चपदस्थ अधिकाऱ्यांचा गट बनविण्यात आला होता. त्यांचे काम गुप्त राखले जाई. त्यात स्टिमसन आणि भविष्यातील स्टेट सेक्रेटरी जेम्स बायरनेस हे होते. त्यांनी या अण्वस्त्रांचा योग्य पद्धतीने उपयोग व्हावा, असे प्रतिपादन केले. पण हा बॉम्ब जपानवर टाकायचा आहे का, असे कोणीही विचारले नाही. ते जणू गृहीतच धरले गेले होते; फक्त कुठे टाकायचा याबाबत चर्चा झाली.

मॅनहॅटन प्रकल्पाची एक उपसमिती होती. तिने कोठे लक्ष्य करायचे ते सुचवले. चर्चेचा पहिला मुद्दा ही लक्ष्ये कशा प्रकारची असावीत, हा होता. यात जर अगदीच लहानसे लष्करी लक्ष्य ठेवले तर बॉम्बच्या विकासासाठी जे दोन अब्ज अमेरिकन डॉलर्स खर्च झाले होते, ते अगदीच वाया जाण्याचा धोका होता. त्यामुळे प्राधान्य दिले जात होते ते अशा शहरी वस्तीला जेथे खूप जवळ जवळ लाकडी घरे बांधलेली असतील आणि त्यामुळे खूप विध्वंस होईल. शिवाय मोठ्या संख्येने जपानी नागरिक मारले जातील. या 'लक्ष्य' समितीने सुचविले की, अशा उंचीवरून बॉम्ब टाकावा की स्फोटामुळे जास्तीत जास्त विध्वंस होईल. शिवाय आधी, ज्या शहरांत फारशी नासधूस झाली नसेल अशा शहरांना प्राधान्य द्यावे, असेही सुचविले गेले. ज्या शहरांत आधीच विध्वंस झालेला आहे तेथील लोकांना या नवीन स्फोटामुळे झालेला संहार फारसा जाणवला नसता.

लक्ष्य म्हणून क्योटो, हिरोशिमा, योकोहामा, कोकुरा, निगाता ही पाच शहरे सुचविली गेली होती. सैन्याला कळविण्यात आले की, नेहमीचे जे बॉम्बहल्ले केले जात होते त्यातून वरील पाच शहरांना वगळावे. ग्रोव्हज आणि वैज्ञानिकांना अशा जागा हव्या होत्या, जेथे आधी काही नष्ट केलेले नसेल म्हणजे या बॉम्बचा नेमका किती परिणाम होतो ते त्यांना कळेल. कोणत्याही ढगाच्या आडून हल्ला न करता खालील शहर पूर्णपणे डोळ्यांनी दिसणे आवश्यक होते; म्हणजे त्याचे फोटो चांगल्या पद्धतीने घेता आले असते. शिवाय स्वच्छ लक्ष्य असेल तर शत्रूला धक्काही प्रचंड प्रमाणात बसेल.

दरम्यान, हिरोशिमाच्या लोकांच्या असे लक्षात आले की, त्यांचे शहर इतर शहरांप्रमाणे विध्वंसक हल्ला करण्यासाठी वापरले जात नाहीये. मग अफवा पसरली की अध्यक्ष ट्रुमन यांची आई हिरोशिमाच्या किल्ल्यात कैदेत होती, म्हणून ती तेथे असेपर्यंत अमेरिकेच्या सैन्याला हिरोशिमावर बॉम्ब टाकू नका, असे सांगण्यात आले होते.

ग्रोव्हजनी पहिले शहर निवडले होते क्योटो. आतापर्यंत तेथे जास्त बॉम्बहल्ले झाले नव्हते. त्याच्याभोवती डोंगर होते. त्यामुळे बॉम्बचे लक्ष्य अधिक केंद्रित करता

आले असते व अधिक संहार झाला असता. शिवाय जपानी लोक त्या शहराबाबत अधिक भावनिक होते. स्टिमसनने १९२०मध्ये क्योटोला भेट दिली होती. जपानच्या दृष्टीने ती त्यांची बौद्धिक आणि सांस्कृतिक राजधानी होती. त्यामुळे ती नष्ट करणे अत्यंत विध्वंसक ठरले असते. या यादीतून क्योटोला वगळावे म्हणून स्टिमसनने वाद घातला. त्यांचे हे म्हणणे अध्यक्ष ट्रुमन यांनाही पटले. त्यामुळे क्योटोच्या ऐवजी २५ जुलैच्या आदेशानुसार नागासाकीची निवड करण्यात आली.

शहरांवर हल्ला केल्याने अमेरिकेच्या 'न्याय्य व मानवतावादी' प्रतिमेला तडे जातील, असे स्टिमसन यांना वाटत होते. त्यांचे सहकारी जॉर्ज मार्शल यांनादेखील असेच वाटत होते. मार्शलचे म्हणणे होते की, बॉम्ब आधी सैन्याच्या तळावर टाकले जावेत आणि मग या पहिल्या इशाऱ्यानंतर जेथे कारखाने होते, उत्पादन होत असे तेथे टाकावेत. त्याआधी तेथील लोकांना ते शहर सोडून जाण्यासाठी इशारा द्यावा. अखेरीस या दोघांच्याही म्हणण्याकडे दुर्लक्ष करण्यात आले. २५ जुलै रोजी त्यांच्या अधिकारात, जनरल थॉमस हँडी यांनी एक आदेश काढला आणि जनरल कार्ल स्पाट्झ यांना पाठविला. ते तेव्हा ग्वाम येथे अमेरिकेच्या हवाई दलाच्या मुख्यालयात कार्यरत होते.

या आदेशात म्हटले होते, ३ ऑगस्टनंतर लवकरात लवकर हा 'खास बॉम्ब' स्वच्छ लक्ष्य दिसेल तेव्हा टाकला जावा. सोबत दिलेल्या चार शहरांपैकी लक्ष्य निवडावे : हिरोशिमा, कोकुरा, निगाता आणि त्या दिवशी नागासाकीचे नाव त्या यादीत घातले गेले. शिवाय जसजसे बॉम्ब तयार होतील तसतसे टाकले जावेत.

स्पास्ट्झ यांनी हँडींना सांगितले, "मी जर हजारो लोकांना मारणार असेन तर मला फक्त तोंडी आदेश चालणार नाहीत. मला लेखी आदेश हवा." आता त्यांना तो लेखी आदेशही मिळाला होता. त्यांनी तो आदेश टिनियन येथे पाठविला.

उपसमितीने ठरविले होते की, सैन्य किंवा औद्योगिक भाग लक्ष्य करू नये कारण ते विखुरलेले होते. फक्त कोकुरा येथे शस्त्रास्त्र तयार करण्याचा कारखाना अगदी शहरातच होता. बाकी सर्वसामान्य लोक शहराच्या परिघावर असतात. जे विमान चालवणार होते त्यांच्यावर शेवटी हे निर्णय घेण्याचे सोपवण्यात आले. म्हणजे त्यांनीच संपूर्ण शहराला लक्ष्य करावे. जेथे जास्तीत जास्त लोकसंख्या राहते अशा शहराच्या केंद्रस्थानी सगळ्यात जास्त विध्वंस होईल म्हणून ते लक्ष्य ठरवायला सांगितले गेले.

खरे म्हणजे हजारो नागरिकांना ठार मारण्यामुळे जपान शरण कसा येईल याबाबत स्पष्टता नव्हती. मार्चपासून जपानवर ठिकठिकाणी बॉम्बहल्ले केले जात होते. ते असेच नागरी वस्तीवर केले जात होते. पण तरीही जपानकडून युद्धसमाप्तीची भाषा बोलली जात नव्हती. स्टिमसन यांना शेवटी स्वतःलाच समजवावे लागले

की, हा हल्ला मुद्दाम नागरिकांना लक्ष्य बनविण्यासाठी केला जात नव्हता, उलट त्याच्याविरुद्धच पुरावा हजर होता.

***

रशिया अणुबॉम्ब विकसित करण्यासाठी संशोधन करत होता. लॉस अलमॉसच्या संशोधकांच्या चमूत काम करणाऱ्या लोकांकडून या प्रकल्पाची गाळीव माहिती बाहेर येत होती. जर्मनीत जन्माला आलेला ब्रिटिश भौतिकशास्त्राचा वैज्ञानिक क्लॉस फुच हा रशियाच्या गुप्तचर विभागाला १९४१पासून माहिती पुरवत होता. नंतर त्याची बदली लॉस अलमॉस येथे १९४४ मध्ये करण्यात आली. थिओडोर हॉल हाही फुचसारखाच जुना कम्युनिस्ट होता. त्यानेही १९४४ मध्ये अलमॉस येथे असताना रशियाशी संपर्क साधला. इतरही अनेक जण होते, ज्यांची जाहीर ओळख झाली नाही आणि माणसे तर अमेरिकेच्या गुप्तहेर खात्यापासूनही लपून राहू शकली. हे सगळे लोक रशियाला माहिती पुरवत होते ते सैद्धान्तिक कारणांनी, पैशाच्या लोभाने नाही! बऱ्याच जणांना हे माहीत नव्हते की अन्य अनेक जण हे करत आहेत. अमेरिकेतही कम्युनिझमबद्दल आवड असणारे लोक होते. काही जण तर अमेरिकेच्या कम्युनिस्ट पार्टीचे सदस्य होते.

क्रेमलिनला जी काही माहिती गुप्तहेरांकडून येई, ती स्टालिन स्वतः तपासून बघत असत. हॅरी ट्रुमन यांच्याआधीच मॅनहॅटन मोहिमेबद्दल त्यांना माहिती होती. त्यांचा उद्देशही ठाऊक होता. जरी खूप सारी गुप्त माहिती लॉस अलमॉसकडून येत होती, तरी रशियाचे नेते स्टालिन, परराष्ट्रमंत्री मोलोटोव्ह आणि रशियाच्या सुरक्षा समितीचा प्रमुख लेव्हरेंटी बेरिया यांना अणुबॉम्ब एवढ्या लवकर आंतरराष्ट्रीय राजकारणात महत्त्वाची भूमिका बजावेल याचा अंदाजच आला नव्हता. त्यांना वाटत होते की, एकतर रशियाचे वैज्ञानिक स्वप्न बघत होते किंवा एवढी महत्त्वाची माहिती गुप्तचर खात्याकडून सहज मिळत होती. याचा अर्थ अमेरिका मुद्दामहून चुकीची माहिती पाठवत होता.

***

जपानने शरण जावे यासाठी हल्ला किंवा अणुबॉम्बचा वापर या दोन्ही गोष्टी होण्याची शक्यता मावळत चालल्याचे अमेरिकेतील अनेक धोरणकर्त्यांना वाटू लागले होते. मात्र युद्ध चालू ठेवण्याचा निर्धार शत्रुपक्षाकडून सातत्याने व्यक्त होत होता. फिलिपिन्स येथे झालेल्या लेटे युद्धात जपानी राजाचे नौदल जवळजवळ संपुष्टात आले होते. शिवाय वेगवेगळ्या शहरांवर बॉम्बहल्ले करून ती बेचिराख केली जात होती. असे किती दिवस चालणार होते? युद्धामुळे खिळखिळ्या झालेल्या जपानचे

काय केले जाणार, याकडे अमेरिकेच्या धोरणकर्त्यांचे लक्ष लागले होते. एक महत्त्वाचा मुद्दा होत, तो म्हणजे राजाचे काय करायचे?

१९३० मध्ये टोकियोत राजदूत म्हणून असणारा जोसेफ ग्र्यू आता स्टेट डिपार्टमेंटचा दुय्यम सचिव होता. राजाचे पद तसेच राहू देणे, हे हरलेल्या जपानला सावरण्यासाठी उपयुक्त ठरेल, असे त्याचे मत होते. नाहीतरी तेथेच सैन्याने राहणे हे किती दिवस शक्य होते? एकदा सैन्य परत गेले की जपान राजाला गादीवर बसवणार होतेच. ग्र्यू अजूनही 'कोणत्याही अटीशिवाय शरणागती' या विचाराच्या बाजूने होता. अमेरिकन लोकांना युद्ध सुरू ठेवण्याची इच्छा नाही, हे यातून प्रतीत होणार नव्हते. स्टिमसन आणि मार्शल यांनीसुद्धा हा विनाअट शरणागती फॉर्म्युला सुधारावा, असे म्हटले. पण काही अघोषित 'लष्करी कारणांमुळे' हे जाहीर करण्याची ती वेळ नव्हती.

अमेरिकेच्या एकूणच रचनेत वेगवेगळ्या पातळ्यांवर राजासंबंधीची मते खूप वेगवेगळी होती. सैन्य दलाच्या संयुक्त प्रमुखांचे मत राजाचे पद राहू देण्यास अनुकूल होते. कारण शरणागतीनंतर राजा सैन्यावर अंमल ठेवू शकला असता; पण स्टेट डिपार्टमेंटचे मार्गदर्शक दुसरीकडे त्यास विरोध करत होते. त्यांना वाटत होते की, राजाला वाचविणे म्हणजे जपानी लोकांना संतुष्ट ठेवणे आणि त्यांच्या लष्करी वादाची मुळे शाबूत ठेवण्यासारखे ठरेल. जोसेफ ग्र्यूच्या परस्परविरोधी मतांचा ट्रुमनवर परिणाम होत असे. पण जुलैमध्ये सेक्रेटरी ऑफ स्टेटपदी जेम्स बायरनेस यांची नेमणूक झाली. बायरनेस नेहमी स्वतःची मते तयार करत असत.

अखेरीस, वैयक्तिक पातळीवर ट्रुमन यांना हिरोहितोंबद्दल असणारी अप्रीती (ते प्रत्यक्ष कधीही एकमेकांना भेटले नाहीत तरीही) आणि अमेरिकन जनतेकडून येणारा टीकेचा संभाव्य उलटा वार, या दोन कारणांमुळे युद्धानंतर जपानच्या राजाची भूमिका काय असेल याबाबत अध्यक्षांनी कोणतेही विधान प्रसृत केले नाही! अमेरिकन लोकांना हिरोहितोंबद्दल राग होता आणि त्यांना पदच्युत करावे, असे त्यांचे मत होते. जून १९४५ मध्ये घेतलेल्या एका मतदानात ३३ टक्के लोकांनी राजावर खटला भरून त्याला युद्धगुन्हेगार म्हणून फाशी द्यावे, असे मत दिले होते. ११ टक्के लोकांना त्याला कैदेत ठेवायला हवे होते आणि फक्त ७ टक्के लोकांना कळसूत्री बाहुलीसारखे राजाचे पद त्यांना द्यावेसे वाटत होते.

अमेरिकेतील लोकांना ठाऊक नव्हते पण नेत्यांना ठाऊक होते की, जपानी लोकांना आता कुठलाही कडवटपणा नको होता. यासाठी त्यांच्याकडे कॅबिनेटचे एकमत नव्हते तरीही! जूनमध्ये टोकियो आणि मॉस्को म्हणजे परराष्ट्रमंत्री तोगो आणि राजदूत सातो यांच्यामध्ये जी फोनवर बोलणी चालत, ती गुप्तहेरांनी ऐकून आणि त्या शब्दांचा अर्थ शोधून हेन्री स्टिमसन यांच्या युद्ध विभागाने पाळत ठेवली

होती. यात तोगोंनी सूचित केले होते की, बोलणी करून युद्ध संपवावे अशी इच्छा राजाने दाखविली होती. पोस्टडॅम परिषदेच्या आधी आलेल्या दोन तारांमधून त्यात स्पष्ट कळत होते की, या बाबतीत जपानच्या कॅबिनेटमध्ये दोन गट पडले होते. पण हिरोहितो मात्र शरणागतीच्या काही अटी शिथिल केल्या तर युद्ध थांबवून शांतीसाठी तयार होते. स्टिमसन आणि नौदलाच्या सचिवांना फॉरेस्टाल यांना या बातम्यांची पूर्ण माहिती होती आणि ट्रुमन यांनीसुद्धा यातील महत्त्वाच्या गोष्टी वाचल्या होत्या. पोस्टडॅमच्या परिषदेत होणाऱ्या चर्चेत अध्यक्ष त्याचा उल्लेख करणार होते. तरीसुद्धा मूलतः युरोपमधील युद्धाच्या संहारानंतर जपानच्या युद्धाच्या अंतिम टप्प्यात पोस्टडॅम येथे होणारी चर्चा, ही महत्त्वाची किंवा त्याला दिशा देणारी ठरणार होती.

पाच

पोस्टडॅम, १६-२९ जुलै १९४५

हॅरी एस. ट्रुमन अमेरिकेचे ३३ वे अध्यक्ष. पोस्टडॅम परिषदेला ते थोडे धास्तीनेच आले होते. परराष्ट्र धोरणासंबंधी फारसा अनुभव नसलेले, सतत आपल्या सल्लागारांच्या तज्ज्ञ अनुभवांवर अवलंबून असणारे ट्रुमन याआधी कधी स्टालिन किंवा चर्चिल यांना भेटलेले नव्हते. त्यांनी कबूल केले की, या दोन राजकारणातील महारथींची त्यांना वाटणारी भीती त्यांनी आपल्या बायकोजवळ व्यक्त केली होती. नैतिक मदत मिळविण्यासाठी आपल्या काही पोकर खेळणाऱ्या मित्रांना त्यांनी ॲटलांटिकहून बोलविले. यूएसएस ऑगस्टाया या बोटीवरील प्रवासात त्यांनी खूप वेळ दारू पीत, पत्ते खेळत रात्र जागवत काढला. दहा दिवसांच्या प्रवासानंतर ट्रुमन बर्लिन आणि पोस्टडॅमदरम्यान दक्षिण-पश्चिम परिघावर असलेल्या बॅबेल्सबर्ग येथे पोचले आणि 'लिटल व्हाइट हाउस' या इमारतीत मुक्काम करू लागले. नावाप्रमाणे लिटल व्हाइट हाउस प्रत्यक्षात 'व्हाइट' नव्हते, तर पिवळ्या रंगाने रंगविलेले होते. जर्मनीत सिनेमे तयार करणारा त्याचा मूळ मालक रशियातील युद्धकैद्यांच्या छावणीत होता.

पोस्टडॅम परिषदेची तयारी सुरू असताना १६ जुलै रोजी सकाळी लवकर न्यू मेक्सिको येथील वाळवंटात पहिल्या अणुबॉम्बची चाचणी घेण्यात आली. एका मनोऱ्यावर प्लुटोनिअम इम्प्लोजन यंत्र बसवले गेले होते. तो बॉम्ब 'जॉरनाडा डेल म्युर्टो' (मृत्यूचा प्रवास) या खोऱ्यात अलामोगोर्डो येथे टाकण्यात आला. या चाचणीला ट्रिनिटी म्हणजे 'यश' असे सांकेतिक नाव देण्यात आले होते. अर्थात हिरोशिमावर टाकण्यात येणाऱ्या युरेनिअमवर आधारित बॉम्बपेक्षा हा वेगळ्या प्रकारचा होता.

ट्रुमन पोस्टडॅमला आले तेव्हा त्यांच्याबरोबर त्यांचे नवीन स्टेट सचिव बायरनेस मुख्य सल्लागार म्हणून आले होते. युद्ध विभागाचे सचिव, अधिकृत अमेरिकेच्या पोस्टडॅमच्या समितीचे सदस्य नव्हते. पण तरीही स्टिमसनस यांनी तेथे प्रवेश मिळविला होता. ट्रिनिटी चाचणीबद्दल जनरल ग्रोव्हजकडून गुप्त तार आली तेव्हा ते बॅबेल्सबर्गला पोचलेले होते. स्टिमसनस संध्याकाळी चालत लिटल व्हाइट हाउसवर ट्रुमनना प्रत्यक्ष ती बातमी सांगायला गेले. ग्रोव्हजनी गूढ भाषेत तो अहवाल लिहिलेला असल्यामुळे ट्रुमन यांच्यावर त्याचा फारसा परिणाम झाला नाही. त्यांच्या आत्मचरित्रात या घटनेचा उल्लेखसुद्धा नाही. चार दिवसांनंतर अधिक सविस्तर व स्पष्ट भाषेत लिहिलेला ग्रोव्हजचा अहवाल आला तेव्हा कोठे ट्रुमन यांनी आनंद आणि उत्सुकता दर्शविली. 'रशियाने हल्ला करण्याआधीच जपानी गुंडाळले जातील,' असे विधान त्यांनी केले.

हृदयविकाराचा सौम्य झटका आल्याने स्टालिन पोस्टडॅमला थोडे उशिरा पोचले. अर्थात ही गोष्ट गुपित ठेवली गेली. १७ जुलै रोजी स्टालिन लिटल व्हाइट हाउसला आले आणि त्यांनी ट्रुमन यांच्याबरोबर दुपारचे जेवण घेतले. नजरेला नजर भिडवून संभाषण करत असल्याचे ट्रुमन यांच्या लक्षात आले. स्वतःची तब्येत चांगली नसूनही रशियाचा नेता चांगल्या मनःस्थितीत होता. त्यांचे वागणे अतिशय स्नेहपूर्ण व मृदू होते.

दुसऱ्या दिवशी ट्रुमन यांनी परिषदेच्या ठिकाणी स्टालिनची खासगी भेट घेतली आणि आता रशियाने जपानविरुद्ध युद्ध पुकारून मान्च्युरियाचा जो मुक्त केलेला भाग आह, तो आंतरराष्ट्रीय व्यापारासाठी खुला करावा याबाबतचे आश्वासन मिळवले. ट्रुमन स्वतःच्या या कामगिरीवर इतके खूश झाले की, त्यांनी बायकोला पत्रात लिहिले, ज्यासाठी ते येथे आले होते ते त्यांनी साध्य केले असून, चलाख असलेल्या स्टालिनला चीतपट केले. रशियाच्या नेत्याने याल्टा येथे युद्धाची सुरुवात करण्याचे कबूल केले होते. त्यांना युद्ध सुरू करायचे होते; पण तरीही त्यातून फार काही साध्य होणार नव्हते. अर्थात ट्रुमन आणि बायरनेस यांना कदाचित याल्टा येथे झालेल्या चर्चेचे पूर्ण बारकावे सांगितले गेले नसतील. रुझव्हेल्ट क्वचितच महत्त्वाच्या गोष्टी उपाध्यक्षांना सांगत. ट्रुमन यांना अजूनही असे वाटत नव्हते की अणुबॉम्ब तयार झाल्यानंतर रशियाने जपानशी युद्ध छेडायची काय गरज आहे!

खूप सजवलेल्या सिसिलीननॉफ महालात पोस्टडॅम परिषद झाली. ती तपकिरी रंगाची दुमजली इमारत होती. युद्धकाळात ती दवाखाना म्हणून वापरली जायची; पण आता रशियन लोकांनी ती पुन्हा सजवून परिषदेसाठी तयार केली होती. पोस्टडॅम हे रशियाने जिंकलेल्या भागात होते.

अंगणात लाल रंगाच्या चांदण्यांच्या आकारात केलेल्या वाफ्यात जिरेनिअम फुले लावली गेली होती.

स्टालिनने आपल्या खास विनोदांनी ट्रुमनवर चांगली छाप पाडली होती.

चर्चिलना जेव्हा विचारले गेले की, युद्धानंतर त्यांनी रशियाला जर्मन जहाजे का दिली नाहीत, तेव्हा ते म्हणाले की, जहाजे नष्ट करायची असतात किंवा वाटून घ्यायची असतात. पण युद्धात वापरलेली शस्त्रे तिरस्करणीय असतात म्हणून पकडलेली जहाजे बुडवायची असतात. लगेच स्टालिननी उत्तर दिले, "ठीक आहे. मग जहाजांची वाटणी करू या आणि मग चर्चिलना जर ती बुडवायची असतील तर बुडवू देत."

लॉस अलमॉसकडून गुप्त माहिती मिळत होती. रशियानेही मॅनहॅटन मोहिमेच्या पुढे आपली प्रगती केली होती. बॉम्बच्या पहिल्या चाचणीचा अहवाल स्टालिनना मिळाला तेव्हा ते पोस्टडॅमला जायलाच निघाले होते. २० जुलै किंवा २१ जुलै रोजी रशियाच्या गुप्तहेर खात्याने स्टालिनना बॉम्बची चाचणी यशस्वीरीत्या पार पडल्याचे कळविले. तरीही स्टालिनना वाटत होते की, त्या नवीन शस्त्राचा वापर शत्रूवर करण्यासाठी आणखी वेळ लागेल. पण २२ जुलैला स्टिमसन यांनी ट्रुमनना सल्ला दिला की आता बॉम्ब पूर्वी वाटत होते त्यापेक्षा लवकर देता येईल. स्टिमसनसच्या म्हणण्याप्रमाणे ट्रुमन यावर अतिशय खूश झाले आणि आता आपल्या हातात आलेल्या या महत्त्वाच्या पत्त्याची ताकद ते अजमावू लागले.

या नव्याने मिळालेल्या आत्मविश्वासाने खूश होऊन ट्रुमन आणि बायरनेस यांनी आता या बातमीचा स्टालिनवर काय परिणाम होतो ते बघायचे म्हणून त्यांना आमच्याकडे नवीन शस्त्र आहे, असे सांगितले. २४ जुलैच्या सुरुवातीच्या चर्चेनंतर ट्रुमन यांनी स्टालिनना अगदी सहज बाब सांगावी तसे 'आमच्याकडे खूप संहार करू शकणारे एक आगळेवेगळे शस्त्र असल्याचे'सांगितले; पण तो अणुबॉम्ब आहे हे मात्र सांगितले नाही. ट्रुमन यांनी आपल्या आत्मचरित्रात लिहिले आहे की, 'स्टालिन म्हणाला, ही बातमी फारच चांगली आहे आणि त्याला आशा आहे की जपानविरुद्ध तुम्ही त्याचा चांगला वापर कराल.' आत्मचरित्र लिहिताना ट्रुमनने ही बातमी जरा मसाला लावून लिहिलेली दिसते. या दोन नेत्यांपासून काही मीटर अंतरावर ब्रिटनचे परराष्ट्र सचिव ॲन्थनी एडन हे उभे होते. त्यांनी आपल्या आत्मचरित्रात या घटनेबाबत लिहिताना, 'स्टालिन फक्त थँक्यू म्हणाले, पुढे काहीच बोलले नाहीत,' असे म्हटले आहे. तसेच अगदी सहज ऐकू येईल अशा अंतरावर दुभाष्या व्ही. एन. पाव्हलॉव्ह उभा होता, ज्याने ट्रुमन काय म्हणाले त्याचा अनुवाद केला होता. त्यानेही आपल्या आत्मचरित्रात याबाबत

एवढेच लिहिले आहे की, स्टालिननी फक्त मान हलविली, ते काहीही बोलले नाहीत.

या चर्चेबाबत नंतर बायरनेसशी बोलताना ट्रुमन यांनी स्टालिनच्या अगदी थंड प्रतिसादाबद्दल आणि या घटनेचे गांभीर्य त्यांना कळले की नाही याविषयी शंका व्यक्त केली. खरे म्हणजे स्टालिनना त्याचा अर्थ आणि गांभीर्य पूर्णपणे समजले होते; पण ही वस्तुस्थिती त्यांना आधीच माहीत होती. जेव्हा स्टालिननी मोलोटोव्ह यांना ट्रुमन काय म्हणाले ते सांगितले, तेव्हा ते आता आपला सिग्नल वर करीत आहेत, असे मोलोटोव्ह म्हणाले. त्यावर हसून स्टालिन म्हणाले, "करू दे. आपण आता आपल्या कामाची गती वाढवू."

मॉस्कोत परत येताच रशियाच्या या सत्ताप्रमुखाने संबंधितांना एकच आदेश दिला, अणुबॉम्बची अमेरिकेची मक्तेदारी मोडून काढण्यासाठी लागतील त्या गोष्टी उपलब्ध करून द्या! लगेच रशियाच्या पुढील पाच वर्षांच्या आर्थिक नियोजनात या नवीन शस्त्राच्या विकासाची बाब घातली गेली. स्टालिननी रशियाच्या सुरक्षेसंबंधी असलेल्या प्रमुखाला, लेव्हरेंटी बेरिया यांना या प्रकल्पासाठी जे काही लागेल ते मिळविण्यासाठी जास्तीचे अधिकार दिले. अर्थातच हे सर्व अतिशय गुप्त ठेवायचे होते आणि त्याची जबाबदारी एका मध्यवर्ती समितीवर सोपविण्यात आली. आता खऱ्या अर्थाने दोन देशांमध्ये शस्त्रास्त्रांची स्पर्धा सुरू झाली होती आणि तिला गतीसुद्धा आली होती.

***

२४ जुलैला दुपारी अमेरिका, ब्रिटन आणि रशिया या तिन्ही देशांच्या सेना दलांचे अधिकारी पोस्टडॅम येथे भेटले. प्रत्येकाने आपले सल्लागारांचे पथक बरोबर आणले होते. जनरल ॲलेक्सी अँटोनोव्ह यांनी जाहीर केले की, ऑगस्टच्या शेवटी मान्च्युरियामध्ये जपानी सैन्यावर हल्ला करण्याच्या दृष्टीने रशियाचे सैन्य अतिपूर्वेला एकत्रित केले जात आहे. याल्टा तहातील कलमांबाबत चीनशी वाटाघाटींवर ते अवलंबून होते. स्टालिन यांनी ट्रुमनना सांगितले होते की, ऑगस्टच्या मध्यावर रशिया युद्धात भाग घेईल. जर तोपर्यंत याल्टात काय तह झाला होता हे ट्रुमनना माहीत नव्हते, तर आता ते त्यांना समजले होते.

मान्च्युरिया आणि लिओतुंग द्वीपकल्प, त्यातील अत्यंत महत्त्वाच्या अशा आर्थर बंदरासह यावर कब्जा मिळविणे, असा रशियाचा बेत असल्याचे अँटोनोव्ह यांनी सहकारी लष्करप्रमुखांना सांगितले. जपानच्या पराभवानंतर ते तेथून माघार घेणार होते. अमेरिकेला कुरिल्स म्हणजे कोरियावर हल्ला करायचा नाहीये, असे आश्वासन त्याबदल्यात जनरल मार्शलने दिले. रशियानेसुद्धा कोरियामध्ये रुची

दाखविलेली नव्हती; मात्र मान्च्युरिया जिंकल्यावर जपानव्याप्त कोरियावर चाल करणे त्यांच्यासाठी अपरिहार्य होते. स्टालिनला मात्र भीती वाटत होती की, रशियाने युद्ध सुरू करण्याआधीच जपानने शरणागती पत्करली तर मग याल्टामध्ये केलेल्या तहाप्रमाणे रशियाने आपला शब्द पाळला नाही म्हणून अमेरिकापण तो तह मोडेल. याच्या उलट जर याल्टा तहाप्रमाणे सैन्याने आधीच याल्टा तहात मंजूर केलेला तो प्रदेश जिंकला, तर पुढची बोलणी वेगळ्या वळणावर जाऊ शकतात.

अमेरिकेच्या धोरण ठरविणाऱ्या तज्ज्ञांनी असे गृहीत धरले होते की, चीनबरोबरच्या चर्चेत याल्टा प्रश्न सुटल्यावर मग रशिया युद्ध सुरू करेल. रशियाचे परराष्ट्रमंत्री मोलोटोव्ह आणि चीनचे पंतप्रधान टी. व्ही. सुंग यांच्यातील बोलणी मोलोटोव्ह पोस्टडॅम परिषदेला आल्यामुळे लांबणीवर पडली होती. ट्रुमन आणि बायरनेस यांनी चीनच्या नेत्याला, चियांग कै-शेक यांना तार पाठवून त्यांनी पोस्टडॅम परिषदेनंतर बोलणी सुरू करण्याचा सल्ला दिला आणि रशियाच्या दबावाखाली यायची काहीही गरज नाही हे लक्षात ठेवावे, असेही सुचविले.

चीनशी बोलणी जेवढी लांबतील तेवढा रशियाला मान्च्युरियावर हल्ला करायला उशीर होणार होता. अणुबॉम्बमुळे आता दोन फायदे होणार होते. एक, लवकर शरणागती पत्करणे जपानला भाग पडेल आणि दोन, नोव्हेंबरमध्ये अमेरिकेने जपानवर हल्ला करण्याची गरज पडणार नाही. त्याखेरीज, पूर्वेकडील युद्धात रशियाचा प्रवेश आणि चीनमार्गे आगेकूच करत जपानवर विजय हे सगळे रोखता येणार होते. हे भविष्य ट्रुमनना फारसे आवडणारे नव्हते. शिवाय अणुबॉम्बमुळे शस्त्रास्त्र स्पर्धेत अमेरिकेच्या वाढत्या शक्तीबद्दल रशियाला प्रात्यक्षिक दाखवायची संधीपण मिळणार होती, हा बोनस होताच. शीतयुद्धाच्या बीजाला धुमारे फुटू लागले होते.

***

जपानचे परराष्ट्रमंत्री तोगो आणि राजदूत सातो यांच्यातील पोस्टडॅम परिषदेदरम्यान तारांद्वारा केला गेलेला संवाद मिळविण्यात अमेरिकेचे गुप्तहेर खाते यशस्वी झाले होते. त्यातून एकच बाब सूचित होत होती, ती म्हणजे- जपान त्यांच्या पद्धतीचे सरकार, थोडक्यात त्यांच्याकडे असलेली राजेशाही व्यवस्था टिकवणे, ही एकच अट घालू बघत होते.

ब्रिटनमध्ये झालेल्या निवडणुकांच्या निकालांची माहिती घेण्यासाठी चर्चिल आणि ब्रिटनचे परराष्ट्र सचिव एडन यांना ब्रिटनमध्ये जावे लागल्याने पोस्टडॅम परिषदेला तीन दिवसांची सुटी दिली गेली. २५ जुलैला टोकियोहून सातोंना तार

आली की या सुटीमध्ये मोलोटोव्ह यांना कुठेही भेटा. त्यांना स्पष्ट सांगणे अभिप्रेत होते की हे आम्हाला अमेरिकेला योग्य मध्यस्थाद्वारा सांगायचे आहे की १९४१ मध्ये दुसऱ्या जागतिक युद्धानंतरचे जे तह होते, ज्याला अॅटलांटिक चार्टर म्हटले जायचे, त्यानुसार शांतता तह करायला जपान तयार आहे. यात एकच त्रासदायक मुद्दा होता तो म्हणजे बिनशर्त शरणागतीची मागणी! आधीच्या तारांप्रमाणे ही तारसुद्धा अमेरिकेच्या गुप्तहेरांनी मिळविली होती.

पोस्टडॅम परिषदेच्या समाप्तीच्या काळात स्टालिननी ट्रुमन यांना सातोंकडून आलेला पुढचा संदेश सांगितला, ज्यात एका गोष्टीची पुनरावृत्ती होती आणि ती म्हणजे, राजपुत्र कोनोए येऊन रशियाला सांगू इच्छितात की, जपानच्या राजाची खास इच्छा आहे, युद्धात सहभागी पक्षांनी आणखी रक्तपात टाळावा. स्टालिननी पोस्टडॅम परिषदेच्या सुरुवातीलाच ट्रुमन यांना जपानच्या निरोपाबद्दल सांगितले होते. रशियाच्या या नेत्याला जपानशी टाळाटाळ करत युद्धात प्रवेश करण्याची इच्छा होती. आतापर्यंत अमेरिकेच्या अध्यक्षांपर्यंत इतका स्वच्छ संदेश पोचला नव्हता. रशियाला या युद्धसमाप्तीच्या चर्चेत भाग घेण्यास प्रोत्साहित केल्याने दोन प्रश्न सुटणार होते- जमिनीवरून हल्ला केल्यामुळे होणारा रक्तपात व त्याची किंमत आणि मुख्य म्हणजे हे निमित्त करून रशियाचा युद्धात सहभाग. तरीसुद्धा जपानकडून आलेल्या या विनंतीबाबत ट्रुमन यांनी फारशी रुची दाखविली नाही. उलट त्यांनी रशियाने नकारात्मक उत्तर द्यावे, असे सुचवून स्टालिनला सूचनेबद्दल धन्यवाद दिले.

***

पोस्टडॅम परिषदेनंतर या राष्ट्रांनी दोन महत्त्वाच्या घोषणा केल्या. एक, जर्मनीबद्दल (यालाच पोस्टडॅम प्रोक्लेमेशन म्हणतात) आणि दुसरी, जपानबद्दल होती. या घोषणांचा जपानवर सर्वांत जास्त परिणाम होणार होता- जपानविरुद्धच्या युद्धाच्या अंतिम टप्प्यावर आणि युद्धोत्तर काळात आंतरराष्ट्रीय संबंधांवर! हा परिणाम नंतर अनेक दशके टिकणार होता. अर्थातच तो परिणाम सगळ्यांच्याच फायद्याचा नसणार होता. ही एक सबब जपानवर अणुबॉम्ब टाकण्यासाठी मिळणार होती. सकारात्मक, विशिष्ट, निःसंदिग्ध प्रतिसाद द्या; नाहीतर होणाऱ्या भयानक संहाराला तयार राहा. विसंगती म्हणजे ही घोषणाच खूप मोघम व संदिग्ध होती. अमेरिकेने केलेल्या या घोषणेमुळे उलट अमेरिका आणि रशिया यांच्यात संशयाचे वातावरण तयार होऊन त्यातून न संपणाऱ्या शीतयुद्धाची सुरुवात होईल. या दोन सर्वशक्तिमान देशांमध्ये ही स्थिती तोपर्यंत राहील, जोपर्यंत रशियाचे विघटन होईल. जसे १९९१ मध्ये झाले.

पोस्टडॅम जाहीरनामा जोसेफ ग्र्यू आणि हेन्री स्टिमसननी लिहिला होता. पण ग्र्यूचे नवीन वरिष्ठ जिम बायरनेस यांनी त्यावरून हात फिरवला होता. बायरनेसनी ब्रिटिश शिष्टमंडळासह हा जपानबाबतचा जाहीरनामा तयार करताना, हेतुतः यात रशियाचा सहभाग घेतला नव्हता. ग्र्यू आणि स्टिमसन यांनी मिळून एक पर्याय दिला होता. त्यात, 'सध्याच्या राजघराण्याचे वर्चस्व घटनेप्रमाणे सरकार बनवण्यासाठी मान्य करता येईल; पण त्या राजघराण्याने जर जगाचे समाधान केले की, असे सरकार पुन्हा आक्रमणाची आकांक्षा मनात धरणार नाही,' असे हे कलम होते. पण ट्रुमनने आग्रह धरल्याने बायरनेसनी हा पर्याय काढून टाकला. यातील आर्टिकल ६ मध्ये म्हटले होते, 'ज्या व्यक्तींनी जगावर हे युद्ध लादले, जपानी जनतेला फसविले, वाईट मार्गावर नेले अशांना कायमस्वरूपी नष्ट करा', तर आर्टिकल १२ मध्ये म्हटले होते, 'आता जपानी लोकांनी दर्शवलेल्या इच्छेनुसार सरकार निवडावे. जपानी लोक शांतता मान्य असणारे आणि जबाबदारीने वागणारे सरकार बनवतील.' या सर्व लिखाणात राजाचा दर्जा हा मोघम ठेवण्यात आला होता. मग राजा आर्टिकल ६ च्या अंतर्गत येणार की आर्टिकल १२ च्या!

'जपानने कुरापती चालू ठेवल्यास त्याचा तातडीने व पूर्ण विनाश केला जाईल,' असा इशारा यात देण्यात आला होता. ज्या देशात रोजच संहारक विमानहल्ले होत होते त्यांच्यासाठी ही धमकी फारशी भीतिदायक नव्हती. पण यात अणुबॉम्बचा उल्लेख नव्हता.

२४ जुलैला ट्रुमन, चर्चिल आणि काही वरिष्ठ लष्करी अधिकारी भेटले आणि त्यांनी पोस्टडॅम घोषणेचा शेवटचा मसुदा मान्य केला. चर्चिलनी सुचविले की, 'विनाअट शरणागती' हे शब्द थोडे बदलले तर जपानला निदान त्यांची सैन्याची प्रतिष्ठा तरी वाचवता येईल. यामुळे बाकी महत्त्वाच्या मुद्द्यांना धक्का लागणार नाही आणि त्यामुळे शरणागतीही लवकर होईल. यावर तुटक प्रतिसाद देताना ट्रुमन म्हणाले, ''मला नाही वाटत की पर्ल हार्बर प्रकरणानंतर जपानकडे काही प्रतिष्ठा शिल्लक आहे.''

या घोषणेची एक प्रत चुंगकिंग येथे असलेले अमेरिकेचे राजदूत हर्ली यांच्यामार्फत चीनचे पंतप्रधान चियांग कै-शेक यांना पाठविण्यात आली. हे ठिकाण चीनच्या पश्चिमेला डोंगराळ भागात होते. ती तात्पुरती राजधानी होती. त्यावर चीनकडून कोणतेच उत्तर न आल्याने पोस्टडॅममध्ये काळजी निर्माण झाली. व्हाइट हाउसच्या अधिकाऱ्यांनी हर्ली यांना तार केली की, येत्या २४ तासांत जर चीनकडून कोणतेही उत्तर आले नाही तर ते सहीशिवाय किंवा सहीसह चीनचे घोषणापत्र प्रसिद्ध करतील. जग युद्धात ओढले गेले असताना हा विलंब अपेक्षित नव्हता.

असा उशीर होणे हे जागतिक युद्धामध्ये अपेक्षित नव्हते. पहिल्यांदा तार पाठविताना प्रचंड गर्दीमुळे हवाईतून तार पुढे जाऊ शकली नाही. त्याची प्रत पंतप्रधान सुंग यांना हर्ली यांनी संध्याकाळी दिली. पण त्यांचे मेहुणे चियांग कै-शेक हे यांगत्झे नदीकाठच्या डोंगराळ प्रदेशात गेले होते. दुसऱ्या दिवशी बोटीने हर्ली येलो माउंटन येथील चियांग यांच्या निवासस्थानी गेले. ते तिथे होते तेव्हा चियांग यांना डॉ. वँग शिह-चेह भेटायला आले. त्यांनी सुंग यांना परराष्ट्र मंत्रालय सोपवण्याचे ठरवले. दोघांनी मसुदा वाचला व मान्य केला; पण एका मुद्द्याबाबत नाखुशी होती. चियांग यांना स्वतःचे नाव ब्रिटिश पंतप्रधानांच्या नावाच्या वर हवे होते, 'येलो माउंटन' येथील टेलिफोन लाइन नादुरुस्त होती. हर्ली यांना पुन्हा चुंगकिंग येथे येऊन मग चियांग यांचा प्रतिसाद पोस्टडॅम येथे कळवायला हवा होता.

त्यात वेळांतील फरक बघता, चिनी लोकांचे उत्तर २६ जुलैला पोचले. नऊ वाजून २० मिनिटांनी संध्याकाळी हे सामूहिक घोषणापत्र बर्लिनहून अध्यक्ष ट्रुमन, जनरल इसिमो चियांग कै-शेक, पंतप्रधान चर्चिल (ते खरे म्हणजे त्याच दिवशी निवडणूक हरले आणि लेबर पार्टीचे क्लेमेंट ॲटली निवडून आले.) ही बातमी राजकीय वर्तुळातून नाही, तर रेडिओवरून प्रसारित करण्यात आली. सॅन फ्रान्सिस्कोच्या लघुलहरी रेडिओवरची ही बातमी सगळ्यात पहिल्यांदा टोकियोत ऐकू आली. ती टोकियोच्या वेळेप्रमाणे २७ जुलैची सकाळ होती.

या जाहीरनाम्यावर सही करायला रशियाला बोलावले नव्हते. खरे म्हणजे रशियाने ऑगस्टमध्ये युद्ध सुरू करण्यास होकारही दिला होता आणि जपानला देण्यात येणाऱ्या निर्वाणीच्या संदेशात आणि कृतीत भाग घ्यायला रशिया उत्सुक होता. तरीही त्यांना घोषणापत्रावर सही करण्यासाठी आमंत्रित केले गेले नव्हते. जेव्हा २६ जुलैला रात्री त्यांना ते पत्र दाखविण्यात आले, तेव्हा त्यांनी आपला अभ्यास होईपर्यंत हे घोषणापत्र प्रसिद्ध न करण्यास सांगितले. त्यावर बायरनेस उत्तरले की, ते आधीच प्रसिद्ध केले गेले आहे.

ट्रुमन, बायरनेस आणि स्टिमसन या तीन अमेरिकनांपैकी एकटे बायरनेस पोस्टडॅम सोडून गेले. जपानबरोबरच्या युद्धानंतरच्या धोरणात युद्धाच्या या शेवटच्या टप्प्यावर बदल न केल्याने ट्रुमन पोस्टडॅमला आले तेव्हा त्यांचा मुख्य उद्देश होता तो म्हणजे रशियाला युद्धात भाग घ्यायला लावायचा. पण सोडताना त्यांना असे वाटू लागले होते की, आता रशियाची गरज नाही. स्टिमसन पोस्टडॅमला आले तेव्हा त्यांचे मत, युद्धोत्तर शस्त्रास्त्र स्पर्धा टाळण्यासाठी अणुशक्तीची ही बातमी रशियासह सर्व जगाला सांगावी, असे होते. पुढच्या तीन दिवसांत त्यांच्या मते, त्यांना रशियाच्या पोलीस स्टेटकडून जो काही दबावाचा अनुभव आला, ते बघून

त्यांचे मत बदलले. जोपर्यंत रशिया संभाषणाचे स्वातंत्र्य देत नाही आणि हक्काचे विधेयक मांडत नाही, तोपर्यंत रशियाला काहीही सांगू नये. रशियाने हक्कासंबंधी विधेयक आणणेही महत्त्वाचे होते. मात्र थोडे पारंपरिक पण सुधारणांच्या बाजूने असलेले स्टिमसन पोस्टडॅमला ट्रुमन आणि बायरनेसकडून बाजूला ढकलले गेले. विशेषतः बायरनेसकडून त्यांचा अगदी संदेश इकडून तिकडे पोचवणारा आणि अधूनमधून सल्ला देणारा, एवढीच किंमत ठेवली गेली.

***

पोस्टडॅम जाहीरनाम्याचा मसुदा जपान सरकारमध्ये सर्वप्रथम वाचणारा वरिष्ठ सदस्य होता, परराष्ट्रमंत्री तोगोंचा उपमंत्री. त्याने तोगोंना सल्ला दिला की ज्या काही अटी घालण्यात आल्या आहेत त्या जपानने मान्य कराव्यात. तसे न करणे मूर्खपणा ठरू शकेल. जपानची स्वीकृती कळवणाऱ्या पत्राचा मसुदा लिहिण्यास त्याने सुरुवातही केली. शांततावादी तोगो वेगळ्या व्यक्तिमत्त्वाचे होते. दुर्दैवाने ते बहिर्मुख, उद्धट आणि नेहमी दुसऱ्यांच्या मतांवर टीका करणारे होते.

"थांब, तुला वाटतंय तितकं ते सोपं नाही." परराष्ट्रमंत्र्यांनी ठाम आवाजात सांगितले. आता जी निर्वाणीची भाषा आहे ती सैन्यातील अधिकारी कधीच मान्य करणार नाहीत. त्यांनी उपमंत्र्याला सांगितले, "या जाहीरनाम्याच्या कायदेशीर बाजूचा बारकाईने अभ्यास कर. त्यामुळे आपल्याला आपल्या इच्छेप्रमाणे विचार करण्यासाठी कदाचित योग्य अर्थ लावता येईल."

सकाळी तोगो हे राजाला भेटायला गेले तेव्हा रशियाबरोबर झालेल्या चर्चा आणि पोस्टडॅम जाहीरनामा याबाबत अहवाल देता आला. जपानने जर या अटी मान्य केल्या नाहीत तर काय परिणाम होतील याची मंत्र्यांना भीती वाटत होती. अजूनही रशियाने मध्यस्थी करून युद्धविराम घडवून आणावा, या विचाराचाच ते पाठपुरावा करत होते. त्याचा काय परिणाम होतो याची वाट बघून नंतर जाहीरनाम्याचा परिषदेच्या घोषणापत्राबाबत विचार करावा.

१०.३० वाजता सर्वोच्च युद्ध समितीची सभा झाली. तोगोंना वाटले की, आधीच्या 'कैरो जाहीरनाम्या'पेक्षा 'जपानची विनाअट शरणागती' या अटीबाबत आता शत्रुराष्ट्रांनी जरा नरमाईची भूमिका घेतली आहे. आता ते सर्व जपानी सैन्य दलाची विनाअट शरणागती मागत आहेत. यावरून मागणीमध्ये थोडा सौम्य बदल झाला आहे असे त्यांना वाटले. त्यांचे विचार असे होते की, जोपर्यंत पोस्टडॅम जाहीरनाम्याबाबतची संदिग्धता दूर होत नाही, विशेषतः राजाच्या दर्जाबाबत, तोपर्यंत ते नाकारू नये असे त्यांचे मत होते. स्टालिनची या घोषणापत्रावर सही नव्हती ही बाब नौदलमंत्री योनाई यांच्या सल्लागाराने नोंदविली

होती. असे चुकून गृहीत धरले गेले होते की, रशियाने तटस्थ राहण्याच्या हेतूने सही केली नसावी. रशिया जपानच्या वतीने शत्रुराष्ट्राशी मध्यस्थी करण्यास तयार आहे, अशी आशा यातून निर्माण झाली.

नौदलप्रमुख तोयोडा या जहाल मतवाद्याने आपले म्हणणे मांडले की, काहीही झाले तरी पोस्टडॅम जाहीरनामा आज ना उद्या जपानी नागरिकांपर्यंत जाणारच. सरकारने एक निवेदन प्रसृत करून त्यात या अटींप्रमाणे आम्ही मान्यता देत नाही असे म्हणावे. कारण प्रतिसाद न दिल्यास आपण घाबरून गेलो आहोत असे वाटेल. पंतप्रधान सुझुकी आणि परराष्ट्रमंत्री तोगो यांनी त्याला विरोध केला. मग असे ठरले की, जोपर्यंत रशियाकडून मध्यस्थीबाबत उत्तर येत नाही, तोपर्यंत पोस्टडॅम जाहीरनाम्यास जपानकडून अधिकृत प्रतिसाद दिला जाणार नाही.

ही माहिती जपानी जनतेपर्यंत कशी पोचवायची याबाबत पूर्ण मंत्रिमंडळाच्या सभेमध्ये दुपारी दीर्घ काळ चर्चा झाली. तोगोंनी मत मांडले की, जोपर्यंत सरकार त्याबाबत आपले मत ठरवत नाही, तोपर्यंत हे जनतेला सांगण्याची गरज नाही. आणखी एक मंत्री म्हणाले की, ही बातमी तर प्रसारित झालेली आहे. त्यामुळे कधी ना कधी जपानी नागरिकांपर्यंत पोचेलच. पण हे त्यांच्या सरकारने त्यांना आधी सांगणे महत्त्वाचे आहे. शेवटी पोस्टडॅम जाहीरनामा संक्षिप्त स्वरूपात, सरकारच्या टिप्पणीशिवाय जनतेसाठी प्रसारित करण्याचे ठरले. प्रसिद्धिमाध्यमांनी यास कमीत कमी प्रसिद्धी द्यावी, अशा सूचना माहिती व प्रसारण आणि गुप्तहेर खात्यांनी वर्तमानपत्र, रेडिओ यांना द्याव्यात, असे ठरले.

यानंतर लगेच सरकार आणि सैन्याचे वरिष्ठ अधिकारी यांची माहितीच्या देवाणघेवाणीसाठी नेहमीची एक बैठक झाली.

अन्य कोणते काम निघाल्याने तोगोंनी या बैठकीस अनुपस्थित राहून एक धोरणात्मक गफलत केली! सैन्यातील एका अधिकाऱ्याने पोस्टडॅम जाहीरनाम्यास नकार द्यावा, असे सुचविले. अंतर्गत कॅबिनेटचे लोक, तोगो नसताना घाईघाईने जवळच्या खोलीत एकत्र आले. युद्धमंत्री अनामी, लष्कर आणि नौदलप्रमुख उमेझु आणि तोयोडा यांनी सरकारने याला ठामपणे नकार द्यावा, असा आग्रह धरला. नौदलमंत्री योनाई यांचे मत डावलले गेले. पोस्टडॅम जाहीरनाम्याकडे सरकार दुर्लक्ष करत आहे, असे सार्वजनिकरीत्या जाहीर करण्यास पंतप्रधान सुझुकींनी होकार दर्शविला.

दुपारी उशिरा सुझुकींनी वार्ताहर परिषद बोलविली. वार्ताहरांनी शत्रुपक्षाच्या अटींबद्दल आपला प्रतिसाद काय, असे विचारले असता त्याकडे दुर्लक्ष करण्याचा शासनाचा इरादा आहे, असे सांगण्यात आले. या वेळेस सुझुकींनी शब्द वापरलेला होता की, त्यावर टिप्पणी करण्याजोगे ते नाही. सुझुकींनी वापरलेला शब्द होता 'मोकुसात्सू'. 'मोकुसात्सू' या जपानी शब्दाचा अर्थ आहे 'शांत राहून

संपवून टाका' - सुझुकींनी असेच म्हटले की हा शब्द मी 'टिप्पणी करण्याजोगे नाही' या अर्थीच वापरला होता. मंत्रिमंडळाने जो निर्णय घेतला होता त्याच्या विरोधी अर्थ यातून निघत होता.

दुसऱ्या दिवशीच्या वृत्तपत्रात हा 'मोकुसात्सू' शब्द नेमका उचलून त्यावर संपादकीय लिहिले गेले. त्याच्या जोडीला 'जपानसाठी हास्यास्पद शरणागतीच्या अटी' असा दणदणीत मथळा 'योमियुरी होची' या वृत्तपत्राने दिला. सरकारचा त्याकडे दुर्लक्ष करण्याचा इरादा असा उल्लेख अधिक, निर्बंध पाळणाऱ्या 'असाही शिम्बुन'ने केला. चार वाजता बॅरन सुझुकी यांनी आणखी एक वार्ताहर परिषद घेतली. यात शत्रूने जो शेवटचा इशारा दिला होता त्याबाबतीत चर्चा झाली. हे कैरो जाहीरनाम्यासारखेच आहे आणि म्हणून सरकार याला फार महत्त्व देत नाहीये. आपण शांतपणे त्याकडे दुर्लक्ष करणार आहोत, असे ते म्हणाले. पण याही वेळेस आपण कोणत्या अर्थी तो शब्द वापरत आहोत याचा खुलासा त्यांनी केला नाही. सुझुकींनी हेही म्हटले की, जिंकेपर्यंत हे युद्ध लढण्याचा सरकारचा निर्धार आहे.

वर्तमानपत्रांत सुझुकींचे निवेदन वाचून तोगो संतापले. ते म्हणाले की, मंत्रिमंडळाने जो निर्णय घेतला आहे त्याला हे धरून नाही. पण त्यानंतर मंत्रिमंडळाचा हा निर्णय झाल्याचे त्यांना आढळले. अर्थात, आता बाटलीतून राक्षस बाहेर पडला होता. आता सुझुकींचे शब्द मागे घेता येणार नव्हते. आता याबाबत तोगो काहीही करू शकणार नव्हते. जगभरातील सर्व वृत्तपत्रांनी सोमवारी सुझुकींच्या विधानाचा समाचार घेतला आणि विशेषत्वाने अमेरिकेत 'दुर्लक्षित' या शब्दाऐवजी 'नकार' हा शब्द वापरला गेला.

संतापलेले परराष्ट्रमंत्री आपल्या मतांचा पाठपुरावा करत जपानच्या या बिकट अवस्थेसाठी उपाय शोधू लागले. त्यांनी मॉस्कोला राजदूत सातो यांना तार पाठविली : 'इंग्लंड, अमेरिका आणि चीन यांनी हा पोस्टडॅम जाहीरनामा तयार केला आहे. त्याबाबत रशियाचे काय मत आहे यावर आपली भविष्यातील धोरणे ठरवणे अत्यंत महत्त्वाचे आहे. आम्हाला असे वाटते की, तातडीने मोलोटोव्ह यांना भेटून याबाबत लवकरात लवकर खुलासा मिळवावा.'

सातो यांनी तोपर्यंत रशियातील वृत्तपत्रांतून आलेल्या पोस्टडॅमबद्दलच्या बातम्या वाचून असा निष्कर्ष काढला की, रशिया मध्यस्थ व्हायला तयार नाही. ३० जुलैला दुपारी उशिरा त्याला सांगितल्याप्रमाणे त्यांनी खात्याचे परराष्ट्र उपमंत्री लोझोव्हस्की यांची भेट घेतली. तो रशियन काहीही आश्वासन द्यायला तयार नव्हता. फक्त म्हणाला की, मी मोलोटोव्ह यांना सांगेन की जपानने जी विनंती केली आहे त्याबद्दल तातडीने सातो यांना उत्तर हवे आहे. सातोंनी पुन्हा एकदा

टोकियोतील अधिकाऱ्यांना समजावण्याचा प्रयत्न केला की रशिया जपानसाठी मध्यस्थी करण्यास तयार नाही. त्याने तोगोंना एक तार संध्याकाळी पाठविली : 'मला वाटते स्टालिनला असे वाटत असावे की जपानशी स्वेच्छेने वायदा करण्याची काही गरज नाही. या मुद्द्यावरून मला तुमचे विचार आणि प्रत्यक्ष वस्तुस्थिती यांत प्रचंड तफावत असल्याचे दिसते.'

तीन दिवसांनंतर तोगो जिद्दीला पेटले. ते म्हणाले, "या क्षणी सर्वांत महत्त्वाचं काम कोणतं तर, आपला विशेष दूत जी मोहीम घेऊन रशियन सरकारकडे जाईल तो स्वीकारण्यासाठी त्यांचं मन वळवणं. स्वतः राजा याबाबत अतिशय काळजीत आहेत आणि नेमकं काय घडतं आहे यावर बारकाईनं लक्ष ठेवून आहेत. पंतप्रधान आणि सैन्याचे नेते, सर्व जण या एका मुद्द्यावर लक्ष केंद्रित करत आहेत. मी तुम्हाला पुन्हा सांगतो की, मोलोटोव्ह यांच्याशी बोलण्याकरता त्यांची वेळ मिळण्यासाठी सर्वतोपरी प्रयत्न करा."

इतर तारांप्रमाणेच ही तारही अमेरिकेच्या गुप्तहेरांनी मिळविली. या तारेत सैन्यातील नेत्यांचा उल्लेख होता. त्यामुळे अमेरिका असा अर्थ काढू शकली असती की, जपानच्या शांततेच्या प्रयत्नांना सर्व नेत्यांचा एकमताने पाठिंबा आहे. खरेच तसे असेल तर, अमेरिकेने आपणहून त्याचा पाठपुरावा केला नाही आणि नंतर जे घडले त्यात सिद्ध झाले की ते खोटे होते. तोगोंनासुद्धा हे पूर्णपणे माहीत होते.

त्याच दिवशी वॉशिंग्टनहून एक निवेदन अध्यक्षांना पाठविले गेले. त्यात स्वित्झर्लंडमध्ये एका जपानी गटाशी संपर्क झाल्याचा अहवाल होता. त्यात त्यांनी वर्णन केले होते की, पोस्टडॅम जाहीरनामा एक धूर्तपणे केलेले घोषणापत्र आहे. ज्यात कोणत्याही तऱ्हेने शक्य असलेले करता येणार नाही. विशेषतः 'विनाअट जपानी सैन्याची शरणागती' या शब्दांना उद्देशून हे म्हटले होते. त्यांनी इशारा दिला की, टोकियो रेडिओवर जे प्रसारित केले गेले, ते अमेरिकेने फार गांभीर्याने घेऊ नये. जपानी नागरिकांचे नीतिधैर्य शाबूत ठेवण्यासाठी केलेला तो एक प्रचाराचा भाग आहे. खरे उत्तर लवकरच अधिकृत पद्धतीने येईल.

***

जपानी नेते शत्रुपक्षाने दिलेल्या निर्वाणीच्या इशाऱ्यावर आपापसांत एकमत होण्यासाठी धडपडत असताना इकडे पोस्टडॅम येथे चालू असलेली परिषद आता संपवावी यासाठी प्रयत्न सुरू झाले होते. २९ जुलैला मोलोटोव्ह ट्रुमन यांना भेटले. आपल्याला सर्दी झाली असून, त्या दिवशी होणाऱ्या परिषदेत मोलोटोव्ह आपले प्रतिनिधित्व करतील, असे स्टालिननी सांगितले. ट्रुमनना शंका होती की

स्टालिन यांची सर्दी बहुतेक ब्रिटनमधील निवडणुकीत जो अनपेक्षित निकाल आला त्यामुळे आलेल्या निराशेतून झाली असावी. स्टालिन यांचे या आंतरराष्ट्रीय दोस्तीच्या राजकारणातील तीन महत्त्वाचे आधारस्तंभ होते. त्यातील दोन गेले म्हणजे मूळ महत्त्वाच्या तीन (Big Three) राष्ट्रांपैकी ते एकटे उरले होते.

मोलोटोव्हना भेटण्याचे पहिले कारण होते ते म्हणजे अतिपूर्वेकडे युद्ध सुरू करायचे झाले तर त्यात रशियाने भाग घ्यावा, अशी विनंती केली जाणार का ते जाणून घेणे. कारण सगळ्यांना असे वाटत होते की, पोस्टडॅम जाहीरनाम्याला जपान नक्कीच नकार देणार. रशियाचा प्रश्न असा होता की, त्यांनी जपानशी युद्धाबाबत तह केला होता आणि तो तह मग मोडावा लागला असता. पण जर मित्रपक्षांनी विनंती केली असती तर सर्वच दोष रशियाकडे आला नसता. अमेरिकेच्या अध्यक्षांच्या मनात शंका होती की असे सुचवणे याचा अर्थ रशियाने युद्धात भाग घेतला म्हणून जय नक्की झाला, असे दर्शवणे हा आहे.

अध्यक्षांनी ब्रिटन आणि बायरनेस यांच्याबरोबर चर्चा केली. एखाद्या देशाने केलेला तह मोडावा, असे अमेरिकेने सुचवावे याबाबत त्यांना काळजी वाटत होती. ट्रुमन यांनी थेट स्टालिनशी संवाद साधला. जेव्हा रशिया आणि चीन यांचे एकमत होईल, तेव्हा अमेरिका असे पत्र पाठवेल, ज्यात नुकत्याच लिहिल्या गेलेल्या पण अंतिम मंजुरी न मिळालेल्या कलम १०३ व १०६द्वारा युनो चार्टरतर्फे रशियाला युद्धात भाग घेण्याची परवानगी मिळेल, असे त्यांनी सुचवले. खासगीत मात्र त्यांना असे वाटत होते की, ती वेळ न येताच युद्ध संपून जाईल.

जेव्हा पोस्टडॅम जाहीरनामा रशियाच्या मदतीशिवाय आणि सहीशिवाय प्रसारित केला गेला, तेव्हा स्टालिनने १ ऑगस्टला अतिपूर्वेकडील रशियाच्या फौजांचा मुख्य म्हणून मार्शल व्हॅसिलेव्हस्की यांची नियुक्ती केली. रशियाचे वरिष्ठ सैन्याधिकारी स्टाव्हका यांनी रेड आर्मीच्या तीन तुकड्यांना तीन आघाड्यांवर सज्ज व्हायला सांगितले. एक पश्चिम-उत्तर सीमा जी मान्च्युरियाची होती आणि दोन पूर्व भागाकडे. ३ ऑगस्ट रोजी मार्शल व्हॅसिलेव्हस्की आणि त्यांचा चीफ ऑफ स्टाफ कर्नल जनरल एस.पी. इव्हानॉव्ह यांनी अहवाल दिला की अतिपूर्वेकडे, सीमेपासून पन्नास किलोमीटर अंतरावर दोनच दिवसांत जास्तीत जास्त सैन्य जमा झालेले असेल. आता ९ ऑगस्टपर्यंत चढाईचा दिवस मागे खेचू शकत होता.

पोस्टडॅम परिषदेत स्टालिन जेव्हा गरज होती तेव्हा स्नेहपूर्ण व नम्र राहिले. त्यांना अमेरिकेचे नवीन अध्यक्ष फारसे आवडले नव्हते; ज्याला त्यांनी 'अगदीच सामान्य दुकानदारासारखा आहे' असे म्हणून महत्त्व द्यायचे नाही, असे ठरविले होते. ते निश्चितच रुझव्हेल्ट यांच्यासारखे नव्हते. स्पष्टपणे जरी अणुबॉम्बचा उल्लेख केला गेला नसला तरीसुद्धा त्याचे अस्तित्व जाणवेल अशी अस्वस्थता नक्की होती.

स्टालिननी हेही ओळखले होते की, ट्रुमन यांचा धूर्त सल्लागार, नवा सेक्रेटरी ऑफ स्टेट बायरनेस हे राजकीय लाभ उठविण्यासाठी 'अणू राजकारण' म्हणजे आण्विक शक्तिप्रदर्शन करत आहेत. या शक्तीपुढे मोडून पडण्याखेरीज आणखी एकच प्रतिसाद शक्य होता आणि तो म्हणजे या दोन्ही उगवत्या महासत्तांनी परस्पर विनाशाच्या मार्गावर वेगाने घसरत जाणे... स्टालिनना हे भविष्य स्पष्ट झाले नसले तरी ते अजिबात आनंदी नव्हते.

सहा

नागासाकी, मंगळवार ७ ऑगस्ट १९४५

हॅरी ट्रुमन 'यू एस एस ऑगस्टा' या जहाजावर सकाळचे जेवण घेत होते तेव्हा जपानमध्ये मध्यरात्र झाली होती. पोस्टडॅम परिषदेहून निघून चार दिवस झाले होते आणि जहाज प्लायमाउथमधून बाहेर पडून न्यूफाउंडलँडच्या दक्षिणेकडे होते. राष्ट्राध्यक्ष 'ऑगस्टा' जहाजाच्या कर्मचाऱ्यांच्या जेवणाच्या खोलीत त्यांच्या सोबत जेवण घेण्यासाठी आले होते; पण अधिकाऱ्यांनी आपापल्या खोल्यांत कुठेतरी दुसरीकडे जेवण केले होते. पण ट्रुमन स्वतः लोकशाही तत्त्व पाळणारे होते. त्यामुळे त्यांच्या दृष्टीने खलाशांबरोबर भोजन करणे, ही व्यावसायिक दृष्टीने चांगली बाब होती. ट्रुमनचे सेक्रेटरी ऑफ स्टेट जेम्स बायरनेसदेखील जहाजावर होते; पण ते त्याच खोलीत दुसऱ्या टेबलावर बसून जेवत होते. दक्षिणेकडील सामान्य कौटुंबिक पार्श्वभूमी असलेला हा वकील पडद्यामागचा उत्तम राजकारणी कार्यकर्ता होता. त्यांनी असे करण्यामागचे ट्रुमन यांचे राजकीय धोरण समजून घेतले होते किंवा कदाचित त्यांनीच हे सुचवलेदेखील असेल.

व्हाइट हाउस कर्मचाऱ्यांपैकी एक असलेला कॅप्टन फ्रँक ग्रॅहॅम हातात एक तार आणि नकाशा घेऊन आल्याने या सामान्य माणसामुळे खलाशांबरोबरचे अध्यक्षांचे जेवण मध्येच थांबवण्यात आले. या जपानच्या नकाशावर हिरोशिमाभोवती लाल रंगाने वर्तुळ काढले होते. तोपर्यंत लक्षात ठेवायला कठीण नाव असलेले शहर एवढीच त्या शहराची ओळख होती. तार हेन्री स्टिमसन यांनी पाठविली होती.

युद्ध विभागाच्या सचिवाकडून

मा. अध्यक्षांकरता,

वॉशिंग्टनच्या वेळेनुसार ५ ऑगस्ट रोजी सायंकाळी ७.१५ मिनिटांनी हिरोशिमावर मोठा बॉम्ब टाकण्यात आला. पहिल्या अहवालानुसार आधीच्या चाचणीपेक्षा याचा दृश्य परिणाम हा खूपच जास्त आहे. मोहीम यशस्वी झाली आहे.

ट्रुमन अत्यानंदाने ताडकन उभे राहिले आणि आपल्या कर्मचाऱ्याचा हात हातात घेऊन म्हणाले, "ही इतिहासातील सगळ्यात महत्त्वाची बाब आहे."

ग्रॅहॅमला सांगण्यात आले होते की, ती तार सेक्रेटरी ऑफ स्टेट यांनाही दाखवावी. ट्रुमन खाली बसले आणि शांततेत आपल्याच विचारांमध्ये बुडून गेले. त्यांच्याबरोबर बसलेले त्यांच्याकडे चोरून बघत होते व संभाषण करणे अवघड व्हावे, इतके त्यांचे लक्ष विचलित झाले होते. निश्चितच खूप काही महत्त्वाचे घडले होते.

काही क्षणांतच दुसरा अहवाल आला. कॅप्टन पार्सन्स यांनी जो गुप्त संदेश टिनियनला पाठविला होता त्याचा तो अनुवाद होता.

ट्रुमननी तो वाचला आणि जवळच्या टेबलावर बसलेल्या बायरनेसकडे ते गेले आणि म्हणाले, "जिम ही घरी जाण्याची वेळ आहे." त्यांनी एक ग्लास आणि काटा टेबलावरून उचलला आणि जोरात काटा ग्लासवर आपटला. सबंध खोलीत शांतता पसरली. अध्यक्षांनी खलाशांना नवीन शस्त्राबाबत सांगितले आणि असेही सांगितले की, युद्ध लवकर संपल्यामुळे अमेरिकेच्या अनेक जवानांचे प्राण वाचतील. आता पुढच्या भाषणांची ती पहिली तालीम होती. साहजिकच या घोषणेमुळे टाळ्यांच्या गजराने खोली भरून गेली.

ट्रुमन आणि बायरनेस अधिकाऱ्यांच्या खोल्यांकडे गेले तेव्हा ट्रुमनच्या चेहऱ्यावर ऐसपैस हसू होते. ट्रुमन त्या सर्वांना म्हणाले, "आपण आता जपानवर असा बॉम्ब टाकला आहे की त्याची शक्ती २० हजार टन टी.एन.टी.पेक्षा जास्त आहे. हा आपला अभूतपूर्व विजय आहे आणि आपण या जुगारात जिंकलो आहोत."

वॉशिंग्टन येथे ६ ऑगस्टला सकाळचे अकरा वाजले होते (टोकियोत तेव्हा मध्यरात्र होती.). कॅनडाच्या समुद्रात राष्ट्राध्यक्ष जेवण घेत असताना कॅनडाच्या समुद्रकिनारी अमेरिकेतील रेडिओ केंद्रांवरून अध्यक्ष ट्रुमन यांचे तयार केलेले भाषण प्रसारित केले जात होते. ट्रुमन यांनी ते जहाजावरच्या रेडिओवर ऐकले. अमेरिकेच्या जनतेला असे सांगण्यात आले की, अमेरिकेने एक अगदी नवीन प्रकारचा बॉम्ब म्हणजे 'अणुबॉम्ब' जपानमधील हिरोशिमा शहरावर टाकला आहे. इतर जगाला आणि जपानलाही ते महत्त्वपूर्ण वृत्त सांगितले आहे. त्या निवेदनाच्या भाषेत दोन

ओळींमध्ये अध्याहृत असलेला संदेश हा रशिया, स्टालिन, त्यांचे सैन्याधिकारी आणि सल्लागारांसाठी होता.

अध्यक्षांचे निवेदन असे होते :

सोळा तासांपूर्वी अमेरिकेच्या विमानाने जपानचा महत्त्वाचा लष्करी तळ असलेल्या हिरोशिमा शहरावर एक बॉम्ब टाकला आहे. या बॉम्बमध्ये २० हजार टन टी.एन.टी.पेक्षा अधिक शक्ती होती. ब्रिटनच्या 'ग्रँड स्लॅम' या बॉम्बपेक्षा यात विध्वंसाची ताकद दोन हजार पट अधिक होती. आतापर्यंत ग्रँड स्लॅम हा युद्धाच्या इतिहासातील सगळ्यात मोठा बॉम्ब होता.

जपानी लोकांनी पर्ल हार्बरवर विमानाने हल्ला करून युद्धाला तोंड फोडले, त्याची कितीतरी अधिक पटींनी परतफेड करण्यात आली आहे आणि हा काही शेवट समजू नये. या बॉम्बच्या शोधाने आम्ही आमच्या सैन्याची ताकद एका क्रांतिकारी पद्धतीने वाढविली आहे. या नवीन आणि अधिक विध्वंसक शस्त्रामुळे आमचे सैन्य मजबूत झाले आहे. आत्ता जसे बॉम्ब तयार केले आहेत तसे त्यांची आणखी निर्मिती होते आहे आणि एवढेच नाही, तर याहून अधिक शक्तिशाली बॉम्ब आम्ही विकसित करत आहोत.

हा अणुबॉम्ब आहे. यात जणू विश्वाची मूलभूत ऊर्जा साठविलेली आहे. अशी शक्ती, जिथून सूर्य आपली ऊर्जा घेतो. ज्यांनी या अतिपूर्वेकडील देशांमध्ये युद्ध सुरू केले त्यांचा पाडाव करण्यासाठी ही वापरली जात आहे.

निवेदनात पुढे म्हटले होते, अमेरिका आणि ब्रिटनच्या पाच वर्षे चाललेल्या या गुप्त संशोधन मोहिमेत हजारो कामगारांचा सहभाग होता आणि त्यांपैकी अनेकांना ते कशासाठी काम करत आहेत, हेही ठाऊक नव्हते.

आम्ही या ऐतिहासिक वैज्ञानिक जुगारात दोन अब्ज डॉलर्स खर्च केले आहेत आणि आम्ही जिंकलो आहोत. जपानच्या भूमीवर जे-जे उद्योग, कारखाने उभे असतील ते सगळे लवकरात लवकर संपूर्णपणे नष्ट करण्यासाठी आम्ही आता सज्ज आहोत. आम्ही त्यांची बंदरे, कारखाने, त्यांची संवादाची साधने सर्व उद्ध्वस्त करू. जपानच्या युद्ध लढण्याच्या क्षमतेवरच हल्ला करण्यात आम्ही आता कोणतीही चूक करणार नाही. जपानी नागरिकांचा संहार वाचावा म्हणून २६ जुलै रोजी पोस्टडॅम परिषदेत निर्वाणीचा इशारा दिला गेला होता. पण त्यांनी हा इशारा धुडकावून लावला. त्यांना जर आता आमच्या अटी मान्य नसतील तर मग त्यांनी आता या अवकाशातून पडणाऱ्या विनाशाच्या पावसासाठी सिद्ध व्हावे. असा विनाश या जगाने अजूनपर्यंत बघितला नसेल.

हे निवेदन डोमेई न्यूज एजन्सीने ऐकले. त्यांच्यातर्फे टोकियोबाहेर एक मोठे प्रसारण केंद्र चालविले जायचे. तेथे ५० कर्मचारी काम करत असत आणि त्यात बऱ्याच 'निसेई' मुली होत्या, ज्यांचे जन्म अमेरिकेत झाले होते. त्या अमेरिकेचे लघुलहरींवरील प्रसारण ऐकत असत. अमेरिकेतील सर्व आकाशवाणी केंद्रे अध्यक्ष टुमन यांचे निवेदन प्रसारित करत असल्याचे एक वाजता नियंत्रण कक्षाच्या प्रमुखाला सांगण्यात आले. जो बॉम्ब हिरोशिमावर टाकण्यात आला आहे त्याचे वर्णन 'ॲटॉमिक बॉम्ब' असे करण्यात आले आहे, असे त्यात म्हटले होते.

तेथील अधिकाऱ्याने लगेच सैजी हासेगावा या आपल्या वरिष्ठाला फोन केला. डाय-इची हॉटेलमध्ये डोमेईचे परराष्ट्राच्या बातम्या हाताळणारे संपादक अजून झोपेत होते. त्यांना उठवल्यामुळे आधीच ते त्रस्त होते, त्यात हे 'अणुबॉम्ब' प्रकरण त्यांना माहीत नव्हते. पण जे ते ऐकत होते त्याचे महत्त्व त्यांना समजत होते. हासेगावा धावतच आपल्या कार्यालयात पोचले. त्यांनी मशिनवर येणारे बातमीचे कागद वाचायला सुरुवात केली. मग त्यांनी जपानच्या कॅबिनेटच्या सचिवाला फोन केला. तो तेव्हा पंतप्रधानांच्या अधिकृत निवासाच्या तिसऱ्या मजल्यावर असलेल्या ऑफिसमध्येच राहत होता.

हिसात्सूने साकोमिझू डोळे चोळत झोपायच्या खोलीतील टेलिफोन उचलून ऐकू लागले आणि त्या वार्ताहराने सांगितलेल्या बातमीने त्यांची झोप कुठल्या कुठे पळाली! आदल्या दिवशीच्या अर्धवट आलेल्या माहितीतून अमेरिकेने एक नवीन शस्त्र जपानविरुद्ध वापरले आहे एवढे त्यांना माहीत होते. तो अणुबॉम्ब आहे हे कळल्यावर ज्याची शक्यता होती; पण एवढ्या लवकर होणार नाही, असे वाटत होते ते प्रत्यक्षात आल्यावर ते आणि त्यांचा छोटा गट ज्या युद्धसमाप्तीसाठी आटोकाट प्रयत्न करत होते, ते प्रत्यक्षात आणण्याची संधी समोर आली आहे, असे त्यांना वाटू लागले. त्यांनी टुमनच्या निवेदनाची प्रत स्वतःला, तसेच युद्ध आणि परराष्ट्रमंत्र्यांना पाठवायला सांगितली.

ही बातमी सांगण्यासाठी कॅबिनेट सचिवांनी पंतप्रधानांना फोन केला. ती जर खरी असेल तर आता जपानने अशी शस्त्रे असणाऱ्या शत्रूविरुद्ध युद्ध सुरू ठेवणे शक्य नव्हते. कारण आता जपान स्वतःला वाचवू शकणार नव्हता. पण यातून एक संधी मिळू शकणार होती, त्यात स्वतःची प्रतिष्ठा न घालविता युद्ध संपवता येणार होते. शिवाय अशा परिस्थितीत युद्ध चालू ठेवणे जपानला शक्य नाही म्हणून सैन्यावर दोषारोप ठेवता येणार नव्हता. दोष ठेवायचाच तर बॉम्बवर किंवा शत्रूच्या शास्त्रज्ञांनी केलेल्या प्रगतीसारखी प्रगती जपानी शास्त्रज्ञांनी केली नाही व बॉम्ब विकसित केला नाही याचे खापर शास्त्रज्ञांवर फोडता आले असते. ही अगदी झकास सबब झाली असती. त्या दिवशी दुपारी कॅबिनेटची एक सभा बोलवावी, असे

कॅबिनेट सचिवांनी सुचवले. त्याला पंतप्रधान सुझुकी यांनी होकार दिला.

याचदरम्यान हासेगावा यांनी शांतता प्रस्तावाचे मुख्य प्रेरणास्त्रोत, परराष्ट्रमंत्री शिगेनोरी तोगो यांना फोन केला. जोपर्यंत साकोमिझू यांनी फोन केला, त्याच्या आधीच डोमेई संपादकांकडून तोगोंना बातमी कळली होती. यात कोणता बॉम्ब वापरला हेसुद्धा समजले होते. त्यामुळे त्यांनाही यात संधी आहे असे वाटले. त्यामुळे लवकरात लवकर कॅबिनेट सभा व्हावी, असे त्यांचेही मत होतेच.

***

लॉस अलमॉसच्या आपल्या खोलीत ओट्टो फ्रिश्च विचारात दंग असताना त्याच्या एका सहकाऱ्याने त्याच्या हातात आलेली खळबळजनक बातमी सांगण्यासाठी त्याच्या खोलीचे दार उघडले. एका अणुबॉम्बने संपूर्ण हिरोशिमा शहर बेचिराख करता आले होते. जवळजवळ एक लाख लोक मारले गेले होते. १९३३ मध्ये नाझी जर्मनीत ज्यूंचे कांड चालू असताना ज्यू असलेला फ्रिश्च तेथून पळाला होता. दहा वर्षांनंतर त्याने या मॅनहॅटन मोहिमेत नोकरी धरली होती. त्याने देश सोडल्यानंतर युरोपमध्ये युद्धकाळात काय काय घडले याची त्याला जाणीव होती. त्यामुळे इतक्या लोकांना मारल्याच्या आनंदात सांता फे येथील फोंडा हॉटेलमध्ये विजयाची मेजवानी देण्याकरता धावपळ करणाऱ्या सहकाऱ्यांना बघून तो अस्वस्थ झाला- लोकांना मारून आनंद कसा साजरा करता येतो?

त्या संध्याकाळी लॉस अलमॉसच्या सभागृहामध्ये रॉबर्ट ओपनहेमर या अत्यंत संवेदनक्षम व सुसंस्कृत मानवतावादी गृहस्थाचे भाषण झाले. सभागृहात बसलेल्या आणि आनंद व्यक्त करणाऱ्या शास्त्रज्ञांमधून चालत जाताना हाताची मूठ हवेत उडवत ते गेले. या लॉस अलमॉसच्या चमूचे नेतृत्व करताना त्यांचा आत्मविश्वास दुणावला होता आणि व्यक्तित्वही बदलले होते. अगदीच पुटपुटणाऱ्या संशोधकाचा एकदम लोकनायक झाला होता. त्यांनी श्रोत्यांना असे सांगितले की, या बॉम्बचे संशोधन पुरेसे आधी झाले नाही याची मला खंत होती; कारण ते जर्मनीच्या विरोधात वापरता आले नाहीत. सर्व श्रोते आनंदाने आरोळ्या देत होते. या काही काळापुरती ही लॉस अलमॉस वसाहत जणूकाही एका तरंगणाऱ्या फुग्यात जगत होती!

***

जोसेफ स्टालिनना क्रेमलिनमधील त्यांचे अधिकृत निवासस्थान काही फारसे आवडले नव्हते. ते खूपच मोठे आणि त्यांच्या जॉर्जियन पारंपरिक आवडीच्या मानाने अधिक सजविलेले होते. जरी ते उशिरापर्यंत काम करत बसले तरी ते त्यांच्या ग्रामीण भागात असलेल्या व्हिलामध्ये झोपणे पसंत करत असत. शिवाय ते सुरक्षितही होते.

त्यांना चारही बाजूंस दोन सुरक्षाभिंतींचे कुंपण होते, तसेच धिप्पाड, रशियन वुल्फहाउंड जातीचे कुत्रे राखण करत असत. १९३२मध्ये त्यांच्या बायकोने आत्महत्या केल्यावर स्टालिनसाठी मॉस्कोपासून २० किलोमीटर दूर ही इमारत बांधण्यात आली होती.

६ ऑगस्टला दुपारी पाचनंतर, टोकियोत तेव्हा रात्र होती. स्टालिनना हिरोशिमावर झालेल्या बॉम्बहल्ल्याबाबतची बातमी ऐकली. त्यांनी त्यांच्या संध्याकाळच्या सर्व भेटीगाठी रद्द केल्या आणि त्यांच्या ग्रामीण भागातील घराकडे गेले. त्यांची मुलगी स्वेतलाना तेथे होती. १९ वर्षांची स्वेतलाना विवाहित होती; पण तिचा नवरा तिथे नव्हता. तिच्या वडिलांनी त्याच्याशी कोणताही संबंध ठेवायचे नाकारले होते. 'नेहमीचेच लोक भेटायला आले' असा उल्लेख स्वेतलानाच्या आत्मचरित्रात आहे. या नेहमीच्याच लोकांमध्ये मोलोटोव्ह, बेरिया आणि देशाच्या संरक्षण समितीचा एक सामर्थ्यवान सदस्य मालेनकोव्ह यांचा समावेश होता. ते सगळे जेवणाच्या खोलीत बसले आणि या नव्याने उदय पावणाऱ्या अणुपर्वाबद्दल चर्चा करू लागले. अर्थात तोपर्यंत त्याच्या परिणामांबाबत त्यांना कल्पना नव्हती! स्टालिन तर रात्री जागणाऱ्या घुबडासारखे होते. रशियाच्या जनतेवर अणुबॉम्ब वापरला गेल्याच्या बातमीचा फार परिणाम झाला नाही. रशियातील वृत्तपत्रे 'आयझ्व्हेस्तिया' आणि 'प्रवदा' यांनी ट्रुमन यांचे निवेदन संक्षिप्त स्वरूपात पण निवेदनाच्या पहिल्या पानापासून छापले. रशियाच्या राजकारणी नेत्यांना ही घटना गंभीर वाटली.

हिरोशिमा हल्ल्याने रुझव्हेल्ट आणि चर्चिल यांच्याबरोबर साधल्या गेलेल्या राजकीय समतोलाचे गणित बिघडले, असे स्टालिनना वाटत होते. हे फार निराशाजनक होते. आता जगाच्या सत्तेच्या राजकारणात नवीन वास्तव निर्माण झाले होते- ज्याचा आता रशियाला धोका होता. जर्मनीवर विजय मिळविण्यासाठी केलेली सगळी धडपड यामुळे वाया गेली, अशी भावना झाली. जपानप्रमाणेच कदाचित रशियालासुद्धा अणुलक्ष्य करण्यात येईल, असेही रशियातील नेत्यांना वाटू लागले आणि ते खरेच होते. रशियाविरुद्ध वापरण्यात आलेले हे 'अणू' ब्लॅकमेल आहे आणि यातून एक नवीन, अधिक भयानक विध्वंस करणारे युद्ध होऊ शकते, हेही जाणवले.

या सगळ्यात सर्वांत महत्त्वाचा मुद्दा होता तो आता वेळ वाया न घालविता, भविष्यात होणारे अणुहल्ले टाळण्यासाठी जपान लगेच शरणागती पत्करण्याची शक्यता. रशियाने अजून मान्च्युरियावर हल्ला चढविला नव्हता आणि ती बाब याल्टा तहाप्रमाणे एखाद्या विमा पॉलिसीसारखी भविष्यात सुरक्षितता देणारी होती. पण आता ही संधी हातून निसटली होती.

***

हिरोशिमातील संरक्षक खंदकांत रात्रभर जागल्यानंतर अकिरा इवानागा आणि कुनियोशी सातो त्यांच्या आधीच्या उद्ध्वस्त झालेल्या निवासस्थानी आले. त्या सगळ्या विखुरलेल्या वस्तूंमधून त्यांनी आपल्या बॅगा शोधून काढल्या. त्या त्यांनी आदल्या सकाळीच भरून ठेवल्या होत्या. आता नागासाकीहून आलेले हे पाहुणे पश्चिमेला कोई रेल्वे स्टेशनकडे चालू लागले. आकाशात जमलेल्या धुळीच्या ढगामुळे अजूनही आकाश झाकोळलेले होते. शिवणयंत्रे, सायकली जमिनीवरच जळत होत्या. रस्त्याच्या दुतर्फा जसे मेलेले प्राणी आणि माणसे दिसत होती तशीच ती नदीतपण दिसत होती. धूर आणि मृत्यूचा एक भयानक वास हवेत तरंगत होता. एके ठिकाणी जेथे पूल नष्ट झाला होता तेथे तरंगणाऱ्या प्रेतांना बाजूला सारत जिवंत माणसे वाट शोधत होती.

या सकाळच्या उदास वातावरणात त्सुतोमू यामागुची समुद्रकिनाऱ्यावर मासेमारीच्या बोटीखालून रांगत बाहेर आला. त्याने तेथे आश्रय शोधला होता. त्याच्या भाजल्याच्या जखमांची अजूनही आग होत होती. त्याने एक पूर्ण दिवस अन्न खाल्ले नव्हते. फुटलेल्या पाइपमधून गळणाऱ्या पाण्याने त्याला वाचवले होते. काय करायचे हे न ठरवता आल्याने सुरुवातीला तो दिशाहीन भटकत राहिला; पण तेवढ्यात कोई स्टेशनहून नागासाकीला जाणाऱ्या रेल्वेचा आवाज त्याला ऐकू आला. घराजवळ जाऊन आपली भरलेली बॅग घ्यावी हे वेदनांनी तळमळणाऱ्या यामागुचीच्या लक्षातच आले नाही. तो तसाच स्टेशनच्या दिशेने निघाला. भाजून कोळसा झालेली अनेक प्रेते वाटेत पडली होती. एक प्रेत खालच्या बाजूने अगदी हाडांपर्यंत जळले होते. आतील अवयव आता उघडे पडले होते. सतत होणाऱ्या वेदनांमुळे त्याचा मेंदू सुन्न होऊन गेला होता; त्यातच हा भयानक संहार तो बघत होता. एखाद्या यंत्रवत वस्तूसारखे त्याचे शरीर पुढे पुढे चालले होते. त्याचे सुव्यवस्थित विश्व उद्ध्वस्त झाले होते. आता फक्त आपले घर हा एकच विचार त्याच्या मनात होता.

नदीत तरंगणाऱ्या प्रेतांवरून रांगतच त्याने नदी ओलांडण्याचा प्रयत्न केला. त्या प्रेतांवरून तो हात आणि गुडघे टेकत पुढे निघाला होता. एक मृतदेह त्याच्या वजनाने बुडाला आणि त्याच्या पाठोपाठ यामागुचीसुद्धा पाण्यात पडला. त्यामुळे त्याची भाजलेली त्वचा ओली होऊन वेदनांचा डोंब उसळला. मग परत कोरड्या जमिनीवर येऊन तो तसाच प्रवाहाच्या वरच्या बाजूने चालत राहिला. मग त्याला पूल सापडला. पूल फक्त एका खांबावर पण शाबूत होता. हळूहळू त्यावरून जाऊन त्याने दुसरा किनारा गाठला. प्रेतांचे ढीग रचण्याचे काम काही माणसे करत होती. त्यांच्यावर पेट्रोल, तेल टाकून ती जाळून टाकण्यात येत होती. त्यामुळे त्या धुळीच्या ढगात या जळणाऱ्या तेलाचा धूरही मिसळत होता.

पश्चिमेकडे निघालेल्या यामागुचीच्या प्रवासातील शेवटचा पूल होता रेल्वेचा.

पाण्याच्या पातळीच्या वर, उंचावर, रेल्वेचा रूळ म्हणजे लोखंडाची एक अरुंद पट्टी होती. त्यावरच स्वतःचा तोल सांभाळत जाणे खूप वेदनादायी होते. बॉम्बबरोबर एका पॅराशूटद्वारा टाकल्या गेलेल्या एका ॲल्युमिनिअम कॅप्सूलभोवती कोई स्टेशनजवळ बघ्यांचा मोठ्ठा घोळका जमला होता. त्यांच्यात वरून टाकली गेलेली वस्तू नीट बघण्यासाठी सगळेच टाचा उंचावून, माना वाकड्या करून बघत होते. लोकांना थोडे नम्रपणे ढकलून पुढे जाण्याचा प्रयत्न करत होते. तो बॉम्ब आहे की नाही याबाबत खात्री नसल्यामुळे दोन पोलिस बघ्यांना दूर ढकलण्याचा अयशस्वी प्रयत्न करत होते. जवळच आपल्या मृत बाळासाठी एक महिला अंगाईगीत म्हणत होती. एक महिला त्या खंदकाच्या दाराजवळच नग्नावस्थेत पडली होती. तिचे स्तन पूर्णपणे फाटले होते आणि तिच्या मृतदेहाजवळच एक बाळ खेळत होते. त्या दुःखद शांततेत त्या बाईचे अंगाईगीत म्हणजे दुसऱ्या जागेहून पाइपद्वारा वाहून आणल्यासारखा आवाज वाटत होता. नागासाकीकडे जाणाऱ्या रेल्वेबद्दलच्या संभाषणानंतर त्या महिलेचे गाणे हा एक मानवी आवाज यामागुचीच्या डोक्यामध्ये पोचू शकला होता.

***

अमेरिकेच्या लष्करी हवाई दलाचा, सहा धावपट्ट्या असणारा तळ तयार करण्यासाठी टिनियनची भव्य 'कोरल रिज' तासून निम्मी करण्यात आली होती. या सर्व धावपट्ट्या तीन किलोमीटर लांबीच्या आणि दहा लेन्स रुंद अशा होत्या. शेकड्यांनी विमाने त्या धावपट्ट्यांजवळ रांगेत उभी होती. आकाशातून बघितल्यास एका मोठ्या विमानवाहू जहाजावरून दर पंधरा मिनिटांनी बी-२९ या जातीची विमाने उड्डाण करत असल्यासारखे दिसत होते. या भागात निसर्ग जणू मानवी तंत्रज्ञानाला शरण आला होता.

एक हजार ६७० मिशिनरी लोकांचे शिरकाण करून तेथील मूळ निवासींना स्पॅनिश लोकांनी ठार केल्यावर आता ती जागा गुरांना चरण्यासाठी आणि कुष्ठरोग्यांच्या वसाहतीसाठी वापरली जायची. नंतर ती जर्मन लोकांना विकली. पहिल्या जागतिक महायुद्धाला सुरुवात झाल्यावर जपानने मरियनास बेटे जिंकली; पण ग्वाम घेता आले नाही. मग टिनियनवर ऊस लावण्यासाठी ते भाडेपट्ट्याने जपान सरकारने १९२२ च्या लीग ऑफ नेशन्सच्या ठरावाप्रमाणे दिले. यात १८ हजार जपानी आणि कोरियाहून आलेले मजूर झपाट्याने वाढले.

१९४४ च्या जुलैमध्ये अमेरिकेने टिनियनवर कब्जा मिळविला; पण तेथील जंगलात कुठे कुठे शत्रूचे सैन्य लपून बसले. एक वर्षानंतर ते फक्त थोडाफार उपद्रव देण्यापुरते उरले होते. जपानने त्या बेटावर चार धावपट्ट्या बांधल्या होत्या. अमेरिकन बॉम्बरसाठी या धावपट्ट्या अधिक वाढवून मोठ्या केल्या गेल्या. नॉर्थ फील्ड क्र. ३

हा आग लावणाऱ्या बॉम्बफेकीसाठी वापरला जात असे, तो आता अणू मोहिमेसाठी वापरला जाऊ लागला. १९४७ मध्ये आयडलवाइल्ड विमानतळ (सध्याचा जेएफके) न्यू यॉर्कमध्ये सुरू करण्यात आला. तो जगातील सर्वांत मोठा व्यापारी विमानतळ होता. टिनियनच्या पश्चिमेकडील फील्ड क्र. ३ च्या जवळजवळ अर्धे तर त्याचे शिखर होते.

मॅनहॅटन प्रकल्पातील प्रत्यक्ष बॉम्ब सादर करणारा अल्बर्टा प्रकल्पाचा चमू जूनच्या मध्यापासूनच टिनियनवर होता. लॉस अलमॉस येथे ओपनहेमर यांचे जे त्यांच्या खालोखालचे अधिकारी डीक पार्सन्स, या मोहिमेचे सूत्रधार होते. टिनियनचे संयुक्त प्रमुख होते पार्सन्स, जनरल ग्रोव्हजचे उपमुख्य अधिकारी जनरल थॉमस फॅरेल, शिवाय नौदलाचे प्रतिनिधित्व रिअर ॲडमिरल डब्ल्यू. आर. पर्नेल करत होते. पण त्यांचे प्रत्यक्ष कार्यात फारच कमी योगदान होते. या प्रकल्पाच्या जागी वातानुकूलनाची सोय असलेल्या स्टीलच्या कमानी असलेल्या 'रिब हट्स' - उभारलेल्या होत्या. यांत दोन खास खड्डे होते व त्यावर हायड्रॉलिक लिफ्ट्स होत्या. ज्यांचा उपयोग विमानामध्ये बॉम्ब ठेवण्यासाठी करण्यात येणार होता.

प्रकल्पाचे इंजिनीअर्स, वैज्ञानिक आणि तंत्रज्ञ ७ ऑगस्ट रोजी सकाळी सहा वाजता उठले. रोज ते सात वाजता नाश्ता करत आणि मग लगेच कामाला लागत. ज्या दिवशी 'लिटल बॉय' नावाचा अणुबॉम्ब हिरोशिमावर टाकण्यात आला, त्याच्या दुसऱ्या दिवशी त्यांनी प्लुटोनिअम कोअर असलेल्या दुसऱ्या बॉम्बची जोडणी त्या थंड असलेल्या स्टीलच्या हटमध्ये, जिला शेड म्हणत असत- तेथे सुरू केली. त्याचे नाव होते 'फॅट मॅन'. तेथे काम करणारे कर्मचारी त्याला बॉम्ब कधीच म्हणत नसत. ते त्याला 'द गॅजेट' म्हणत.

या नवीन बॉम्बचे टोपणनाव अल्बर्टा प्रकल्पाचे वैज्ञानिक, रॉबर्ट सर्बर यांनी ठेवले होते. सिडनी ग्रीनस्ट्रीटने जी भूमिका रंगविली होती त्या 'माल्टीस फाल्कन'मधील एका व्यक्तिरेखेवरून हे नाव ठेवण्यात आले होते. सर्बर हे गुप्तहेर कादंबऱ्यांचे शौकीन होते. त्याआधी त्यांनी 'लिटल बॉय' आधीच्या बॉम्बला 'थिन मॅन' हे नाव डॅशेल हॅमेटच्या कादंबरीतील व्यक्तीवरून दिले होते. हा प्लुटोनिअम बॉम्ब जेव्हा विकसित केला गेला, तेव्हा त्याच्या मूळ दुहेरी उपयोग असणाऱ्या केसिंगमध्ये फेरफार केले गेले आणि मग त्याचे नाव बदलण्यात आले. कदाचित सर्बरकडे हॅमेटचे पुस्तक संदर्भासाठी नसावे किंवा नाव देण्याचे काम दुसऱ्या कुणावरतरी सोपवण्यात आले असावे. बॉम्बची नावे बहुतेक चर्चिल आणि रुझवेल्टवरून ठेवण्यात आली असावी, असे म्हटले जाते. पण अमेरिकन लोक आपल्या बॉम्बचे नाव ब्रिटिश राजकारण्यांवरून कशाला देतील? तरीसुद्धा या बॉम्बसंबंधीचा पत्रव्यवहार नेहमी अशा पद्धतीने होत असे, ज्यात दोन नेत्यांचा संदर्भ असे. गुप्तता राखावी

म्हणून असे केले जाई. बॉम्बचे हस्तांतर करताना असे वर्णन केले जाई की, जणू फॅट मॅनच्या वस्तू चर्चिलच्या असाव्यात असे भासावे.

मूळ योजनेप्रमाणे ग्रोव्हजने ठरविले होते की, पहिल्या बॉम्बहल्ल्यानंतर पाच दिवसांनी दुसरा टाकायचा. या अस्त्राचे उत्पादन मोठ्या प्रमाणात करणे शक्य आहे हे जपानच्या लोकांना पटावे, हा त्यामागचा हेतू होताच. शिवाय त्यांना शरणागतीबाबत विचार करायलाही पुरेसा अवधी असावा, म्हणून ती तारीख ११ ऑगस्ट ठरविली होती. पार्सन्सचा टिनियनला असलेला नागरी उपअधिकारी नॉर्मन रॅमसे याने ७ तारखेनंतर असे सुचविले की, हा दिवस एक दिवस आधी म्हणजे १० ऑगस्टसुद्धा करता येईल! त्याने हे कर्नल टिब्बेट्सना सांगितल्यावर त्यांनी उत्तर दिले की, 'फॅट मॅन' ९ ऑगस्टलाच टाकण्यासाठी सज्ज करायला हवा. त्यानंतर पाच दिवस वाईट हवामानाचे आहेत, असे वर्तविले गेले होते. 'करू शकतो' हा टिब्बेट्स यांचा दृष्टिकोन रॅमसेला पटला. काही काही कामे झटपट करावी लागली असती; पण ते त्यांना शक्य वाटत होते. हिरोशिमावरील बॉम्बहल्ल्यानंतर विमानावर झालेल्या परिणामांचे मोजमाप करण्यासाठी चक स्वीनीच्या 'द ग्रेट आर्टिस्टे' विमानाला काही साधने लावून ठेवलेली होती. विशेषतः रेकॉर्डिंग करणारी यंत्रणा सोडण्यासाठी एक खास गिअर त्याला लावला होता. आता ते काढून घेण्यासाठी वेळ नव्हता किंवा ते काढून कॅप्टन फ्रेडच्या विमानात बसवायलाही वेळ नव्हता. या दुसऱ्या मोहिमेत त्याच्या विमानातून इतर यंत्रसामग्री बसविलेली होती. आता स्वीनीचे हवाई कर्मचारी फ्रेड बॉकचे 'बॉकस्कार' विमान नेतील आणि बॉक 'द ग्रेट आर्टिस्टे' चालवेल, असे ठरले.

लेफ्टनंट कमांडर फ्रेड ॲशवर्थ याच्या देखरेखीखाली 'फॅट मॅन'ची जोडणी झाली होती. तोच आता दुसऱ्या मोहिमेत प्रमुख म्हणून काम बघणार होता. 'लिटल बॉय'पेक्षा हे अधिक गुंतागुंतीचे होते आणि यात धोकाही जास्त होता. उड्डाण सुरू असताना डीक पार्सन्सनी शेवटची 'लिटल बॉय'ची जोडणी केली होती, तेव्हा विमान हिरोशिमाकडे उड्डाण करत होते. पण प्लुटोनिअम बॉम्ब मात्र पूर्ण जोडणी करून, स्फोटास सज्ज झाल्यावर विमानात ठेवायचा होता. जर उड्डाण करताना दुर्दैवाने विमान कोसळले असते, तर बी-२९ विमानच नाही तर टिनियन बेटही नष्ट झाले असते.

मार्क-३ कॉम्बॅट युनिट एफ-३१, मॉडेल वाय-१५६१, ज्याचे अधिकृत नाव 'फॅट मॅन' असे ठेवले गेले होते, त्याची जोडणी फ्यूजपासून सुरू होत होती. यात धोका टळावा म्हणून चार सेट बसविले होते. एक ४३ व्या सेकंदाला कार्यरत होणार होता. बॅरोमेट्रिक आणि रडार डिटेक्टर्स हे ६०० मीटर (१८९० फूट) वर पेटणार होते आणि चौथा फ्यूज जमिनीवर बॉम्ब पडल्यावर सुरू होणार होता. एक

जरी फ्यूज अपयशी ठरला तरी उरलेले तीन योजनेनुसार ठरविलेल्या उंचीवर कार्यरत होऊ शकले असते.

जोडणी करणारे तंत्रज्ञ जणू अंड्याच्या कवचावर वावरत होते. पाच हजार पौंडांचे अत्यंत उच्च प्रतीचे स्फोटक एक निकेल आणि सोने याने मुलामा दिलेल्या प्लुटोनिअमच्या स्फिअरवर सगळीकडून लादलेले होते. त्याचा आकार क्रिकेट बॉलएवढा होता. एक मटार एवढ्या आकाराचा पोलोनिअम आणि बेरिलिअमचा छोटा बॉल त्याच्या केंद्रस्थानी आल्यावर प्रत्यक्ष रासायनिक साखळी प्रतिक्रिया सुरू करून त्याचे अणुस्फोटात रूपांतर होणार होते. ते विमानात ठेवताना घर्षण होऊ नये म्हणून त्या गॅजेटवर बेबी पावडर लावण्यात आली होती. त्या शेडला कॉपर वायरचे ग्रिड होते व कुठेही ठिणगी पडू नये म्हणून वरून पूर्ण रबर लावलेले होते. कुठूनही उष्णता वाढू नये म्हणून ही काळजी घेतली होती. काम करणारे कर्मचारी रबरी बूट घालत व झोपलेल्या बाळालासुद्धा जाग येऊ नये अशा सावधानतेने त्या शेडच्या आतल्या भागात चालत.

✳ ✳ ✳

सकाळी ७.३० वाजता १६ वर्षांचा सुमितेरु तानिगुची त्याच्या आजीच्या छोट्या लाकडी घरातून बाहेर पडला. माउंट इनासाच्या टेकडीच्या हिरव्यागार उतारावरून चालू लागला. त्याची मोठी बहीण आणि भाऊ यांच्याबरोबर तो आपल्या आईच्या आईकडे आणि सावत्र आजोबांकडे राहत होता. दोघांना कौतुकाने ओबा-चॅन आणि जि-सान म्हटले जायचे. त्याची आई तो एक वर्षाचा असतानाच वारली होती. त्याचे वडील मान्च्युरियाला रेल्वेगाडी चालवायला गेले होते. काही दिवस सुमितेरु हा एकटाच आजी-आजोबांजवळ राहत होता. त्याचा भाऊ वडिलांकडे मान्च्युरियाला गेला. तेथे तो सैन्यात रेडिओ ऑपरेटर म्हणून काम करत होता, तर बहीण फुकुओका एका पोस्टात काम करत होती. नंतर लग्न करून ती नवऱ्याच्या कुटुंबाबरोबर क्युशूच्या उत्तरेकडे राहायला गेली. आता तिला बाळ होते. पण नवरा सैन्यात भरती झाला होता, म्हणून ती आणि बाळ आता नागासाकीला राहायला आले होते. येथे आजी-आजोबा आणि धाकट्या भावाबरोबर ती राहत होती.

खाकी पॅन्ट, ब्रीचेस, पुटीज असा राष्ट्रीय पोशाख व पोस्टाची टोपी घालून सुमितेरु छोट्या गल्ल्या, जिने यावरून चालत बोटी सुटतात तिथपर्यंत आला. सकाळी खूप गर्दी असलेल्या एका बोटीतून खाडी ओलांडून ओहाटोला आला, तिथून अनोळखी कर्मचाऱ्यांच्या झुंडीबरोबर चालत तो सिटी हॉल आणि अग्निशामक दलाच्या कार्यालयासमोर असलेल्या पोस्ट ऑफिसात आला.

१४व्या वर्षी शाळा सोडल्यावर गेली दोन वर्षे सुमितेरु या पोस्टात काम करत

होता. तसाही तो अभ्यासात फार हुशार नव्हता. त्याचे आजी-आजोबा खूप गरीब होते, त्यामुळे त्याचे शिक्षण पुढे चालू राहणे शक्य नव्हते. शिवाय शाळेतील शिक्षणामुळे त्याचा फारसा फायदा होत नव्हता. सैन्यभरती जोरात होती, तेव्हा सर्वांनाच व्यायाम करून शरीर कमवा, असे सांगण्यात आले होते. त्यामुळे शारीरिक शिक्षणावर भर होता. त्यांच्या नवीन शाळेच्या इमारतबांधकामावर त्यांना मजूर म्हणून काम करायला लावत. त्यात बांधकामासाठी वाळू वाहून नेण्याने चांगला व्यायाम होई; पण त्याला काही शैक्षणिक मूल्य नव्हते. त्यामुळे शाळा सोडताना त्याला आनंदच झाला.

शाळा सोडल्यावरसुद्धा त्याला शारीरिक व्यायामासाठी जावे लागे. एखादा पोलिस अधिकारी किंवा जवान त्यांना छताखाली विध्वंसक बॉम्ब राहू नये म्हणून छत कसे काढावे हे शिकवत. जपानवर अमेरिकेच्या सैन्याने हल्ला केला तर कसे लढायचे ते सांगत. बाम्बूचे भाले बनवून शत्रूच्या सैन्याला कसे भोसकायचे, ते शिकवत.

पोस्ट ऑफिस ही काम करायला चांगली जागा होती. आलेली पत्रे वाटपासाठी एक भाग होता. तेथे आलेल्या पत्रांचे विभागाप्रमाणे गठ्ठे केले जायचे आणि मग पत्रे वाटायला दुपारी जावे लागत असे. तेथील वयस्कर लोकांची सैन्यात भरती झाल्यामुळे सध्या पोस्टात सगळे कुमारवयीन मुलगे व मुली काम करत होते. काही बायका होत्या. या डोंगराळ शहरात लांबच्या निवासी भागात मुलांना सायकलवर पाठवले जायचे. बायका नागासाकी शहरातील भाग आणि दरीच्या शेवटच्या भागापर्यंत पत्रांचे वाटप करत.

सकाळी उशिरा युराकामी दरीच्या वरच्या भागावर असलेल्या २०६ मार्गावर पोस्टाची लाल सायकल घेऊन सुमितेरु निघाला. समोरच्या दांड्याला काळी पत्रांची पिशवी एका धातूच्या खटक्याने लटकवलेली होती. त्याच्या खांद्यावरच्या बॅगेत वाटेत खायला जेवणाचा डबा होता आणि टायर दुरुस्त करण्याचे किट होते. खोऱ्यातील बरेच रस्ते चांगले बनवलेले नव्हते; विशेषतः सुमितेरुला खूप लांब लांब जावे लागे आणि त्या मार्गावर सायकलीचे टायर खूप वेळा पंक्चर होत असे.

चढावरती सायकल चालवण्याचे श्रम केल्यामुळे तो छान तब्येतीत होता. जर चढ खूपच असेल तर सायकल उचलून तो खांद्यावर घेई आणि चालत चढ चढे. परत येताना मात्र उतारावरून जोरात येत असे. टेकड्यांच्या उतारावर वारा चेहऱ्यावर घेत तो आनंदात परतत असे. हे असे बाहेरचे काम असल्यामुळेच त्याला हे पोस्ट ऑफिसचे काम खूप आवडत असे.

***

जेव्हा थिऑलॉजिकल कॉलेजचे रूपांतर डाय-इची दवाखान्यात केले गेले तेव्हा

फ्रान्सिस्कन्सनी, कॅथलिक असलेल्या डॉ. नागाई यांना मदत मागितली. ते नागासाकी मेडिकल कॉलेजमध्ये होते. त्यांनी काही काळ मदत केली; पण मग विद्यापीठाच्या कामातून त्यांना वेळ मिळेनासा झाला. इकडेतिकडे चौकशी करून दवाखान्याने डॉ. ताकाहारा यांना गाठले. ते गावात खासगी दवाखाना चालवत. त्यांच्याकडे खूप मोठ्या संख्येने रुग्ण येत म्हणून त्यांनी काही युराकामी दवाखान्यात पाठवायला सुरुवात केली. त्यात एक तरुण डॉक्टरही होता. तो ज्या दिवशी कामावर रुजू होणार होत, त्या दिवशी आजारी पडला.

१९४५मध्ये, ऑगस्टामध्ये जपानच्या तप्त उन्हाळ्यात, एका हॉस्पिटलमध्ये काम करणारे डॉ. आकिझुकी खूश होते. वॉर्ड आणि ऑफिसमध्ये खूप गार वाटत होते. ती इमारत उंचावर असल्यामुळे समुद्राकडून येणारे वारे इमारतीत शिरत आणि वर पुढे खोऱ्यांत पण जात. या कॅथलिक दवाखान्यातील डॉक्टरांनासुद्धा सैन्यात भरती व्हायला लागल्यामुळे इथे डॉक्टर्स संख्येने कमी होते. डॉ. आकिझुकी मेडिकल संचालक म्हणून आणि काही वयस्कर डॉक्टर तिथे उरले होते. ते आले पण त्यांना क्षय झालेला होता. तीन दिवस सैन्यातील व्यायामानंतर त्यांना भरती न करता दवाखान्यात परत पाठविण्यात आले. डॉ. आकिझुकी यांना आता क्षयरुग्णांची देखभाल करण्यास सांगण्यात आले आणि त्याचबरोबर डॉ. ताकाहारा यांनी पाठविलेल्या रुग्णांना तपासण्याचे कामही दिले गेले.

विमानहल्ल्याचा इशारा देणारे भोंगे रोजच वाजत. हल्ले रात्री जास्त करून होत, तेही अकरा ते बाराच्या दरम्यान. त्यानंतर न दिसणाऱ्या विमानांचा जथा आवाज करत येई. तो आवाज मोठ्या गांधीलमाश्यांच्या जथ्यासारखा असे. बऱ्याच वेळा हा जथा नागासाकीवरून उडत जाताना खूप आवाज होई; मग तो कमी कमी होत जात असे आणि विमाने कुठे जात हे कळत नसे. आदल्या रात्री कोणत्या शहरावर हल्ला केला गेला, हाच विचार दुसऱ्या दिवशी सकाळी सगळ्यांच्या मनात असे. हा जवळजवळ नित्याचाच प्रकार होता. दररोज रात्री अकरा वाजता सर्व रुग्ण संरक्षक खंदकांत जात असत.

या वेगाने बिघडत जाणाऱ्या युद्धाच्या टप्प्यावर रोजचेच नियम पाळणे ही त्यांच्या आयुष्याची वाईट स्थिती होती. पण या परिस्थितीतही लोक निर्भय होते, फक्त दिनचर्येचे पालन करणे, हे मनोधैर्य व्यक्त करण्याचीच एक अभिव्यक्ती होती. डॉ. आकिझुकी रोज साडेसहाला उठत. स्वच्छ होऊन आईने तयार केलेला साधा नाश्ता खात. दवाखान्याजवळ एका शेतकऱ्याच्या घरात त्यांचे आई-वडील राहायला आले होते. शहर सोडून ते आले होते. पण त्यांचे वडील अजूनही कोर्टात काम करत असत. जवळजवळ एक किलोमीटर अंतर चालत येऊन डॉक्टर दवाखान्यात सकाळी लवकर साडेसातपर्यंत पोचत आणि आपली दवाखान्याशी

संबंधित कार्यालयीन कामे करत राहत. काम करताना चहा पीत असत. ते आपल्या व्यवसायाशी एकनिष्ठ आणि अतिशय काटेकोरपणे काम करणारे डॉक्टर होते. पण ते कळपात राहणारे नव्हते. जेवतानाही ते एकटेच जेवत. त्यांचे असे तुटक वागणे लोकांना तटस्थपणाचे लक्षण वाटत असे. साडेआठ वाजता ते रुग्णांची तपासणी सुरू करत असत.

आकिझुकी नाश्ता करता करताच वृत्तपत्र वाचत. ७ ऑगस्ट रोजी स्थानिक वृत्तपत्रातील एक ठळक बातमी त्यांच्या नजरेत भरली. तो लेख काही फार वेगळा नव्हता; पण त्यातील शब्दांनी मात्र ते अस्वस्थ झाले, 'हिरोशिमावर नवीन प्रकारचा बॉम्ब टाकला गेला आहे आणि त्याने खूप विध्वंस झाला आहे.' 'नवीन बॉम्ब' - यावर ते विचार करू लागले. 'जाळपोळ करणारा बॉम्ब आणि खूप विध्वंस' हे शब्द एरवीच्या वर्णनापेक्षा वेगळे होते. एरवी कितीही शक्तिशाली बॉम्ब टाकला गेला तरी बातमीत वर्णन मात्र फारसे नुकसान झाले नाही, असे असायचे. काहीतरी बदलले होते आणि त्याने डॉक्टर अस्वस्थ झाले.

जुनजी सातोसुद्धा त्या दिवसाच्या बातम्यांमध्ये गर्भित अर्थ काय आहे हे शोधायचा प्रयत्न करत होता. आकाशवाणीच्या सकाळ आणि संध्याकाळच्या प्रसारणादरम्यान टोकियोच्या लष्करी मुख्यालयाकडून आलेली घोषणा या २६ वर्षांच्या डोमेई - नागासाकीच्या वार्ताहराने ऐकली होती. त्या अहवालात असे म्हटले होते की, हिरोशिमावर आदल्या दिवशी अगदी मोजक्या अमेरिकन बी-२९ या विमानांनी हल्ला केला आणि त्यात प्रचंड नुकसान झाले आहे. नवीन प्रकारचा बॉम्ब या हल्ल्यात वापरला गेला. त्याचा बारकाईने अभ्यास केला जात आहे. वृत्तपत्र व्यवसायात सातो अनेक वर्षे होता. त्यामुळे लष्कर नेहमी वस्तुस्थितीपेक्षा कमी नुकसान झाले आहे, असे म्हणते तेव्हा वास्तव वेगळे असते. जर त्यांनी बऱ्यापैकी जास्त नुकसान झाले आहे, असे म्हटले असेल तर याचा अर्थ प्रचंड विध्वंस झाला असणार. आणि तेही जर मोजकी विमाने वापरून केलेल्या हल्ल्यांत झाले असेल तर ते आणखीनच काळजी करण्याजोगे असणार, हे त्याला ठाऊक होते.

आपल्या नेटक्या कार्यालयातच मागे टेकून बसत आपल्या अंतःप्रेरणेला जे वाटते आहे त्या घटनेचे परिणाम काय असतील, यावर तो विचार करू लागला. डोमेई ब्यूरोने एक वर्षापूर्वी ताकाजिमा खोऱ्यात युरोपीय पद्धतीने बांधलेल्या लाल विटांच्या घरात हे कार्यालय थाटले होते. ते एक स्थानिक श्रीमंत उद्योगपती आणि त्याचे कुटुंबीय यांचे घर होते. १९४५च्या सुरुवातीलाच हे कुटुंब ग्रामीण भागाकडे स्थलांतरित झाले होते. दोन मीटर उंच खिडक्या असलेल्या या घराच्या दोन्ही मजल्यांवर आता डोमेईने आपले कार्यालय थाटले होते.

यामानाका हा सातोचा वरिष्ठ अगदी टिपिकल ज्येष्ठ पत्रकार असतात तसा

होता. तो व्यवस्थापकीय संपादक होता. दोन मीटर उंच, गलेलठ्ठ आणि अतिशय आग्रही स्वभावाचा होता. तसेच तो चिक्कार दारूही पीत असे. लष्कराच्या सतत प्रसिद्धी करणाऱ्या मोहिमेचा भाग तो राबवत असे. तो माध्यमात असल्याने टंचाईच्या काळातही त्याला साके (दारू), तंबाखू बाजारभावापेक्षा स्वस्त मिळायची.

डोमेई वृत्त संस्था ही जपानची राजकीय आणि लष्करी प्रवक्ता होती. ज्या बातम्या छापण्याची परवानगी असायची त्या छापत आणि शासनाचा दुवा या नात्याने कार्य करत. जेव्हा टोकियो आणि इतर प्रांतिक राज्यांमध्ये संदेश पोचवण्यात अडचण येई, तेव्हा सर्व काही डोमेईच्या माध्यमातून पाठवले जाई. नागासाकी फोर्ट्रेस कमांडशी संपर्क साधण्यासाठी या वृत्त संस्थेची नागासाकी शाखा लष्करी टेलिफोनचा वापर करत असे. त्यांच्या फुकुओका कार्यालयातही लष्करी फोनची लाइन होती. डोमेईचे संपर्काचे जाळे असे अनेक दिशांना पसरलेले होते.

ही वृत्त संस्था जनतेसाठी एक वृत्तपत्रही छापत असे. पण सध्या लढाईमध्ये फारच समस्या असल्यामुळे बातम्या छापण्यावर पूर्वीपेक्षा बंधने कडक घातली जात. यांच्यापर्यंत येणाऱ्या बातम्यांबरोबर सरकारकडून आणि लष्कराकडून सतत नेमके काय छापायचे याबाबत सूचना येत असत. माहिती आणि गुप्तहेर खाते यांनी नागासाकीतील चार वृत्तपत्रे एकत्र करून नागासाकीचे एकच वृत्तपत्र उभे केले. त्याला 'निप्पो' म्हणत. सरकारला जे जे योग्य वाटेल तेवढेच लोकांपर्यंत पोचवले जाई. ही व्यवस्था कशी काम करते ते आता लोकांनाही सातोप्रमाणेच कळून चुकले होते. त्यामुळे लोक यातून त्यांना वाटेल तो अर्थ काढत. या तरुण पत्रकाराला अशाच काही गोष्टींनी व्यथित केले होते.

***

मित्स्यू आणि सेत्सुको या दोघी हायस्कूलमध्ये शिकणाऱ्या व टॉरपेडो कारखान्यात काम करणाऱ्या. त्या जिवलग मैत्रिणी होत्या. मित्स्यू लाडाने सेत्सुकोला एन-सान म्हणे (कारण तिचे आडनाव होते नाकामुरा) आणि एन-सान आपल्या मैत्रिणीला लाडाने ताकेनो-सान म्हणत असे. जपानी लोक नावापेक्षा आडनावाचाच वापर करून हाका मारतात. मित्रांनासुद्धा! जेवणाच्या सुटीत या दोघी एका कोपऱ्यात बसत आणि या वयात तरुण मुली ज्या गप्पा मारतात तशा मारत. त्यांचा गप्पांचा विषय बऱ्याच वेळा 'मुले' हा असे. कारण त्यांना मुलांशी बोलू दिले जात नसे. त्यांच्या या गप्पांमध्ये अधूनमधून खुदूखुदू हसणे आणि आश्चर्यचकित होऊन चीत्कारणे असे.

गेले काही आठवडे त्या सतत आणि गुपचूपपणे टी-कुन या कारखान्यात काम करणाऱ्या माध्यमिक शाळेतील मुलाबद्दल बोलत होत्या. या मुली जेथे काम करत त्या टेबलाच्या ड्रॉवरमध्ये आपल्या वस्तू ठेवत. एकदा सेत्सुकोने आपल्या प्रथमोपचाराच्या

पेटीमधून एक मोठा फोटो काढला आणि आपल्या ड्रॉवरमध्ये ठेवला. तो आपल्या छातीजवळ धरत म्हणाली, ''हा टी-कुनचा फोटो आहे. तुला बघायचा आहे?''

''तुला कसा मिळाला? एन-सान, मला दाखव ना गं!''

खोडी काढत, नटखट हसत तिने तो फोटो तिला दिला आणि तो बघून निराश झालेल्या आपल्या मैत्रिणीकडे बघत ती हसू लागली. तो फोटो टी-कुनचा नव्हताच. लोकप्रिय चित्रपट नायक काझुओ हासेगवाचा होता!

याआधी काही दिवस टी-कुन कारखान्यात येणे बंद झाले होते. ज्यावर त्यांचे पहिले प्रेम बसले होते त्याचे नेमके काय झाले हे या दोघींना माहीत नव्हते. पण त्या दिवशी सेत्सुकोने जे संभाषण ऐकले होते त्याविषयी आपल्या मैत्रिणीला सांगण्यासाठी ती खूप उत्सुक होती. टी-कुन याने राष्ट्रप्रेमी ज्युनिअर सैन्यामध्ये स्वयंसेवक म्हणून जायचे ठरविले होते आणि तो मान्च्युरियाला गेला होता. त्यांच्या आयुष्यात अगदी अल्प काळासाठी आलेल्या या मुलाशी त्या कधी बोलल्या नव्हत्या आणि तोही कधी त्यांच्याशी बोलला नव्हता.

ताकेनो-सान आणि एन-सान बडबडत होत्या. त्या दोघी काही दिवसांपूर्वी फोटो स्टुडिओत गेल्या होत्या. त्या दिवशी कामाला सुटी होती आणि दोघींनी एकत्र एक फोटो काढला होता. त्याच्या त्यांनी प्रत्येकी दोन प्रती काढल्या म्हणजे दोघींकडे त्यांच्या मैत्रीचे प्रतीक म्हणून हा फोटो असणार होता. त्या दिवशी त्या सेत्सुकोच्या घरी दुपारी गेल्या होत्या. घरी कोणीच नव्हते. मित्सूच्या मैत्रिणीने तिला सांगितले की, ही तिची सावत्र आई आहे. तिची आई ती खूप लहान असतानाच वारली होती हे तिने आधी कधीच सांगितले नव्हते.

त्यांना कामावर परत बोलावण्याआधी सेत्सुकोने मित्सूला एक कागद दिला, ज्याच्यावर तिने एक कविता लिहिली होती :

माझ्या छोट्या कॉसमॉस, तुम्ही किती नाजूक फुले आहात,
माझ्या स्वर्गात असलेल्या आईसारखेच शेलाटे आहात.
तुमच्याभोवती मधमाश्या गुणगुणत आहेत.
तो आवाज मधुर आहे अगदी आईसारखाच.

सेत्सुकोचे सावत्र आईशी बऱ्यापैकी पटत होते; पण तरीही आपल्या आईची ती जागा घेऊ शकत नव्हती, असे तिला वाटत असे.

✳ ✳ ✳

योशिरो आणि तात्सुरो ही यामावाकी जुळी त्या दिवशी घरीच होती. ते प्राथमिक

शाळेच्या शेवटच्या वर्गात होते आणि २० जुलैपासून त्यांना सुट्या होत्या. मोठा बगिचा, खूप सारी पुस्तके असलेल्या मोठ्या घरात ते चार लहान बहीण-भावंडांसोबत राहत असताना सतत काहीना काही घडत असे.

या जुळ्यांची लहान भावंडे म्हणजे त्यांच्या वडिलांनी दुसरे लग्न केले होते तेव्हा झालेली होती. जुळी दोन वर्षांची असताना त्यांची आई आजारपणात वारली होती. त्यामुळे वडिलांच्या दुसऱ्या बायकोलाच आई मानून ती मोठी होत होती. दरीच्या मध्यावर असलेल्या युराकामी रेल्वे स्टेशनच्या जवळ असलेल्या मित्सुबिशी इलेक्ट्रिक कॉर्पोरेशनमध्ये वरिष्ठ इंजिनिअर म्हणून त्यांचे वडील काम करत. युराकामी नदीच्या मुखाजवळ पश्चिमेच्या बाजूला माउंट इनासाच्या पायथ्याशी असलेल्या वस्तीत हे कुटुंब राहत असे.

लहान चौघे जण त्या दिवशी मस्त धमाल करत होते. दिवसा त्यांना सांभाळणाऱ्या आयांसोबत चौघांनी बरोबर काय काय न्यायचे आणि काय न्यायची गरज नाही याबाबत चर्चा करत आपापल्या बॅगा भरण्यात वेळ घालवला. नागासाकीवर होणारे हवाईहल्ले गेल्या एक-दोन आठवड्यांत वाढल्यामुळे ते आता हे घर सोडून सागा येथे, जिथे आईचे आई-वडील असत तिथे राहायला जाणार होते.

श्री. यामावाकींना कामाला जावेच लागणार होते, म्हणून मोठ्या तीन मुलांबरोबर ते इथेच थांबणार होते. नागासाकीच्या पूर्वेकडील खाडीजवळ एका खोदलेल्या बोगद्यात, टोमाची इथे शस्त्रास्त्र तयार करणारा कारखाना हलवण्यात आला होता. तिथे या जुळ्यांचा मोठा भाऊ माध्यमिक शाळेतील विद्यार्थी, तोशिहिरो स्वयंसेवक म्हणून काम करत होता. योशिरो आणि तात्सुरो लवकरच शाळेत परत जाणार होते. पण मुख्यतः ते मागे राहत होते कारण दिवसा कोणीतरी घराची राखण करणे आवश्यक होते. जर घरावर बॉम्ब पडलाच तर लागणारी आग मुले विझवू शकले असते. त्या घरांचे छत काढून ठेवले होते. शासनानेच तसे सांगितले होते. म्हणजे हवाईहल्ल्यांमध्ये टाकले जाणारे बॉम्बचे कवच टाइल लावलेल्या छतातून आत येऊ शकले नसते, तसेच छत आणि सिलिंगच्या मध्ये अडकून आग लागली असती तर ती विझविता आली नसती. सगळ्याच घरांप्रमाणे यामावाकींच्या घराबाहेर एक मोठा काँक्रीटचा हौद पाण्याने भरलेला असे, आग विझविण्यासाठी मदत व्हावी म्हणून! त्याही सकाळी हवाईहल्ल्यांचे भोंगे वाजले. कुटुंब त्यांच्याच बागेत तयार केलेल्या खंदकात गेले. पण त्या दिवशी हल्ला झाला नाही. उरलेली सकाळ जुळ्यांनी चित्रांची पुस्तके आणि मासिके वाचण्यात घालवली. आजूबाजूच्या परिसरात त्यांना मित्र नव्हते. शाळेतील मित्र नदीच्या दुसऱ्या किनाऱ्यावर शहराच्या मध्यभागी राहत होते. त्यांच्या जवळ कोणीच नव्हते. त्यांच्या घराजवळ काही शाळा होत्या; परंतु

मुलांचे शिक्षण औद्योगिक वसाहती असलेल्या शाळेतच व्हायला पाहिजे, अशी त्यांच्या घराण्याची परंपरा होती.

यासुओ यामावाकींचे वडील, जुळ्या मुलांचे आजोबा हे नागासाकीच्या कस्टम हाउसच्या मुख्य संचालकपदावर होते. शासकीय अर्थगारामधील हे पद होते. त्यांना वाटत असे की, त्यांच्या प्रतिष्ठेप्रमाणे त्यांच्या नातवांनी जिथे ते वारंवार जात त्या शासकीय कार्यालयांच्या जवळपासच्या शाळेत जावे. जुळी आधी बौद्धधर्मीय शिशुवर्गात गेली. आया त्यांना नदीकाठी असलेल्या बोटींमधून सकाळी नेत आणि मग आता जी शाळा आहे तिथे शिनकोझेन इथे पोचवत असे. ते घराजवळच्या स्थानिक शाळेत जात नसत म्हणून जवळपासची मुले त्यांना शिष्ट समजत, तर टारगट मुले त्यांना लक्ष्य करत. परिस्थिती वाईट होण्याचे कारण म्हणजे त्यांचे वडील या स्थानिक मुलांना त्यांच्या बागेत कधीही येऊ देत नसत. त्यामुळे आवडो किंवा नावडो- जुळ्यांना एकमेकांचीच साथसंगत असे. पण काहीना काही एकत्र करण्यात त्यांना आनंद वाटत असे.

मुले जी मासिके वाचत त्यांत जपानच्या वृत्तपत्रांतील युद्धाविषयीच्या बातम्याही असत. नवीन वाचकांसाठी त्या चित्रमय पद्धतीने दिल्या जात. योशिरो आणि तात्सुरो यांना शाळेत यापूर्वीच सांगितले गेले होते की, जपान हा जरी एक छोटा देश असला तरी तोच या युद्धात जिंकणार आहे; मंगोलांनी आक्रमण किंवा तसा प्रयत्न केला तेव्हा जिंकलो होतो तसे. १३०० साली या घटना घडल्या होत्या. ज्या पवित्र वाऱ्याने कुब्लाई खानाची जहाजे माघारी फिरविली, तोच वारा आता या शत्रूलासुद्धा परतवेल.

जी चित्रे, फोटो वृत्तपत्रांत येत, तीच मुलांच्याही आवडत्या मासिकांत येत. इंग्लिश माणसाची उलटतपासणी घेणारे जनरल यामाशिता, सिंगापूरच्या पतनानंतरचे जनरल पर्सिवाल, शत्रूच्या जहाजावर हल्ला करून त्याचे दोन तुकडे करणारे झीरो लढवय्ये, नव्याने जिंकलेल्या प्रांतात 'उगवत्या सूर्याचा' जपानचा झेंडा फडकवणारे जपानी सैन्य अशा चित्रांचा त्यात सुकाळ असे. शौर्याच्या गोष्टी अजिबात कमी नव्हत्या; त्यातून देशाविषयी आशा निर्माण होई. मुलांना हे ठाऊक नव्हते की हे सगळे कालबाह्य झाले आहे. योशिरो आणि तात्सुरो वृत्तपत्रही वाचत असत. त्यातसुद्धा आशादायी संदेशच असत. शत्रूची किती विमाने पाडली गेली, किती प्रदेश जपानी सैन्याने जिंकले, शत्रूची किती जहाजे बुडवली इ. दक्षिण-पूर्व आशिया, किंवा पॅसिफिक युद्धात पकडले गेलेले कैदी नुकत्याच जिंकलेल्या प्रदेशातील आहेत असे दाखवले जात असे. त्यात फक्त चांगल्या बातम्याच येत असत. माघार घेतली तर ती धोरणात्मक बाब असे आणि हवाईहल्ल्यात झालेले नुकसान 'कमीत कमी' असे. तरीही जुळ्यांना पालकांनी इशारा देऊन ठेवला होता की, त्यांनी याच्या विरोधात काही अफवा पसरवल्या तर पोलीस येतील आणि त्यांना घेऊन जातील.

अकरावे वर्ष हे काही या बातम्यांमधील गर्भित अर्थ समजण्याचे वय नसते. पण अशा प्रकारचा इशारा जरा चमत्कारिक होता. त्यांनी विरोधी बातम्या कधी ऐकल्याच नव्हत्या.

✳ ✳ ✳

प्रत्येक वसाहतीमध्ये तेथील मुलांसाठी हवाईहल्ल्याची सूचना देण्याची कवायत केली जात असे. ताकिगावा मुली सात्स्यू आणि रोयोको अशा जवळपासच्या गटाच्या सदस्या होत्या. मंगळवारच्या सकाळी एक वयस्कर पुरुष या कवायतीवर देखरेख करत होता. त्याने पूर्वीसुद्धा अशा कवायती घेतल्या होत्या; पण साक्यूला तो कोण आहे हे माहीत नव्हते. त्याने कधी स्वतःची ओळख करून दिली नव्हती. तो आला. आजूबाजूच्या मुलांना- जी वाट बघत होती- त्यांना बोलावले आणि कवायत सुरू केली.

इतर दिवशी आपल्या बाम्बूच्या साहाय्याने शत्रूचा मुकाबला कसा करायचा याची कवायत करत; पण आज मात्र हवाईहल्ला झाल्यावर करायच्या कवायतीचा त्यात समावेश होता. त्याने संरक्षक खंदकाकडे धावत जायला सुरुवात केली. त्या माणसाने 'सूचनेचा भोंगा वाजला' असे म्हटल्यावर सगळी मुले धावत सुटली. जेव्हा ती परत आली तेव्हा तो ओरडला, ''शत्रूची विमानं.'' त्याबरोबर ती लपली. नंतर हवेतून बॉम्ब पडत असताना असाल तेथे चेहरा खाली करून जमिनीवर पालथे पडायचे, असे सांगितल्यामुळे तशी पण कवायत केली गेली; अन्यथा स्फोटामुळे त्यांचे डोळे बाहेर येऊ शकतात. त्यांना डोळेसुद्धा हाताने झाकायला सांगितले होते.

मोठ्या संरक्षक जागांजवळ पोचायला २० मिनिटे लागत, त्याशिवाय घरांजवळ बोगदे खणलेले होते, ज्यांत एका बाजूने आत जाऊन दुसऱ्या बाजूने बाहेर पडता येई. या सरावात हवाईहल्ला होताना आत कसे जायचे आणि बाहेर कसे पडायचे याचीदेखील कवायत करून घेत. 'शत्रूची विमानं', पुन्हा तो माणूस ओरडला.

हवाईहल्ल्याचा अनुभव साक्यूकडे नव्हता, फक्त कल्पनेत होता. १ ऑगस्ट रोजी झालेल्या हल्ल्याच्या वेळी तिला शेडमध्ये जाऊन थांबण्याचा प्रसंग आला नव्हता. तिने फक्त कल्पना केली की, तिच्याभोवती बॉम्ब पडत आहेत, त्यातून घाणेरडा धूर हवेत जात आहे. आपले डोळे आता बाहेर पडत आहेत आणि लटकत आहेत! त्या लहान मुलीला वाटत होते की, संपूर्ण युद्धाच्या काळात आपला बचाव कसा करायचा हे शिकण्यातच वेळ घालवला आहे; पण वस्तुस्थिती अशी होती की अवकाशातून अजून काहीच पडले नव्हते.

एकीकडे या लहान मुलींना युद्धाच्या या पैलूबाबत शिकवले जात असताना त्यांच्या आया आणि मोठ्या बहिणींकडून दुसऱ्या पैलूबाबत सांगितले जात होते.

शिरोयामाच्या मुलींच्या शाळेच्या मैदानाजवळ, त्या सकाळी नवीन भाज्यांचे वाफे लावत होत्या. युराकामी तुरुंगाच्या जवळ, दरीच्या पश्चिमेला ही जागा होती. त्याच्याचजवळ शाळेतील शिक्षक याच कारणासाठी उभारलेल्या मार्केट गार्डनची देखभाल करत होते. त्यांनीसुद्धा मैदानावरच मांडणी केली होती. या सगळ्या काम करणाऱ्या बायकांचे गट अधूनमधून थांबत आणि गप्पा मारत. युद्धकाळात जपानमध्ये अशा प्रकारे सगळ्यांनी एकत्र येऊन काही सामाजिक कार्यात भाग घेणे, हे एक प्रकारे कठीण परिस्थिती सुसह्य करण्यासारखे होते.

सध्या उन्हाळ्याच्या सुट्या असल्या तरी शिरोयामा शाळेचे सर्व शिक्षक दररोज शाळेत येत. पळण्याचा ट्रॅक सोडल्यास खेळाची सर्व मैदाने रताळी पिकविण्यासाठी वापरली जात होती. पूर्वी जेथे फुलझाडे होती तेथे आता भाज्या लावल्या जात होत्या. इतर सहकारी शिक्षकांप्रमाणे चियोको इगाशिरा संपूर्ण दिवस या भाज्यांच्या वाफ्यांमध्ये काहीना काही काम करत राही. त्याद्वारा युद्धकाळात अधिक क्षमतेने उत्पादक राहता येत होते. झाडांना खत घालणे, गवत काढणे, वेली वर-खाली करणे इत्यादी कामे असत. तेथे सलगम, डायकॉन, चपट्या शेंगा उगवत. अन्नाचे उत्पादन कसे अनेक मार्गांनी वाढवता येऊ शकते याचा आदर्श त्या शाळेने उभा केला होता, याचा चियोकोला अभिमान वाटत होता.

चियोको इगाशिरा ३५ वर्षांच्या होत्या. त्यांचा नवरा युकिची हे मित्सुबिशीच्या नागासाकी येथे असलेल्या शस्त्रास्त्रांच्या ओहाशी प्लांटमध्ये काम करत होते. तिथेच योशिरो फुकुडा हे उपसंचालक होते आणि तोराहाची तगावा फोरमन होते. त्यांच्या बायकोप्रमाणे युकिची शिक्षक होते. ते नागासाकी कमर्शिअल शाळेत शिकवत असत. ही संस्था शिरोयामा प्राथमिक शाळेच्या जवळ होती. पण आता या युद्धाच्या काळात शाळेतील मुलांना स्वयंसेवक म्हणून या शस्त्रास्त्राच्या कारखान्यात काम दिले जात होते. त्यांच्यावर देखरेख करण्याचे काम त्यांना दिले गेले होते.

इगाशिरा यांना पाच मुले होती. ताकाशी, सर्वांत मोठी. तीपण ओहाशीजवळ वाहतूक आणि शिपिंग कंपनीमध्ये काम करत असे. ती नौदलाशी संलग्न होती आणि शेवटी होती नओमी. अगदी लहान. त्या दिवशी, नेहमीसारखीच युकिचींची आई नओमीला सांभाळत होती. त्यांची सून शाळेच्या मैदानात भाज्यांच्या उत्पादनाच्या कामासाठी गेली होती. तेथे फुलझाडांच्या वाफ्यात पण भाज्या लावत. सकाळी सकाळी रेशनिंग अन्न मिळविण्याची धावपळही करायला लागायची.

त्या दिवशी कामाला येण्याआधी चियोको यांनी रेशनिंगच्या दुकानासमोर रांगेत उभे राहून एक तास घालवला होता. सध्या किती रेशन मिळणार ते एका फलकावर चिकटवून ठेवले होते. ते संपायच्या आत त्यांना उर्वरित रेशन मिळावे, असे वाटत होते. शिवाय त्या दुकानासमोर आणखी एक रांग होती जिथे त्यांना तांदूळ मिळाला.

कधी कधी सामानाची इतकी टंचाई असे की, लगेच एक सूचना समोर टांगली जायची, 'दुकान उघडे आहे पण विक्रीसाठी नाही.' कधी कधी काय विकले जात आहे हे माहीत नसले तरी लोक रांगेत उभे राहत असत.

त्या दिवशी चियोको यांना जो तांदूळ मिळाला त्यावरची टरफले काढलेली नव्हती. साळी होत्या. आता ते एका बाटलीत घालून बाम्बूच्या काठीने सडायला लागणार होते; म्हणजे खाण्याजोगा पांढरा तांदूळ मिळाला असता. पण त्यामुळे त्याचे वजन कमी झाले असते. शिवाय तांदळात बार्ली हे धान्य मिसळलेले होते. याचा अर्थ आता आणखीन कठीण दिवस पुढे येणार होते. या वर्षी उन्हाळा पुरेसा कडक नव्हता. थंडीमुळे भाताचे पीक कमी येणार होते. आता चीन आणि मान्च्युरियाकडून तांदळाची आयात होत नसे.

लोक राजकारण किंवा युद्धाबद्दल न बोलता अन्नाबद्दल बोलत असत. रेशनवर धान्य कसे मिळत नाही, रेशनिंगची चुकीची पद्धत आहे, अन्नच कसे उपलब्ध होत नाहीये, याबाबत रस्त्यावरच्या गप्पांमध्ये चर्चा चालत; पण याहून काही जास्त टीका सरकारच्या विरोधात करणे धोक्याचे होते. ज्या लोकांनी अशी टीका ऐकली असेल त्यांनी त्याचा अहवाल सैन्याच्या पोलिसांना देणे अभिप्रेत होते. चोरून बोलणे ऐकणाऱ्यांपासून दूर राहून गुपचूपच असे बोलणे शक्य होते.

आपल्याला मिळालेल्या अपुऱ्या धान्यानिशी परत येताना तिला आणखी एक रांग दिसली. पण ती अन्नासाठीची नव्हती. हल्ली कधी कधी सिनेमासाठीदेखील रांग असे. अर्थात तिथे फक्त जुने जपानी चित्रपट दाखविले जात; कारण पाश्चिमात्य चित्रपटांवर बंदी होती. या रांगांमधून सध्या काम नसलेले कामगारच असत. कारण कारखान्यात लागणारा कच्चा माल आलेला नसेल तर कामही नसे.

सकाळी धान्य मिळविण्याच्या धावपळीत चियोको शिरोयामा शाळेत जरा उशिरा पोचल्या. पालकासारखी दिसणारी हिरवी भाजी त्या दिवशी लावली जात होती. आधी माती मोकळी करून वर-खाली केली गेली. मग खत मिसळले आणि चौकोनी वाफ्यांत बी पेरले गेले. लवकर उगवणारी ही भाजी पाच-सहा आठवड्यांत तयार होणार होती. संध्याकाळपर्यंत या नवीन भाजीचा वाफा पूर्ण झाला होता. एका समाधानी शेतकऱ्याच्या थाटात चियोको इगाशिरा घरी परतल्या.

***

विद्यार्थी नसलेल्या पण ट्रामचा ड्रायव्हर म्हणून काम करणाऱ्या कोइची वाडा याला नऊ दिवस सलग काम केल्यावर मिळणारी सुटी त्या दिवशी होती, तशीच नागासाकी ट्राम कंपनीत कंडक्टर म्हणून काम करणाऱ्या निशिमुरालाही होती. तो पहाडी शिमाबारा या भागातून नोकरीसाठी नागासाकीला आला होता. दोन्ही मित्रांनी

इसायाला जाणारी ट्रेन पकडली, मग एका लोकल ट्रेनने जवळ असलेल्या निशिमुराच्या गावाकडे ते गेले.

निशिमुराच्या कुटुंबाबरोबर त्यांनी जेवण घेतले. त्यांच्याकडे पिकवलेल्या भाताची एक जात केवळ कुटुंबापुरतीच नव्हती तर विक्रीसाठीसुद्धा उपलब्ध होती. म्हणजे त्याच्या बदल्यात इतर वस्तू घेऊन अथवा इतरांना तो तांदूळ देता आला असता. खूप दिवसांत कोइचीने असा छान शुभ्र, चमकदार आणि फुललेला भात खाल्ला नव्हता. या अशा कठीण परिस्थितीत आपल्याकडे आलेल्या या मुलाच्या नव्या मित्राला आपण किती आदरातिथ्य करतो ते दाखवताना त्यांना बरे वाटत होते. मऊ छान शिजविलेला तीन वाट्या भात आधी दिला गेला आणि पुन्हा चौथी वाटी वाढली गेली. पाहुण्याचे पोट आता कायम लक्षात राहील एवढे टम्म भरले होते. त्याला वाटले आता आठवडाभर आपल्याला जेवायला नको, अर्थात हा मात्र केवळ कल्पनाविलास होता.

हे असे खाणे इतरांच्या शेतात घुसून चोरी करण्यापेक्षा आणि भूक भागवण्यापेक्षा खूपच छान होते. याच्या आधी दोन आठवड्यांपूर्वी कोइचीने त्याचा सुटीचा दिवस नागासाकीच्या किनाऱ्याजवळ असलेल्या मासेमारी करणाऱ्या त्याच्या काही सहकाऱ्यांबरोबर घालवला होता. त्या भागात खूप मोठे सार्डिन मासे मिळत. त्या स्थानिक मित्रांना भेटून शहराकडे परत येताना सार्डिन मासे बास्केटमध्ये विकत घेऊन तो घरी येई. पोलिस सतत लक्ष ठेवत आणि काळ्या बाजारात विकले जाणारे धान्य, भाज्या कोणी आणत असेल तर जप्त करत; पण माशांच्या बाबतीत रेशनच्या धान्यासारखा कडक नियम नव्हता. हे बास्केट घेऊन येणाऱ्या तरुणांना पोलिसांनी हटकले आणि त्यात काय आहे, याची चौकशी केली. त्यात फक्त सार्डिन मासेच होते म्हणून सोडून दिले.

सार्डिन या पोलिसांच्या तडाख्यातून आणणे कठीण नव्हते, पण भातासारखे रेशनिंगमध्ये वाटले जाणारे धान्य मात्र जप्त केले जाई. जेव्हा वाडा आणि निशिमुरा शिमाबाराहून परत आले तेव्हा दोघांकडे तांदूळ आणि भाज्या यांच्या छोट्या छोट्या पिशव्या होत्या. युराकामी आणि नागासाकी स्टेशनवर असणारे पोलिस काळ्या बाजारातील वस्तू आणि बक्षीस/भेट दिलेल्या वस्तू यांत फरक करत नसत हे त्यांना ठाऊक होते. ते सगळ्यांनाच थांबवत. हे उत्पादन रेशनच्या दुकानात जायला हवे म्हणून पोलिसांनी ते जप्त केले असते.

युराकामी स्टेशन जवळ येताच या दोन तरुणांनी ओहाशी पुलाजवळ फारशी वर्दळ नसलेल्या जागी आपल्या पिशव्या टाकल्या. त्या नक्की कुठे टाकल्या आहेत हे लक्षात ठेवण्यासाठी त्यांनी तेथील एका झाडाची खूण बघून ठेवली. एका झाडाला दोन छान पसरट फांद्या होत्या. त्याच्याजवळ येऊन रुळापाशी पडलेल्या

पिशव्या त्यांना उचलता आल्या असत्या. युराकामीला गाडी थांबल्यावर उतरणाऱ्या आणि चढणाऱ्या प्रवाशांच्या गर्दीतून त्यांनी वाट काढली. पोलिस संशयित नजरेने सगळ्यांच्या हातातील पिशव्यांकडे पाहत होते. स्टेशनमधून बाहेर पडल्याक्षणी कोइची आणि त्याचा मित्र जेथे त्यांनी पिशव्या टाकल्या होत्या तिकडे धावत सुटले. एक मिनिटसुद्धा वाया घालवून चालणार नव्हते. जेवढा उशीर होईल तेवढा धोका वाढणार होता; कारण इतर कोणाला जर त्या पिशव्या आधी मिळाल्या असत्या तर त्या त्यांनी उचलून नेल्या असत्या. जेव्हा ते त्या खुणेच्या झाडाजवळ पोचले तेव्हा त्यांनी आजूबाजूच्या झुडपांभोवती रेल्वेलाइनच्या जवळ शोध घेतला; परंतु झुडपांमुळे त्यांना त्या पिशव्या दिसत नव्हत्या. संधिप्रकाश जाऊन जरा अंधार झाल्यावर ते आपापल्या घरी गेले, तेही पोलिस ठाणी टाळून आणि जरा लांबचा रस्ता निवडून. बऱ्याच रस्त्यांच्या कोपऱ्यांवर पोलिस ठाणे असे.

चोरून आणलेल्या भाजीपेक्षा निशिमुराच्या कुटुंबाने दिलेली ही भेट कोइचीला सगळ्या कुटुंबाबरोबर वाटून खाता आली असती. एखाद्या शेतकऱ्याच्या उपजीविकेचे साधन असलेल्या भाज्या चोरणे हे त्याच्या आजी-आजोबांना अजिबात आवडले नसते, कारण ते काम करत होते तेव्हा असे लोक त्यांनी बघितले होते. पण रेशनमध्ये न देता भेट म्हणून मिळालेल्या वस्तूंना त्यांनी नकार नसता दिला.

आधी त्या तांदळाची पातळ पेज शिजवून त्यांनी रोज सकाळी खाल्ली. कोइचीच्या लहान बहिणीने त्यातील काही जेवणासाठी तिचा वाटा म्हणून नेला. मिळतील त्या भाज्या घालून व त्यात सोया सॉस आणि इतर स्टॉक वापरून चियोको यांनी पातळ भात तयार केला. त्यांनी त्यात डायकॉन, मुळा इत्यादी घातले. वाडासाठीसुद्धा पुरेसा भात केला होता. काही भातात सार्डिन घालून त्याचे पुढच्या काही दिवसांसाठी डम्प्लिंग करून ठेवले. म्हणजे पुन्हा कधीतरी आवडीने खाण्यासाठी ते उपयोगी पडले असते.

कोइची वाडाला सतत तेच पदार्थ कायम खायला लागायचे. त्यापेक्षा थोडे वेगवेगळे चविष्ट पदार्थ खायला मिळावेत असे त्याला वाटायचे. या मंगळवारी त्याने पदार्थ जरा मोजूनमापून खाल्ले; कारण तो पोटभर जेवून आला होता. संध्याकाळपासून रेशनच्या वेळापत्रकाप्रमाणे आवश्यक तेवढेच अन्न शिजवले जाऊ लागले. मात्र त्या संध्याकाळीच कोइचीला जाणवले की त्याला परत खूप भूक लागली आहे. त्यांच्या या काटकसरीच्या जगण्याला कुठे अंतच दिसत नव्हता. म्हणून त्याचे मन पुन्हा येरे माझ्या मागल्याप्रमाणे भुकेबद्दलच विचार करू लागले, आपले पोट कसे भरायचे?

सात

नागासाकी, मंगळवार, ७ ऑगस्ट १९४५

प्रिव्ही सीलचे मुख्य अधिकारी मार्क्विस कोइची किडो हे फुकिएज बगिच्यामधून राजे हिरोहितो यांना भेटायला घाईघाईने चालत निघाले. ७ ऑगस्ट, दुपारचा दीड वाजला होता. मेमध्ये झालेल्या बॉम्बहल्ल्यानंतर हिरोहितो राजवाड्यातील वाचनालयात राहायला गेले होते. त्याच्या भिंती पुन्हा काँक्रीटने मजबूत केल्या गेल्या होत्या. हिरोशिमाबद्दल राजाला त्याच्या सैन्याच्या अधिकाऱ्याकडून आदल्या दिवशीच समजले होते. काळजीग्रस्त राजाला आपल्या जवळच्या सल्लागाराला अनेक शंका, प्रश्न विचारायचे होते. डोमेईच्या प्रसारण यंत्रणांनी मिळवलेल्या ट्रुमनच्या निवेदनाबद्दल आणि तो अणुबॉम्ब असल्याच्या दाव्याबद्दल किडो यांनी त्यांना सांगितले होते.

राजाने विचारले, "याबद्दल खात्री पटली आहे?" त्यावर सांगण्यात आले की, विध्वंसाबद्दल कोणतीही शंका नव्हती. पण खरेच तो अणुबॉम्ब होता की नव्हता याबाबत लष्कराला शंका होती. हिरोहितोंनी नजर वळवली व शांतपणे बघू लागले. ते आपल्याच विचारात हरवले होते.

किडो यांनी काही वर्षांनी याबाबत लिहिले आहे की, राजाने त्याच्या बोलण्याचा शेवट असा केला, 'जर गोष्टी या थराला आल्या असतील, तर मग दुसरा कोणताच मार्ग नाही. मला स्वतःला काय होईल याची मी पर्वा करत नाही; पण आता युद्ध थांबवण्यास आपण विलंब करू नये म्हणजे अशा भयानक संकटाला दुसऱ्यांदा सामोरे जायची वेळ येऊ नये. हिरोहितोंचा बॉम्बबाबतचा प्रतिसाद कदाचित थोडा भडक करून सांगण्यात आला असेल.' किडोंच्या या डायरीतील विधानात वेळ नोंदविलेली नाही; पण त्यातून युद्धकाळातील त्या वेळच्या परिस्थितीबाबत त्यांचे

मत काय होते ते समजते. किडो निघून गेल्यावरसुद्धा राजा हिरोशिमाबाबत प्रश्न विचारत राहिला, असा उल्लेख राजाच्या या अधिकाऱ्याच्या डायरीमध्ये आहे.

त्याच वेळेला परराष्ट्रमंत्री तोगो हे आपल्या इतर कॅबिनेट सहकाऱ्यांबरोबर बोलत होते. त्यात युद्धमंत्री अनामी आणि सैन्य दलाचे मुख्य उमेझू होते. जपानने युद्ध थांबवू नये, असा एका छोट्या गटाचा आग्रह होता. अणुबॉम्ब बॉम्ब आहे असे वाटत नाही. नेहमीचाच थोडा अधिक शक्तिशाली बॉम्ब असावा असे सैन्याच्या दोन अधिकाऱ्यांचे म्हणणे होते. लष्कराने याबाबत तातडीने पाहणी करून प्रश्न सोडविला पाहिजे, असे तोगोंनी सुचविले. हिरोशिमावर बॉम्ब टाकल्यामुळे जे घडले त्याबाबत विचार करायला अमेरिकेने जपानी नेत्यांना अगदी थोडा वेळ दिला. त्याचबरोबर जपानी शहरे, कारखाने यांच्यावर हवाईहल्ला करणे हा होता नेहमीचा कार्यक्रम, तोही थांबवला नव्हता. ७ ऑगस्ट रोजी १२४ बी-२९ विमानांनी टोयोकावा येथे असलेल्या नौदलाच्या शस्त्रास्त्राच्या कारखान्यावर हल्ला चढवला. त्यात एक हजार ४०८ माणसे मारली गेली. त्यात त्या कारखान्यात काम करणाऱ्या बऱ्याच शाळकरी मुली होत्या.

***

जनरल 'हॅप' अरनॉल्ड यांनी ग्वामला तार पाठवून जपानमध्ये तातडीने पत्रके टाकायला सांगितली. तसेच देशातील आकाशवाणी प्रसारण अधिक वाढवण्याबाबत सुचवले. टिनियनवर, 'फॅट मॅन' धातूच्या आवरणात टाकण्यापूर्वी बॉम्बचे सर्व भाग तपासले गेले. दुसरीकडे युद्ध थांबवण्याबाबत नागरिकांनी राजाकडे याचिका दाखल करावी, असे जपानच्या नागरिकांना आवाहन करणारे एक पत्रक सैन्याने शेजारच्या बेटावर अमेरिकेच्या युद्ध विभागातर्फे बनवण्यात येऊ लागले. अमेरिकन नौदल पॅसिफिक बेटांवर दाखल झाल्यावर तेथील छापखाने त्यांनी जपान्यांकडून ताब्यात घेतले होते. पुढच्या नऊ दिवसांत एकूण १६ कोटी अशी पत्रके जपानच्या ४७ शहरांवर टाकली जाणार होती.

याआधी यासंबंधातील केला गेलेला प्रचार फारसा परिणामकारक नव्हता. त्यात जपानी भाषेतील वाक्प्रचार वापरले होते. पुरुषांनी बायकांसारखा किमोनो घातलाय आणि डिशभोवती सुरी व काटा जसा ठेवतात तशा चॉपस्टिक ठेवलेल्या दाखविल्या होत्या. आशियातील टी-शर्टावर ज्या पद्धतीने वाईट इंग्लिश ('चिंग्लिश') लिहिलेले असते आणि त्याचा पाश्चिमात्य लोकांवर काही परिणाम होत नाही, तसे जपानी लोकांनी केले. या वेळी या पहिल्या चुका सुधारल्या गेल्या आणि संदेश चांगल्या कडक, जपानी भाषेत दिला गेला.

त्याचा अनुवाद असा आहे :

जपानी नागरिकांच्या प्रति,

आम्ही या पत्रकाद्वारा जो संदेश देत आहोत त्यावर तातडीने विचार करा. मानवाने आतापर्यंत तयार केले नसेल असे प्रचंड संहार करणारे शस्त्र आम्ही शोधून ते आता तयार आहे. आम्ही नव्याने तयार केलेल्या या अणुबॉम्बमध्ये दोन हजार टन एवढी स्फोटक शक्ती आहे. हा बॉम्ब फक्त आमच्या एका बी-२९ विमानातून नेऊन एकाच मोहिमेत टाकता येतो. या दुर्दैवी तपशिलाबाबत तातडीने विचार करा. आम्ही जे सांगत आहोत ते पूर्ण सत्य आहे.

आम्ही आता हे शस्त्र तुमच्या मातृभूमीविरोधात वापरायला सुरुवात केली आहे. मनात शंका वाटत असेल तर एक अणुबॉम्ब टाकल्यानंतर हिरोशिमा शहराचे काय झाले त्याबाबत चौकशी करा.

हे निष्फळ युद्ध तुमचे लष्कर ज्या संसाधनांच्या आधारे लढत आहे ती संसाधने या बॉम्बने उद्ध्वस्त करण्यापूर्वी, हे युद्ध थांबवण्याची विनंती तुम्ही राजाला करावी, असे आवाहन करत आहोत. आमच्या अध्यक्षांनी शरणागतीबाबत एकूण १३ मुद्दे मांडलेले आहेत. तुम्ही सर्वांनी ते मान्य करावेत, असे आम्ही पुन्हा सांगत आहोत आणि पुन्हा नव्याने शांतताप्रिय अधिक चांगला असा जपान बांधायला सुरुवात करावी.

आता सैन्य जो विरोध करत आहे त्याविरुद्ध तुम्ही पावले उचला. नाहीतर आम्ही हे बॉम्ब आणि त्याचबरोबर इतरही याहून उच्चप्रतीची शस्त्रे तातडीने वापरून हे युद्ध जबरदस्तीने बंद पाडू.

तुमची शहरे रिकामी करा.

यासाठी तीन जपानी कैद्यांनी अनुवाद करायला मदत केली. एकाने सुचविले की, या पत्रकांबरोबर जपानी भाषेतील दोन पानी वर्तमानपत्रही टाकावे. हे वृत्तपत्र जपानी कैद्यांच्या मदतीने तयार केले गेले होते. त्यात हिरोशिमावर टाकण्यात आलेल्या बॉम्बचे वर्णन प्रत्यक्ष बॉम्ब टाकल्यावर 'इनोला गे'वरून अणुस्फोटामुळे तयार झालेल्या ढगाचे घेतले गेलेले फोटो असे छापले गेले होते. तेसुद्धा अर्धे कोरे वगैरे छापले होते.

ही पत्रके आणि वृत्तपत्रे टाकण्याबरोबर सैपान बेटावरून लघुलहरी रेडिओवर दर १५ मिनिटांनी एक बातमी सतत ऐकवली जात होती. टोकियो रोझ आता पूर्णपणे पालटण्यात आले होते. जपानी शहरांवरून खूप खालून विमाने उडवत न्यायची व त्यातून लाउडस्पीकरवरून प्रचाराचे संदेश लोकांपर्यंत पोचवायचे असे नियोजन होते. पण ते काही घडू शकले नाही. खूप खालून उडणाऱ्या विमानाच्या इंजिनाचा आवाज इतका मोठा असतो की त्यामुळे संदेश ऐकू येणार नाही असे कोणीतरी

लक्षात आणून दिले. पंतप्रधान सुझुकी यांनी त्या दुपारी जी बैठक बोलावली होती त्यात युद्धमंत्री अनामी आणि गृहमंत्री अॅबे यांनी हिरोशिमा बॉम्बहल्ल्याबद्दल जेवढे समजले होते ते सांगितले. अणुबॉम्ब वापरण्यात आल्याचे राष्ट्राध्यक्ष ट्रुमन यांनी जाहीर केले आहे, असे परराष्ट्रमंत्री तोगो यांनी सांगितले. तोगो यांनी असाही मुद्दा मांडला की, जे शस्त्र वापरण्यात आले आहे आणि त्याची जी संहारक शक्ती आहे ती पाहता आणि पोस्टडॅम जाहीरनाम्यात मांडल्या गेलेल्या अटी बघता, सैन्याने युद्ध थांबवावे. 'शास्त्रीय संशोधनात मागास राहिल्याने' जपान हे युद्ध पुढे चालवू शकत नाही, असे म्हणत लष्करी अधिकाऱ्यांना संशोधकांवर दोष ढकलता येईल, असेही त्यांनी सुचविले.

हे म्हणणे जपानच्या शास्त्रज्ञांसाठी अन्यायकारक आहे. १९४३मध्ये, तेव्हा तोगो पंतप्रधान असताना त्यांनी डॉ. योशिओ निशिना या जगातील उत्तम भौतिकशास्त्रज्ञाच्या नेतृत्वाखाली अणुबॉम्बचे संशोधन व्हावे असे म्हटले होते. ही मोहीम खूप सावकाश कार्य करत होती. यासाठी लागणारे कच्चे युरेनिअम ओर आणि पिचब्लेंड मिळवणे कठीण होते. झेकोस्लोव्हाकियाहून पाणबुडीद्वारा येणारा दोन टन माल शत्रुपक्षाने अडवल्याने जपानपर्यंत येऊ शकला नाही. कच्चे खनिज १९४४ च्या शेवटी पोचले. झेकोस्लोव्हाकिया आणि सॅक्सॉनी येथील खाणींवर अमेरिकेने बॉम्बहल्ला केल्याने रेड आर्मीला ते मिळू शकले नाही. शिवाय एप्रिलमध्ये टोकियोवर झालेल्या अनेक हल्ल्यांमध्ये त्या प्रयोगशाळांचे नुकसान झाले. विशेषतः निशिना यांचे एक महत्त्वाचे उपकरण, सेंट्रिफ्युगल सेपरेटर हे नष्ट झाले. त्यामुळे पूर्ण मोहीम थांबवावी लागली. संशोधनातील प्रगती खुंटल्यामुळे जपानी लष्कर दुबळे झाल्याने ते शत्रूला रोखू शकत नव्हतेच; पण दोष पुरेशा सक्षम नसलेल्या जपानी संशोधकांचाही होता.

यात सैन्याचे जे सभासद मंत्रिमंडळात होते, त्यात लष्कर आणि नौदलाचे प्रमुख, त्यांचे उपमुख्य अधिकारी, युद्धमंत्री अनामी यांनी असे मुद्दे मांडले की, हिरोशिमावर टाकलेला बॉम्ब हा एरवी वापरण्यात येणाऱ्या पारंपरिक बॉम्बपेक्षा फार मोठा नसावा. पण ट्रुमनच्या घोषणेमुळे मुद्दामच जपानला फसवण्यासाठी प्रचार केला जात असावा. 'अध्यक्ष ट्रुमन यांनी म्हटले म्हणून ते सत्य असेलच असे नाही,' अनामी म्हणाले. अमेरिकन लोकांनी एखादा फ्यूज निर्माण करून हवेतच बॉम्बचा स्फोट घडवून आणला असेल. जेव्हा हवेत बॉम्बचा स्फोट घडवला जातो तेव्हा जमिनीवरच्या स्फोटापेक्षा अधिक नुकसान होते, हे सर्वश्रुत होतेच. खरे म्हणजे जपान्यांनी असे उपकरण स्वतः विकसित केले होते. पण आतापर्यंत ते वापरण्याची संधी उपलब्ध झाली नव्हती. कारण उंच उडण्याची क्षमताच कमी झाली होती.

एका लष्करी अधिकाऱ्याला एका मागील पिढीतील एका महापुरुषाची आठवण झाली. लष्करातील या कमांडरला पक्ष्यांच्या पंखांच्या हालचालींचा आवाज शत्रुपक्षाच्या

विमानासारखा वाटून तो धूम पळत सुटला होता! एक जुनी जपानी दंतकथा आहे. आर्मीतील एका अधिकाऱ्याने उडत जाणारा पक्ष्यांचा थवा बघितला. त्यांच्या पंखांच्या आवाजाने शत्रू येत आहे असे समजून तो पळत सुटला. जोपर्यंत त्या स्फोटाची चौकशी करायला गेलेल्या लष्करी पथकाचा अहवाल येत नाही, तोपर्यंत जपानी लोकांना ट्रुमनच्या निवेदनाबद्दल काही सांगायचे नाही, असा आग्रह त्यांनी धरला.

नौदल जनरल स्टाफचे मुख्य ॲडमिरल सोयेमू तोयोडा यांनी आणखी एक मुद्दा मांडला, तो अणुबॉम्ब आहे असे चौकशी अहवालात कळले तरी अमेरिकेकडे असे फारच थोडे बॉम्ब असतील. शिवाय या बॉम्बचा विध्वंस पाहून जगात लगेच या 'अमानवी कृत्याबद्दल आवाज उठेल आणि पुन्हा ते बॉम्ब वापरायला अमेरिका धजावणार नाही,' असे त्यांचे म्हणणे होते. तोगोंनी आणखी एक शिफारस केली- तो बॉम्ब अणुबॉम्ब असल्याचे सिद्ध झाले तर जपानी सरकारने लगेच आंतरराष्ट्रीय रेडक्रॉस संघटनेद्वारा आणि स्विस तहानुसार अमेरिकेने आंतरराष्ट्रीय कायदा मोडला असून, युद्धात विषारी गॅस वापरला आहे, अशी तक्रार करावी. हे म्हणणे मंत्रिमंडळाला पटले.

✳ ✳ ✳

कोई रेल्वे स्टेशनला अफाट गर्दी झाली; कारण सर्व जखमी, निराधार लोक हिरोशिमा सोडून जाण्यासाठी धावपळ करत होते. तेथे एकच गाडी होती आणि ती नागासाकीला चालली होती. त्सुतोमू यामागुचीने एक जागा मिळवली. त्याला खूप ताप होता आणि अधूनमधून उलट्याही होत होत्या. तहानेने घसा सुकून गेला होता. खिडकीतून त्याने बघितले, एका पाइपामधून पाणी गळत होते; पण त्याला जागा सोडायची नव्हती. त्या गर्दीच्या लोंढ्यात त्याला पुढे येणारा त्याचा मित्र इवानागा दिसला. तो जवळच्या डब्याकडे सरकत होता. इवानागा आणि सातो स्टेशनवर पोचले होते. धक्काबुक्की करत त्या गर्दीतून वाट काढत नागासाकीला जाणाऱ्या गाडीमध्ये बसायचा प्रयत्न करत होते. या गर्दीत ते एकमेकांपासून अलग झाले आणि दोन वेगवेगळ्या डब्यांत चढले. नागासाकीहून आलेले हे तीन शिपयार्डमध्ये काम करणारे सहकारी तीन वेगवेगळ्या डब्यांत बसून शांतपणे त्यांना घरी नेणाऱ्या गाडीचा प्रवास सुरू होण्याची वाट बघत होते.

जेव्हा गाडी कोई स्टेशनहून सुटली, तेव्हा रेल्वेच्या एका कर्मचाऱ्याने सगळ्यांना उकडलेला भात वाटला. यामागुचीसाठी दोन दिवसांनंतर मिळालेले हे पहिले अन्न होते. रेल्वेच्या दुसऱ्या टोकाला सातो एका तरुण माणसाच्या समोर बसला होता. त्याने एक कापडात गुंडाळलेले गाठोडे आपल्या मांडीवर धरले होते. त्या गाठोड्याला

घाण वास येत होता. गाडीच्या प्रत्येक धक्क्याने तो माणूस त्या हलणाऱ्या गाठोड्याला आणखी घट्ट धरत होता.

"काय आहे त्यात?" सातोने त्याला विचारले.

"माझं एक महिन्यापूर्वी लग्न झालं होतं. पण माझी बायको काल वारली. मला तिला तिच्या आई-वडिलांकडे न्यायची आहे," असे म्हणून त्याने कापड बाजूला केले. आतापर्यंत अशी दृश्ये बघितलेली असूनसुद्धा सातोला पोटात ढवळून आले. एका उलट्या हेल्मेटमध्ये त्या माणसाच्या बायकोचे धडापासून वेगळे झालेले शिर होते.

***

लेफ्टनंट जनरल सिझो ॲरिस्यू एका डीसी-३ जातीच्या विमानात चढले. तशी दोन विमाने टोकियोच्या पश्चिमेकडे असलेल्या हवाई अड्ड्यावर दिसू नयेत म्हणून झाकलेल्या बंकरमध्ये होती. ॲरिस्यू लष्कराच्या गुप्तहेर संघटनेचे प्रमुख होते. त्यांच्या हाताखाली २०जणांचा चौकशी करणारा चमू होता. त्यात काही लष्करी अधिकारी, तर काही नागरिक होते. हे सर्व जण हिरोशिमावर टाकण्यात आलेल्या बॉम्बबद्दल मिळेल ती माहिती मिळवणार होते. जपानसाठी अणुबॉम्ब विकसित करणाऱ्या संशोधन पथकाचे प्रमुख भौतिकशास्त्रज्ञ डॉ. निशिना त्या गटात होते. हे लोक विमानात बसले तेवढ्यात हवाईहल्ल्याच्या धोक्याची सूचना, भोंगा वाजला. अमेरिकेची बॉम्बर विमाने ओसाकाकडे येताना दिसली होती. लष्करी दलाने तातडीने निघावे, नागरिकांनी मात्र धोका पत्करायची स्वतःची तयारी बघून मगच निर्णय घ्यावा, असे ॲरिस्यूंनी सुचविले. त्यांनी जायचे ठरवले आणि म्हणून दुसरे विमान गेल्यावर लगेचच या विमानाने उड्डाण केले.

संध्याकाळ होताना हे विमान हिरोशिमाच्या विमानतळावर उतरले. त्याआधी त्या निर्जीव-उद्ध्वस्त जमिनीवरून त्याने घिरट्या घातल्या आणि मग बंदराजवळ असलेल्या एका गवताळ धावपट्टीवर ते उतरले. विमानाचे भग्नावशेष, कोसळलेल्या इमारतींचे अवशेष सगळ्या विमानतळावर विखुरले होते. जणू चंद्रभूमी वाटावी इतक्या अनोळखी आणि भयानक विध्वंसाने पोळलेल्या त्या जमिनीवर ॲरिस्यू उतरले. गवताचे प्रत्येक पाते जळाले होते. सगळे गवत समुद्राच्या दिशेने वळले होते. "मी शहराकडे बघितलं आणि माझ्या नजरेला एकही अडथळा दिसला नाही," ॲरिस्यूंनी नंतर आठवून सांगितले, "फक्त एक संपूर्ण जळालेले, काळे झाड दिसले. आम्हाला भेटायला कुणीही आलं नाही. जवळच्या एका खंदकातून धडपडत एक माणूस येईपर्यंत आम्ही थांबलो. तो विमानतळाच्या संरक्षण सैन्याचा प्रमुख होता." या सलाम ठोकणाऱ्या लेफ्टनंट कर्नलचा अर्धा चेहरा, डावा भाग लाल

आणि सुजलेला होता. दुसरा अर्धा भाग मात्र सुरक्षित होता. आश्चर्याची बाब म्हणजे, त्याने जो काही निष्कर्ष काढला होता त्याबाबत तो खूपच उत्साही दिसत होता. जे काही उघडे होते ते जळते; पण ज्यावर आवरण आहे ते जळत नाही, म्हणजे यापुढे जर हल्ले झाले तर काय काळजी घ्यावी, ते तो सुचवत होता.

लष्कराचे लोक अंधारात दुसरे विमान येण्याची वाट बघत होते. पण शेवटी त्यांनी वाट बघणे सोडून दिले. मोटर लाँचने त्यांना उजिना येथील आर्मी शिपिंग डेपोमध्ये नेण्यात आले. हिरोशिमाबद्दलच्या पहिल्या बातम्या तेथूनच आल्या होत्या. तेथे ॲरिस्यू यांना मिलिटरी ॲकॅडमीत असताना असलेला मित्र भेटला. जनरल हिडीओ बाबा यांची मुलगी त्या दिवशी शाळेत जाताना त्या बॉम्बहल्ल्यात बळी गेली होती. ही वेळ प्रशिक्षणावेळच्या आठवणी काढण्याची नव्हती. हिरोशिमामध्ये पाणी किंवा वीज आता उपलब्ध नाही, हे आलेल्या पाहुण्यांना सांगण्यात आले. लांबलचक टेबलांपाशी मेणबत्त्या लावून उदासपणे सगळे बसले. बोलण्यासारखे काही नव्हते. त्यांच्या चौकशी पथकापैकी नागरिकांच्या पथकाचे काय झाले याची त्यांना कल्पना नव्हती. एवढ्या रात्री मिट्ट काळोखात त्यांचे विमान उतरण्याची शक्यता नव्हती. खरे म्हणजे पथकाच्या विमानाचे इंजिन बिघडले आणि त्यामुळे ते विमान विमानतळावर परत गेले होते.

त्या रात्री उशिरा, टोकियोला पाठवण्यासाठी जो प्राथमिक अहवाल मेणबत्तीच्या उजेडात लिहिला गेला, त्यात गुप्तहेर यंत्रणेच्या प्रमुखाने शिफारस केली की, स्वतःला आगीपासून वाचविण्याकरता नागरिकांनी पांढरे कपडे घालावेत. अर्धवट जळालेल्या चेहऱ्याच्या अधिकाऱ्याने केलेली सूचना स्वीकारली गेली.

ॲरिस्यू यांना किंवा त्यांच्या टोकियोतील वरिष्ठांच्या नकळत राजाच्या जपानी नौदलाने हिरोशिमातील विध्वंसाबद्दल चौकशी करायला सुरुवात केली होती. नौदल आणि या दोन संस्थांमध्ये प्रचंड दुश्मनी होती; कधी कधी एकत्र काम करत, पण कधी कधी सतत स्पर्धा किंवा एकमेकांच्या विरोधात कार्य केले जाई.

कॅप्टन मित्सुओ फुचिडा युद्धाच्या नियोजनाच्या परिषदेच्या वेळेस हिरोशिमाला निरीक्षक म्हणून उपस्थित होते. पण ५ ऑगस्टला त्यांना होन्शूच्या मध्य प्रदेशात काही कामासाठी बोलवण्यात आले. एका नौदल अधिकाऱ्याने तेथे फुचिडा यांना फोन करून जेवढे त्यांना हिरोशिमाबद्दल ठाऊक होते तेवढे सांगितले; पण ते फार नव्हते आणि मग त्याला टोकियोहून आलेल्या काही नौदल इंजिनिअर्सबरोबर स्फोटाच्या ठिकाणाची अधिक चौकशी करण्यासाठी पाठवून दिले. माउंट फुटाबाच्या पायथ्याशी फील्ड मार्शल हाता यांचे मुख्यालय होते, तेथे फुचिडा त्या लोकांना भेटणार होते. कुरे नौदल तळावरून अहवाल आला होता की, हिरोशिमावर एका बी-२९ मधून आणखी एक वस्तू टाकली गेली. कदाचित तो स्फोट न झालेला बॉम्ब असावा.

जेव्हा फुचिडा ओकायामाहून विमानाने येत होत, तेव्हा त्यांना हिरोशिमामधून धुराचे लोट उंच उंच जाताना दिसले. शहराच्या पूर्व भागाकडे उडत जाताना त्यांना धुरामधून अजूनही पेटलेल्या आगी दिसल्या. पण पूर्ण शहर बेचिराख झाले होते.

फुचिडा विमानतळावर उतरले; पण तेथील कंट्रोल टॉवर उन्मळून पडला होता. ते विमानातून बाहेर आले. तेथे कोणत्याही प्रकारचे वाहन उपलब्ध नव्हते आणि काही विचारायला कुणी माणूसही नव्हता.

रक्ताळलेली, जखमी, धड चालता न येणारी माणसे ओलांडून नौदलाच्या गणवेशात ते चालत होते. काही माणसे नग्नावस्थेत, काहींच्या अंगावर मोठाले फोड होते आणि जळाल्याने कातडी जांभळ्या रंगाची झालेली होती. १९४१ साली फुचिडा यांनीच पर्ल हार्बरवर हल्ला घडवून आणला होता. आता त्यांच्या तोंडून शब्द फुटत नव्हता. त्यांनी कधीच असे दृश्य बघितले नव्हते.

शेवटी ते जोरात ओरडले, ''काय झालं?'' पण, त्यांच्यापैकी कोणापर्यंत ते पोचलेच नव्हते. काहींनी बोलायची धडपड केली; पण बोलण्यासारखे काही नव्हते, जणू त्यांना प्रश्नच कळला नव्हता. चालत चालत पुनर्वसनाचे कार्य करणाऱ्या कर्मचाऱ्यांशी, जवानांशी फुचिडा बोलत राहिले. हिरोशिमामध्ये नेमके काय घडले याची माहिती तुकड्या तुकड्यांनी मिळत होती, त्यांचे एक चित्र ते मनात तयार करत होते.

रात्र पडायला सुरुवात झाली तेव्हा फुचिडा हाताच्या इमारतीत परत आले. कॅप्टन यासुकाडो यासुई, त्यांचे नौदलाचे इंजिनिअर्स, जे टोकियोहून आले होते, त्यांच्याशी त्यांनी चर्चा करायला सुरुवात केली. स्थानिक वाचलेले लोक आणि ही मंडळी जमिनीखालच्या तळघरांत गर्दी करून बसली होती. त्यांना असे सांगण्यात आले की, स्फोट न झालेला एक बॉम्ब पॅराशूटच्या साहाय्याने खाली आला. त्या रात्री हिरोशिमात दोन चौकशी पथके आली होती. एक लष्कराचे बंदराच्या बाजूने आलेले आणि दुसरे नौदलाचे शहराच्या पश्चिम बाजूने आलेले- पण दोन्हींना एकमेकांबद्दल माहिती नव्हती.

∗ ∗ ∗

त्या सकाळी ३.५ किलोमीटर लांब असलेल्या मित्सुबिशी गोदीत जाण्यासाठी जायला डच युद्धकैद्यांनी नागासाकी कॅम्प १४ सकाळी साडेपाच वाजताच सोडला व तेथे जहाजबांधणीचे काम चालू होते. आदल्या आठवड्यात झालेल्या हवाईहल्ल्यामुळे जी तोडफोड झाली होती ते सर्व अवशेष हलवणे, हे त्यांचे काम होते.

ॲलन चिक या ऑस्ट्रेलियाच्या कैद्याला तेथे जवळ असलेल्या फाउंड्रीत त्याच्या रोजच्या कामासाठी पोचवण्यात आले. मित्सुबिशीच्या भट्टीचे उत्पादन

खूपच कमी झाले होते म्हणून तेथे फारच थोडे लोक काम करत. चिकचे आजचे काम कालच्या कामासारखेच होते- मेटल कास्टिंगमधून त्यावर चिकटलेले लोखंडी कण झटकून काढणे. ज्या साच्यांमधून ते काढले जात त्या भागांना एकमेकांना जोडले जात असे. सध्या जे काम चालू होते ते होते हौज-होलचे. यात अंडाकृती आकाराच्या जाड तळ असलेल्या गोल रिंगा तयार करत, ज्यातून जहाजाचा नांगर घातला जाई. ॲलन चिक स्वतः पूर्वी मासे पकडण्याचे काम करत असे. त्यामुळे या वेळेस आपण काय काम करत आहोत ते त्याला कळले होते. अर्थात नाही कळले तरी त्याला त्याची फारशी पर्वा नसे.

चिकचा आपल्याला कैदी बनवल्याबद्दल शत्रूवर राग नव्हता. हा बारीकसा लाजाळू तास्मानियातील सेंट हेलेन्सचा शेतकरी मुलगा आपल्यातच दंग असे. तो बडबड्या नव्हता. कधी सिगारेट ओढायचा नाही की दारू प्यायचा नाही. अर्थात दारूचा येथे संबंधही नव्हता. त्याच्यासाठी ही जागा म्हणजे ऑस्ट्रेलियातील कॅम्पसारखी होती. कारण त्याच्यावर बरेच वाईट प्रसंग येऊन गेले होते. जपानच्या इतर युद्धकैद्यांच्या कॅम्पमध्ये खूप नैराश्याने भांडणे होत, तशी कॅम्प १४ मध्ये होत नसत.

संध्याकाळी पाच वाजता फाउंड्रीत काम करणाऱ्या इतर युद्धकैद्यांबरोबर चिकला परत कॅम्प १४ ला आणले गेले. हे अंतर जवळ होते. डच कैदी शिपयार्डकडून सहा वाजता परत आले. पीटर मॅकग्रथ-करसुद्धा त्याची मित्सुबिशी, फाउंड्रीच्या मोटार कार्यशाळेतून पाळी संपल्यावर कॅम्प १४ ला आला. त्या दिवशी त्याने मोटार ट्रायसिकल्स उघडून त्यांच्या दुरुस्त्या केल्या. ट्रक स्पॅनर्समधून काही भाग तयार केले. त्याला सांगण्यात आले होते की, उद्या तो जवळच्या एका कॅनॉलवरच्या छोट्या पुलाचे दुरुस्तीचे काम करणार आहे. हा सैनिक होता. टिमोर भागात, डार्विनहून आणखी कुमक येण्यासाठी वाट बघणाऱ्या मॅकग्रथ-कर याला पकडण्यात आले होते. तो ऑस्ट्रेलियाच्या गुप्तहेर यंत्रणेतील एका विभागात सार्जंट होता. हा एक शांत, विचारी माणूस. तो आयुष्याकडे तटस्थतेने पाहत असे, मग ते चांगले असो किंवा वाईट. या पकडणाऱ्या शत्रूच्या विरोधात जाणे त्याला पसंत नव्हते. सगळ्यांत शहाणपणा फारसे पुढे पुढे न करणे होता. यामुळे या शत्रूच्या कैदेत आयुष्य सुसह्य होत असे आणि यातून जिवंत बाहेर पडण्याची शक्यता वाढत असे.

कॅम्प १४ मधील सुरक्षासेवक अगदी अत्याचार करत नसले तरीही येथे संस्थात्मक दादागिरी केली जायची. जे शब्द जपानी भाषेतील कैद्यांनी शिकणे अभिप्रेत होते, ते जर त्यांना आले नाहीत तर त्यांच्या थोबाडीत मारले जायचे. कधी कधी शिक्षा म्हणून त्यांना एकमेकांच्या श्रीमुखात भडकवायला सांगितले जायचे आणि जर का त्यांनी जोरात मारली नाही तर हे मध्ये पडत आणि दोघांना जोरात थोबाडीत मारत. जर कैदी उंच असेल तर त्याला गुडघ्यावर बसायला सांगत आणि

मग थोबाडीत मारत.

या युद्धाच्या काळात खूप आजार पसरले होते. काही युद्धकैदी ज्या उष्ण प्रदेशातून आले तेथूनच काही हगवण, बेरी-बेरी इत्यादी संसर्गजन्य रोग, कुपोषण घेऊन आले होते; पण सगळ्यात धोकादायक आजार होता तोही या कडाक्याच्या थंडीत न्यूमोनिया! मृत कैद्यांची प्रेते शवपेटीत ठेवली जात. त्यावर लक्ष ठेवले जाई आणि मग अंत्यसंस्कारासाठी नदीपलीकडे जागा होती तेथे नेली जात. साकामोतो येथे मृत व्यक्तीची राख एका खोक्यात ठेवत व त्यावर त्याचे नाव, वय, मृत्यूची तारीख लिहून चिकटवत. परदेशी व्यक्तींची स्मशानभूमी होती तेथे हे ठेवले जाई.

जपानमध्ये युद्धकैद्यांच्या तुरुंगामध्ये पुरेशी स्वच्छता नसे. त्यामुळे माश्या, उवा सगळीकडे असत. विशेषतः उन्हाळ्यात! हे नकोसे पाहुणे जमिनीवरच्या फळ्या, गवताच्या चटया आणि पातळ ब्लँकेटमध्ये वस्ती करत.

झोपायला जायच्या आधी सगळे जण पिसवा, ढेकूण मारत असत. त्यामुळे थोडी तरी झोप मिळत असे. त्या तुरुंगाच्या खोलीत भटकत असताना मॅकग्रथ-करला आपल्या कामाच्या पॅन्टवर काळे काळे डाग जमा झालेले दिसले. तो खोलीच्या दुसऱ्या टोकाला पोचेपर्यंत त्याची पॅन्ट गुडघ्यापर्यंत काळी झाली होती कारण पिसवा पॅन्टवर जमा झाल्या होत्या. त्याने ब्रशने त्या साफ केल्या, झटकल्या आणि मग सावकाश पुन्हा तो खोलीकडे परत गेला. पण पुन्हा तसेच झाले. या अशा हालचालीतच युद्धकैदी आपला वेळ घालवत. जे आधीच ठाऊक होते त्यासाठी फार मोठा अभ्यास करण्याची गरज नव्हती.

त्या मोठ्या खोल्यांमध्ये २० दुमजली पलंग असत. प्रत्येकासाठी टोकाला एक उघडा ड्रावर असे. त्या पलंगामध्ये टेबल आणि खुर्ची असे. हे कैदी गवताच्या चटईवर झोपत. एक खूप कडक ब्लँकेट आणि ब्लीच न केलेली कॅलिकोची चादर असे. एका छोट्या खोळीमध्ये लाकडाचा भुसा भरलेला असे. ती उशी म्हणून वापरली जाई. जेमतेम १५ वॅटचा एक बल्ब छतातून टांगलेला असे आणि तो रात्रभर चालू असे.

सकाळी खूप लवकर कामावर जाऊन नव्या सुरक्षा खंदकाचे काम करणारे कैदी परत आले होते आणि संध्याकाळच्या जेवणाची वाट बघत वेळ घालवत होते. त्यांना सकाळची कामाची पाळी होती. सुरक्षा खंदक लवकरात लवकर तयार व्हावा म्हणून. म्हणजे पुढच्या हल्ल्याच्या आत. ते दोन पाळ्यांमध्ये काम करत होते. त्यांची कामाची पाळी संपली की जी काही थोडी कुपोषणातून उरणारी शक्ती होती, ती वाचविण्यासाठी बसून सिगारेट ओढत किंवा पलंगावर पडून राहत. आपल्याला दुसऱ्या दिवशी सुरक्षा खंदकाचे काम करणाऱ्या पथकाबरोबर जाऊन पुलाचे काम करायचे आहे, असे मॅकग्रथ-करने खोलीतल्या लोकांना सांगितले.

कॅम्प १४च्या कैद्यांसाठी तांदूळ आणि इतर खाद्यपदार्थ जेवण तयार करण्यासाठी पुरवले जात. इतर नागरिकांसाठी जशी अन्नाची टंचाई होती, तशी इथेही होतीच. एक वाटी भात, त्यात थोडी बार्ली किंवा मक्याची एक वेगळी जात वापरत. त्याबरोबर एक कप सूप आणि थोडे लोणचे मिळत असे. कधी कधी जेवणात मांसाचा छोटा तुकडा मिळे. पण युद्ध सुरूच राहिले तेव्हा मांस आणखी उशिरा मिळू लागले आणि नंतर तर गायबच झाले. सुरुवातीच्या काळात म्हणजे तमाहोको मारुवरील वाचलेले कैदी कॅम्पमध्ये येण्याआधी स्वयंपाकी इवानागा, इतर पाच डच कैद्यांबरोबर मासे जेथे मिळत तेथे रेशन आणायला जात असे. पण आता टंचाईमुळे ते बंदच झाले.

फाउंड्रीमध्ये एक गाडी भरून भंगार आणताना एक घोडा मेला. त्या रात्री कितीतरी दिवसांनी कॅम्पमधील सगळ्या कैद्यांना ताज्या मटणाचे स्ट्यू मिळाले. पण तो नियमाला अपवाद होता आणि नियम एकच होता, अन्नाची विलक्षण टंचाई. इतर कॅम्पपेक्षा फुकुओका कॅम्प १४ येथील परिस्थिती बरी होती, तरी भूक आणि आजारपण या गंभीर समस्या होत्याच. कैद्यांना फार दयाळूपणे वागणूक दिल्याबद्दल येथील मूळच्या कमांडंटची बदली झाली होती.

✳ ✳ ✳

दुपारी उशिरा छान उन्हाच्या उबेत पोस्टमन सुमितेरु तानिगुची फेरीने नागासाकी खाडी ओलांडून आजीच्या घराकडे परतला. त्याच्या आजीचे घर माउंट इनासाच्या पायथ्याशी होते. त्याने त्याची लाल सायकल मुख्य पोस्ट ऑफिसमध्येच ठेवली होती. नेहमी तो रात्रपाळी करत असे आणि त्याचे काम संपल्यावर शेवटच्या नावेतून परतताना त्याला पोस्ट ऑफिसची सायकल वापरायची परवानगी असे.

तो जेव्हा दुपारी परत पोचला तेव्हा त्याचा वरिष्ठ त्याला रागावणार होता. कधी कधी सुमितेरु जिन्याच्या पायऱ्या जेथे फार उंच नाहीत तेथून सायकलवरून तसाच खाली येत असे. अगदी कुमारवयीन मुलाप्रमाणे. हा जरा धाडसी प्रकार होता. ज्यात तो आपले कौशल्यही दाखवायचा प्रयत्न करायचा. नागरी जबाबदारीचे ज्याला चांगले भान आहे अशा व्यक्तीने त्याला तसे करताना बघितले आणि लगेच जाऊन ऑफिसमध्ये सांगितले. साहजिकच त्याच्या वरिष्ठाला हे अजिबात आवडले नाही. ''यामुळे पोस्ट ऑफिसच्या मालमत्तेचं नुकसान होईल,'' तो म्हणाला.

'आपण पुन्हा असे करणार नाही,' असे सुमितेरुने त्याला सांगितले; पण त्याला ठाऊक होते की ते फारसे खरे नव्हते!

आपल्याला कुणीतरी रागावले होते हे तो घरी पोचेपर्यंत विसरला होता. त्याची आजी आणि बहीण भाजीच्या वाफ्यात काम करत होत्या. त्याने त्यांना मदत केली.

आजी घराच्या आवतीभोवती सोयाबीन, मका, बटाटे, टोमॅटो, काकड्या पिकवत असे. त्यामुळे कुटुंब स्वावलंबी होत असे. ती कोंबड्या आणि ससे पाळत असे; शिवाय मलबेरीच्या झाडावर रेशीमकिडे पाळत असे. या पशु-पक्ष्यांचे टाकाऊ पदार्थ वाफ्यांसाठी खत होते, पण खरे म्हणजे मानवी विष्ठा त्यापेक्षा उपयुक्त खत असे. त्यामुळे उत्पादन जास्त येई.

संध्याकाळ झाली, आजीने (खरे नाव साकातारो) आजूबाजूच्या घरी जाऊन तेथून मानवी विष्ठा आणली, जी ती खत म्हणून वापरत असे. शिवाय ही विष्ठा गोळा करण्यासाठी तिला पैसे मिळत. त्यामुळे आजोबांचे येणारे थोडेफार पैसे आणि सुमितेरुचा पोस्टाचा पगार याला थोडी जोड मिळत असे. आजीने तिचा पहिला नवरा म्हणजे सुमितेरुचे आजोबा वारल्यानंतर हा दुसरा विवाह केला होता.

आजोबा फार काम करत नसत. जेव्हा केव्हा इमारतींच्या बांधकामाबाबत सुतार, गवंडी यांचे काम असे तेव्हा जिल्ह्यातील बांधकाम व्यावसायिकांना मजूर पुरवण्याचे काम ते करीत. अगदी थोडे उत्पन्न आणि खायला दोन तोंडे वाढलेली. कुटुंब काही सुस्थितीत नव्हते; पण आजीच्या भाज्या आणि प्राणी-पक्षी यामुळे संसार रेटला जायचा. १९४५ पर्यंत त्यांच्याकडे असलेल्या थोड्या पैशातून ते फारसे काही विकत घेऊ शकत नसत.

✳ ✳ ✳

घरातील कुटुंबप्रमुखाच्या अनुपस्थितीत ताकिगावा कुटुंब आपले रात्रीचे साधे जेवण संपवत होते, तेवढ्यात हवाईहल्ल्याचा इशारा देणारा भोंगा वाजला. साक्यू आणि रोयोको यांनी जेवण बाजूला ठेवले आणि हवाईहल्ल्यात घालायचे डोक्यावरचे आवरण घेतले. तमाशीच्या आईने त्याला आपल्या पाठीवर बांधले. संध्याकाळच्या त्या उदास वातावरणात दोन्ही छोट्या मुली नदीला समांतर असलेल्या कच्च्या रस्त्यावरून धावू लागल्या. त्या रस्त्याला कठडा नव्हता. शिवाय बाळाची जबाबदारी होती. त्यांना खूप काळजीपूर्वक चालावे लागत होते. रस्त्याच्या कडेवरून खाली पाण्यात पडणार नाही याचीही काळजी घ्यावी लागत होती. २० मिनिटांत साक्यू, रोयोको आणि तमाशी संरक्षक खंदकांत पोचले. एका बागेच्या वर टेकडीत हा खंदक खोदला होता.

मुलींना खरे म्हणजे आईने पण आपल्याबरोबर यावे असे वाटत होते; पण त्यांच्यावर नेहमीच इतर जबाबदाऱ्या असत. आई आणि मोठी मुलगी नेहमी पाण्याने भरलेल्या काँक्रीट टाकीजवळ उभ्या राहणे आवश्यक असायचे. म्हणजे आग लागल्यास ती विझवता आली पाहिजे. मुली त्या संरक्षक खंदकाकडे आईविना धावत गेल्या आणि धोका संपल्याचा इशारा होण्याची वाट बघू लागल्या.

काही दिवस साक्यू आणि रोयोको यांना हे ठाऊक नव्हते की ज्या दोन प्रौढ व्यक्तींना आपण आई आणि बाबा म्हणतो ते खरे त्यांचे आई-बाबा नाहीयेत. मिवा आणि मासेरू ताकिगावा त्यांचे खरे आई-बाबा नव्हतेच. ते त्यांचे काका आणि काकू होते. श्रीमती ताकिगावांच्या धाकट्या भावाच्या, तोमोसाकू कावासाकी आणि त्याच्या बायकोच्या त्या मुली होत्या.

कावासाकी जपानच्या मान्च्युरिया कॉलनीत, आता मान्चुको म्हटले जायचे तिथे स्थलांतरित झाला होता. तो मान्च्युरियाच्या रेल्वेत काम करत होता. तिथे त्याने हद्दपार केलेल्या जपानी महिलेशी विवाह केला होता. त्यांना दोन छोटी मुले होती. साक्यूचा जन्म १९३५ मध्ये झाला होता. तिचे नाव एका खूप लोकप्रिय कुटुंबाच्या हीरोच्या गोष्टीतील, 'ह्यूमन बुलेट्स : थ्री ब्रेव्ह वॉरियर्स' यावरून ठेवले होते. हे हीरो अंगाला बॉम्ब बांधून शत्रूकडे धाव घेत. दोन वर्षांनी रोयोको जन्माला आली आणि तिचे नाव मान्च्युरियाच्या राजधानीपासून खूप लांब रेल्वेचे जे जंक्शन होते त्यावरून ठेवले होते. ऑस्टेनसिबली याद्वारा जपानच्या या मागास भागासाठी बऱ्याच विकासाच्या योजना राबवल्या जात. कावासाकी चांगले कमवत होता आणि आपल्या क्युशू येथील कुटुंबाला आणि ताकिगावा या बहिणीला चांगली मदत करत होता. मान्च्युरियातील स्थानिक लोक तेथे राहणाऱ्या जपानी लोकांना घुसखोर समजत. प्रत्यक्षात ते लोक म्हणजे जपानच्या क्वानटुंग आर्मीची नागरी शाखा होती. स्थानिक लोक त्यांचा खूप द्वेष करत. १९३८ मध्ये जेव्हा साक्यू तीन वर्षांची आणि रोयोको एक वर्षाची होती, तेव्हा रेल्वेलाइनच्या बाजूने त्यांच्या वडिलांचे अपहरण केले गेले. त्यांच्याबरोबर आणखी पाच वरिष्ठ रेल्वे अधिकारीही होते.

एका चाकूच्या धाकाने कावासाकी आणि इतर कैद्यांनी एक खड्डा जमिनीत खणायला लावला. तो पुरेसा मोठा झाल्यावर त्यांना एकत्र बांधून त्या खड्ड्यात ढकलले गेले. त्या गुंडांनी (किंवा स्वातंत्र्यसैनिकांनी तुमच्या दृष्टिकोनाप्रमाणे) त्यांच्यावर माती लोटली आणि ती दाबण्यासाठी त्यावर नाचले. म्हणजे स्वतःचीच कबर त्यांना जबरदस्तीने खोदायला लावली. त्या सहा जपान्यांना जिवंत गाडले होते.

कावासाकीची मोठी बहीण मिवा त्या वेळेस कुटुंबातील इतर नातेवाइकांना भेटण्यासाठी मान्च्युरियामध्ये होती. तेव्हा तिने या आपल्या दोन भाच्यांना आपल्याबरोबर नागासाकीला आणले. ती व तिचा नवरा या दोन्ही मुलींना आपल्या स्वतःच्याच मुलांप्रमाणे वागवू लागले. त्यांचे आडनाव कावासाकीच होते. त्या मुली इतक्या लहान होत्या की हे सर्व त्यांना समजत नसे. आमचे आडनाव तुमच्यापेक्षा वेगळे का, हे त्या शाळेत जाईपर्यंत त्यांनी विचारले नाही. जेव्हा तिला विचारले गेले की, तुझे आडनाव वेगळे का, तेव्हा साक्यूने आईला विचारले आणि तिला तिच्या आई-बाबांबद्दल सर्व वास्तव सांगितले गेले.

त्या मुलींची खरी आई मान्च्युरियातच राहिली; पण तिने आपल्या नवऱ्याच्या कुटुंबाशी काहीच संबंध ठेवला नाही किंवा तिच्या मुली त्यांच्याकडे राहत होत्या त्याबाबतही चौकशी केली नाही. असे म्हटले जाते की, तिने त्याच ठिकाणी पुन्हा दुसरे लग्न केले आणि नवीन आयुष्य सुरू केले.

***

संध्याकाळी तोगो आणि अनामी हे दोघे, अनामींच्या टोकियोतील राजवाड्यामधील तात्पुरत्या निवासस्थानी भेटले. लष्कराचा एक महत्त्वाचा प्रवक्ता, युद्धमंत्री जपान सरकारमधला एक महत्त्वाचा शक्तिशाली माणूस होता. त्याच्याकडे खूप पुढे जाण्याची इच्छा किंवा करिश्मा नसला तरीही! त्याच्या आधीच्या काही लोकांकडे मात्र हा करिश्मा होता. स्वतःला तंदुरुस्त ठेवण्यासाठी, धनुष्यबाण आणि तलवारबाजी तो करत असे. त्याच्यापेक्षा वयाने लहान असलेल्या अधिकाऱ्यांना तो एक विश्वासार्ह, वडीलधारा सहकारी ही त्यांच्यावर पडलेली छाप पुसण्यासाठी तो अजिबात प्रयत्न करत नसे. त्यांना वाटत असे की, कोणत्याही परिस्थितीत जपानने जे युद्ध सुरू केले आहे त्याला याचा सर्वस्वी पाठिंबा आहे. लष्कराच्या दोन चीफ ऑफ स्टाफपैकी अनामी मात्र फायर ब्रँडचे जपानी सैन्यातील पुरस्कर्ते होते.

तोगो आणि अनामी हे 'युद्ध विरुद्ध शांतता' या विरुद्ध समूह गटाचेदेखील आपले वर्चस्व गाजवणारे नेते होते. जपानचे भविष्य ठरवण्यासाठी त्यांच्यात स्पर्धा असे. दोन तास अनौपचारिकपणे चर्चा करूनही ते कुठल्याही निर्णयाप्रत येऊ शकले नाहीत. युद्ध हरण्यासाठी आता फक्त काही कालावधी शिल्लक आहे, हे तोगोंचे म्हणणे अनामींना पटत होते. पण त्यांचे म्हणणे होते की, युद्ध चालू ठेवण्याने जेव्हा केव्हा काही हक्क, फायदे मिळवण्याची वेळ येईल, तेव्हा जपान एका बऱ्या स्थितीत असेल. तोगोंपेक्षा त्यांच्याकडे गरम डोक्याची बरीच माणसे होती.

अनामींच्या डायरीत ७ ऑगस्टला हिरोशिमावर अणुबॉम्बहल्ला झाला याची नोंद आहे. त्या दिवशी त्यांनी लिहिले आहे की, खासगीरीत्या याचे काय परिणाम होतील याबाबत त्यांनी काही भौतिकशास्त्रज्ञांशी चर्चा केली. आता ते, त्यांची वाढती शंका आणि राष्ट्राच्या शरणागतीनंतर काय मागण्या असाव्यात याचा पाठपुरावा करणारे सैन्यातील जहाल लोक यांत समतोल राखण्याच्या प्रयत्नांत होते.

***

दुपार संपेपर्यंत टिनियनमधल्या जोडणी करणाऱ्या गटाने 'फॅट बॉय'च्या आवरणामध्ये अंतर्गत यंत्रणा बसवण्याचा किचकट भाग पूर्ण केला होता आणि आता दोन अर्धवर्तुळाकार भाग बोल्टने एकमेकांना जोडण्यास तयार होते. ही जोडणी कमी

वेळात पूर्ण करण्याच्या भानगडीत सुरक्षेची काळजी घेण्यासाठी जी जी प्रक्रिया होणे गरजेचे होते ती केली गेली नाही. त्या जागी इतकी गर्दी झाली होती की शेवटी प्रकल्पप्रमुख डीक पार्सन्स यांना, ज्यांची तिथे गरज नव्हती त्यांना बाहेर जायला सांगावे लागले. सगळे वातावरण तापलेले असताना त्या इमारतीभोवती दोन सुरक्षा जाळ्या आणि शस्त्रधारी सुरक्षारक्षक बघून बाहेर पडणाऱ्यांना शंका आली की घातपात करणारी एखादी जपानी बोट तर आली नाहीय ना! पण ज्याची शंका आली ते कधीही सांगितले गेले नाही आणि तथाकथित हल्लेखोरांनी स्वतःचे रूप कधीही उघड केले नाही!

हवाई दल हेसुद्धा एक सैन्याचाच भाग असते; पण हे लोक अधिक गुर्मीत असतात. अमेरिकेचे हवाई दल याला अपवाद नाही; पण चक स्वीनी मात्र सहज बसू शकत नव्हता. या साच्यात तसे त्याचे व्यक्तिमत्त्व खूप गुंतागुंतीचे नव्हते. तो थोडे वाचायचा, थोडा विचार करायचा. विशिष्ट गोष्टींचा विचार करायचा. तो सुधारणावादी नव्हता. कट्टर रोमन कॅथलिक असलेला स्वीनी 'योग्य आणि बरोबर' याबाबतच्या मध्यमवर्गीय कल्पना मनाशी बाळगणारा पारंपरिक पुरुष होता. पुढच्या मोहिमेत त्याला देण्यात आलेल्या जबाबदारीमुळे तो खूपच फुशारला होता. पण काहीतरी कुठेतरी चुकत होते आणि ते जायला हवे होते. त्यासाठी पाठपुरावा कुणीतरी करायला हवा होता.

टिनियनवरच्या संध्याकाळी या आयरिश-अमेरिकन हवाई अधिकाऱ्याने एक जीप मागून घेतली आणि बंबार्डमेंट विंगच्या ३१३ व्या विभागात जाऊन एक धर्मगुरू शोधला. खरे म्हणजे तो लुथर जमातीच्या कॅप्टन डाउनीला भेटू शकला असता; पण आपल्या लिखित आठवणींमध्ये त्याने म्हटलेय की, अतिशय श्रद्धाळू कॅथलिक असल्याने आपल्याला कॅथलिक धर्मगुरूशीच बोलण्याची इच्छा होती. मात्र ५०९ व्या विभागातही फादर जॉर्ज झाबेल्का हे कॅथलिक धर्मगुरू होते, हे तो लिहीत नाही. नंतर झाबेल्का यांनीही त्या वेळच्या स्वतःच्या गप्प राहण्याबाबत आणि बॉम्बहल्ल्यातील नैतिक प्रश्नाबाबत बाळगलेल्या मौनाविषयी काही वक्तव्य केले आहे. स्पष्टीकरण दिले आहे. कदाचित स्वीनीला झाबेल्का फारसे आवडत नसावेत किंवा तो प्रत्यक्ष त्यांनाच भेटला असावा. त्याने जेव्हा आपल्या आठवणी लिहिल्या तेव्हा झाबेल्कांनी केलेल्या काही परस्परविरोधी विधानांमुळे निर्माण झालेल्या वादात त्याला अडकायचे नसावे. चक स्वीनीला सतत विरोध आणि संघर्ष आवडत नसे.

स्वीनीला कुणीतरी अशी व्यक्ती हवी होती जी त्याला त्रास देणाऱ्या काही बाबींमधून त्यातून मार्ग काढेल. जिथे रविवारी प्रार्थना होत असे, त्या उघड्यावरच्या रंगमंचाकडे तो आणि धर्मगुरू चालत गेले, असे त्याने आठवणीत लिहिले आहे. स्वीनीला धर्मगुरूंनी विचारले, "तुला कबुली द्यायची आहे का?" तेव्हा तो

म्हणाला, "नाही. फक्त बोलायचं आहे." त्याच्या मनावर विचारांचे ओझे होते. त्याला जाणून घ्यायचे होते की, युद्ध आणि युद्धात घडणाऱ्या काही अमानुष घटना यांचे समर्थन होऊ शकते का? या चर्चेत अनेक मुद्दे समोर आले- पर्ल हार्बरवर झालेला छुपा हल्ला, नानकिंग येथे तीन लाख निःशस्त्र नागरिकांची करण्यात आलेली कत्तल, जपानने आशियावर विजय मिळवून त्यांच्यावर लादलेली गुलामगिरी यांचा समावेश होता. अमेरिकेच्या धोरणांबद्दल आणि अणुबॉम्ब टाकण्याचा मुद्दा मात्र या चर्चेत आला नाही. मध्ययुगीन काळातील थियॉलॉजिस्ट आणि तत्त्वज्ञ सेंट थॉमस ॲक्विनस यांच्या तत्त्वज्ञानाचा आधार घेत हाच निष्कर्ष काढला, काही परिस्थितीत युद्ध हे न्याय्य ठरते!

आता स्वीनीने आपला निर्णय पुढच्या टप्प्यापर्यंत नेला. ज्या शस्त्रांनी प्रचंड संहार होतो त्याचा वापर समर्थनीय ठरतो का, याबाबत विचार करताना त्याने हिरोशिमाचा उल्लेख केलेला नाही, तसेच दोनच दिवसांनी टाकल्या जाणाऱ्या दुसऱ्या अणुबॉम्बचाही उल्लेख केला नाही. धर्मगुरूंनी आपले म्हणणे या स्वरूपात मांडले : युद्धात मोठ्या प्रमाणात विध्वंस होतो. एका माणसाचा मृत्यू हा दहा हजार लोकांच्या मृत्यूइतकाच वेदनादायी असतो; पण आपण हे का करत आहोत याचे निश्चित कारण तुमच्या मनात स्वच्छ असायला हवे आणि हेतूसुद्धा.

या वेळेपर्यंत दोघेही अंधारात बसले होते आणि पॅसिफिक समुद्राची अस्वस्थ गाज ऐकू येत होती. स्वीनी विचारात बुडून गप्प बसला. मिळालेल्या उत्तराने त्याचे मन शांत झाले होते आणि तीच उत्तरे पुनःपुन्हा तो मनात घोळवत होता.

***

त्या रात्री दहा वाजता हिरोशिमाच्या दक्षिणेकडील हवाईतळावरून एक अहवाल टोकियोला पाठविला गेला होता. त्या क्षणापर्यंत जी काही महत्त्वाची माहिती जमा झाली होती ती संक्षिप्त स्वरूपात पाठवली गेली. ही माहिती प्रत्यक्षदर्शी व्यक्तींकडून मिळवली होती. हा बॉम्ब एक ते चार विमानांच्या गटाने टाकला होता. तो पॅराशूटला बांधलेला होता. जमिनीवर काही अंतरावर तो फुटल्यामुळे डोळे दिपवून टाकणारा प्रकाशाचा लोळ आणि प्रचंड मोठा आवाज झाला, असे काही लोकांचे म्हणणे होते. याला लोक 'फ्लॅश-बूम' म्हणत होते. शहराच्या मध्यावर जवळजवळ एकाच वेळी दोन स्फोट झाले, तर शहराच्या परिघावर दोन किंवा तीन सेकंदांनंतर स्फोट झाले. त्यातून निघालेला पांढरा धुराचा ढग उंच उंच आकाशात जाऊ लागला.

'त्याचा प्रकाश पडताक्षणी जवळपास सगळीकडे आगी लागल्या. लोकांचे उघडे अवयव उडून दोन-तीन किलोमीटरवर जाऊन पडले आणि त्यांच्या अंगावरील कपड्यांना आगी लागल्या.'

या अहवालात नुकसान किती झाले, जखमा किती झाल्या, तसेच स्फोटांमुळे भाजल्याच्या झालेल्या जखमा किंवा ज्या वस्तू तूटफूट होऊन भिरकावल्या गेल्या याबद्दल वर्णन नव्हते. यात एक दक्षतेची सूचना दिली गेली की, आकाशात कमी विमाने दिसली तरी आता सतत जागरूक राहायला पाहिजे. ज्या दिवशी हिरोशिमावर बॉम्ब टाकला, त्या दिवसाच्या शेवटी जपानी सैन्याला या नव्या शस्त्राबाबत बरीच माहिती मिळाली आणि त्याने काय घडू शकते, तेही कळाले; पण दुर्दैवाने जपानी लोक तेवढे शहाणे नव्हते.

आठ

नागासाकी, बुधवार, ८ ऑगस्ट १९४५

पोटडॅम परिषदेनिमित्त स्थगित केल्या गेलेल्या रशिया-चीन वाटाघाटी ७ ऑगस्टला दुपारी मॉस्कोत पुन्हा सुरू झाल्या. टोकियो तेव्हा सात तास मागे होते. चीनचे पंतप्रधान टी. व्ही. सुंग आणि नवीन परराष्ट्रमंत्री वँग शिह-चेह विमानाने चुनकिंगहून मॉस्कोला आले. त्यांना विमानतळावर मोलोटोव्ह आणि अमेरिकेचा रशियातील राजदूत ॲव्हरेल हॅरिमन भेटले. हे दोघे वाट बघत होते तोवर अमेरिकेच्या राजदूताने मोलोटोव्ह यांना विचारले की, अणुबॉम्बबद्दल जपानी लोक काय विचार करत असतील? ''अजून मी काही त्याबद्दल ऐकलं नाही आहे,'' मोलोटोव्ह म्हणाले. शिवाय त्यांनी अशीही टिप्पणी केली की, 'तुम्ही अमेरिकेचे लोक तुम्हाला पाहिजे तेव्हा तुम्ही गुप्तता पाळता.' यांना ठाऊक होते पण अमेरिकेने असे काहीही केले नाहीय, हे हॅरिमनला ठाऊक नव्हते.

मोलोटोव्ह यांनी नंतर चीनहून आलेल्या पदाधिकाऱ्यांना जपान कसा आता कोसळण्याच्या बेतात आहे, ते सांगितले. आता आपण ते घडण्याआधी आपल्या वाटाघाटी संपविल्या पाहिजेत. नाहीतर निर्णयाप्रत पोचणे युद्ध संपण्याआधी न झाल्यास ते धोक्याचे ठरेल.

मोलोटोव्ह आणि स्टालिन आदल्या दिवशी मॉस्कोला परतले आहेत हे कळल्यावर जपानच्या नेत्यांनाही त्यांना भेटायचे होते. तोगो यांनी सातोंना त्वरित एक तार पाठवून सुचविले होते की मोलोटोव्ह यांना तातडीने भेटून लवकरात लवकर उत्तर मागा. सातोंनी मोलोटोव्हच्या उपमंत्र्याला, लोझोव्हस्की यांना संपर्क साधून मोलोटोव्हकडून या कोनोए मोहिमेबद्दल उत्तर द्या, असे म्हटले होते पण

त्यांना उत्तर मिळाले नाही. हिरोशिमा येथे झालेल्या विध्वंसाचे प्रमाण लक्षात आल्यानंतर तोगो आता कासावीस झाले होते. दुसरी तार पाठविली गेली :

७ ऑगस्ट १९४५ ३.४०(१५४० वाजता)
द्वारा : तोगो
प्रति : सातो
क्र - ९९३

तुमच्या १५१९ तारेनुसार येथील परिस्थिती इतकी भयानक होत आहे की, लवकरात लवकर रशियाचा याबाबत काय विचार आहे हे कळणे आवश्यक आहे. उत्तर मिळविण्यासाठी आणखी तातडीने प्रयत्न करा.

सातोंना परराष्ट्रमंत्र्यांनी पाठविलेली ही तार सकाळी उशिरा मिळाली. त्यानंतर दोन तासांनी त्यांचाही संयम संपल्यानंतर त्यांनी परत लोझोव्हस्कींशी संपर्क साधून रशियाच्या परराष्ट्रमंत्र्यांची भेट ठरवण्यासाठी विनंती केली. लोझोव्हस्कींना ही विनंती आश्चर्यकारक वाटली. पुढे मोलोटोव्ह आणि स्टालिन यांनाही ती तेवढीच अनपेक्षित होती. ही विनंती शरणागती पत्करायला तयार असलेल्या देशाकडून नाही तर जो देश युद्ध चालू ठेवण्याच्या मनःस्थितीत आहे, अशा देशाकडून आल्यासारखी होती. लोझोव्हस्कींना पटकन काहीतरी उत्तर देणे आवश्यक होते. त्यांनी सांगितले की, मोलोटोव्ह नुकतेच विमानतळावर गेले आहेत. ते दुपारी परत आल्यावर सातोंशी संपर्क साधतील. या सगळ्यातून काहीच साध्य झाले नाही आणि सातोंना तसेच वाटत होते. स्टालिनना या जपानच्या विनंतीबाबत कळल्यावर ते सतर्क झाले. त्यांना आधी वाटत होते की, पूर्वेकडच्या भागावर आता आपला वचक राहिला नाही हा त्यांचा समज चुकीचा असल्याचे सिद्ध झाले होते. जपानने शरणागती पत्करली नव्हती आणि त्याचा विचारही तो करत नव्हता. राजाचे सैन्य युद्ध चालूच ठेवणार होते. बाहेर त्यांना हा प्रयत्न कितीही केविलवाणा वाटला तरी युद्ध चालूच राहणार होते. आता या अतिपूर्वेकडच्या युद्धात पुन्हा सहभागाची चांगली संधी रशियाला मिळत होती. आधी निराश झालेल्या स्टालिन यांचा मूड एकदम चांगला झाला.

दुपारी साडेचार वाजता स्टालिन आणि जनरल अँटोनोव्ह यांनी रेड आर्मीला मान्च्युरियावर आक्रमण करण्यासाठी दिलेल्या आदेशावर सह्या केल्या. शक्य तेवढ्या लवकर याबाबत कृती करायची होती. चीनबरोबरच्या वाटाघाटीत कोणताच निर्णय झाला नव्हता. तरी स्टालिन आता वाट बघायला तयार नव्हते. त्या

संध्याकाळच्या चर्चेत काही तडजोड झाली तर ठीक; अन्यथा मान्च्युरियावरील चढाई पुढे सुरू राहणार होती. ९ ऑगस्टच्या मध्यरात्री मान्च्युरियावर हल्ला करण्याचा आदेश अतिपूर्वेकडच्या सैन्याचे मुख्य अधिकारी मार्शल व्हॅसिलेव्हस्की यांना रशियाच्या या नेत्याने दिला. व्हॅसिलेव्हस्की यांनी मान्च्युरियाच्या सीमेवरच्या तीन आघाड्यांची दले आणि जपानच्या समुद्रात आधीच उभ्या असलेल्या पॅसिफिक सागरी नौका यांना स्थानिक वेळेनुसार बारा वाजता मान्च्युरियावर हल्ला करायचा आदेश दिला.

त्या दुपारी उशिरा लोझोव्हस्कींनी राजदूत सातो यांना सांगितले की, त्याची मोलोटोव्हबरोबरची भेट दुसऱ्या दिवशी ८ ऑगस्टला रात्री आठ वाजता ठरली आहे. सातोंना खूप आश्चर्य वाटले, कृतज्ञता वाटली आणि त्यांचे दडपण थोडे कमी झाले. त्यातून काय निष्पन्न होईल ते बघायचे होते. पण निदान एवढ्या आठवड्यांच्या निराशेनंतर काहीतरी प्रगती होऊ बघत होती. पुन्हा थोड्या वेळाने लोझोव्हस्कींनी फोन केला आणि बैठक सायंकाळी पाच वाजता आहे, असे सांगितले. त्यासाठी त्यांनी काही स्पष्टीकरण दिले नाही. पण कुणीतरी वेळेमधला जो फरक असतो त्याचे गणित मांडूनच हा बदल करण्यात आला होता. ते पुढे सिद्ध झाले. सातोंनी तोगोंना तार पाठविली व काय घटना घडत आहेत ते कळविले :

७ ऑगस्ट १९४५ - ७.५० (१९५० वाजता), मॉस्को
८ ऑगस्ट १९४५ - १२.०० (१२०० वाजता).
परराष्ट्र मंत्रालय, टोकियो
द्वारा : सातो
प्रति : तोगो
क्र. १५३० (त्वरित, राजदूताचा क्र.)

माझ्या १५१९ संदर्भानुसार - मोलोटोव्ह मॉस्कोला परत येताच त्याबरोबर मी बैठकीसाठी लोझोव्हस्कींची मदत मागितली. मोलोटोव्हनी कळविले की ते उद्या, ८ तारखेला पाच वाजता मला भेटतील.

या सगळ्या नाट्यमय घटनांनंतर स्टालिन यांची संध्याकाळ बैठकांमध्येच गेली. एकीकडे चीनशी चालू असलेली वाटाघाटीची बैठक आणि मध्ये मोलोटोव्ह आणि युद्धमंत्री यांच्याशी बोलणी, तर दुसरीकडे जपानविरुद्धच्या आगामी युद्धासाठी राजनैतिक आणि लष्करी तयारी सुरू होती.

या बैठकीदरम्यान रात्री १०.१० वाजता स्टालिन यांनी चीनचे पंतप्रधान सुंग आणि त्यांचे सहकारी यांच्याशी दीड तास बातचीत केली. रशियाला डेरियनचे बंदर भाडेतत्त्वावर देणे आणि त्याच्याशी जोडल्या गेलेल्या रेल्वेलाइन यावर जपानकडून होणाऱ्या कोणत्याही आक्रमणाचा पाडाव होणे हवे होते. चीनमधील नॅशनलिस्ट सरकारला अधिकृत म्हणून मान्यता देण्यास जर रशिया तयार असेल, तर चियांग कै-शेक पोर्ट आर्थर जे रशियाच्या सैनिकी तळाजवळ होते, ते द्यायला तयार होते. सुंग यांनी मात्र अमेरिकेच्या हॅरिमनने पढवल्यामुळे डेरियन बंदराचा समावेश करायला नकार दिला. ते बंदर मुक्त राहू द्यायचे व ताबा चीनकडे ठेवायचा असा मुद्दा त्यांनी मांडला. यात याल्टा येथे केल्या गेलेल्या तहात डेरियनचा समावेश नव्हता; पण ७ ऑगस्टच्या वाटाघाटी कोणत्याही निर्णयाप्रत येऊ शकल्या नाहीत.

***

टिनियनवरची काही शास्त्रज्ञ मंडळी डीक पार्सन्स यांना भेटली. नियोजित वेळेपेक्षा दोन दिवस आधीच 'फॅट मॅन'ची जोडणी करण्याच्या या खटाटोपामुळे आपण प्रचंड दमलो असल्याचे त्यांनी सांगितले. या घाईत महत्त्वाच्या तपासण्या राहून जाण्याचा धोका होताच. पण हवामान बिघडण्याची शक्यता असल्याने पार्सन्सनाही त्यांच्या लष्करी वरिष्ठांच्या दबावाला तोंड द्यावे लागत होतेच. त्या शास्त्रज्ञांचा इशारा गंभीरच होता; पण तरी त्यांनी एक केले, त्या इमारतीत अनावश्यक जेवढी माणसे होती त्यांना बाहेर काढले. ७ ऑगस्टला जेव्हा सगळे रात्रीच्या जेवणासाठी बॉम्बच्या जोडणीचे काम जवळजवळ पूर्ण करून गेले, तेव्हा त्या कामापासून दूर गेल्यामुळेसुद्धा एक प्रकारच्या ताणापासून सगळ्यांची सुटका झाली.

मध्यरात्रीच्या थोडे आधी त्या जुळणी करणाऱ्या गटांमधील तंत्रज्ञांचा जो गट होता तो 'फॅट मॅन'च्या प्रत्यक्ष कार्य करणाऱ्या भागांची शेवटची तपासणी करण्यासाठी आला. नंतर ते दोन भाग एका हेमिस्फिअरिकल आर्मरमध्ये बंद केले जाणार होते. बार्नी ओ'कीफ याला स्फोटाच्या भागाला ज्वलनाचे युनिट जोडायचे होते. चार रडार युनिट्स शेपटाकडे होती आणि तेथे केबलच्या साहाय्याने त्या अर्धगोलाच्या आतल्या बाजूला त्याच्याभोवती गुंडाळलेली केबल जोडायची होती. पण ती केबल त्या प्लगमध्ये जातच नव्हती. हे बघून त्याला प्रचंड धक्का बसला आणि तो घाबरलाही. तो फायरिंग सेट आणि केबल यांना फीमेल प्लग होते. त्याने दुसऱ्या टोकाला जाऊन तपासणी केली आणि तेथे त्याला मेल प्लग्ज सापडले. घाईघाईत कुणीतरी ती केबल उलट्या बाजूने बसविली होती.

ओ'कीफ आता पुरता गोंधळला होता. ती केबल काढून परत बसवताना इम्प्लोजन स्फिअरची जोडणी काढावी लागली आणि दिवसभराचा महत्त्वाचा वेळ ती जोडण्यात घालवला होता. आता ही केबल बदलण्यासाठी जर पुन्हा 'फॅट मॅन'ची जोडणी काढली असती तर मोहीम वेळेवर सुरू करता आली नसती. ओ'कीफने नियम थोडे वाकवले. त्या शेडमध्ये तंत्रज्ञांशिवाय इतर कोणी नव्हते त्यामुळे तसे करणे सोईचे झाले. त्या खोलीत तापमान वाढू देणे निषिद्ध होते. पण त्याने विचार केला, ते प्लग त्याचा जोडलेला भाग गरम करून काढायचे आणि एक मेल एक आणि फिमेल असे परत जोडायचे व परत चिकटवायचे. असे करणे व्यवहार्य होते.

या नौदल शास्त्रज्ञाने शेजारच्या इलेक्ट्रॉनिक्स प्रयोगशाळेतून त्याच्या सोल्डरिंगसाठी एक वायर मिळविली. त्यासाठी त्याला दार उघडावे लागले, हेही नियमांच्या विरुद्ध होते. ओ'कीफने कनेक्टर्स काढले. आधीचे प्लग वायर अनसोल्डर करून काढले. मग केबलच्या दुसऱ्या टोकाला योग्य ते प्लग परत सोल्डरिंग करून बसविले. हे करताना सर्व वेळ सोल्डरिंग आयर्न आणि डिटोनेटर्स यात सतत जास्तीत जास्त अंतर राहील हे बघितले. काहीही धोका न होता हे खूपच ताण देणारे काम पूर्ण झाले आणि याची कानोकानी खबर वरिष्ठांनासुद्धा कळली नाही. दोन्हीकडचे प्लग आता एकमेकांत घट्ट बसले आणि मग ओ'कीफ व इतर तंत्रज्ञ रात्रीसाठी झोपायला निघून गेले.

सकाळी ती शेपटाकडची बाजू बॉम्ब केसिंगमध्ये नेऊन त्याच्या योग्य ठिकाणी जोडली गेली. त्यानंतर विमानात बॉम्ब ठेवण्यासाठी जी खड्ड्यासारखी जागा केली होती तिकडे नेण्यात येणार होती. तेवढ्यात एका तंत्रज्ञाच्या लक्षात आले की, त्या शेपटावरच्या एका भागाला असलेले भोक हे केसिंगच्या त्याच भागावर असणाऱ्या भोकांवर बसत नाहीये. अगदी काही मिलिमीटर अंतराने हे चुकत होते. हे कदाचित मेकॅनिकच्या चुकीमुळे घडले असावे किंवा टिनियनचे हवामान खूप उष्ण व दमट होते म्हणून घडले असावे. त्या तंत्रज्ञाला फाइल वापरून, थोडी जबरदस्ती करून त्याआधीच स्फोटासाठी सिद्ध झालेल्या बॉम्बचे काम पूर्ण करावे लागले. जोडणीच्या कामाचा ताण अजून संपला नव्हता.

८ ऑगस्टला दुपारपर्यंत जुळणीचे काम पूर्ण झाले. 'फॅट मॅन' आता 'बॉकस्कार'च्या बॉम्ब ठेवण्याच्या जागेत योग्य तऱ्हेने बसवण्यासाठी लोडिंग-पीटपर्यंत नेण्यासाठी तयार होता. तरीही त्या दिवशी बॉम्बच्या फायरिंग तंत्राबाबत काही चाचण्या करायच्या होत्या. पण त्या ग्रेट आर्टिस्टेवरून करता आल्या असत्या. आता हा महत्त्वाचा सामानाचा भाग विमानात ठेवण्यासाठी सिद्ध होता.

'बॉकस्कार' हे फक्त कोकुरापर्यंत जाणार होते. पहिल्या बॉम्बच्या मोहिमेत ते गरज पडल्यास दुसरे लक्ष्य म्हणून ठरवले होते.

***

व्हर्जिनियाच्या किनाऱ्यावर अमेरिकेचे 'ऑगस्टा' हे जहाज न्यूपोर्ट न्यूज या बंदरात थांबले तेव्हा दुपार उलटून गेली होती (टोकियोला पहाटेचे सहा वाजले होते.). जहाजावर असलेल्या ट्रुमन यांच्याशी संवाद साधण्यासाठी धक्क्यावर पत्रकारांची झुंबड उडाली होती. ब्रिटनहून येथे पोचायला जहाजाला पाच दिवस लागले होते. उतरल्यावर लगेच ट्रुमन व बरोबरचे सर्व एका खास ट्रेनने वॉशिंग्टनला रवाना झाले. पोस्टडॅम परिषदेसाठी गेलेले इतर लोक युनियन स्टेशनहून आपापल्या घरी वेगवेगळ्या दिशेने गेले.

व्हाइट हाउसवर ट्रुमन यांच्या स्वागतासाठी मंत्रिमंडळातील सहकारी उपस्थित होते. ट्रुमनने त्यांना आणि त्यांच्या तीन माध्यम सचिवांना त्यांच्या अभ्यासिकेत पेयपानासाठी बोलावले. आधी पियानोजवळ बसून थोडा वेळ धून वाजवून मग त्यांनी आपल्या बायकोला इंडिपेन्डन्स, मिसुरी येथे फोन केला.

'स्टालिन आपल्या शब्दाचे पक्के असतात; मग त्यांचे बोलणे तुम्हाला आवडो किंवा नावडो,' असे आपल्याला वाटत होते ते ट्रुमन आपल्या मंत्रिमंडळातील सहकाऱ्यांना म्हणाले. स्टालिन आणि मोलोटोव्ह हे जरा वागण्यात उद्धट वाटतील पण तरीही सर्वसामान्यपणे जे शिष्टाचार पाळले जातात त्याची त्यांना जाण आहे. नवीन अध्यक्षांना अजून इंग्लंडच्या नव्याने निवडून आलेल्या पंतप्रधानांबद्दल क्लेमेंट ॲटलींबद्दल स्वतःचे मत बनवता आले नव्हते. पण त्यांचे परराष्ट्रमंत्री अर्नेस्ट बेव्हिन हे अतिशय रोखठोक आणि शिष्टाचार ठाऊक नसलेले होते.

बाराला १५ मिनिटे कमी असताना एका पाहुण्याने इतरांना निघण्याबाबत संकेत केला. अध्यक्षांना आरामाची गरज होती; परंतु ही पार्टी अशीच चालू राहावी, असेही त्यांना वाटत होते. ते एका वृत्तपत्र सचिवाबरोबर दारातच बोलत उभे राहिले. हा शेवटचा पाहुणा निघत असतानाच त्याच्याजवळ अमेरिकेचे अध्यक्ष मनातले गुपित सांगू लागले. ते म्हणाले, "युरोप सोडल्याचा मला खूप आनंद झाला आणि आता पुन्हा कधीही त्यांना जायला आवडणार नाही." आंतरराष्ट्रीय घडामोडींमध्ये भाग घ्यायची ही पहिलीच वेळ होती. या अनुभवाने ते पार थकून गेले होते.

***

हिरोशिमा ते नागासाकी या अतिशय कंटाळवाण्या आणि त्रासदायक, वारंवार

हवाईहल्ल्यांचा व्यत्यय येणारा प्रवास करत नौदलाचे तीन ड्राफ्ट्समन नागासाकीला पोचले. इवानागा या ट्रेनमध्ये आहे हे यामागुचीला माहीत होते. त्याने त्याला आपल्या डब्यातून दुसऱ्या डब्यात जाताना बघितले होते. इवानागाला विश्वास होता की सातो पण याच ट्रेनमध्ये आहेत. ते तिघेही एकत्रच कोई स्टेशनवर आले होते. पण गर्दीमध्ये त्यांची ताटातूट झाली होती. सातो गाडीत चढला नसेल असा विचार करणे नक्कीच योग्य ठरणार नाही. पण यामागुचीला मात्र ते कळाले नसेल. प्रकाशक ताकेजिरो निशिओकासुद्धा याच गाडीत होते. मित्सुबिशीत काम करणाऱ्या या तिघांना ते माहीत नव्हते. आता मात्र या चौघांनी ते भयानक वास्तव स्वतः अनुभवले होते.

८ ऑगस्टची सकाळ होती. दोन दिवसांपूर्वी अमेरिकेने बी-२९ या विमानाच्या साहाय्याने जगातील पहिला अणूबॉम्ब हिरोशिमावर टाकून जवळजवळ ८० टक्के शहर बेचिराख केले होते. सकाळच्या वृत्तपत्रांमध्ये सरकारकडून जे धोरणात्मक निवेदन आले होते ते पुन्हा छापले. ८ डिसेंबर १९४१ रोजी ते छापले गेले होते आणि नंतर पॅसिफिकचे युद्ध सुरू झाल्यापासून प्रत्येक महिन्याच्या ८ तारखेला हे छापले जायचे. त्याची सुरुवात, 'आपण देवाच्या दयेने, राजाच्या कृपेने जो या कधीही खंडित न झालेल्या सिंहासनावर अधिष्ठित आहे आणि अंतापर्यंत असणार आहे...' अशी असायची.

अकिरा इवानागा नागासाकीच्या इसाहाया या स्टेशनच्या २५ किलोमीटर अलीकडे उतरला होता. त्याचे आई-वडील तेथे राहत. त्याला बरे वाटत नव्हते म्हणून एक दिवस त्यांच्याबरोबर मुक्काम करून दुसऱ्या दिवशी सकाळी तो नागासाकीला जाणार होता. कुनियोशी सातो नागासाकीपर्यंत गेला. हिरोशिमावर जसा बॉम्ब टाकला गेला तसे आणखी बॉम्ब टाकले जातील असे वाटून त्याने घराच्या खिडक्यांमधील काचा काढून ठेवल्या. नाहीतरी उन्हाळा असल्यामुळे काही दिवस काचा नसल्या तरी चालले असते.

त्सुतोमु यामागुची युराकामीला पोचला आणि हवाईहल्ल्याचा इशारा देणारा भोंगा वाजला. लगेचच रस्ते रिकामे झाले. काखेत आणि चेहऱ्यावर भाजल्याच्या संवेदना आणि वेदनादायक सूज घेऊन तो मित्सुबिशी कंपनीच्या दवाखान्याकडे गेला आणि सुरक्षा खंदकात गेलेले कर्मचारी येण्याची वाट पाहत बसला. तेथील डॉक्टरांनी त्याच्यावर उपचार केले. त्याच्या कातडीचे लोंबणारे अवशेष त्याने ऑपरेशनसाठी वापरतात त्या कात्रीने हळूच कापले. आतले लालभडक मांस अगदी व्हेल माशाच्या मांसासारखे दिसत होते. हे कामही त्यांना तीन वेळा थांबवावे लागले कारण हवाईहल्ल्याबाबत इशारा देणारा भोंगा वाजत होता. ते कंपनीच्या सुरक्षा खंदकात थांबत होते. शेवटी डॉ. सातो यांनी त्या उघड्या

मांसावर मलम लावले आणि जखमी भागावर बँडेज बांधले. आता हा ड्राफ्ट्समन आपल्या नव्या घरी जायला तयार होता, जे अजून त्याने बघितलेही नव्हते!

यामागुची हिरोशिमाला असताना त्याची बायको हिसाको आणि एक वर्षाचा मुलगा कात्सुतोशी त्याच्या आई-वडिलांबरोबर राहत होते. तो गेला तेव्हा त्याला घर रिकामे दिसले. घरातील सगळे संरक्षक खंदकात गेले होते. यामागुचीने आपले बूट काढले आणि दगड बसविलेल्या पुढच्या अंगणात मांडी ठोकून एका उंचवट्यावर चटई टाकली होती तेथे वाट बघत राहिला. जपानी दंतकथांमध्ये भुतांना पाय नसतात. यामागुचीची आई सगळ्यात आधी आली आणि तिने त्याला तेथे बसलेले बघितले. डोक्याला, एका हाताला पांढरे बँडेज आणि पाय मात्र दिसतच नव्हते. ७ ऑगस्टला येतो अशी तार त्याने घरी पाठविली होती. हिरोशिमावरच्या बॉम्बहल्ल्याच्या अफवा दरम्यान कुटुंबीयांच्या कानावर आल्या होत्या. जेव्हा त्सुतोमु ठरल्याप्रमाणे आला नाही तेव्हा काहीतरी भयंकर घडले असावे, अशी भीती त्यांच्या मनात होती. हिरोशिमाला जाऊन आपल्या मुलाची राख तरी आणावी, असे आईच्या मनात होते. पण वडिलांनी ते खोडून काढले. तिथे जाऊन कुठे शोधायचे हे तरी तिला कुठे ठाऊक होते? त्यामुळे त्याला बघताच तिची पहिली प्रतिक्रिया मुलाचे भूत बघत आहोत अशीच होती. "तुला पाय आहेत?" तिने विचारले. नक्की काय आहे हे कळल्याशिवाय ती त्या ठिकाणी पाऊल टाकायला तयार नव्हती. यामागुची उठून उभा राहिला. आता समाधानी आणि निर्धास्त होऊन त्याची आई घरात आली आणि परत आलेल्या आपल्या मुलाचे तिने स्वागत केले. त्याचे वडील आणि हिसाको त्याच्या मुलाला घेऊन पाठोपाठ आले.

∗ ∗ ∗

असा भयानक अनुभव घेऊन त्सुतोमु यामागुची त्याच्या गावी आणि घरी परतला होता की त्याचे वर्णनसुद्धा त्याला करता येत नव्हते. दोनच दिवसांपूर्वी हिरोशिमात काय घडले हे नागासाकीतील इतर नागरिकांनाही फार थोडे किंवा अजिबातच माहीत नव्हते. ते आपले आठवड्यामागून आठवडे तसेच रोजचेच कष्टांचे, कंटाळवाणे व्यवहार या बुधवारच्या सकाळीही पार पाडत होते. कधी कधी लोक सुन्नपणे कामे करीत. स्वतःला कुठलेही प्रश्न विचारत नसत. हे सगळे कधी संपणार याची कल्पना करत. जो खात्रीलायक पराभव समोर दिसत होता त्यातूनही बाहेर पडून जपान निश्चित विजयी होईल असा त्यांना त्यांच्या राजाप्रमाणेच विश्वास वाटत असे. अनेक वर्षांपूर्वी मंगोल लोकांनी केलेला हल्ला जपानने परतवून लावला होता, तर मग आता का नाही?

शस्त्रास्त्रांच्या कारखान्यात दररोज सात वाजता फोरमन तोराहाची तगावा हजर राहत असे आणि सर्वांत आधी व्यायाम, कवायती करवून घेत असे. या ओहाशी कंपनीचा उपसंचालकसुद्धा नंतर एका वयस्कर डॉक्टरच्या घरून आला. त्याची बायको उत्तरेकडे स्थलांतरित झाल्यावर तो तेथे राहत होता.

कारखान्यात जे उत्पादन झाले होते ते वाहून नेण्यासाठी लागणारा कोळसा येईल, असे आश्वासन त्याला मिळाले होते; पण ते कितपत प्रत्यक्षात येईल याबाबत तो साशंक होता. त्याची निराशा होणार आणि त्याची भीती खरी ठरणार, हे त्याला पोटात होणाऱ्या वेदनांवरून जाणवत होतेच... योशिरो फुकुडांचा पोटाचा अल्सर त्यांना सतावत होता. त्यांना कळत होते की आता आपल्याला त्रास होणार आणि ते तसेच झाले.

नागासाकीत सर्व स्तरांवर अशाच पद्धतीने आयुष्य जात होते. साडेसात वाजता १५० कैदी २०६ मार्गावरून युराकामी तुरुंगामधून मित्सुबिशी स्टील कारखान्यापर्यंत कवायत करत निघाले. डझनभर सुरक्षारक्षक होते, तुरुंगाचे प्रमुख मिनामी यांच्या नजरेचा धाक तर त्यांना होताच; शिवाय त्यांचे हिरव्या रंगाचे कपडे आणि टोकदार टोप्यांवरून येणाऱ्या-जाणाऱ्यांना ते कोण आहेत हे कळत होते. हे रोजच घडत असल्यामुळे कुणालाच त्याबाबत काळजी किंवा रुचीही वाटायची नाही. काही लहान मुले गंमत म्हणून त्यांच्या बाजूने काही अंतर धावत असत आणि मग अचानक निघून जात असत. पळून जाणे या कैद्यांना शक्य होते; पण सोपे नव्हते. पळून जाण्याचे जे परिणाम होते ते फायद्यापेक्षा केव्हाही भारी होते आणि एकूणच जपानी लोकांमध्ये असलेली कठोर शिस्त जशी जपानी लोकांना एका मर्यादेत ठेवत असे ती कैद्यांनीही स्वीकारली होती. साधारणपणे जे कैदी वातावरणात बदल हवा म्हणून आपणहून कामात बदल मागत, तेच तुरुंग सोडायला तयार नसत. ज्या कैद्यांना पळावे असे वाटायचे त्यांनासुद्धा तो पर्याय नसायचा.

नऊ वाजता त्सुनिओ तोमिता या औषधनिर्माणशास्त्र शाखेच्या विद्यार्थ्याने आपले दिवसाचे काम सुरू केले. तो गेले तीन आठवडे विद्यापीठाच्या परिसरात नवीन संरक्षक खंदक खणायचे काम करत होता. या युद्धकाळातील एकच गोष्ट चांगली होती ती म्हणजे निदान संध्याकाळ तो मित्रांबरोबर घालवू शकत असे.

* * *

योशिरो आणि तात्सुरो यामावाकी शाळांना सुट्या असल्या तरी तेथील विद्यार्थ्यांना काही खास राष्ट्रीय महत्त्वाच्या दिवसांसाठी शाळेत यावे लागत असे. डिसेंबर १९४१ पासून प्रत्येक महिन्याच्या ८ तारखेला लोक आपल्या कामाच्या ठिकाणी

आणि शाळेत सकाळच्या कार्यक्रमासाठी जमत. या दिवशी पाश्चिमात्य वसाहतवादी सत्तेविरुद्ध युद्ध सुरू झाले होते म्हणून! यात सर्वसामान्यपणे शासनाचे धोरण काय आहे याबाबत निवेदन किंवा युद्धाच्या काही घटनांबाबतची माहिती सांगितली जात असे.

वडील आणि भाऊ कामावर गेल्यावर या जुळ्यांनी ८ ऑगस्टला खाडी पार करण्यासाठी नाव घेतली आणि ओहाटा टर्मिनलला जाऊन तेथून चालत ते शाळेत आले. शाळेच्या दारातून आत आल्यावर दोघे थांबले. दाराजवळच एका फ्रेममध्ये राजा-राणींचे फोटो ठेवलेले होते. त्यांनी वाकून या फोटोंना वंदन केले.

शाळेच्या मैदानात सगळी मुले गोळा होऊन सावधान स्थितीत उभी होती. पाच ते अकरा या वयोगटातील मुलींनी जवळजवळ तासभर न खोकता, न हलता, कोणताही आवाज न करता उभे राहायचे असे. शाळेच्या मुख्याध्यापकांनी राजाकडून आलेले शिक्षणासंबंधीचे निवेदन सगळ्यांसमोर वाचताना एखाद्या लांबलचक पत्रकाप्रमाणे हातात धरले. त्यांनी ते निवेदन धरताना हातात पांढरे मोजे घातले होते. अतिशय गंभीर भाषेतील निवेदन मुलांसमोर बऱ्याच वेळा असेच वाचले जायचे, ज्यात राजा स्वतःला बहुवचनी संबोधत असे. त्यात 'मी'ऐवजी 'आम्ही', 'माझ्या'ऐवजी, 'आमच्या' असे संबोधले जायचे. त्या मैदानाच्या एका भिंतीवर घोषणा होती, 'आपल्याला काही हवे आहे असे आपण जिंकेपर्यंत आम्ही म्हणणार नाही.' अधिक सोप्या भाषेत सांगायचे तर, 'विजयाशिवाय कोणतीही ऐश नाही.' या घोषणेला राष्ट्रीय पातळीवरील युद्धकाळातील घोषणेच्या स्पर्धेत यश मिळाले होते. नागासाकीतील सगळ्या भिंतींवर ही घोषणा लिहिलेली होती. शिवाय राष्ट्रभक्तीचे प्रतीक म्हणून प्रचंड संख्येत बिगुलाचे चित्र चिकटवलेले असायचे.

जुळ्यांनी सकाळची उशिराची नाव पकडली आणि ते रिकाम्या घरी परतले. त्यांची आई आणि लहान भाऊ व बहिणी हे याआधीच सागा प्रांताकडे जाणाऱ्या, अधिक सुरक्षित ठिकाणाकडे रवाना झाले होते.

***

८ ऑगस्टच्या सकाळी डॉ. ताकाशी नागाई एकटेच त्यांच्या घरात होते पण उठल्यावर त्यांना आपली तब्येत बिघडली आहे असे जाणवले. वेळोवेळी त्यांना झालेला रक्ताचा कॅन्सर डोके वर काढत होता. त्यांची बायको मिडोरी, नागाईंच्या दोन मुलांना आणि त्यांच्या आजीला कोबा येथे सुरक्षित जागी पोचवून लवकरच परतली. ती घरी आली न आली तोच पुन्हा हवाईहल्ल्याबाबतचा भोंगा वाजला. नागाई त्या दिवशी खूपच आजारी होते. पाय कापत होते त्यामुळे संरक्षक

खंदकाकडे एकटे जाणे शक्य नव्हते. मिडोरीने त्यांना मदत केली. आपल्या खांद्यावर त्यांचा हात घेऊन दोघेही थोडे धडपडत त्या सुरक्षित स्थळी पोचले.

ताकाशी आणि मिडोरी यांनी त्या जागेतील वेळेचा चांगला उपयोग केला. जवळ आलेल्या 'फीस्ट ऑफ ॲझम्प्शन' या सणासाठी त्यांनी नियोजन केले. मिडोरी म्हणाली, ''मी पारंपरिक बीन-जॅम केक तयार करीन.'' मागील वर्षी त्यांच्या छोट्या मुलाने या केकवर ताव मारला होता, ते आठवून त्यांना खूप हसू आले. कदाचित या वर्षीदेखील तो तसेच करेल! या सणाच्या आधी चर्चमध्ये जाऊन आपल्या पापांची कबुली द्यायची असते, ती त्या दोघांनी दिली नव्हती. त्याची वेळ ठरवायची होती. मिडोरी दुसऱ्या दिवशी सकाळी आणि ताकाशी दुपारी जाणार होते.

सर्व आलबेल असल्याचा भोंगा वाजल्यावर ताकाशी घरी परतले आणि त्यांनी नाश्ता केला. येताना ताकाशी नीट चालू शकले. मिडोरीला त्यांना कॉलेजपर्यंत पोचवायची इच्छा होती. आपण बरे आहोत आणि एकटे जाऊ शकतो, असे ते म्हणाले. व्हरांड्यामध्ये तिने त्यांना त्यांचे पांढरे बूट घालायला मदत केली. हसतच ती वाकली आणि कर्तव्यबुद्धीने खूप वाकून अभिवादन केले. ताकाशी पण प्रत्युत्तर म्हणून वाकले आणि काठीचा आधार घेत चालू लागले.

थोडे अंतर गेल्यावर ताकाशींच्या लक्षात आले की त्यांचा जेवणाचा डबा स्वयंपाकघरातच राहिला होता. ते पुन्हा घराकडे आले तेव्हा त्यांना व्हरांड्यात मिडोरी पालथी पडून आणि मान खाली घालून स्फुंदत असल्याचे दिसले. ते थोडे मागे सरकले. काय करावे त्यांना कळेना. मग ती उठून आत गेल्यावर थोड्या वेळाने ते घरात गेले. त्या रात्री ते हवाईहल्ल्याच्या रात्रपाळीसाठी काम करणार होते. त्यांनी जे काही कामाचे वेळापत्रक होते त्यातून सूट मागायला नकार दिला होता. याचा अर्थ ते आता आपल्या बायकोला दुसऱ्या दिवशी काम संपल्यावरच भेटू शकणार होते. आपला जेवणाचा डबा घेऊन ताकाशी परत धडपडत नागासाकी मेडिकल कॉलेजच्या दिशेने चालू लागले.

सकाळी एक अत्यंत महत्त्वाची गोष्ट सांगण्यासाठी कॉलेजचे अधिष्ठाता डॉ. त्सुनो यांनी शिक्षक आणि विद्यार्थी यांना एका हॉलमध्ये एकत्र बोलावून त्यांच्याशी संवाद साधला. टोकियोहून आदल्या दिवशी परत येताना त्यांची ट्रेन हिरोशिमाच्या परिघाच्या बाहेर जाऊच शकली नाही. कारण रेल्वेचे रूळ वाकडे झाले होते. शहरावर शत्रूने बॉम्ब टाकला होता. ६ ऑगस्टला ही घटना घडली होती. रूळ तुटले होते. त्सुनोंना इतर नागरिकांप्रमाणे हिरोशिमाच्या पुढे जायचे होते; पण त्यांना त्या ट्रेनमधून उतरावे लागले आणि शहरातून वाट काढत पश्चिमेकडच्या कोई स्टेशनकडे यावे लागले. त्या प्रवासात जे बघितले त्याचे त्यांनी वर्णन केले.

गेल्या चार-पाच महिन्यांत जपानमधील शहरांवर सतत बॉम्बहल्ले होत होते याची माहिती या श्रोत्यांना होती; पण जे वर्णन ऐकले त्यावर कुणाचाही विश्वासच बसेना. सतत वाहते महानगर अक्षरशः एका जळलेल्या नापीक जमिनीत रूपांतरित झाले होते. लोक भान नसलेल्या स्थितीत हिंडत होते. काहींना भयानक जखमा झाल्या होत्या. कुत्री, घोडे, माणसे... त्या शस्त्राने प्राणी आणि मानव यांत काही फरक केला नव्हता. रस्त्यांच्या आजूबाजूला कुठेही इमारती नव्हत्या, फक्त ढासळलेल्या इमारतींचे ढीग होते. नव्या प्रकारचा बॉम्ब कदाचित नागासाकीवर टाकला जाईल, अशी भीती त्सुनो यांना वाटत होती. त्यांनी सगळ्यांना आवाहन केले की, आता वाइटात वाईट परिस्थितीला तोंड द्यायला तयार राहा. पण ते सांगत असलेल्या भयावह गोष्टीबाबत संपूर्ण सत्य समजून घेण्यात त्यांना अडचण येत होती.

युराकामी डाय-इची दवाखान्यात काम करत असलेले डॉ. आकिझुकी सकाळीच कॉलेजमध्ये आले होते. तेही भाषणाला उपस्थित राहिले. तेथून दीड किलोमीटर अंतरावर असणाऱ्या दवाखान्याकडे, मोतोहारा टेकडीवर ते येईपर्यंत दिवस चांगलाच वर आला होता आणि ऑगस्टमध्ये जशी उष्णता असते तसेच अति उष्ण वातावरण होते. दवाखान्याच्या कॉरिडॉरमधील गारव्यात आल्यावर त्यांना बरे वाटले. तेवढ्यात मागोमाग थिऑलॉजिकल कॉलेजमध्ये राहणारा मेडिकलचा एक विद्यार्थी आला. हिरोशिमाला काहीतरी घडले आहे, असे त्या विद्यार्थ्याने ऐकले होते आणि मेडिकल कॉलेजमध्ये अधिष्ठातांचे जे व्याख्यान झाले तेथे आकिझुकी हजर असल्याचे त्याला कळले होते. डॉ. आकिझुकी यांनी जे आठवले ते त्याला सांगितले. एकंदरीत घडलेल्या घटनेचे जे चित्र त्यांनी रंगवले ते बरेचसे बरोबर होते. पण अजूनही डॉ. त्सुनो यांनी सांगितलेल्या काही विशिष्ट घटना, गोष्टी याबाबत अजूनही मनात गोंधळले होते. त्या असंभव वाटत होत्या.

त्या विद्यार्थ्याला या घटनेत एवढी रुची का होती तेही स्पष्ट झाले. त्याच्या मैत्रिणीचे कुटुंब हिरोशिमाला राहत होते आणि ती त्यांना भेटायला तिकडे गेली होती. आता हिरोशिमाला जाणे खूप धोक्याचे आहे; तेथे आता आगी लागल्या आहेत. मृतदेह कुजत आहेत, असे आकिझुकींनी सांगितले. हे सगळे वर्णन त्यांनी ऐकले होते; पण वडीलधाऱ्या माणसाने दिलेला सल्ला स्वीकारायला हा उतावळा तरुण तयार नव्हता. प्रेमाने सगळ्यावर मात केली. त्याच दुपारी तो तरुण नागासाकीहून हिरोशिमाला जाण्यासाठी निघाला.

***

आदल्या संध्याकाळी चौकशीसाठी आलेल्या सैन्याच्या दोन तुकड्यांना फारशी माहिती न मिळाल्याने ८ तारखेच्या सकाळी ते स्वतंत्ररीत्या तपासणीसाठी बाहेर पडले. हिरोशिमात विध्वंस घडवून आणणाऱ्या बॉम्बबद्दल काही बारकावे मिळतात का ते बघायचे होते. फुचिडा आणि यासुई हे नौदलाचे कॅप्टन ट्रकने टेकडीच्या रस्त्यावरून शहराच्या उत्तरेकडच्या भागाकडे गेले. तेथे पांढरे रेशमी कापड वाऱ्यावर उडताना दिसत होते. त्या उडणाऱ्या वस्तूपाशी ते थांबले आणि ट्रकमधून खाली उतरले. ही वस्तू म्हणजे स्फोट न झालेला बॉम्ब असावा, असा अहवाल कालच मिळाला होता.

त्या पॅराशूटच्या दोऱ्यांचा काळजीपूर्वक माग घेत गेल्यावर एक मीटरभर लांबीचा धातूचा सिलिंडर त्यांना सापडला; पण तो बॉम्बसारखा नव्हता. त्या धातूच्या गोल चकत्यांना झटके देत त्यातील वस्तू त्यांनी काढल्या. इलेक्ट्रिक वायरने जोडलेले एकेक उपकरण, थर्मामीटर आणि रेडिओ ट्रान्समीटर बाहेर निघाले. त्यात स्फोट झालेला नव्हता. त्या कॅप्सूलसारख्या दिसणाऱ्या वस्तूत बॉम्बसदृश काहीच नव्हते. त्यांनी ते सर्व ट्रकमध्ये ठेवले आणि हिरोशिमाला परत आले.

जे लष्कराच्या गुप्तहेर खात्याचे जनरल ॲरिस्यू दुसऱ्या ट्रकमधून संपूर्ण बेचिराख झालेल्या शहरातून फिरून आले त्यांच्या गटालासुद्धा पॅराशूटला जोडलेली दोन अशीच कॅलिब्रेटेड सिलिंडर्स सापडली. एकामध्ये बॅरोमीटरसारख्या काही विद्युतलहरी ट्रान्स्मीटरला जोडलेल्या दिसल्या. त्याचे कार्य रेकॉर्डिंग करण्याचे असावे. स्फोटामुळे वातावरणातील दाबात काय फरक झाला ते रेकॉर्ड करण्यात आले असावे. त्यामुळे सिलिंडरचे प्रयोजन समजले; परंतु बॉम्ब कोणता होता हे समजू शकले नाही.

दुपारी डॉ. निशिना यांचे विमान अखेरीस हिरोशिमाला पोचले. सकाळी पुन्हा टोकियोजवळ हवाईहल्ला झाल्याने त्यांना विलंब झाला होता. विमान शहरावर घिरट्या घालत असतानाच त्या भौतिकशास्त्रज्ञाने निष्कर्ष काढला की, फक्त अणुबॉम्बच एवढा प्रचंड विध्वंस करू शकतो. विमानतळावर उतरल्यावर त्यांनी छतावरच्या वितळलेल्या फरश्या बघितल्या. हा एक त्या शक्तिशाली बॉम्बच्या शक्तीचा पुरावाच मिळाला. युरेनिअम विभाजक वापरल्याचा अमेरिकाचा दावा तपासून बघण्यासाठी निशिनांनी ड्रायव्हरला हिरोशिमाच्या परिसरात बाह्य जखमा न झालेले एखादे प्रेत आढळले का ते विचारले. एका जवानाचे प्रेत त्या स्फोटाच्या परिघाच्या बाहेर होते. ते प्रयोगशाळेत आणण्यात आले. निशिनांनी त्या मृत माणसाचे पोट ऑपरेशनच्या सुरीने कापले. त्यात किरणोत्सर्गामुळे यकृताला सूज आलेली दिसत होती. ती बघून ते म्हणाले, ''आता कुठलीही शंका राहिली नाही. हे अणुबॉम्बमुळेच झालं आहे.''

डॉ. निशिना जनरल ॲरिस्यूंना म्हणाले, ''माझ्या मते ते ज्या युरेनिअम बॉम्बवर संशोधन करत आहेत, तसाच बॉम्ब अमेरिकेने वापरला आहे.''

निशिनांनी विचारले, ''मी माझं संशोधन चालू ठेवू का?'' त्यांना काहीच उत्तर मिळाले नाही.

***

आधी पंतप्रधान सुझुकी यांच्याशी सकाळी चर्चा केल्यावर परराष्ट्रमंत्री तोगो मग राजे हिरोहितो यांच्याशी बोलण्यासाठी राजवाड्याच्या तळघरातील सुरक्षा खंदकात गेले. सुरुवातीला पुन्हा सकाळच्या हवाईहल्ल्यांच्या सूचनेमुळे त्यांना थांबावे लागले. नंतर मोठ्या लोखंडी दरवाजातून खाली टेकडीकडे जाणाऱ्या जिन्यावरून उतरून ते राजवाड्याच्या मैदानाकडे गेले. एका अरुंद कॉरिडॉरच्या टोकाला एक काँक्रीट भिंत असलेल्या सभागृहात ते गेले. परंपरेनुसार, राजाशी बोलताना नेहमी दरबारासारख्या प्रथा पाळल्या जातात. पण तोगोंना आता संयम राहिला नव्हता आणि या प्रसंगी या राजदरबारी प्रथा पाळण्याच्या मनःस्थितीतही ते नव्हते. सर्व उपचार बाजूला ठेवून मंत्र्याने कोणतीही गोष्ट न लपवता सर्व अहवाल सादर केला.

ट्रुमन यांनी हिरोशिमाबद्दल काय म्हटले ते तोगोंनी सांगितले आणि विध्वंस झालेल्या शहरातून जे प्राथमिक अहवाल आले होते तेही सांगितले. त्यांनी पुन्हा स्पष्टपणे सुचवले की, आता जपानने पोस्टडॅम परिषदेच्या जाहीरनाम्यातील सर्व अटी शक्य तेवढ्या लवकर मान्य कराव्यात. या नवीन शस्त्रामुळे युद्ध पुढे चालवणे हळूहळू शक्य होणार नाही, हे हिरोहितोंनाही पटू लागले. त्यांनी तोगोंना सांगितले की, आपण तातडीने याबाबत हालचाल करून निर्णयाप्रत यावे आणि राजांचे काय विचार आहेत ते पंतप्रधानांना सांगावे.

तेथून निघून तोगो पुन्हा सुझुकींकडे गेले आणि त्यांना सर्वोच्च युद्धमंडळाची, म्हणजे 'बिग सिक्स'ची सभा बोलवायला सांगितली. सुझुकींनी तसे केले; पण ती दुसऱ्या दिवशीपर्यंत लांबणीवर टाकावी लागली. कारण सहा जणांपैकी एक त्याच्या महत्त्वाच्या कामासाठी बाहेर गेला होता.

हिरोशिमा एवढे बेचिराख होऊनही जपानच्या नेतृत्वाला तातडीने काही करावे याची जाणीवही झाली नव्हती. बाकीच्यांपर्यंत बातमी हळूहळू झिरपत येत होती आणि त्यामुळे एक प्रकारची हतबलता वाढत होती. राजदूत असलेल्या सातोंकडून अद्याप तार आलेली नव्हती, त्यामुळे रशियाकडून मिळणारा थंड प्रतिसाद या नैराश्यात भर घालत असताना 'शांतता' गटात असलेले नौदलमंत्री योनाई यांनी आपल्या मुख्य सचिवाकडे सुझुकींच्या बदलत्या मनःस्थितीबद्दल तक्रार केली.

कॅबिनेटमध्ये मुद्दा मांडला होता की, आता युद्ध संपवण्याची घोषणा केल्यास सीमेवर जे सैन्य तैनात आहे, त्याच्यात बंडाळी होईल. पण त्याच वेळी प्रत्यक्ष जपानमध्ये काय घडतेय याबाबत त्यांना कल्पना नव्हती.

***

८ ऑगस्टला सकाळी चक स्वीनी आणि त्याचे सहकारी यांनी 'द ग्रेट आर्टिस्टे' विमान टिनियन विमानतळावरून उडवून पॅसिफिक महासागराकडे नेले. पमकीन नावाचा एक खोटा बॉम्ब टाकण्यात आला. त्यात 'फॅट मॅन'प्रमाणे इतर सर्व यंत्रणा होती; फक्त प्लुटोनिअम कोअर नव्हते. 'द ग्रेट आर्टिस्टे' हे स्वीनी नेहमी चालवत असणारे विमान होते. हे नाव त्याच्या बॉम्बफेक करणाऱ्या कर्मिट बीहान या सहकाऱ्यावरून ठेवले गेले. अतिशय अचूक बॉम्बफेक करणारा आणि तेवढ्याच अचूकतेने स्त्रियांना आपल्या जाळ्यात ओढणारा हा गडी या दोन्ही कलांमध्ये पारंगत समजला जायचा! बीहानच्या मिश्या टोकदार आणि पेन्सिलीसारख्या होत्या. त्यामुळे तो एरॉल फ्लाईनसारखा दिसायचा. या कोकुरा मोहिमेसाठी स्वीनी हे विमान चालवणार नव्हता. उलट तो फ्रेड बॉकचे बॉस्ककार चालवणार होता. ते आता बॉम्ब ठेवण्यासाठी त्या लोडिंग जागेमध्ये उभे होते.

४ ऑगस्टला उटाह येथील वेन्डोव्हर क्षेत्रात उच्च क्षमतेची स्फोटक द्रव्यबॉम्बची चाचणी केली गेली. त्याच्या आधी स्फोट घडवून आणणाऱ्या यंत्रणेच्या चाचण्या वेन्डोव्हरला केल्या गेल्या; पण या चाचण्यांचे निष्कर्ष टिनियनला कळवले नव्हते. त्याच चाचण्या दुसऱ्यांदा करून पुन्हा तसेच निष्कर्ष येणे आवश्यक होते. स्फोट घडवून आणणारी यंत्रणा जुलैच्या शेवटापर्यंत आली नव्हती. टिनियनला १ ऑगस्ट रोजी त्यांची चाचणी केली गेली. वेन्डोव्हर चाचणीत विमानाच्या पोटाजवळ नियोजित वेळेपूर्वी ही यंत्रणा कार्यरत होत असल्याचे आढळून आले आणि ते शास्त्रज्ञांना समजू शकले नाही. बी-२९ वर चढवण्यात आलेली ही यंत्रणा पुन्हा काढून थोडा बदल करावा लागला होता. दुरुस्त केलेल्या यंत्रणेची पुन्हा दोन दिवसांनी चाचणी घेण्यात आली. या वेळेस ते योग्य पद्धतीने काम करत होते.

८ ऑगस्टला या बॉम्ब टाकण्याच्या चाचणीत सर्व भाग-स्विचेस, फ्यूज, डीटोनेटर्स अगदी काळजीपूर्वक तपासण्यात आले. प्रत्यक्ष बॉम्ब टाकायची तारीख जवळ आली होती. स्वीनीने 'द ग्रेट आर्टिस्टे' दहा हजार मीटर उंचीवर नेले आणि तेथून किनाऱ्याजवळ कॉंक्रीटने भरलेला पमकीन (खोटा) बॉम्ब टाकला. त्यात फ्यूजने धुराचा एक मोठा ढग एक हजार ८९० फुटांवर (६०० मीटर) दिसू लागला. या वेळेस विमानातील कर्मचाऱ्यांनी, प्रत्यक्ष बॉम्ब टाकताना ज्या ज्या

गोष्टी करायच्या असतात त्या सर्व केल्या. बॉम्ब टाकण्याआधी १५ सेकंदांपूर्वी बीहानने संकेत देणारी इशारा यंत्रणा सुरू केली आणि तो ओरडला, ''बॉम्ब टाका.'' आवाज थांबला आणि पमकीन खाली पडला. विमान १५५ डिग्रीला झपकन वळले. बॉम्ब पडला आणि स्फोट झाल्यावर धुराचा लोट निर्माण झाला. एक हजार ८९० फुटांवर तो असल्याचे किनाऱ्यावरच्या शास्त्रज्ञांनी मोजले. सर्व स्विचेस, फ्यूज आणि स्फोट करणारी यंत्रणा यांनी उत्तम कामगिरी केली. पमकीन कोणताही विध्वंस न करता समुद्रात पडला. या आगामी मोहिमेत जो कमांडर ॲशवर्थही विमानात होता. नशीब त्यांच्या बाजूने होते म्हणून तो खूश होता.

***

आठ महिन्यांची गरोदर असलेली मित्स्यू तबाता तिच्या घराच्या व्हरांड्यात छोट्या मुलीला घेऊन बसली होती. मिफ्यून कालव्याकडे जाणाऱ्या एका छोट्या कैद्यांच्या गटाकडे ती बघत होती. पकडलेल्या युद्धकैद्यांच्या एका मोठ्या गटाला जपानी सैनिकांच्या नजरेच्या धाकात फाउंड्रीकडे नेताना ती नेहमी बघत असे. मोठ्याने सूचना देणाऱ्या किंवा केवळ ओरडणाऱ्या या सैनिकांच्या हातातील बंदुकांच्या टोकावर संगिनी लावलेल्या असत. ते नेहमीच वाजवीपेक्षा जास्त उत्साहात वावरत. युद्धकैद्यांपेक्षा या गर्भवती स्त्रीलाच रक्षकांचे असे वागणे खुपत असे. कैद्यांसाठी ही बाब सर्वसामान्य होती आणि त्यामुळे या गोष्टी ते खपवून घेत किंवा त्याकडे दुर्लक्ष करीत.

१ ऑगस्टच्या हवाईहल्ल्याच्या त्या भयावह सकाळनंतर तिने कैद्यांना फाउंड्रीकडे जाताना बघितले नव्हते. ज्या एका गटाला ती बघत असे त्यांना कालव्याजवळच्या हवाईहल्ला संरक्षक खंदकाच्या कामासाठी जाताना लहान गट कारखान्यात नेले जात होते. ॲलन चिक आणि इतर अर्धे भोके कास्टिंग करत. पीटर मॅकग्रथ-कर हा कारखान्यात इंजिनदुरुस्ती करत असे. पण त्यांचे काम करण्याचे तास फारच वेगवेगळ्या वेळी असत आणि नेमकी तेव्हा ती बाहेर बसलेली नसे त्यामुळे ते जाताना दिसत नसत.

मित्सुबिशी कारखान्याचा परिसर आणि त्याच्या जवळ असलेल्या या कैद्यांच्या छावणीजवळ जो ट्राम आणि रेल्वेरूळांचा भाग होता, त्याच्या पलीकडे श्रीमती तबाता नवरा आणि १८ महिन्यांची मुलगी यांच्यासह राहत होती. मागच्या आठवड्यात झालेल्या हवाईहल्ल्यांत स्टीलचा कारखाना आणि शिपयार्ड यावर मुद्दाम बॉम्ब टाकले गेले होते. एक वर्षापूर्वी तिचा लहान मुलगा आणि दुसरी मुलगी यांना आजी-आजोबांबरोबर नागासाकीच्या उत्तरेला एक लहान घर भाड्याने घेऊन तेथे हलविण्यात आले होते. मित्स्यूच्या नवऱ्याला सैन्यात भरती होण्यापासून

सूट मिळाली होती; कारण तो नागासाकी शिपयार्डमध्ये काम करत असे. हा एक कारखाना युद्धसमयी आवश्यक होता. खरे म्हणजे आता, जपानचे नौदल फारसे अस्तित्वात राहिले नव्हते. शिवाय शत्रूने सागरी वाहतूकसुद्धा अडवल्यामुळे सामान घेऊन येणारी जहाजे काम करू शकत नव्हती.

चौथ्यांदा गर्भवती राहिल्यावर प्राथमिक शाळेत शिकवणाऱ्या मित्स्यू तबाताने राजीनामा दिला होता. तिला ठाऊक होते की, राष्ट्रीय आपत्तीच्या काळात असा राजीनामा देणे ही एक प्रकारची बेइमानी असल्याची कुजबुज सुरू होती; पण पाच वर्षांच्या आतच पुन्हा गर्भधारणा झाल्यामुळे शाळेत त्या अवस्थेत जाणे तिला नकोसे वाटत होते. मागील तीन महिने ती घरीच होती. सतत कामात व्यग्र असणाऱ्या नवऱ्याच्या गरजा पुरविणे आणि या कठीण काळात बाळंतपणाची तयारी करणे आणि शिवाय रोज ये-जा करणाऱ्या युद्धकैद्यांना बघणे, ही कामे ती करत होती.

***

वृत्तपत्राचे प्रकाशक ताकेजिरो निशिओका यांनी हिरोशिमाहून येणारी रात्रीची गाडी युराकामीला आल्यावर सोडली. नदीच्या पलीकडच्या किनाऱ्यावर घरी पोचल्यावर त्यांना त्यांची बायको आणि मुली स्थलांतर प्रक्रियेत सहभागी झाल्याचे आढळले. टोकियोला जाण्याआधी त्यांनीच सुचवल्यानुसार त्या आता शिमाबारा खाडीकडे असलेल्या एका रिसॉर्टमध्ये होत्या.

निशिओका स्थानिक राज्यपाल वाकामात्सु नागानो यांच्या अधिकृत निवासस्थानी गेले. प्रांताच्या कार्यकारिणीचा सभासद आणि एक प्रतिष्ठित असा हा व्यावसायिक अतिशय उद्रेकाने आणि वेगाने राज्यपालांच्या कार्यालयात गेला. त्यांचे हे वागणे त्यांच्या एरवीच्या स्वभावाला धरून नव्हते. काहीतरी गडबड नक्की होती!

वृत्तपत्रामधून फक्त हिरोशिमावर झालेल्या हल्ल्याच्या आणि नवीन बॉम्ब वापरण्यात आल्याची बातमी काही ओळींत छापली होती. राज्यपालांकडे जी माहिती होती ती ऐकून निशिओका चित्र पूर्ण करू बघत होते. जिथे हा नवीन प्रकारचा बॉम्ब टाकण्यात आला, त्या हिरोशिमाहून आपण आताच आल्याचे त्यांनी एका दमात सांगितले आणि त्यामुळेच जे काही अराजक माजले ते त्यांनी प्रत्यक्ष बघितले होते. सर्व काही कल्पनेच्या पलीकडले होते. शहराची अवस्था बेचिराख झालेली होती. त्या स्फोटाच्या अत्यंत प्रभावी परिणामांपासून पळ काढून निशिओका आले होते. मोठाले वृक्ष उन्मळून पडले होते. दगडी मंदिरांतील दिवे त्यांच्या मुळापासून उखडले होते. स्टीलचा वापर केलेल्या इमारती भुईसपाट झाल्या होत्या. रेल्वे ट्रॅकच्या खालच्या लाकडी फळ्यांना आगी लागल्या होत्या.

हिरोशिमा आगीने धुमसत होते, असे त्यांनी नागानोंना सांगितले. लोकांचे मृतदेह जळून खाक झाले होते आणि बचावलेले वेदनांनी तळमळत हिंडत होते.

निशिओकांचे हे भयानक वर्णन इतके चित्रमय होते आणि नागानोंच्या कल्पनेपलीकडचे होते की त्यांच्या मनात विचार आला, हे सगळे काल्पनिक तिखट-मीठ लावून सांगितलेले तर नाही? त्यांनी प्रकाशकाला पुन्हा विचारले, हे सगळे तो स्वतःच्या डोळ्यांनी बघून सांगतो आहे की इतर कुणीतरी सांगितलेले सांगतो आहे?

"सगळ्यांनीच ते बघितले आहे. आणि ते सगळेच याबाबत सगळ्यांना सांगत आहेत." निशिओका पुटपुटले.

नागानोंनी या शहरी व्यावसायिकाला एवढे अस्वस्थ यापूर्वी कधी बघितलेले नव्हते. निशिओका राज्यपालांना अगदी कळवळून म्हणाले, "तातडीच्या उपाययोजना आखायला हव्यात, अमेरिका नागासाकीला लक्ष्य बनवून बॉम्ब टाकण्यास आता फक्त काही वेळाचाच अवधी आहे..." त्यांनी भाकीत केले!

नऊ

नागासाकी, बुधवार, ८ ऑगस्ट १९४५

टोकियोवर पत्रके टाकायची मोहीम सुरू झाल्याबरोबर जपानने सैपान, मनिला, आणि ओकिनावा येथून होणारे अमेरिकेचे प्रचाराचे प्रक्षेपण थांबवण्यास सुरुवात केली. सैन्याच्या पाठिंब्याने, वृत्तपत्रे आणि आकाशवाणी या माध्यमातून त्या पत्रकांतील मजकुराचा प्रभाव कमी करण्याचे काम सुरू झाले. टोकियोच्या 'असाही शिम्बुन' या वृत्तपत्राचा मथळा होता 'आत्म्याच्या बालेकिल्ल्याची शक्ती.' त्यात पुढे लिहिले होते की, कितीही तीव्र हल्ले झाले, शहरे उद्ध्वस्त केली तरी युद्धाबाबत निर्णय घेणारा महत्त्वाचा घटक एकच होता, लोकांची लढण्याची आणि त्यासाठी एकत्र येण्याची शक्ती. आता आम्हाला हा मनाचा बालेकिल्ला मजबूत करायचा आहे. इतर राज्यांमधील लोकांपेक्षा टोकियोतील जनता या कठीण परिस्थितीतून मार्ग काढील.

अमेरिकेने अतिशय अमानुष असे शस्त्र वापरल्याबद्दल जपान सरकारने टोकियोतील स्वित्झर्लंडच्या दूतावासामार्फत अमेरिकेविरुद्ध निषेध नोंदविला. 'संपूर्ण मानवता आणि संस्कृती यांच्याबाबत केलेला हा गुन्हा आहे,' असे त्यात म्हटले होते. आणि खरे सांगायचे तर, नवीन शस्त्राचे हे स्वरूप केवळ जाणवू लागले होते. अणुबॉम्बच्या संशोधनाच्या वेळी किरणोत्सर्गाबाबत फार किरकोळ काळजी करण्यात आली होती. मॅनहॅटन मोहिमेचे शास्त्रज्ञ आणि इतर कर्मचाऱ्यांच्या सुरक्षेविषयीसुद्धा फार काळजी घेतली गेली नव्हती, तर मग जपानच्या ज्या शहरांना लक्ष्य केले जाणार होते त्या शहरांतील जनतेवर या किरणोत्सर्गाचा काय परिणाम होईल यावर विचार करणे, ही फार दूरची बाब झाली! मुख्यतः शहरावरच बॉम्ब टाकले जाणार होते.

लॉस अलमॉस संघाचा टिनियनचा प्रमुख नॉर्मन रॅमसे जपानचे इंग्रजी भाषेतून

वार्ता देणारे रेडिओ स्टेशन टोकियो रोझ यावरचे प्रचाराचे भाषण ऐकून आश्चर्यचकित झाला. हिरोशिमा हल्ल्यानंतर येथे खूप लोक आजारी पडले व ते आता मृत्युमुखी पडत आहेत, असे ते निवेदन होते. अज्ञात आजाराने लोक त्रस्त असल्याचे त्यात म्हटले होते. त्यात स्फोटाच्या, भाजल्याच्या जखमांचा उल्लेख नव्हता. असे सांगणे हे प्रचाराचा भाग म्हणून सोडून दिले तरी थोडा विचार केल्यास एक प्रश्न नक्की उपस्थित होत होता आणि तो म्हणजे, ज्या शस्त्राबद्दल फार थोडी माहिती लोकांना होती, त्याच्या संभाव्य परिणामांबद्दल एवढी अचूक माहिती शोधून काढणे या पत्रकाराला कसे शक्य झाले? रॅमसेने गृहीत धरले किंवा त्याला तसा विश्वास ठेवण्यास भाग पाडले की, शंभर टक्के मृत्यू असलेला भाग किरणोत्सर्गाचा परिणाम झालेल्या परिसरापेक्षा खूप मोठा होता. दुसऱ्या शब्दांत, जो कोणी किरणोत्सर्गाचा परिणाम होण्याइतका जवळ होता, तो स्फोटापासूनही खूप जवळ होता.

किरणोत्सर्गाच्या परिणामाच्या बातम्या अमेरिकेच्या माध्यमांत येऊ लागल्या होत्या. ओपनहेमर यांनी 'वॉशिंग्टन पोस्ट' या वृत्तपत्राला ८ ऑगस्ट रोजी सांगितले की, किरणोत्सर्ग हिरोशिमाच्या जमिनीवर कमी होईल आणि जे झाले असेल ते लवकर नष्ट होईल. हे आपले मत त्यांनी युद्ध संपेपर्यंत आणि नंतरसुद्धा कायम ठेवले होते. पण परिस्थिती, पुरावे नेमके उलटे होते. जनरल ग्रोव्हज यांनी अहवाल ऐकले आणि ओपनहेमर यांना फोन करून ते तसेच आहेत ना याची खात्री करून घेतली. ग्रोव्हजच्या डायरीमध्ये नोंद होती की त्यांना समजले होते : 'ओपी म्हणाले, हा सगळा वेडेपणा आहे.'

पुढे ओपी असेही म्हणाले की, 'न्यू मेक्सिकोमध्ये ज्या चाचण्या घेतल्या होत्या त्यानुसार फार अधिक प्रमाणात किरणोत्सर्ग होणार नाही. विशेषतः जमिनीवर आणि जो काही थोडा होईल तो लवकर नष्ट होईल.'

मॅनहॅटन मोहिमेच्या अधिकाऱ्यांनी याबाबत पुढीलप्रमाणे निवेदन केले :

ज्या भागावर बॉम्ब टाकला गेला आहे तेथे खूप काळ विषारी परिणाम राहण्याची अपेक्षा नाही. बॉम्बचा स्फोट या युद्धात जमिनीच्या वर अशा उंचीवर घडवून आणला होता की त्याचा परिणाम इमारतींवर होणे अपेक्षित होते. शिवाय जे काही किरणोत्सारी पदार्थ होते ते धूर व उष्ण हवा यांच्या स्तंभाद्वारा आकाशात वाहून नेले जाणार होते. काही काळाने अधिक मोठ्या भागावर उपद्रव न करता पसरणार होते. हे पदार्थ अचानक जमिनीवर स्फटिकीकरणाद्वारा पडण्याची फारच धूसर शक्यता होती. त्यामुळे किरणोत्साराचे प्रमाण खूप होण्याची शक्यता होती; पण फार थोड्या काळासाठी!

पण हा थोडा काळ म्हणजे किती, दोन सेकंद की दोन आठवडे, हे मात्र या अहवालात नमूद केलेले नव्हते. ही अनिश्चितता सातत्याने होती असे स्टिमसन

यांच्या युद्ध खात्याचे सचिव जॉन जे. मॅकक्लॉय यांना स्मरते. 'जेव्हा बॉम्ब वापरला गेला, त्याच्या आधी किंवा प्रत्यक्ष वापरला गेला, तेव्हा या बॉम्बमुळे नेमका किती विध्वंस होईल याबाबत आम्हाला कोणतीही मूलभूत कल्पना नव्हती. पण याबाबत या अशा शूर पुरुषांच्या प्रवृत्तीला एक अपवाद होता.' बॉम्ब ज्या विमानातून नेला होता त्याचे वैमानिक आणि इतर सहकारी यांना सांगण्यात आले होते की, प्रत्यक्षात बॉम्बचा स्फोट होण्याआधी तुम्ही त्या केंद्राच्या किमान चार किलोमीटर अंतरावर जा. तसेच बॉम्बचा स्फोट झाल्यानंतर जी इतर कामगिरीसाठी पाठविलेली विमाने होती त्यांना सांगण्यात आले होते की, तुम्ही त्या स्फोटामुळे निर्माण झालेल्या धूर-धूळ-आग यांच्या लोळामध्ये ढगांमध्ये जाऊ नका. याचाच अर्थ जो किरणोत्सर्ग होईल तो त्या ढगांबरोबर वर उचलला जाईल आणि वैमानिकांना त्याबाबत काळजी उरणार नाही. हा बॉम्ब टाकल्यावर आणखी हवाईहल्ले करावेत ही सूचना मात्र नाकारण्यात आली होती. त्यात त्यांच्या सुरक्षेची नव्हे तर अणुबॉम्बचा होणारा परिणाम अन्य बॉम्बच्या व्यत्ययाविना अभ्यासता यावा याची काळजी होती!

* * *

त्या दिवशी सकाळी आठच्या सुमारास सुगाको मुराई तिच्या युराकामी डाय-इची दवाखान्याच्या वरच्या मजल्यावरच्या खोलीतून खाली आली होती. नागासाकीच्या दक्षिणेकडच्या टेकडीवर असलेल्या आपल्या घरून प्रवास करत आलेल्या या स्वयंपाकिणीला खूप दमायला होत असे. जूनपासून दवाखान्याने जुन्या कॉलेजच्या हॉलमधील एक रिकामी खोली तिला दिली होती. या हॉलमध्ये रुग्ण ठेवले जात नसत. स्थानिक नसलेल्या काही परिचारिकासुद्धा तेथे झोपत.

दुपारच्या जेवणापर्यंत शहरातून येणाऱ्या बाह्यरुग्णांना डॉक्टर तपासत. दुपारी आजूबाजूच्या परिसरातील रुग्णांना तपासायला ते त्यांच्या घरी जात. डॉक्टर नसत तेव्हा बाकी कर्मचारी हॉस्पिटलच्या बागेत वाफे खणणे, बिया लावणे, तयार पीक काढणे इत्यादी कामे करत. त्यातून सातत्याने अन्नाचा पुरवठा होई. त्यामुळे केवळ रेशनवर मिळणाऱ्या धान्यावर अवलंबून राहावे लागत नसे. एके बुधवारी सुगाको बाहेर बागेत होती. खाण्यासाठी रताळी खणून काढत होती. हॉस्पिटलच्या जवळपास राहणारे काही लोक तिला मदत करत होते. इतर परिचारिकादेखील रुग्णांची सेवा झाली की वाफ्यांमधील तण काढत असत. नवीन पीक लावण्यासाठी माती खणून पुन्हा वर-खाली करण्याचे श्रमांचे काम बौद्ध धर्मगुरू करत असत. दवाखान्याच्या ज्या गाई होत्या त्यांचीही देखभाल तेच करत. ब्रदर इवानागा- जोसेफ हे नाव त्यांनी एका संताचे घेतले होते; ते दररोज दुपारी उशिरा दूध काढत असत.

सतत शारीरिक कष्ट, स्वयंपाक व बागकाम करणे हेच सुगाको मुराईचे काम होते. ती खूप लहान असताना तिची आई वारली. त्या दिवसापासून ती तिच्या आईच्या आईकडे, आजीकडे एका मोठ्या घरात वाढली. सुगाकोचा मामादेखील तेथेच राहायचा. तो तिला मोठ्या भावासारखा होता. त्याचे लग्न झाले आणि कुटुंबातील लोकांची संख्या वाढत गेली. त्यांना नऊ मुले झाली. यावरून ते कुटुंब सधन होते हे लक्षात येते. त्यांनी मुलांसाठी दोन दाया ठेवल्या. सुगाकोच्या वडिलांनी दुसरे लग्न केले. ती त्यांच्या संपर्कात असूनही आजीकडेच राहिली.

शहराच्या मध्यभागी असलेले क्वासुई महिला कॉलेज महागडे असूनही कुटुंबाने तिला याच कॉलेजमध्ये पाठविले. त्यानंतर प्रतिष्ठित अशा सेंट ल्युक्स कॉलेज ऑफ नर्सिंगला टोकियो येथे पाठविले. जेव्हा तिने सेंट ल्युक्स कॉलेजमधून पदवी घेतली, तेव्हा तिला दोन विषयांची पदवी मिळाली, नर्सिंग आणि आरोग्यदायी शिक्षिका म्हणून! हा अभ्यासक्रम चार वर्षांचा होता.

सुगाको मुराई जीवनात काहीतरी करण्याचे स्वप्न बघणारी, चिवटपणे काम करू शकणारी, चटकन निराश होणारी आणि त्यामुळे भलत्या वाटेला जाऊ शकेल अशी होती. नर्सिंग कॉलेजला सुटी असताना तिने जपानच्या मध्यावर असलेल्या नागानो येथे एका सॅनिटोरिअममध्ये महिनाभर शिकाऊ विद्यार्थिनी म्हणून काम केले. या शहरात गरम पाण्याचे झरे होते. आजूबाजूच्या परिसराचे सौंदर्य आणि त्या प्रदूषणविरहित स्वच्छ हवेमुळे क्षयरोगापासून मिळणारी मुक्ती बघून तिने ठरवले की पदवी प्राप्त झाल्यानंतर आपण याच शहरात यायचे. पण ती तेथे गेली नाही. तिच्या सेंट ल्युक्सच्या प्राचार्यांनी तिचे मन वळवल्यामुळे, त्यांचे मित्र असलेल्या कुमामोतोच्या महापौरांनी मध्य क्युशूमध्ये नव्याने उघडलेल्या कॉलेजात १९४१ मध्ये परिचारिका प्रशिक्षणासाठी ती गेली. आपल्या मित्राच्या वतीने प्राचार्य सुगाकोकडे आले कारण ती एक क्युशूमधीलच मुलगी होती.

वर्ष संपल्यावर परत त्या सॅनिटोरिअममध्ये अर्ज करायचा असा तिचा विचार होता; पण तोपर्यंत जपानने युद्धात उडी घेतली होती आणि तिची प्रिय आजी आजारी होती. तिच्या कुटुंबाने तिचे मन वळवल्यानंतर आजीची सेवा करायला आणि मामाच्या मुलांना संभाळायला ती नागासाकीला घरी परत आली. त्यांना सांभाळणाऱ्या बायकांना सैन्यात भरती व्हावे लागले होते. काहीशा कर्तव्यभावनेतून, तर थोडे स्वतःच्या इच्छेने १९४५ पर्यंत ती तेथे राहिली.

तरुण स्त्रियांनी जपानच्या युद्धात जास्तीत जास्त सहभाग देणे अभिप्रेत होते. सैन्य सुगाकोला असे आरामात घरी राहू देणार नव्हते. तिला मान्च्युरियाला जाण्याचे आदेश देणारी एक नोटीस आली. अशा ठिकाणी नियुक्ती मिळणे खूप धोकादायक होते. यात जपान युद्ध हरण्याचा धोका होता. तिच्या कुटुंबाने शहरातील दवाखान्याचे

मालक डॉ. ताकाहारा यांची मदत घेतली. सुगाकोला लहानपणी फुफ्फुसाचा आजार झाला होता. त्यात तिची फुफ्फुसे खराबही झाली होती. ताकाहारांनी सुचविले, लष्कराकडे अशाच प्रकारचे एक्स-रे तिच्या वैद्यकीय अहवालाबरोबर सैन्याला सादर करावेत. त्याचा अपेक्षित तो परिणाम झाला. सैन्याने सुगाकोला बरी झाल्यावर यायला सांगितले. थाप पचली होती! ताकाहारांनी इशारा दिला की, सैन्याचे लोक लवकरच परत येतील आणि पुढे हेही सुचविले की, त्यांना माहीत असलेल्या एका दवाखान्यात परिचारिका कमी आहेत तेथे तिने काम शोधावे. तोच युराकामी डाय-इची दवाखाना होता. एका प्रतिष्ठित डॉक्टरचे शिफारसपत्र जोडूनही तिचा अर्ज मान्य झाला नाहा, याचे तिला आश्चर्य वाटले. त्या पदाच्या पात्रतेपेक्षा तिचे शिक्षण अधिक असल्याचे तिला सांगण्यात आले. विसंगती अशी होती की, ज्या सॅनिटोरिअममध्ये जाण्याचे स्वप्न ती बघत होती, तेच हे पद होते. चिडलेल्या डॉ. ताकाहारांनी दवाखान्याला फोन केला आणि म्हणाले, ‘‘तिला काही परिचारिकेचीच नोकरी हवी आहे असे नाही; कोणतेही काम करायला ती तयार आहे.’’ मग एप्रिलमध्ये तिला स्वयंपाकी म्हणून कामावर हजर करून घेतले.

सुगाको मुराईने आता स्वयंपाकी आणि बागेत मदतगार अशी दोन्ही कामे करायला सुरुवात केली होती. दुपारी बागेतील काम झाल्यावर ती स्वयंपाकघरात संध्याकाळच्या स्वयंपाकाची तयारी करू लागली. दवाखान्याच्या बगिच्यातील ताज्या भाज्या सोलून, स्वच्छ करून चिरून घेतल्या. तांदूळ आणि बार्ली उकडून घेतली. शंभर रुग्ण, कर्मचारी आणि स्वयंसेवक यांच्यासाठी त्या भातात भाज्या घालून बनवलेले सूप तयार झाले. चार वाजता सगळे रुग्ण दवाखान्यात परतले. दवाखान्याचे कर्मचारी आवराआवरी करत परत आले. सुगाको आणि स्वयंसेवक यांनी सर्व स्वच्छता केली. स्वयंपाकघरातील आणखी एक दिवस संपला होता. सर्व कामाचा दिवस नीट पार पडला. कारण मुराई खूप सक्षम आणि तत्पर होती. पण आज तिचे पाय दुखत होते. जे काम करायचे तिच्या मनात होते आणि ज्याचे तिला शिक्षण मिळाले होते ते काम तिला करता येत नव्हते. तिने हा विषय तिची हॉलमधील मैत्रीण- त्सुयाको फुकाहोरी हिच्याकडे काढला. ती परिचारिकांची प्रमुख होती. फुकाहोरीने तिला या प्रकरणी लक्ष घालण्याचे आश्वासन दिले.

***

८ ऑगस्टला सकाळीच झालेल्या हवाईहल्ल्याच्या सुरक्षा भोंग्यानंतर शाळाशिक्षक युकिची इगाशिरा शेवटी युद्धकाळात त्यांच्यावर सोपवल्या गेलेल्या ओहाशी शस्त्रास्त्र कारखान्यातील त्यांच्या कामावर पोचले. फोरमन तवागांच्या कवायतीच्या वर्गाला ते आणि कारखान्यातील बरेचसे कर्मचारीही गैरहजर राहिले होते. सकाळी धोका

संपल्याचा इशारा झाल्यानंतर पुन्हा त्यांचे कामाचे वेळापत्रक बदलण्यात आले. राजाच्या तसबिरीसमोर वाकून अभिवादन करून आणि मार्गदर्शन मिळावे म्हणून प्रार्थना करून त्यांचे रोजचे कंटाळवाणे काम सुरू केले. उत्पादनाच्या कामात राष्ट्रप्रेमी स्वयंसेवक म्हणून शाळांमधील विद्यार्थी काम करत. त्यांच्यावर देखरेख ठेवण्याचे काम इशागिरा करत असत.

युकिची यांची बायको चियोको यांचा सगळा दिवस मात्र छान जाणार होता. शहराच्या बाहेरच्या बाजूला असलेल्या खेड्यातील शाळेच्या मैदानात भाताची खाचरे होती. शिरोयामा प्राथमिक शाळेने त्यातील तण काढायचे काम करण्याचे ठरवले होते, म्हणून सर्व शिक्षक तिकडे जाणार होते. धोका संपल्याची सूचना आल्यावर सर्व शिक्षक शिरोयामा शाळेजवळ जमा झाले आणि कामाच्या ठिकाणी कवायत करत चालू लागले. सगळे सैन्यात नसले तरी जपानमधील सगळे नागरिक सैन्यात असल्यासारखे वागत. सैन्यातील जवान जसे रांगेत शिस्तीत जात, तशाच स्थितीत वावरत. सगळे पुरुष समान गणवेशासारखा पोशाख करत. बायका जरा सैलसर पॅन्ट घालत. जरी तो सैन्याचा पोशाख नसला तरी त्या काळाला योग्य असा एकजिनसी पोशाख असे.

आपण सर्व काम छान करू, असा आत्मविश्वास असलेला हा संघ जेव्हा प्रत्यक्ष कामावर पोचला, तेव्हा कामाचा आवाका बघून चकित झाला. त्यांना सांगण्यात आले होते त्यापेक्षा ते शेत खूपच मोठे होते. खेड्यातील शाळेत फार थोडे शिक्षक होते. शेतातील भाताचे पीक खूपच वाढले होते आणि त्यात भरपूर तणही होते. खरेच खूप काम होते; परंतु आलेल्या सर्व लोकांनी उत्साहाने आणि व्यवस्थितपणे कामाला सुरुवात केली. आपापल्या ओळीतून तण काढत ते पुढे सरकू लागले. गटाने काम केल्यामुळे शिवाय उत्पादक कामामुळे ते कंटाळवाणे वाटले नाही. या कामाचा आणखी एक फायदा झाला, एक गट म्हणून त्यांचे बंध अधिक घट्ट झाले. शिवाय सध्या आयुष्य इतके उदास होते की त्यात असा काहीतरी बदल येणे सगळ्यांनाच नवा उत्साह देणारे होते. नेहमीच्या जेवणाच्या वेळेपर्यंत कामाला उशिरा झालेली सुरुवात, भरपूर काम आणि कामाचे व्यापक स्वरूप यामुळे शिरोयामाच्या लोकांचे काम लांबले. त्यांनी उशिरा (झोसुई) रस आणि बटाटे असे जेवण केले. अवाढव्य वाटलेले काम संपल्यावर चियोको आणि त्यांचे सहकारी यांना आनंद झाला. एक काम उत्तम पार पाडल्याबद्दल या गटाने उरलेला दिवस झकास गप्पा मारत घालवला. दुपार उलटून गेल्यावर शिरोयामाला परत जाऊन नवीन काही काम करणे शक्य नव्हते. काही का होईना एवढे काम करून उर्वरित वेळ आपल्या सहकाऱ्यांबरोबर आणि मित्रांबरोबर घालवणे, हा जणू हक्कच होता.

जसजशी संध्याकाळ होऊ लागली तसतशी मंडळींची चुळबुळ सुरू झाली.

वेळ कसा गेला त्यांच्या लक्षातच आले नव्हते. शिरोयामाच्या मुख्याध्यापकांनी सांगितले की, आजचे त्यांचे काम इतके छान आणि लवकर झाले होते की दुसऱ्या दिवशी ते एक तास उशिरा निघू शकतील. चियोको इगाशिरा यांना हे जग, त्यातील मैत्रिणींचा सहवास, जपानमधील उन्हाळ्यातील उबदार संध्याकाळ हे कधी संपूच नये असे वाटत होते. या स्वप्नवत अवस्थेतून कसे बाहेर पडायचे?

***

टिनियनमध्ये 'द ग्रेट आर्टिस्टे'मधून टाकण्यात आलेल्या बॉम्बची चाचणी झाल्यावर 'बॉकस्कार'च्या कर्मचाऱ्यांना उद्याची मोहीम निश्चित झाल्याचे सांगण्यात आले. पहाटे लवकर निघायचे होते. जपानमध्ये पुढील पाच दिवस हवामान सतत चांगले राहणार नव्हते, असा हवामानाचा अंदाज होता. मेजर चार्ल्स स्वीनी हा या स्पेशल बॉम्बिंग मोहीम क्र. १६ चा मुख्य पायलट असणार होता. एवढी मोठी जबाबदारी पेलण्याची क्षमता आपल्याकडे आहे की नाही, याबाबत तो साशंक होता. 'बॉकस्कार'च्या काही प्रणाली तपासून बघणाऱ्या कर्मचाऱ्यांकडे तो गेला. आपण नेता म्हणून सतत उपलब्ध आहोत, असे त्याला दाखवायचे होते.

दुपारी दोन वाजता सुरक्षित अशा क्वानसेट इमारतीत स्वीनी, कर्मिट बीहान, सहवैमानिक डॉन अलबुरी, मार्गदर्शक (नॅव्हिगेटर) जिमी व्हॅन पेल्ट या मोहिमेबद्दलची महत्त्वाची माहिती मिळविण्यासाठी उपस्थित झाले. तेथे मांडलेले नकाशे आणि जी दोन लक्ष्ये होती, त्यांची टेहळणी करून काढलेले फोटो ते निरखून बघत होते. हिरोशिमाचा विचार करताना या दोन लक्ष्यांचाही विचार केला गेला होता, तेही तीन दिवस आधीच. या वेळी मात्र ते या लक्ष्यावर फक्त डबेच नाही तर प्रत्यक्ष बॉम्ब टाकणार होते.

गुप्तहेर खात्याचा अधिकारी हॅझेन पेयेटे याने जमा केलेली त्याच्याजवळची सर्व ताजी माहिती सांगितली. त्यात जपानचे जमिनीवरचे सैन्य, विमान उडवणारी यंत्रणा, प्रत्येक लक्ष्याजवळ असलेले आगीचे स्वरूप, तीव्रता लक्षात घेऊन त्याच्याशी झुंज देऊ शकणारी यंत्रणा, त्यांची क्षमता याचा समावेश होता. कोकुराच्या भोवती गोलाकारात विमान उडवणाऱ्या बॅटरीज होत्या. त्यात येणाऱ्या विमानांपासून संरक्षण मिळवण्याची क्षमता होती. पण उलट नागासाकी, जे दुसरे लक्ष्य होते त्याच्याभोवती कुठलीच संरक्षण यंत्रणा नव्हती.

नुकत्याच आलेल्या हवामानाच्या अहवालानुसार काही ढग पूर्वेकडून जपानकडे सरकत होते आणि तेथून पॅसिफिक महासागराकडे जात होते.

बैठक संपल्यावर, स्वीनी छोटी डुलकी काढण्यासाठी आपल्या खोलीवर आला पण त्याला काही झोप लागली नाही. वातावरणातील तापमान आणि आत्मविश्वासाच्या

अभावी वाटणारी थोडीशी भीती या दोन्ही गोष्टींमुळे तो अस्वस्थ होता. ज्या पाच सार्जंट्सची निवड 'बॉकस्कार'मध्ये जाण्यासाठी झाली होती, तेही त्यांच्याकडून केल्या जाणाऱ्या अपेक्षांमुळे आणि एकूणच अनिश्चिततेमुळे तणावाखाली होते. कोणीच फारसे बोलत नव्हते. सहायक इंजिनीअर रे गालाहर याने हिरोशिमाला जे पाहिले त्याबद्दल विचार करत तो घरी काहीतरी लिहायला बसला; पण त्याचे लक्ष लागत नव्हते. रेडिओ ऑपरेटर ॲबे स्पिटझर याने ती शांतता टिपली व गालाहर निराश झाला असावा असे त्याला वाटले. रडार ऑपरेटर एड बकले आणि टेल गनर 'पॅपी' डीहार्टसुद्धा शांत होते. पूर्वी काय झाले आणि आता भविष्यात काय होणार, याचा ते विचार करत होते.

***

आपल्या मित्राबरोबर खेड्यात जाऊन छान दिवस घालवल्यानंतर कोइची वाडा पुन्हा नागासाकीत आपल्या स्ट्रीटकारच्या ड्रायव्हरच्या जागी बसला. दिवसा दोन वेळा त्याच मार्गावरून फेऱ्या मारताना त्याला नोगुची मोठी मुलगी दिसली. एकदा ट्रामचा लटकणारा दोर ट्रामच्या खांबावरून जवळच्या डोक्यावरच्या वायरकड नेताना आणि दुसऱ्यांदा त्याच्या ट्रामच्या विरुद्ध दिशेने जाणाऱ्या ट्राममध्ये प्रवाशांबरोबर उभी असताना दोन्ही वेळेला त्याला नोगुची धाकटी मुलगी दिसली नाही. ती अजून त्या ओहाशीच्या बाथरूमजवळ उभी राहून रडत असेल का... तो विचार करत राहिला.

कोइचीची ट्राम खोऱ्याकडे खाली जात असताना दुपारी पुन्हा एकदा सुरक्षा भोंगा जोरात वाजला. थोडे अंतर तो तसाच पुढे गेला आणि जेथे सुरक्षा खंदक आहेत हे त्याला माहीत होते, त्याच्याजवळ जाऊन थांबला. नियमाप्रमाणे त्याने त्याच्या प्रवाशांना त्या खंदकांकडे जायला सांगायला हवे होते. जर अशी सुरक्षित जागा जवळपास नसेल तर त्याने तिथे एखादा खंदक शोधायला हवा. कोइचीने मागे एकदा-दोनदा तसे केले होते. पण खंदक घाणेरडे असत. आता जरी सुरक्षित जागा जवळ असली तरी तो कुठेही जात नसे. त्याचे प्रवासी त्या जागी जात; पण हा मात्र ट्रामकारमध्ये थांबत असे.

कोइची वाडाला एक लोखंडी हेल्मेट दिले गेले होते जे सतत त्याच्याबरोबर नेणे आवश्यक होते. ते त्याच्या पाठीवर बांधलेले असे. त्याच्या दृष्टीने ती एक कटकटच होती. शिवाय ते एक सॉसपॅनसारखे दिसते असे त्याला वाटायचे. स्वयंपाक करण्याचे भांडे आपल्या डोक्यावर ठेवणे त्याच्या मनाला पटत नसे. त्यामुळे ते हेल्मेट नेहमी ड्रायव्हरच्या सीटजवळ एका टोकाशी ठेवलेले असे. त्याने ते कधीच घातले नाही.

कोइची दैववादी होता. 'बॉम्ब पडला तर पडला' त्याचा मंत्र होता : 'आणखी

जर काही घडणार असेल तर मी काही करू शकत नाही. जे घडायचे तेच घडते.' 'क्यू सेरा-सेरा'. धोका संपल्याची सूचना आणि प्रवासी परत यायची वाट बघत तो तसाच बसून राहिला. त्या दिवशी त्याने मुख्य बातमी टाळून जे अहवाल येत होते ते ऐकले होते. आदल्या दुपारी त्याने वर्तमानपत्रांत वाचले की एक नवा असा बॉम्ब हिरोशिमावर टाकण्यात आला, ज्याने खूप नुकसान झाले. पण पुढे नेमके किती नुकसान झाले याबाबत बातमीच नव्हती. घरी असलेल्या रेडिओवरही हिरोशिमावर बॉम्ब टाकल्याचा उल्लेख होता; पण अँटेना नसल्यामुळे ती ऐकू येत नव्हती. त्यामुळे नेमके बारकावे कळलेच नाहीत. त्यात फार काही माहिती सांगितली असे दिसत नव्हते.

एक आठवड्यापूर्वी होतारुजया टर्मिनलला त्याने अमेरिकेची बी-२४ विमाने माउंट हिकोवरून दक्षिणेकडे जाताना, ट्रामच्या शेड, मग पुढे देजिमा आणि युराकामीकडे जाताना बघितली होती. मग कल्पनेतच त्याने बॉम्ब ठेवतात तेथील दार उघडले. मग काही काळ्या रंगाची ढेकळे खाली पडून शिपयार्डकडे घरंगळत गेली. हा नवा बॉम्ब आधीच्या बॉम्बपेक्षा १० ते २० पटींनी मोठा असल्याचे त्याने ऐकले होते. विमान एवढा वजनदार बॉम्ब कसा पेलू शकेल? हे सगळे त्याच्या समजण्याच्या पलीकडचे होते. त्यामुळे त्याने विचार करणे सोडून दिले.

***

श्रीमती ताकिगावांच्या मुली साक्यू आणि रोयोको यांनी सकाळचा बराच वेळ सुरक्षा खंदकात काढला. त्यांना खूप भूक लागली होती; कारण त्या सतत उपाशी राहत होत्या. त्या दिवसांत जगण्यासाठी आवश्यक तेवढेच अन्न मिळत असे; पण वाढत्या वयात निर्माण होणाऱ्या इच्छा पुरवण्यासाठी अन्न नसे. जेव्हा धोका संपल्याचा इशारा झाला तेव्हा त्या अन्य लोकांसह सुरक्षित ठिकाणी आपापल्या घराकडे धावत सुटल्या. जेवायला 'ओकायू' म्हणजे भाताची पेज होती. वयस्कर बायका बागेत उगवणाऱ्या काही जंगली भाज्या त्यात घालत.

या मुलींचा मोठा भाऊ मासुइची मेडिकल स्कूलमधून दुपारी जरा लवकर परत आला. कुटुंबात तसाही तो फारसा येत नसे. दवाखान्यातील डॉक्टरना सैन्यात भरती केल्यामुळे मेडिकलच्या विद्यार्थ्यांकडून दवाखान्यातील काही काम करून घेतले जायचे. जेव्हा मासुइची मेडिकल कॉलेजमध्ये नसे तेव्हा तो स्क्वाड्रन इथे असे. इसाहाया इथे काम करणारे ताकिगावा सोडून सर्व कुटुंब एकत्र असल्याचा आनंद साजरा करण्याबाबत कुणीतरी सुचवले. श्रीमती ताकिगावा यांनी त्यांचे उरलेले किमोनो आणि काही वस्तू जमा केल्या, थोडे पैसे होते ते घेतले आणि काळ्या बाजारात विकण्यासाठी घेऊन गेल्या.

मासुइची डॉ. त्सुनोंच्या भाषणाला कॉलेजमध्ये हजर होता. आपल्या दोन लहान बहिणी आणि एक मोठी बहीण यांना त्याने अधिष्ठातांनी जे काही सांगितले होते त्याविषयी माहिती दिली. हिरोशिमावर टाकलेल्या एक नव्या प्रकारच्या बॉम्बमुळे कल्पना करता येणार नाही एवढा विध्वंस झाल्याचे त्याने सांगितले. धोका संपल्याचा भोंगा वाजल्यानंतर ही घटना घडली होती. त्याचे स्पष्टीकरण अजून मिळाले नव्हते पण मासुइचीला आपल्या बहिणींच्या मनावर हे ठसवायचे होते की, धोका थांबल्याचा इशारा जरी झाला तरी लगेच सुरक्षित ठिकाणाहून बाहेर पडायचे नाही.

श्रीमती ताकिगावा थोडा खास पॉलिश केलेला पांढरा तांदूळ घेऊन परतल्या. संध्याकाळच्या जेवणात तो त्या वापरणार होत्या. घरातील कपाटांमधील कुटुंबाची पारंपरिक वस्त्रे, किमोनो आणि ओबी हळूहळू नाहीशी होत होती. पण त्या युद्धकाळात अशी छान वस्त्रे परिधान करणे हे समाजमान्य नव्हते. विकत आणलेल्या भाताचे प्रमाण कमी असल्यामुळे तो सगळा त्याच रात्री संपविणे अपेक्षित होते. पण काटकसरी आईने लक्षात आणून दिले की उद्यासुद्धा सगळ्यांना भूक लागेलच ना? एका छोट्या भांड्यात त्यातला थोडा भात तिने ठेवून दिला. स्वयंपाकघरातील हात धुण्याच्या बेसिनखाली एका कोपऱ्यात तिने तो ठेवला.

पूर्ण वाटी भरून छान शिजलेला मऊ मोकळा भात मिळेल अशी सगळ्यांना आशा होती; पण त्याऐवजी त्यात भाज्या, कंदमुळे यांचे तुकडे घातले होते. तरीसुद्धा ताकिगावा कुटुंबाला समाधान होते, वडील नसताना त्यांना एक छान मेजवानी मिळाल्याचे! वडील घरी येण्यासाठी भविष्यकाळातील आनंदी दिवसांची वाट बघणे आवश्यक होते. सडाको म्हणाली की, आपल्याला 'शिरुको' म्हणजे लाल बीनचा एक गोड तांदळाच्या पिठाचे गोळे असलेला खिरीसारखा पदार्थ मिळाला तर किती मजा येईल! पण हा पदार्थ जेवणात असण्याचे दिवस कधीच मावळते झाले होते. आपल्या आईच्या माहितीसाठी, हिरोशिमाला झालेल्या बॉम्बिंगबाबत मिसुइचीने पुन्हा सगळ्यांना सांगितले आणि धोका संपल्याचा भोंगा झाला तरी सुरक्षित जागा सोडू नका, हा इशारा त्याने परत दिला.

''काही भागात हे सगळं दुःख सहन करावं लागणारे लोक आहेत,'' असे उसासे टाकत श्रीमती ताकिगावा म्हणाल्या.

❋ ❋ ❋

ओहाशीला त्या दिवसाचे काम संपल्यावर युकिची इगाशिरा यांनी आपल्या वस्तू बॅगेत भरल्या आणि पाय ओढत ते ट्राम थांब्याकडे चालू लागले. आणखी एक कंटाळवाणा दिवस संपला होता. ज्या विद्यार्थ्यांवर त्यांना देखरेख करावी लागत असे, ती सर्वसामान्यपणे चांगली मुले होती. त्यांतील बऱ्याच जणांना त्यांनी

शिकवले होते. त्यामुळे ती ओळखीची होती. पण कारखान्याच्या कामाच्या बाबतीत त्यांचा उत्साह कधी चांगला असे, कधी वाईट! तिथे ते टिकून होते. याला एकच कारण होते ते म्हणजे, तिथे सर्व मित्र एकत्र होते. हे सगळे अर्थहीन वाटत असे पण सध्या युद्ध सुरू होते. हेसुद्धा अर्थहीनच होते का... असे विचार मनात आणायला परवानगी होती का?

दुपारच्या वेळेस ट्रामला खूप गर्दी असे. तशाच गर्दीत इगाशिरा ट्राममध्ये चढले आणि त्यांनी ट्रामच्या ड्रायव्हरकडे नजर टाकली. शस्त्रास्त्रांच्या कारखान्यात बदली होण्याआधी ते नागासाकी कमर्शिअल स्कूलमध्ये शिकवत असत तेथे हा तरुण वाडा त्यांचा विद्यार्थी होता. त्यांनी गर्दीतून वाट काढली आणि आपल्या माजी विद्यार्थ्याजवळ गेले. त्याच्या खांद्यावर हळूच थोपटत त्यांनी त्याला विचारले, ''सगळं कसं चाललं आहे?''

''ठीक आहे'' कोइची म्हणाला.

इगाशिरांना ठाऊक होते की, हल्ली तरुण मुले कुठल्याच बाबतीत बांधिलकी दाखवत नाहीत.

''तुझं काम कष्टाचं आहे. हे मला समजतं,'' शिक्षक म्हणाले, ''पण उत्तम करण्याचा प्रयत्न कर.''

इगाशिरा शिरोयामा येथे नदीच्या जवळ राहत असत. त्याच्या जवळच्या थांब्यावर ते उतरले. आपण ज्या मुलाशी बोललो त्याबद्दल ते खूश होते. त्या मुलावरही त्याचा सकारात्मक परिणाम झाला हे मात्र त्यांच्या लक्षातसुद्धा आले नाही. कोइचीलादेखील खूप आनंद झाला होता. इगाशिरांनी त्याला त्याच्या गणवेशात बघितले होते आणि प्रोत्साहनपर थोडे त्याच्याशी बोललेसुद्धा. आपल्याला भूक लागली आहे याचे त्याला काही क्षण मग विस्मरण झाले आणि थोडा वेळ त्याच्या मनात नोगुची बहिणींबद्दलसुद्धा विचार आला नाही.

***

डोमेई पत्रकार जुन्जी सातो त्या दिवशीचे काम आटोपून घरी आला. शत्रूने वापरलेल्या शस्त्राबाबत त्याच्या मनात जी भीती होती ती काही कमी झाली नव्हती आणि उलट सातोला न आवडणाऱ्या दिशेनेच ते विचार जात होते. त्या दिवशी दुपार होण्यापूर्वी राजवाड्यातून एक निवेदन आले होते. ते नागासाकी फॉर्स्ट्रेस कमांडकडून आले; पण त्यात खास काही सूचना नव्हत्या. त्यात माहिती होती की, जमिनीपासून ५०० मीटर उंचीवर पॅराशूटच्या साहाय्याने प्रकाशाचा तीव्र लोळ असलेला बॉम्बस्फोट घडवला गेला. ज्या लोकांची कातडी उघडी होती ती पूर्ण भाजून फोड आले. ज्यांनी पांढरे कपडे घातले होते त्यांना कमी भाजले. त्याचा काय अर्थ होता कोण जाणे?

लाकडी इमारती पूर्णता बेचिराख झाल्या. पत्रकाराला मात्र एक गोष्ट लक्षात आली की, जेथे हा नवा बॉम्ब टाकला गेला त्या हिरोशिमाच्या डोमेई कार्यालयाकडून काहीच अहवाल आला नव्हता. याचा अर्थ झालेले नुकसान खूप होते.

दुसऱ्या दिवशी सकाळी अकरा वाजता त्या प्रांताच्या हवाई संरक्षण विभागाने एक पत्रकार परिषद असल्याचे त्याला उशिरा कळवण्यात आले. वाचकांच्या माहितीसाठी हा अधिकारी नवीन बॉम्बबद्दल काही बोलणार होता. 'वाचकांसाठी माहिती' हा गुप्त संदेश बातमीबद्दल होता. या नवीन शस्त्राबद्दल काहीतरी गंभीर वास्तव आहे, याची ही खूण होती.

त्या दिवशी कामानंतर घरी यायला निघाल्यावर सातोला बरे वाटले. त्याची धाकटी बहीण तेरुको शस्त्रास्त्राच्या कारखान्यात काम करणाऱ्या स्वयंसेवक विद्यार्थ्यांच्या राष्ट्रप्रेमी गटाची नेता होती. ती घरी येऊन बायकांसाठी पॅन्ट बनवत होती. त्यांची आई नातेवाइकांना भेटण्यासाठी बाहेर गेली होती. स्वतःला माहीत असलेली सर्व माहिती बहिणीला सांगून जुन्जी आपले मन थोडे हलके करत होता. त्याला या नव्या बॉम्बबद्दल जी शंका वाटत होती तेही त्याने सांगितले. पण तिला मात्र तो कशाबद्दल बोलतो आहे, याची खरी कल्पनाच नव्हती.

∗ ∗ ∗

संध्याकाळ व्हायला लागली तसे दिवसाची कामाची पाळी संपल्यावर मित्सुबिशी लोखंडाच्या फाउंड्रीकडून युद्धकैद्यांना पुन्हा परत फुकुओका कॅम्प १४ कडे आणण्यात आले. त्या गटात ॲलन चिकसुद्धा होता. इतरांबरोबर त्याचा सहकारी तास्मानियन पीटर मॅकग्रथ-करसुद्धा होता. हा गट मिफ्यून कालव्याच्या पुलाची दुरुस्ती करत होता आणि त्यापलीकडे आणखी एक संरक्षक खंदकही खणत होता. त्या पुलाचे आणखी थोडे काम करायचे होते; पण ही माणसे उगीच ते काम रेंगाळत ठेवून लांबवत होती. त्यांच्या रक्षकांबरोबर तेही परतले. रस्त्यात नेहमीप्रमाणे शिपयार्डहून काम करून परत येणाऱ्या आपल्या नवऱ्याची वाट बघणारी गर्भवती असलेली श्रीमती तबाता, तीसुद्धा त्यांच्याकडे बघत होती.

∗ ∗ ∗

त्सुनिओ तोमिता, फार्मसीचा तिसऱ्या वर्षाचा विद्यार्थी डॉ. त्सुनोंच्या व्याख्यानाला हजर होता. या व्याख्यानाचा त्याच्यावर फार काळ टिकणारा परिणाम झाला नाही. अजून तरी युद्धाच्या पार्श्वभूमीवर आयुष्य बरे होते. हळूहळू अंधार वाढू लागला तसे तोमिता आणि त्याचा आणखी एक मित्र युराकामी कॅथेड्रलच्या जवळ जे मैदान होते तिथे गेले. अजून तरी ते खणून त्यात भाज्या लावण्यात आल्या नव्हत्या. छान

हिरवळ होती. ते दोघे त्यावर पहुडले. कॅथेड्रलची घंटा वाजत होती. ती घंटा सतत वाजत राही. या वेळेस अँजेलससाठी वाजत होती आणि संध्याकाळच्या प्रार्थनेची वेळ झाल्याची भक्तांना आठवण करून देत होती.

याआधी, अॅझम्प्शनच्या सणाआधी सगळ्यांनी पापाची कबुली द्यायची असते त्याची आठवण म्हणून घंटा वाजायची. कॅथेड्रलमधील दोन्ही धर्मगुरू त्यामुळे दिवसभर व्यस्त असायचे. शहरातील लोक येऊन त्यांच्यासमोर पापाची कबुली द्यायचे. फादर निशिदा आणि तमाया दररोज या वेळी लोकांची कबुली ऐकत, प्रवचन देत. एक सकाळी दहा वाजता आणि दुसरे दुपारी. या दोन प्रवचनांमध्ये धर्मगुरूंची इतर कर्तव्येही ते करत. त्यात मृतांवर विधी करण्याच्या कामात वाढ झाली होती. या सध्या पाहुणे म्हणून आलेल्या धर्मगुरूंनी दिवसाचा मधला वेळ किरिशितान इथल्या मुलांबरोबर घालवला. दुपारी उशिरा एक मृत्यू झाला होता. त्याचे प्रेत घेऊन खूप मोठी रांग आणि त्यात पांढऱ्या सिल्कचे घुंघट घातलेल्या स्त्रियाही होत्या. त्यांच्याबरोबर विधी करायला ते दोघे गेले.

गवतावर पहुडलेल्या विद्यार्थ्यांनी युराकामी खोऱ्याच्या पश्चिमेला असलेल्या माउंट इनासावर सूर्यास्त होताना पाहिला. घंटा त्यांच्यासाठी वाजत नव्हत्या. त्यांनी त्यांच्या सुरक्षित जागेवरून मृतदेह घेऊन जाणाऱ्यांची रांग बघितली होती. त्या काळात तरुण जपानी मुले ज्या विषयावर बोलत, त्या गप्पा त्यांनी मारल्या. त्यात भूक आणि आणखी अन्न कसे मिळवावे हे विषय असत. त्यानंतर तोमिता त्याच्या दोन मित्रांना घेऊन तिसऱ्या मित्राच्या घरी गेला आणि तिथे ते दारू रिचवत आणखी गप्पा मारत बसले. त्यानंतर ते कॉलेजच्या इमारतीत, वर्गात जे उंचवटे बांधले होते त्यावर झोपले.

***

दुपारी ताकेजिरो निशिओका त्यांच्या वृत्तपत्रातल्या इतर चार अधिकाऱ्यांना आणि संपादकांना भेटले. नागासाकी पोलिस आणि त्याच्या युनिटच्या प्रमुखाला ते भेटले. अणीबाणीच्या वेळी वृत्तपत्र छापण्यासाठी एखादी भूमिगत जागा शहराच्या दक्षिणेकडे मिळते का,याचा शोध घेण्याचा प्रयत्न या गटाने केला. खोदकाम करून बोगदा करण्यासाठी किंवा टेकडी खणून तेथे प्रेस उभारण्यासाठी कुठेच सोईस्कर जागा नव्हती. तात्पुरती म्हणून युराकामी नदीच्या पश्चिमेला एक सुरक्षित जागा होती. तिथे असलेल्या एका शेडमध्ये श्रीमती ताकिगावांच्या दत्तक मुली दिवसभरातील बराच वेळ घालवत. दुसऱ्या एका वृत्तपत्राच्या लोकांनी आधीच बघून ही जागा वृत्तपत्राच्या छपाईच्या दृष्टीने योग्य असल्याचे ठरवले होते. ९ ऑगस्टला सकाळी अकरा वाजता सगळ्यांनी भेटायचे ठरले. टेकडीच्या टोकावर गोकोकू श्राईन ही युद्धात

शहीद झालेल्या व्यक्तींच्या स्मृतिप्रीत्यर्थ बांधलेली वास्तू होती आणि ती तिथे असणे हे शुभ लक्षण मानले गेले.

निशिओका आपल्या घरी परतले. सध्या त्यांचे पूर्ण कुटुंब उनझेन येथील शिमाबारा द्वीपकल्पावर स्थलांतरित झाले होते. संध्याकाळपर्यंत त्यांना ताप चढला. पायांच्या खालच्या बाजूला त्वचेवर निळसर डाग दिसू लागले होते. त्यांनी आपल्या सहकाऱ्यांना फोन करून आपल्याला बरे वाटत ना, हे कळवले आणि दुसऱ्या दिवशी ठरलेली बैठक पुढे ढकलता येईल का, असेही विचारले. त्यांना जर दुपारपर्यंत बरे वाटले तर सकाळऐवजी ती दुपारी घेता येईल, असे ठरले.

पण वृत्तपत्राचा हा मालक तापाने इतका फणफणला की, त्याने आपल्या कुटुंबाकडे सकाळी उनझेनला जायचे ठरवले. वृत्तपत्राच्या कार्यालयाच्या जवळच्या हॉटेलमध्ये ते उतरले. जेव्हा जेव्हा वृत्तपत्राचा महत्त्वाचा प्रश्न बघायचा असेल तेव्हा ते तेथेच नेहमी उतरत. शिवाय ते नागासाकी रेल्वे स्टेशनच्या जवळसुद्धा होते. तेथे राहिल्यामुळे दुसऱ्या दिवशी सकाळी लवकर उनझेनसाठी जायला सोईचे झाले असते.

रात्री साडेअकराला निशिओका जागे झाले. त्यांना खूप मळमळत होते आणि एक प्रकारची चिंता वाटत होती. आता ताप असतानाही सकाळी प्रवासाला जायच्या बेताऐवजी ते लगेच निघाले. हॉटेलमधील काम करणाऱ्या बाईला बोलावून त्यांच्या हस्तिदंती चॉपस्टिक्स त्यांनी आणायला सांगितल्या. त्या एका छानशा लाकडी पेटीत ठेवलेल्या असत. ते वृत्तपत्राच्या कार्यालयात गेले आणि बैठकीसाठी आवश्यक अशी कागदपत्रे त्यांनी ड्रॉवरमधून घेतली. ती कदाचित बैठकीत लागली असती. आता फक्त त्यांच्या कुटुंबाला भेटणे ही त्यांची गरज होती. बाहेर त्यांना एक छोटासा ट्रक दिसला. त्याच्या टाकीत थोडेसेच पेट्रोल होते. सध्या पेट्रोलही मिळत नसल्याने तो वापरला जात नव्हता. पण उनझेनकडे जाण्यासाठी तेवढे पुरेसे होते. नागासाकीच्या बाहेर रेल्वेलाइनच्या जवळ असलेल्या ओकुसापर्यंत ते पोचले आणि त्या ट्रकच्या टाकीतील पेट्रोल जवळजवळ संपले. आता पुढे जाण्याचा धोका पत्करण्याऐवजी आजारी निशिओका यांनी थांबायचे ठरविले. ट्रक तिथेच ठेवून सकाळी रेल्वेने पुढे प्रवास करण्याचा निर्णय त्यांनी घेतला. ओकुसात आल्यावर समुद्रकिनारी असलेल्या एका जपानी पद्धतीच्या पण फारच साधारण हॉटेलमध्ये ते थांबले.

***

त्या दिवशी पी-५१ मुस्तांग फायटर बॉम्बर्स ही आयवो जिमाहून आली आणि ओसाकामधील औद्योगिक इमारतींवर बॉम्ब टाकून गेली. हल्ला करणारे एक विमान जमिनीवरून हल्ला करून पाडण्यात आले. त्याचा वैमानिक लेफ्टनंट मार्कस

मॅकडिल्डा हा त्या खाडीच्या पाण्यात एका हवा भरलेल्या छोट्याशा होडीत तरंगत राहिला. त्याला पाण्यातून उचलून त्याचे डोळे बांधले व रस्त्यावरच्या गर्दीतून त्याला चालत आणले गेले, तेव्हा लोकांनी त्याला धक्काबुक्की केली, चिमटे काढले. ओसाकाच्या सैन्याच्या पोलिसांनी त्याला मुख्य कार्यालयात जबानीसाठी नेले. हवाईदलाच्या या वैमानिकाला रक्तस्राव सुरू असतानाच 'केम्पेटी' येथे आणले गेले. उडवाउडवीच्या उत्तरांमुळे मॅकडिल्डाला अनेक तास मारहाणही केली गेली. आपल्या एकच प्रवासी आसनक्षमता असलेल्या विमानाबाबत खोटे बोलल्याबद्दल त्याला पुन्हा ठोकून काढण्यात आले. आयवो जिमा येथे किती विमाने आहेत हे विचारल्यावर पुन्हा 'अनेक' आहेत, असे खोटेच उत्तर ठोकून दिल्यावर त्याला पुन्हा मारण्यात आले. 'अणुबॉम्बबद्दल तुला काय माहिती आहे' असे विचारल्यावर त्याने 'काही माहीत नाही' असे सांगितले. पण त्याची जबानी घेणारे त्याला पुनःपुन्हा तोच प्रश्न विचारत होते.

संध्याकाळ झाल्यावर एक जनरल आला आणि मॅकडिल्डाला बॉम्बबद्दल विचारू लागला. पण या अमेरिकन माणसाने दिलेले उत्तर समाधानकारक नव्हते, म्हणून त्याने त्याची तलवार बाहेर काढली आणि मॅकडिल्डाच्या आधीच सुजलेल्या ओठांमध्ये खुपसली. त्याच्या हनुवटीवरून सांडणारे रक्त त्याच्या फ्लाइंग सूटवर पडले.

''जर तू मला त्या बॉम्बबद्दल सांगितलं नाहीस तर मी स्वतः तुझं डोकं उडवीन,'' असे रागाने ओरडून जनरल खोली सोडून निघून गेला.

मॅकडिल्डाला समजले होते की ही धमकी पोकळ नाही. पण खरेच त्यालासुद्धा अध्यक्षांच्या निवेदनाव्यतिरिक्त त्या अणुबॉम्बबद्दल काहीही ठाऊक नव्हते. स्वतःला वाचवण्यासाठी तो, अणूचे विघटन आणि त्यातून निर्माण होणारे स्फोटक अणू-रेणू असे काहीतरी बोलत होता. मोठा धातूचा गोल ३६ फूट लांब आणि २४ फूट रुंद-ते गोल आधी वेगळे वेगळे एका धातूच्या आवरणात ठेवले जायचे. ही पेटी बी-२९ मधून खाली टाकली गेली तेव्हा ते आवरण वितळले. त्यामुळे निर्माण झालेल्या स्फोटाने वातावरण मागे सारले गेले आणि सगळ्यांचा सर्वनाश करत प्रचंड मोठा आवाज झाला. सहा चौरसमैलांपर्यंत या स्फोटाचे परिणाम जाणवले. तांत्रिक अडचणींमुळे हा बॉम्ब रात्री टाकता येत नाही किंवा पाऊस पडताना टाकता येत नाही. हे सर्व सांगताना त्याने फ्लोरिडाच्या भाषेसारखी भाषा वापरत खरी गोष्ट गुंडाळली. त्यामुळे भाषांतर करणाऱ्याला पदरच्या काही गोष्टी अंदाजाने त्यात घुसडून सांगाव्या लागत होत्या.

त्या अटक केलेल्या माणसाला जेव्हा विचारले गेले की, आता पुढचे लक्ष्य कोणते शहर आहे? त्यावर तो म्हणाला, ''मला वाटतं क्योटो आणि टोकियो.

टोकियोवर पुढच्या काही दिवसांत बॉम्ब टाकण्यात येणार आहे.'' हा अहवाल तारेच्या माध्यमातून टोकियोला पाठविण्यात आला. पण मनिला येथील आकाशवाणीच्या रेडिओ ध्वनिलहरींनी तो पकडला.

***

संध्याकाळी शहरातून आलेले दोन डॉक्टर डॉ. आकिझुकी यांना भेटायला कॅथलिक दवाखान्यात पोचले. या दोघांपैकी एका डॉक्टरने नागासाकीत त्या दुपारी डॉ. त्सुनोंनी दिलेल्या दुसऱ्या भाषणाबाबत आकिझुकी यांना सांगितले. या नवीन बॉम्बबद्दल येणाऱ्या नवनवीन माहितीमुळे या डॉक्टरना काळजी वाटत होती. अमेरिकन लोकांकडे हे बॉम्ब खूप मोठ्या प्रमाणावर होते का... आता याच्या पुढे कोणत्या शहरावर टाकणार.... त्यामुळे होणाऱ्या किरणोत्सर्गाचे धोके उद्भवतील याबद्दल फारशी माहिती उपलब्ध नव्हती. या दोघांनाही काहीच माहीत नव्हते आणि ज्या हिरोशिमाच्या संहारामधून डॉ. त्सुनो आदल्या दिवशी आले, त्या किरणोत्सर्गाचा त्यांना काय त्रास होणार होता, हेही त्यांना ठाऊक नव्हते.

दुसरा डॉक्टर त्याच्या बायकोचे गंभीर ॲपेंडिक्सचे ऑपरेशन झाल्यामुळे युराकामी दवाखान्यात पाठवला गेला होता. तोपण आला होता कारण जर शहरावर फायर बॉम्ब टाकला गेला तर दवाखाना ही जागा जास्त सुरक्षित होती. आतापर्यंत त्या मानाने नागासाकीवर कमी वेळा बॉम्बहल्ले झाले होते. पण नजीकच्या भविष्यात ते अधिक प्रमाणात होण्याची शक्यता होती.

आणखी दोन डॉक्टर दवाखान्यात आल्यामुळे आकिझुकींना आनंद झाला होता. त्या रात्री क्षयाचे सत्तर रुग्ण दवाखान्यात दाखल होते आणि ते एकटे तिथे निवासी डॉक्टर होते. दुसऱ्या दिवशी शहराच्या मध्यवर्ती भागातून न्यूमो-थोरॅकिक उपचार घेण्यासाठी रुग्णांचा एक गट येणार होता. हा गट ताकाहारा रुग्णालयातून येणार होता. डॉ. योशिओका आणि दोन परिचारिका त्यांच्याबरोबर येणार होत्या. यामुळे रुग्णांच्या संख्येत जशी वाढ होणार होती तशी मेडिकल स्टाफमध्येसुद्धा वाढ होणार होती. त्यामुळे डॉ. आकिझुकींचा ताण थोडा कमी होणार होता. ते स्वतः एक निष्णात डॉक्टर होते; पण त्यांना ताण सहन होत नसे.

***

'लिटल ॲबनर' या विनोदी चित्रकथेत एक खेडेगाव होते. त्याचे नाव होते 'डॉगपॅच इन.' टिनियनला असणाऱ्या रेस्टॉरंटला हे नाव दिले होते. चक स्वीनीने तेथे रात्रीचे जेवण घेतले. मग जेथून धावपट्ट्या दिसतात अशा जवळच्या टेकडीवर तो चालत गेला. बी-२९ विमाने त्या धावपट्ट्यांवरून सारखी उड्डाणे करत होती. अंधारात ते

बघत असताना त्याने सिगारेट पेटवली. कोकुराजवळ यवाटा नावाचे औद्योगिक शहर होते. त्यावर बॉम्ब टाकण्यासाठी २०० बॉम्बर विमाने टिनियनवरून उड्डाणे करत होती. पूर्ण टाकीभर ज्वलनशील पदार्थ आणि बॉम्ब असलेले एक विमान-ते नीट उड्डाण न करू शकल्याने कोसळले. ते बघून स्वीनी सुन्न झाला होता. कोसळलेल्या विमानातून आगीचे लोळ आणि धूर रात्रीच्या आकाशात पसरू लागले. स्फोटाने व त्याच्या आवाजाने आसमंत व्यापून गेला. थोड्याच वेळात जो माणूस त्याच धावपट्टीवरून स्वतः असेच विमान घेऊन उड्डाण करणार होता त्याच्या मनातील विचारसुद्धा असेच वातावरणात भरकटत होते.

त्याच्या विमानाच्या पोटात तर संपूर्ण शहराला बेचिराख करण्याची क्षमता असलेला बॉम्ब असणार होता.

टिनियनला कार्यरत असलेले दोन भौतिकशास्त्रज्ञ लुइस अल्वारेझ आणि रॉबर्ट सर्बर यांनी बर्केलीला असलेल्या कॅलिफोर्निया विद्यापीठातील युद्धापूर्वीच्या सहकाऱ्याला पत्र पाठवायचे ठरवले. रियोकिची सगाने हा आता टोकियो विद्यापीठात भौतिकशास्त्राचा प्राध्यापक होता. अण्वस्त्रांपासून असलेला धोका त्यांनी जपान सरकारला सांगावा, अशी या पत्रातून त्यांनी सगाने याला विनंती केली. अल्वारेझने त्या पत्राचा मसुदा लिहिला, सर्बर आणि आणखी एक सहकारी यांनी त्याचे संपादन केले. अल्वारेझने शेवटचा मसुदा दोन प्रतींत लिहिला.

त्यात पुढील संदेश होता :

मुख्यालय,
अणुबॉम्ब कमांड
९ ऑगस्ट, १९४५
प्रति : प्रोफेसर आर. सगाने

द्वारा : अमेरिकेतील तुमच्या वास्तव्याच्या काळातील तुमचे माजी सहकारी.

आम्ही हा वैयक्तिक संदेश पाठवत आहोत. यात तू स्वतः एक प्रतिष्ठित अणुशास्त्रज्ञ आहेस म्हणून तू तुझ्या जपानच्या सरकारमधील अधिकाऱ्यांना या युद्धामुळे होणाऱ्या भयानक विध्वंसाची कल्पना देऊन हे युद्ध थांबवण्यासाठी उद्युक्त करावेस.

तुला अनेक वर्षांपासून ठाऊक आहे की, ज्यांची प्रचंड पैसा खर्च करण्याची तयारी असते असा कोणताही देश अणुबॉम्ब तयार करू शकतो. तुम्हाला हेही कळले असेल की याच्या उत्पादनाचा आम्ही कारखानाच काढला आहे. या कारखान्यात

२४ तास काम चालू असते आणि तयार झालेले हे बॉम्ब तुमच्याच जमिनीवर टाकले जातात, याबाबत अजिबात शंका नाही.

या तीन आठवड्यांच्या मुदतीत आम्ही एक बॉम्ब चाचणीसाठी अमेरिकेतील वाळवंटात टाकला, एक हिरोशिमावर टाकला आणि आज सकाळी तिसरा टाकला.

जर हे सत्र असेच सुरू राहिले तर तुमच्या सर्व शहरांचा अशा प्रकारे संहार होईल. आम्ही पुनःपुन्हा विनंती करत आहोत की, याबाबतची सत्य परिस्थिती तुमच्या नेत्यांना सांगा आणि हा विध्वंस, माणसांची निरंकुश हत्या थांबवा. शास्त्रज्ञ म्हणून जे चांगले संशोधन झाले आहे त्याचा हा असा उपयोग होणे, याचा आम्ही निषेध करतो. पण जपान जोपर्यंत तातडीने शरण येत नाही, तोपर्यंत संतापाच्या भरात होणाऱ्या बॉम्बचा वर्षाव वाढतच जाईल.

सह्या न केलेल्या या पत्राच्या प्रती तीन पाकिटांत घालून त्यावर प्रोफेसर सगाने याचा पत्ता घातला गेला. ही पत्रे या बॉम्बबरोबर जाणाऱ्या 'द ग्रेट आर्टिस्टे' या विमानातून जी काही यंत्रे पॅराशूटद्वारा टाकली जाणार होती, त्यावर टेपच्या साहाय्याने चिकटविण्यात आली. 'बॉकस्कार'मधून बॉम्ब टाकला की ही टाकली जाणार होती.

***

अमेरिकेचे युद्धसचिव हेन्री स्टिमसन एक महिन्याने ७८ वर्षांचे होणार होते. वॉशिंग्टनच्या वेळेप्रमाणे ८ ऑगस्टला सकाळी आठ वाजता लाँग आइसलँड येथून विमानाने परतत असताना त्यांना मोठ्या वादळाचा फटका बसला होता. त्यातच त्यांना एक तीव्र झटकाही आला होता. त्यांच्या डॉक्टरांनी सकाळी आणि दुपारी त्यांची तपासणी करून, तब्येतीत सुधारणा होईल, असे सांगितले. पण हे ऐकून स्टिमसन यांचे फारसे समाधान झाले नसणार. त्यांच्या त्या दिवशीच्या डायरीच्या पानावर लिहिले गेले, 'हृदयविकाराचा झटका.'

त्या सकाळी काही वेळाने मग स्टिमसन यांनी ट्रुमन यांना सांगितले की, डॉक्टरांनी त्यांना पूर्ण आराम करायला सांगितले आहे. ट्रुमनने त्यांना, 'एक महिन्याची रजा घ्या आणि बरे झालात की या,' असे सांगितले. त्या बैठकीत स्टिमसन यांनी मुद्दा मांडला की, अमेरिकेने जपानशी अशा पद्धतीने लढावे की जपान लवकरात लवकर शरण यावा. त्यांना काळजी वाटत होती की, अनेक लोक जे अमेरिकेच्या धोरणावर परिणाम करण्याचा किंवा तसा प्रयत्न करण्याचा प्रयत्न करत होते, त्यांना जपानच्या लोकांच्या मानसिकतेबाबत, संस्कृतीबाबत फारशी माहिती नव्हती. स्टिमसन यांचे अनुभव आणि जपानी लोकांना त्यांनी ज्या पद्धतीने समजून घेतले होते ती दृष्टी तर या लोकांकडे अजिबात नव्हती. त्यांनी तक्रार केली

की, जे लोक जपानने विनाअट शरणागती स्वीकारावी, असे म्हणत आहेत त्यांना जपानी आणि जर्मनीच्या लोकांमधील मूलभूत फरकच समजलेला नाही.

१९४३ मध्ये कासाब्लँका येथे या मित्रराष्ट्रांच्या नेत्यांची एक बैठक झाली होती. त्यानंतर झालेल्या रुझव्हेल्ट यांच्या पत्रकार परिषदेत ही विनाअट शरणागतीची मागणी अस्तित्वात आली होती; पण ती कासाब्लँका येथील निवेदनात नव्हती. प्रसिद्ध इतिहासतज्ज्ञ रोनाल्ड तकाकी निष्कर्ष काढतात की, रुझव्हेल्ट यांच्याकडून ट्रुमन यांनी कोणता वारसा घेतला असेल तर तो म्हणजे, 'घोषणा करा, धोरण नको'. त्या काळात जपान या सगळ्यांतून युद्धापासून मार्ग कसा निघेल यासाठी धडपडत होता आणि या खेळी त्या दबावात भर टाकत होत्या.

परराष्ट्र धोरणाबाबत अननुभवी असलेल्या हॅरी ट्रुमन यांना समजावून सांगताना स्टिमसन म्हणाले, ''जेव्हा तुम्ही कुत्र्याला शिक्षा करता तेव्हा पूर्ण दिवस तुम्ही तो राग धरून बसत नाही. त्या कुत्र्याशी तुम्हाला पुन्हा नाते हवे असेल तर ती शिक्षा विसरून जायला हवी.'' हा संदेश जरा आत झिरपावा यासाठी ते काही क्षण थांबले, मग म्हणाले, ''जपानबाबतही तेच खरे ठरते.'' हा संदर्भ जरा चमत्कारिक होता. पण ज्याच्यासाठी तो दिला गेला ते बघता तो योग्यच होता, कारण ट्रुमन आता कुटुंबप्रमुख होते. कदाचित जर्मन लोक म्हणजे ते कुत्रे होते, ज्याच्या मायेची गरज नव्हती!

जे युरोपीयन नाहीत त्यांच्याबाबत, त्यांच्या संस्कृतीबाबत आदराने बोलणाऱ्या त्याच्याबद्दल मनात राग असे, कारण त्याला जी एक आंतरिक जाण होती ती या लोकांकडे नव्हती. दोन दिवसांनी स्टिमसन यांनी त्यांच्या डायरीत लिहिले, 'गिल्बर्ट आणि सुलिव्हान्स याच्या 'मिकाडो' या ऑपेरापलीकडे ज्यांना जपानबद्दल काही माहीत नाही, अशा गणवेशधारी जपानमधील राजसत्तेविरुद्ध आंदोलन केले आहे, त्याची माहिती नाही, असेच लोक याबाबत बोलत आहेत.'

***

टिनियन बेटावर 'फॅट मॅन'च्या अवाढव्य शरीरावर असणाऱ्या धातूच्या कडीत एका क्रेनचा आकडा काळजीपूर्वक बसवला गेला. आता पूर्णतः सज्ज असे ते शस्त्र अगदी हळूहळू, काळजीपूर्वक, एखाद्या मृत प्राण्याच्या सापळ्यासारखे, त्या इमारतीच्या मोठ्या दारातून बाहेर काढण्यात आले. ते तिथून वाहून नेण्यासाठी तयार केलेल्या मोठी रबरी चाके असलेल्या वाहनात काळजीपूर्वक ठेवण्यात आले. 'फॅट मॅन'वर एक टारपौलिनचे आच्छादन तंत्रज्ञांनी टाकले. प्रथम तो हलवणाऱ्याने धावपट्टीवर हळूहळू नेला. बरोबर शस्त्रधारी सैनिक, दोन छायाचित्रकार आणि तंत्रज्ञ होते. हळूहळू अगदी धक्के न देता हे वाहन जवळजवळ एक किलोमीटर आणण्यात आले. तिथे

संपूर्ण प्रकाशात लोडिंग पिट तयार होते. रूळावरून त्या तीन मीटर लांब पिटवर हे वाहन नेण्यात आले. हायड्रॉलिक लिफ्ट वर आली, तिने बॉम्ब वर केला आणि त्याचा काढता येणारा पाळणापण! आता कर्मचाऱ्यांनी ते वाहन दूर केले. रूळ काढण्यात आले. ९० अंशांत वळवून बॉम्ब त्या पिटमध्ये ठेवण्यात आला. तोपर्यंत रात्रीचे दहा वाजत आले होते.

'बॉकस्कार' आता या लोडिंग पिटजवळ आणण्यात आले. त्याचे पिटसाइड लँडिंग गिअर हे टर्नटेबलजवळ आले. आता बी-२९ त्या पिटवर त्याचे दरवाजे उघडून तयार होते. हायड्रॉलिक मशिन पुन्हा सुरू झाले आणि 'फॅट मॅन'ला बरोबर त्या उघड्या दरवाजाच्या पातळीपर्यंत नेले गेले. पुन्हा आतून टांगलेला प्लम्ब-बॉब बॉम्बच्या धातूच्या कडीत अडकवून एका रेषेत आणला गेला. विमानाच्या कॅटवॉकला अगदी लागूनच हे होते. अतिशय हळुवारपणे हे सर्व करणे आवश्यक होते. त्या बॉम्बला अडकवलेल्या साखळीने हे जिवंत शस्त्र अतिशय काळजीपूर्वक वर उचलले गेले आणि जणू एक प्रचंड पांढरा आणि नारिंगी रंगाचा प्राणी त्या बी-२९ च्या पोटात सामावला गेला. आता फक्त एका साखळीने तो बांधलेला होता. थोडेफार मागे-पुढे करण्यासाठी कड्या होत्या. आता बॉकस्कार मोहिमेसाठी तयार असण्याच्या स्थितीपर्यंत आले होते.

१६ नंबरच्या मोहिमेच्या कर्मचाऱ्यांनी त्या रात्री त्यांचे जे सहकारी उड्डाण करणार नव्हते त्यांच्या बिछान्यावर आपली पाकिटे टाकली आणि शेवटच्या सूचना ऐकण्यासाठी ते त्या खोलीकडे गेले. तिन्ही प्राथमिक विमानांच्या कर्मचाऱ्यांसाठी मोहिमेपूर्वी सूचना देण्यात येणार होत्या. ब्रिटनचे दोन निरीक्षक जे फोटो घेणाऱ्या विमानाबरोबर जाणार होते, तेही हजर होते. मॅनहॅटन मोहिमेत असलेला विल्यम पेनी हा भौतिकशास्त्रज्ञ जो या मोहिमेचा महत्त्वाचा शास्त्रज्ञ होता. ग्रुप कॅप्टन लिओनार्ड चेशिरे हा आरएएफचा अनेक पुरस्कारप्राप्त वैमानिक अधिकृत निरीक्षक होता. खरेतर पेनी आणि चेशिरे हे हिरोशिमा मोहिमेवर जाणार होते; परंतु शेवटच्या क्षणी अमेरिकेच्या अधिकाऱ्यांनी त्यांना त्या वेळी न जाऊ देता पुढच्या मोहिमेच्या तिसऱ्या विमानात पाठवायचे ठरवले.

५०९ कंपोझिट ग्रुपचे प्रमुख व हिरोशिमा मोहिमेत मुख्य वैमानिक असलेले कर्नल टिब्बेट्स यांनी सभेची सुरुवात काही सर्वसामान्य टिप्पणी करून केली. हिरोशिमावर जो 'फॅट मॅन' हा बॉम्ब टाकला त्यापेक्षा हा वेगळा बॉम्ब आहे हे त्यांनी सर्वांना सांगितले. हा बॉम्ब अधिक शक्तिशाली होताच; शिवाय त्याचे उत्पादन मोठ्या प्रमाणात करता येणे शक्य असल्याचे त्यांनी सांगितले. हा जर यशस्वी झाला तर 'लिटल बॉय' हा बॉम्ब फक्त एकदाच वापरून तो नंतर रद्द करणे शक्य होते. टिब्बेट्स यांनी सगळ्यांना शुभेच्छा दिल्या आणि पुढची सभा सुरक्षा अधिकाऱ्यास घ्यायला सांगितली.

हॅझेन पेयेटे याने पूर्ण मोहीम कशी आखली आहे ते सांगितले. मेजर स्वीनी 'बॉकस्कार'मधून बॉम्ब नेईल. ज्यात अद्यापही हिरोशिमाची सर्व साधने लावलेली होती असे हे स्वीनीचे विमान कॅप्टन बॉक उडवणार होता. सर्व यंत्रे बसवली होती. बॉम्ब खाली टाकल्यानंतर सर्व घटना ते रेकॉर्ड करतील. बॉकच्या विमानातून कॅप्सूल टाकली जाईल, ज्यात सर्व तपशील नोंदवला जाईल. मूव्ही कॅमेरा, शास्त्रज्ञ आणि ब्रिटनचे निरीक्षक असणारे 'द बिग स्टिंक' हे विमान लेफ्टनंट कर्नल जिम हॉपकिन्स उडवणार होते. बॉकला या मोहिमेवर घ्या, अशी मागणी स्वीनीने केली होती; पण तिसरे विमान हॉपकिन्स उडवणार हे कळल्यावर त्याला आश्चर्य वाटले. ५०९ व्या गटाचा ऑपरेशन अधिकारी म्हणून रुजू झाल्यावर या तिसऱ्या वैमानिकाला मोहिमांचा कमी अनुभव होता; पण त्याचा स्वतःच्या क्षमतेवर पूर्ण विश्वास होता. जिम हॉपकिन्सना यातून हवाई दलात जाण्याची संधी होती. चक स्वीनी अधिक सरळ, साधा होता. त्याला ही संधी मिळाली नसती. अर्थात हॉपकिन्सकडे ही लुटी (स्वॅगर)ची कौशल्ये आहेत का, ते मात्र भविष्यातच कळणार होते.

वातावरण ढगाळ असेल असा हवामान खात्याचा अहवाल होता. हवामानाची पाहणी करणारी दोन विमाने त्या लक्ष्याच्या जवळ पोचल्यावर प्रत्यक्ष परिस्थिती सांगणार होती. आताच हवा वादळी दिसत होती. आयवो जिमावर वादळ घोंघावत होते. रेडिओ संदेश उपलब्ध नसताना अशा वादळी हवामानात पाच तास विमान उडवणे आणि सोबत अणुबॉम्ब वाहून नेणे, हे सगळे आव्हानात्मक होते.

पेयेटेला वाटले की, ही सुरक्षा विमानांचा ताफा बरोबर न घेता उडणारी तीन बी-२९ विमाने बघून जपान्यांना त्याचा हेतू कळू शकतो; शिवाय क्युशूला जपानचा किती लढाऊ विमाने असतील, हे यांना माहीत नव्हते. याची भरपाई करण्यासाठी ज्या उंचीवरून ही विमाने उडणार होती, त्यांची उंची तीन हजार मीटरची न ठेवता, जी हिरोशिमाला वापरली होती, तेवढीच सहा हजार मीटर निश्चित केली गेली. ही विमाने इतक्या उंचीवरून उडवण्यासाठी किंमत मोजावी लागणार होती ती भरपूर इंधनाची.

एकत्र येण्याचे ठिकाण हिरोशिमाच्या वेळेस आयवो जिमा होते; पण आता या खराब हवामानामुळे ते योग्य ठरणार नव्हते. क्युशूच्या दक्षिण किनाऱ्याला याकुशिमाजवळ ते दहा हजार मीटरपर्यंत उंच जाऊ शकणार होते. त्या छोट्या बेटानंतर ते कोकुराकडे एका विशिष्ट पद्धतीने जाऊ शकणार होते.

तिसऱ्या विमानाचे वैमानिक जिम हॉपकिन्स या मोहिमेच्या प्रत्यक्ष कृतीचे अधिकारी होते. त्यांनी सगळ्यांना पूर्ण वेळापत्रक कळवले. उड्डाण ०३.४५ टिनियन वेळेप्रमाणे, हवामानाचा अंदाज घेणारी विमाने गेल्यानंतर जवळजवळ तासाभराने याकुशिमा येथे ०९.१५ वाजता (या वेळेत जपानमध्ये सकाळचे ८.१५) पोचायचे. हॉपकिन्सनी हवेतून किंवा समुद्रातून सुटका करण्यासाठी एक योजना

तयार केली होती : पाणबुड्यांचे जाळे, जहाजे आणि एक खास विमान. आणीबाणीच्या काळात चार बी-२९ विमाने हल्ला झालेल्या विमानांना पाणबुड्यांपर्यंत पोचवण्यासाठी मार्गदर्शन करणार होती. म्हणजे विमानातील कर्मचारी समुद्रात पडल्यास त्यांना लगेच उचलून घेणे शक्य झाले असते. शिवाय त्यांच्या सुरक्षेसाठी जी उपकरणे लागतील ती त्या तातडीने उतरण्याच्या स्थानाजवळ वरून टाकता येणार होती.

मोहिमेबद्दल दोन अत्यंत महत्त्वाच्या सूचना देऊन टिब्बेट्स यांनी भाषण संपवले. पहिली सूचना होती- जेथे एकत्र यायचे ठरले होते तेथे कोकुराकडे जाण्याआधी फक्त १५ मिनिटे वाट बघायची, त्याहून जास्त नाही आणि दुसरी सूचना होती, 'फॅट मॅन' जेव्हा प्रत्यक्ष लक्ष्य दिसत असेल तेव्हाच टाकायचा. लक्ष्य चुकून बॉम्ब वाया जाऊ नये म्हणून हे आवश्यक होते. शिवाय न उच्चारले गेलेले आणखी एक कारण होते ते म्हणजे बॉम्ब पडताना फोटो काढला जाणे महत्त्वाचे होते. सभा संपण्यापूर्वी चॅप्लेन डाउनी यांनी छोटी प्रार्थना म्हटली आणि सर्व कर्मचारी उड्डाणाआधी, रात्री उशिरा थोडा नाश्ता करण्यासाठी जेवणाच्या हॉलकडे गेले.

कर्मचारी निघून गेल्यावर स्वीनीने हॉपकिन्स यांना भिंतीवर असलेल्या नकाशाकडे नेले. त्याने याकुशिमा बेटाच्या एका कोपऱ्याकडे बोट करून सांगितले की, त्या ठिकाणाहून त्यांनी एकत्र यावे. नुसतेच बेटावर गोल फिरत राहिलो तर एकमेकांना न दिसण्याचा धोका होता. एकत्र कसे यायचे हे मला माहीत आहे, असे म्हणून हॉपकिन्स तेथून निघून गेले. एका सामान्य मेजरने आपल्याला सूचना द्यावी, हे स्वतःबद्दल गर्व असणाऱ्या या लेफ्टनंट कर्नलला रुचले नव्हते. स्वीनीला थोबाडीत मारल्यासारखे वाटले. पण त्याबाबत तो काहीही करू शकत नव्हता.

बैठकीनंतर चक स्वीनी ७७ क्रमांकाच्या विमानाभोवती विचारमग्न होऊन फेऱ्या मारत राहिला. 'बॉकस्कार' हे नाव अजून त्यावर रंगविलेले नव्हते. काही वर्षांनंतर जेव्हा ते एखाद्या वस्तुसंग्रहालयात ठेवले जाईल तेव्हा ते त्याच्यावर रंगवले जाणार होते.

स्वीनी आणि बॉक हे पॉल टिब्बेट्स यांच्या व्यक्तिमत्त्वापेक्षा वेगळे होते. माध्यमातील प्रसिद्धीचे टिब्बेट्स यांना भान होते आणि त्यामुळे हिरोशिमा मोहिमेच्या आधी, दुपारी, जे विमान त्यांचे नव्हते त्यावर त्यांनी आपल्या आईचे नाव रंगवून घेतले होते. या मोहिमेचा सहवैमानिक बॉब लुइस एरवी विमान क्र. ८२ चा वैमानिक असे आणि टिब्बेट्स हे ५०९ व्या युनिटचे प्रमुख होते. त्यामुळे त्यांच्या नावावर विमान नसे. हे ठाऊक नाही की लुइसला त्याच्या विमानाला काही नाव ठेवायचे होते की नाही; पण हेही तितकेच खरे की त्याने काही टिब्बेट्स यांच्या आईचे नाव त्याच्या विमानाला निश्चित ठेवले नसते. 'इनोला गे' हे नाव एक माणूस त्याच्या विमानावर लिहीत असताना लुइसने बघितले तेव्हा तो भडकला. हे नाव रंगविणारा

माणूस ते काम करण्यासाठी एका सॉफ्टबॉल खेळातून उचलून आणला होता. तो म्हणाला की, त्याला हे काम कर्नलने सांगितले होते. या महत्त्वाच्या मोहिमेत वैमानिकाऐवजी आपल्याला सहवैमानिक केल्याबद्दल लुइस आधीच नाराज होता. त्याने जेव्हा टिब्बेट्सकडे तक्रार केली तेव्हा ते म्हणाले, लुइस एवढे मनाला लावून घेईल असे आपल्याला वाटलेच नव्हते. टिब्बेट्स जेव्हा स्वीनी आणि क्र. ९१ चा पायलट, मार्क्वार्डट यांच्याशी याबाबत बोलले तेव्हा त्यांनीही काही हरकत घेतली नव्हती. आणि ते तरी कशाला हरकत घेतील?

दुसरी मोहीम इतकी जवळ आली होती की स्वीनीने जेव्हा विमानाभोवती चक्कर मारली तेव्हा त्या विमानावर नाव लिहिण्याची कुणालाच गरज नव्हती, हे त्याच्या लक्षात आले. त्याने विमानाच्या पृष्ठभागावरून हात फिरविला आणि खाली धावपट्टीवर काही पातळ पदार्थ सांडला आहे का, हे बघितले. बॉम्ब जेथे ठेवला होता ती दारे उघडी होती. त्याने आत बघितले 'फॅट मॅन' तेथे शांतपणे वाट बघत होता. जणू जी डुलकी स्वीनी घेऊ शकत नव्हता, ती तो घेत होता. त्यावर पांढऱ्या रंगाने रंगवले होते व नारिंगी रंगाचे गोलाकार पट्टे होते. बॉम्बच्या जाडजूड शेपटीवर राजा हिरोहितो यांना काही संदेश क्रेयॉनच्या साहाय्याने लिहिला होता.

जेव्हा स्वीनी तेथून दूर सरकला तेव्हा त्याचे हृदय धडधडत होते. एक ॲडमिरल त्याच्याच बाजूला शांतपणे बघत उभा होता.

"बाळा, या बॉम्बची किंमत काय आहे ते ठाऊक आहे तुला?"

"नाही, सर."

ॲडमिरल उत्कंठा वाढवण्यासाठी, काही क्षण थांबला आणि मग म्हणाला, "दोन अब्ज डॉलर्स."

"बापरे! ही प्रचंड रक्कम आहे, ॲडमिरल."

"तुझ्या विमानाची किंमत तरी तुला ठाऊक आहे का?"

"अर्ध्या कोटीहून थोडी जास्त असावी, सर," स्वीनी म्हणाला.

"आता या मोहिमेवर जाताना या किमती तू लक्षात ठेव."

हा वरिष्ठ नौदल अधिकारी कोण होता याची स्वीनीला कल्पना नव्हती. ते होते ॲडमिरल पर्नेल. टिनियनच्या संयुक्त प्रमुखांपैकी एक. आतापर्यंत या मोहिमेतील कर्मचाऱ्यांवर पर्नेल यांची फारशी छाप पडली नव्हती.

दहा

नागासाकी, गुरुवार, ९ ऑगस्ट १९४५, सकाळ

नाओताके सातो तत्परतेने अगदी वेळेवर पाच वाजता मॉस्कोतील परराष्ट्र खात्याच्या पीपल्स सचिवालयात हजर झाले. बरोबर दूतावासाचा सचिव होता. युद्ध थांबवण्याच्या प्रयत्नांना आवश्यक ती गती या बैठकीतून निर्माण होईल या आशावादाबद्दल ते राजदूत जरा अधिक सावध होते. सचिव बाहेर थांबले आणि सातोंना मोलोटोव्ह यांच्या कार्यालयात नेण्यात आले. परराष्ट्रमंत्री त्यांच्या प्रसिद्ध टेबलाशेजारी उभे होते. राजनैतिक व्यवहारात संभाषणाची जी पद्धत वापरली जाते, त्याबद्दल सातो सजग होते. पोस्टडॅमहून आपण सुखरूप परत आलात त्याबद्दल आपले अभिनंदन, असे मोलोटोव्ह यांना रशियन भाषेत त्यांनी म्हटले. पण परराष्ट्रमंत्र्यांनी हात हलवून त्यांचे बोलणे थांबवले.

“माझ्याजवळ आत्ता हे महत्त्वाचे निवेदन आहे जे रशियाच्या सरकारने तयार केले आहे,” ते म्हणाले. टेबलावरून कागद उचलून ते त्या टेबलाच्या टोकाच्या खुर्चीत बसले. त्यांनी त्यांच्या विरुद्ध बाजूच्या टोकाला सातोंनी बसावे, अशी खूण केली. मोलोटोव्ह यांनी ते निवेदन मोठ्याने वाचले :

हिटलरच्या जर्मनीचा पराभव करून आणि त्यावर ताबा मिळवल्यानंतर आता जपान हीच एक मोठी सत्ता सध्या युद्ध सुरू राहावे म्हणून लढत आहे. तीन महासत्ता- अमेरिका, ग्रेट ब्रिटन आणि चीन यांनी २६ जुलै रोजी जपानी सैन्याने विनाअट शरणागती स्वीकारावी असे म्हटले होते. ते म्हणणे जपानने फेटाळून लावले. या अतिपूर्वेकडील युद्धात आता रशियाने काही मध्यस्थी करावी, असा जो

प्रस्ताव जपान सरकारने मांडला होता, त्याचा मूळ अर्थच नष्ट झाला आहे. जपानने अटी मानून या युद्धाचा शेवट करण्यास नकार दिल्याने मित्रराष्ट्रांनी आता रशियाला प्रस्ताव दिला आहे की, जपानबरोबर युद्ध लढण्यासाठी रशियाने आता त्यांच्याबरोबर यावे व जपानचा हा उद्धटपणा नष्ट करून युद्धाचा कालावधी कमी करण्यास मदत करावी. त्यामुळे कमी माणसे मरतील व युद्धानंतर शांतता अधिक गतीने प्रस्थापित होईल. युतीचा एक भाग म्हणून रशियाच्या सरकारने युतीचा हा प्रस्ताव स्वीकारला असून, २६ जुलै रोजी जे घोषणापत्र तयार करण्यात आले त्यात संमीलित होण्याचा निर्णय घेतला आहे. शांतता अधिक लवकर प्रस्थापित करण्याचा हा एकच मार्ग आहे, असे रशियाच्या सरकारला वाटते. बिनशर्त शरणागती पत्करण्यास नकार दिल्याने जर्मनीला ज्या विध्वंसाला तोंड द्यावे लागले, तो विध्वंसाचा धोका टाळण्याची आणि लोकांना त्या विध्वंसामुळे होणाऱ्या त्रासातून मुक्त करण्याची एक संधी जपानी लोकांना देण्याची हीच वेळ आहे. हे लक्षात घेऊन आता रशियाच्या सरकारने ठरवले आहे की उद्या, म्हणजे ९ ऑगस्टपासून रशियाही जपानच्या विरोधात युद्धात सहभाग घेत आहे.

त्यांनी या निवेदनाची प्रत सातोंना दिली; सातोंनी ती परत वाचून दाखवण्याची विनंती केली. मोलोटोव्ह यांनी पुन्हा वाचून दाखवले. त्यांनी सातोंना सांगितले की, टोकियोमध्ये राजदूत मलिक हेच निवेदन आता जपान सरकारला वाचून दाखवत आहेत. परस्परांवर हल्ला करायचा नाही असा जो सामंजस्य करार रशिया व जपान यांच्यात झाला होता, तो संपायला अजून एक वर्ष असतानाच रशियाने जपानविरुद्ध युद्ध पुकारायचा निर्णय घेतला याबद्दल सातोंनी खंत व्यक्त केली, 'मला समजत नाही की जेव्हा जपानच तुम्हाला मध्यस्थी करा व युद्ध संपवण्यास मदत करा म्हणत आहे, तेव्हा उलट जपानची जीवित व वित्तहानी होऊन नुकसान होऊ नये म्हणून रशिया युद्धात उतरत आहे असे म्हणणे कितपत योग्य आहे?'

या निवेदनाबद्दल व त्यांचे जे मोलोटोव्ह यांच्याशी संभाषण झाले आहे त्याबद्दल टोकियोला मध्यरात्री तार पाठवू शकतात का, असे सातोंनी विचारले. त्यांना वाटले की, हे निवेदन रशियाच्या स्थानिक वेळेप्रमाणे असेल. ते संक्षिप्त स्वरूपात तार पाठवू शकतात, असे रशियन म्हणाला.

सभा संपताना मोलोटोव्ह यांनी जे घडतेय त्याबद्दल वैयक्तिक पातळीवर वाटणारे दुःख व्यक्त केले आणि एवढ्या संकटाच्या काळातसुद्धा आपल्या दोघांमधील नाते चांगले टिकले याबद्दल समाधान व्यक्त केले.

सातोंनी उत्तर दिले, ''आपण आता शत्रू म्हणून दुरावणार ही वाईट गोष्ट आहे; पण त्याला आता इलाज नाही-'' असे म्हणून त्यांनी हस्तांदोलन केले.

आपल्या दूतावासात परत जाताना सातो आपल्या सचिवांना म्हणाले की, 'जे अटळ होते ते आता घडणार आहे.' रशियाने शांतता प्रस्थापित करण्यासाठी मध्यस्थी स्वीकारावी यासाठी जेवढे प्रयत्न केले गेले ते सगळे निष्फळ ठरले होते आणि याचीच त्यांना नेहमी भीती वाटत होती. या सगळ्यात जपानची परिस्थिती या युद्धात आता अधिकच बिघडली होती. सातो आता लवकरच घरी परतणार होते. त्यांना अजूनही कल्पना नव्हती की, मोलोटोव्ह हे खरोखर त्यांचे चांगले मित्र होते की मित्र असण्याचे नाटक करत होते.

मोलोटोव्हशी बातचीत झाल्यावर जपानी दूतावासाचे टेलिफोन काढून टाकण्यात आले आणि रेडिओसंबंधी यंत्रणा ताब्यात घेण्यात आली. सातोंनी जपानी भाषेत संदेश लिहून तार ऑफिसला पाठवला; पण तो टोकियोला कधीच पाठवला गेला नाही. इकडे राजदूत मलिक यांनी जपानी सरकारला रशियाचे निवेदनही वाचून दाखवले नव्हते.

***

दुसऱ्या अणुबॉम्ब मोहिमेचे कर्मचारी आपापल्या पलंगाच्या कडेला बसून, त्यांना विमानापाशी नेणारे ट्रक यायची वाट बघत होते. जेव्हा पहाटे दोन वाजता ते आपल्या विमानांपाशी पोचले, तेव्हा पूर्ण विमानतळ अंधारात होता. फक्त त्यांचे लँडिंग लाइन्स आणि काही धावपट्ट्यांवरचे दिवे लागलेले होते. तेव्हा टोकियोत पहाटेचा एक वाजला होता. हवामानाचा अंदाज घेणारी दोन विमाने नुकतीच गेली होता- एक कोकुराकडे आणि दुसरे नागासाकीकडे.

हवाई दलातील काही माणसे, काही मित्रमंडळी, एक-दोन छायाचित्रकार आणि जनसंपर्क अधिकारी मेजर मोईनहान तिथे उभे होते. कर्मचारी, विमाने, काही वैज्ञानिक आणि तिथे उपस्थित काही वरिष्ठ अधिकारी यांचे फोटो घेतले गेले. पहिल्या मोहिमेच्या वेळेला असलेली एखाद्या हॉलिवूडच्या निर्मितीप्रमाणे धामधूम या वेळेला नव्हती. सगळे साधे, कमी डामडौलाचे होते. विमानांचा क्रमांक ७७ असल्याची नोंद त्या जनसंपर्क अधिकाऱ्याने घेतली. रग्बीतील मैदानाच्या मध्यभागी उभा राहणारा खेळाडू रेड ग्रेंज याच्या टी-शर्टाचा हाच क्रमांक असल्याचे त्याला आठवले. कदाचित हा भाग्यशाली क्रमांक असेल, असे मोईनहानने सुचविले.

मेजर स्वीनी म्हणाला, "विचार छान आहे; पण आम्हाला त्याची गरज नाही. आमच्याकडे हवाई दलातील सर्वोत्तम कर्मचारी आहेत."

फ्लाइट इंजिनिअर कुहारेक, सहवैमानिक अलबुरी आणि जमिनीवरच्या कर्मचाऱ्यांचा प्रमुख यांच्याबरोबर स्वीनी 'बॉकस्कार'च्या भोवती चालत गेला. स्वीनी नेहमी गाडी विकत घेणारे जसे गाडीच्या भोवती फेरी मारून, टायरवर लाथ मारून बघतात तसे

विमानाभोवती फिरत असे. सर्व काही उत्तम असल्याबद्दल या मोहिमेच्या नेत्याने उपस्थित कर्मचाऱ्यांसमोर एक छानपैकी छोटेखानी भाषण केले.

ही मोहीमसुद्धा हिरोशिमा मोहिमेसारखी यशस्वी व्हावी असे त्याला वाटत होते. "आपण बॉम्ब लक्ष्यावर टाकू," तो म्हणाला, "मला सूर मारून लक्ष्यापर्यंत पोचावं लागलं तरी मी भिणार नाही. मला मोहीम यशस्वी करायची आहे."

त्याच्या या बोलण्यावरून इतरांचे किती समाधान झाले याची नोंद नाही; पण त्याची जी जिद्द होती ती त्यांच्या मनावर ठसली. त्यांचे मुख्य अधिकारी कर्नल टिब्बेट्स आपला पाइप ओढत शांतपणे एका बाजूला उभे होते.

इतर कर्मचारी विमानात चढत असताना जीपच्या बॉनेटवर नकाशे पसरून स्वीनी मात्र मार्गदर्शक व्हॅन पेल्ट व बॉम्बफेक करणारा बीहान यांच्याबरोबर चर्चा करत होता. पाइप ओढणाऱ्या आपल्या वरिष्ठाला त्याने गुडबाय म्हटले आणि इतरांच्या पाठोपाठ विमानात चढला. चक स्वीनीने त्याच्या लेदर सीटमध्ये बसून पट्टे बांधले आणि निघण्याची पूर्वतयारी करत डॉन अलबुरीबरोबर चेकलिस्ट तपासू लागला.

* * *

रशियाच्या सैन्यातील इंजिनिअरनी अरगुन नदीवर पहिला पॉनटून पूल टाकल्याबरोबर टँक्स पश्चिम मान्च्युरियामध्ये दाखल झाले. पायदळ किंवा हवाई दल काही प्रमाणात हल्ला सुलभ करण्यासाठी नव्हते; कारण विरोध करायला जपानी सैन्यच तिथे नव्हते. रशिया उद्यापासून युद्ध सुरू करेल आणि खरेच त्यांनी ते सुरू केले होते, असे परराष्ट्रमंत्री मोलोटोव्ह यांनी जपानी राजदूताला सांगितले होते. रात्रीचे बारा वाजून दहा मिनिटे झाली होती आणि टोकियोत स्थानिक वेळ एक वाजून दहा मिनिटे, तर दहा वाजून दोन मिनिटे टिनियनला झाली होती. मॉस्कोमध्ये फक्त संध्याकाळचे सात वाजले होते. गोबी वाळवंटाच्या सपाट, निर्जन, नापीक जमिनीवर उत्तर-पूर्व कोपऱ्याकडे सैन्य चालू लागले होते.

मान्च्युरियाच्या पश्चिम सीमेवर मार्शल मालिनोव्हस्की याने त्याच्या ट्रान्स-बैकल सैन्याच्या तुकड्या तीन ठिकाणी आत घुसवण्याची योजना आखली होती. पुढे सरकणाऱ्या तुकड्यांच्या पश्चिमेला कुठलीच नदी नव्हती. जी काही जुजबी सीमा होती त्यावरून रणगाडे गोबी वाळवंटाकडे आरामात गेले. उत्तरेकडे पावसाच्या पुराने फुगलेल्या पात्रातून बोटी आणि तराफे वापरून पायदळ नदी ओलांडत होते. रात्रीच्या अंधारात आणि नदीवरील दाट धुक्यात समोरच्या जपानी ठाण्यांवर दहा मिनिटे दारूगोळ्याचा मारा करावा लागला. मान्च्युरियात प्रवेश करताना या ट्रान्स-बैकल तुकड्यांना इतपतच लढाई करावी लागली. ही जमीन सहजरीत्या जिंकता येणारी

नाही या विचाराने जपानच्या क्वानटुंग आर्मीने तिथे कोणे एके काळी असलेली मान्च्युरियाचे रक्षण करणारी सर्वोत्तम फौज तिथून हटविली होती आणि फक्त थोडेच सैन्य तिथे ठेवले होते. त्यामुळे जवळजवळ सहा लाख रशियन सैन्य पश्चिम सीमेवर पोचले तरी जपानी लोकांना पत्ता लागला नाही.

मार्शल व्हॅसिलेव्हस्कीच्या धोरण आखणाऱ्या अधिकाऱ्यांनी जपानी सैन्याला हरवण्यासाठी तीन दिशांनी हल्ला चढवण्याची योजना आखली होती. वैशिष्ट्यपूर्ण 'पिन्सर मूव्हमेंट' म्हणजे जी एकाच वेळी दोन्ही बाजूंनी भडिमार करू शकते, अशी ही योजना होती. क्वानटुंग सैन्याला चारी बाजूंनी घेरून हरवायचे! ट्रान्स-बैकल तुकडी पश्चिमेकडून शिरणार होती, तर त्याच वेळेला पहिली अतिपूर्वेकडील तुकडी पूर्वेकडून चढाई करेल. संख्येने लहान असलेली दुसरी अतिपूर्वेकडील तुकडी उत्तरेकडून हल्ला चढवून जपानच्या मध्यवर्ती सुरक्षा सैन्याकडून त्यांना मिळणारी मदत रोखण्यात यशस्वी होईल.

जनरल ओतोझो यामाडा हा एक बारीक उत्तम शिपाई पूर्वी जपानच्या सैन्य प्रशिक्षणाचा प्रमुख होता. मान्च्युरियामधील जपानी सैन्य या अशा प्रकारच्या हल्ल्याला तोंड देण्यासाठी किंवा खरेतर कोणत्याही प्रकारच्या हल्ल्यासाठी तयार नव्हते. क्वानटुंग सैन्याची सर्व साधनसामग्री काढून घेण्यात आली होती. मार्चमध्ये आयवो जिमा गमावल्यावर टोकियोने तेथून आपले सर्वोत्तम सैन्य आणि अमेरिकेच्या अपेक्षित हल्ल्यासाठी ठेवलेले रणगाड्यांचे दल हलवले होते. जनरल यामाडाच्या २१ तुकड्यांपैकी निम्म्या फक्त कागदावरच उरल्या होत्या.

क्वानटुंग सैन्याने राखीव व नवीन भरती केलेले सैनिक बोलावून घेतले. त्यामधून भीतिदायक वाटावे असे आकाराने भले मोठे सैन्य उभे केल्याचा आभास निर्माण करायचा होता. पण एकूण सात लाख सैन्यातील एकचतुर्थांशापेक्षा अधिक सैन्य रशियाच्या या हल्ल्यापूर्वी दहा दिवस आधी हलवण्यात आले होते. एक नवी पायदळ तुकडी तयार केली होती; पण त्यांना द्यायला बंदुका नव्हत्या. काही सैनिकांकडे बाम्बूला टोक करून तयार केलेले भाले होते. क्वानटुंग सैन्याचा अर्धा दारूगोळा परत मागवला होता. फक्त सात ते आठ तुकड्या लढाईसाठी सज्ज होत्या.

जपानची जी स्वसंरक्षणाची योजना होती त्यानुसार उत्तर व पूर्व दिशेला हजार किलोमीटर सीमेवर सुसज्ज सैन्य उभे करायचे, जेथे सीमा ओलांडणे शक्य नाही त्या पश्चिमेकडे सैन्य ठेवायचे नाही. सीमेवर उशीर झाल्यास तेथून सैन्य मागे घ्यायचे. त्याचा उपयोग मान्च्युरियाच्या दक्षिण-पूर्व बाजूला असलेल्या तुंगहुआ येथे मजबूत संरक्षक सैन्य तयार ठेवायचे म्हणजे शेवटच्या लढाईसाठी ते उपयुक्त ठरेल. खडतर वाळवंटाचा मोठा पल्ला आणि सैनिकांकडून निर्धाराने होणारा प्रतिकार या दोहोंचा परिणाम म्हणून हे हल्ला करणारे सैन्य एवढे दुबळे होईल की

अंतिम ठाण्यापर्यंत आल्यावर त्यांना सहज हाकलता येईल. क्वानटुंग सैन्यातील फक्त एक तृतीयांश सैन्य सीमेजवळ ठेवण्यात आले होते. बाकी सर्व सैन्य मान्च्युरियाच्या प्रदेशात खोलवर मध्य व दक्षिण भागाकडे पाठवले होते.

रशियाच्या हल्ल्यामुळे क्वानटुंग सैन्याच्या नेत्यांसाठी तो वाईट दिवस ठरला. ८ ऑगस्टच्या संध्याकाळी सर्व सेनाधिकारी पाचव्या दलाच्या मुख्यालयात चँगचुन येथे धोरणात्मक बैठकीकरता जमले तेव्हा सैन्याच्या तुकड्या तुंगहुआ येथे न्यायच्या आहेत, असे त्यांना सांगितले गेले. पण प्रत्यक्ष रणांगणात असलेले कनिष्ठ अधिकारी, तीन लाख जपानी नागरिक आणि मान्च्युरियातील कृषितज्ज्ञ यांना हे ठाऊक नव्हते. पश्चिम सीमेवर रशियन सैन्य जमले आहे हे माहीत नसल्यामुळे पूर्वेकडेही फारच कमी सैन्य असेल असे दुर्दैवाने समजून, ते अंधारात राहिले. सप्टेंबरपूर्वी हल्ल्याची अपेक्षाही नव्हती. रशियाच्या सैन्याने ९ ऑगस्टला अगदी पहाटे पहाटेच हल्ले सुरू केले तेव्हा मान्च्युरियातील जपानी अधिकारी त्यांच्या तुकड्यांची हलवाहलव आणि अन्य तयारी करत होते.

ट्रान्स-बैकल सैन्याच्या तुकड्या पश्चिमेकडून भरभरा आतपर्यंत आल्या; कारण त्यांना विरोधच झाला नव्हता. फर्स्ट फार ईस्टर्न फोर्सचे जवळजवळ पाच लाख ९० हजार सैन्य ७०० किलोमीटर सीमेवर विखुरले होते. व्हलाडिव्होस्टॉकपासून लेक खांकाच्या पुढेपर्यंत या तलावामुळे पूर्वेकडे जाणाऱ्या सीमेचे दोन भाग झाले होते. या बाजूच्या सीमेवर जवळजवळ ८० किलोमीटर आत जपान्यांनी मोठे मोठे काँक्रीटचे बॉक्सेस ठेवून एक सुरक्षारेषा तयार केली होती आणि तेथे त्यांचे काही सैनिक गस्तही घालत होते.

मार्शल मेरेत्स्कॉव्हच्या फर्स्ट फार ईस्टर्न सैन्याने सीमेवर अनेक ठिकाणी मुसंडी मारली. हल्ला होतोय हे लक्षात येऊ नये म्हणून रणगाडे आणि बंदूकधारी सैन्य हल्ल्याच्या रेषेपासून आतच ठेवले गेले. दक्षिणेकडील सीमेवर तुंगनिंगवर मध्यरात्रीपूर्वी अर्धा तास हल्ला करण्यासाठी ही योजना होती. हळूहळू पाऊस सुरू झाला. ज्या क्षणी ९ ऑगस्टला मध्यरात्री काटे पुढे सरकले त्या क्षणी सीमेवर असलेल्या तारा कापून रशियन सैनिकांनी आत प्रवेश केला. आता पाऊस वादळवाऱ्यात रूपांतरित झाला होता. हल्ला करणारे सैनिक तसेच त्या कापलेल्या तारांच्या मधून पुढे पुढे सरकत राहिले. पावसामुळे पुढे जाण्यात अडथळे येत होते; पण विजांच्या कडकडाटात काय चालले आहे, हे जपानी सैन्याला कळलेच नाही. सीमारक्षकांना हे सैन्य पाहून धक्काच बसला. अर्थातच त्यांच्यावर रशियाच्या सैन्याने विजय मिळवला.

इकडे उत्तरेकडे फर्स्ट फार ईस्टर्न फ्रंटच्या अन्य तुकड्या त्या वादळी अंधाऱ्या रात्री वाटेतील दलदल व लेक खांकाच्या भोवती जे जंगल होते ते पार करायला

पुढे निघाल्या. तलावाच्या एका बाजूला घनदाट झाडी आणि टेकड्या होत्या. जपानी लोकांना वाटले की, तिकडून हल्ला, तोही मोठ्या प्रमाणावर शक्य होणार नाही. त्यांना वाटत होते ते बरोबरही होते. इंजिनिअरना त्या शेवाळलेल्या, पाइन आणि लार्च वृक्षांच्या दाटीतून रस्ता तयार करावा लागत होता, तोही कोसळणाऱ्या पावसात. यात प्रगती सावकाश होत होता; पण त्यात अडथळा नव्हता.

तलावाच्या दुसऱ्या बाजूला सैन्य उसुरी आणि सुंगाचा या नद्यांतून छोट्या पण शस्त्रास्त्रे असलेल्या बोटींच्या साहाय्याने पुढे सरकत होते. एक तासाच्या आत त्यांनी सीमेवरची ठाणी नेस्तनाबूत केली होती. आत मात्र आव्हान अवघड होते. कोसळणारा पाऊस आणि पूर यामुळे तो दलदलीचा भाग पार करणे अशक्य बनले होते. इंजिनिअरना आता तात्पुरते जाड्याभरड्या कापडाचे रस्ते- लाकडाचे खांब त्या दलदलीवर आणि पाणथळी जागेवर टाकून तयार करावे लागले, मगच सैन्य पुढे जाऊ शकले.

उत्तरेकडून आलेल्या सैन्याने तिसऱ्या भागात सहायकाची भूमिका निभावली. सेकंड फार ईस्टर्न सैन्यातील तीन लाख ४० हजार सैन्याचे उद्दिष्ट उत्तरेकडील हार्बिन आणि त्सित्सिहार या शहरांचा ताबा घेण, हे होते. त्यामुळे जपानला तेथील आपले सैन्य दक्षिणेकडे हलवता आले नसते. सैनिकांच्या तुकड्या, तोफा आमुर नदीतून दुसऱ्या तीरावर नेल्या जात असताना, १३० मि.मी.च्या बंदुका असलेल्या उथळ पाण्यात चालणाऱ्या गनबोटी आणि सशस्त्र बोटींचा ताफा हे साहाय्यभूत ठरत होते. जपानी सैन्याने पश्चिम भागाच्या बाजूकडे सैन्याच्या हालचाली हेरल्या आणि ते याबाबत सजग झाले. पण त्यांच्या दुर्दैवाने या भागात ११ ऑगस्टपर्यंत प्रत्यक्ष लढाई सुरू झाली नाही. बाकी ठिकाणी सैन्याला चांगलाच संघर्ष करावा लागला. पुढे आलेल्या सैन्यालाही तोंड दिले गेले आणि नद्या ओलांडू बघणाऱ्यांना थोपवण्यात आले; पण अशा रीतीने चढाई रोखून धरणाऱ्या या सैन्याच्या तुकड्या दक्षिणेकडे मदतीला जाऊ शकत नव्हत्या, त्यामुळे तेथे जपान्यांची हार होत होती.

***

चक स्वीनी आता 'इंजिन सुरू करा' अशी आज्ञा देणार, तेवढ्यात जॉन कुहारेकने आपले डोके मागे केले आणि जेथे यंत्रणा बसवली होती त्या बाजूला वाकला. ''मेजर, एक समस्या दिसतेय,'' तो म्हणाला, ''बॉम्ब-बेच्या मागच्या बाजूला राखीव इंधनाची जी टाकी आहे त्यातलं इंधन खेचलं जात नाहीये.'' याचा अर्थ ६०० गॅलन इंधन त्या ऑक्झिलरी टाकीमध्ये होते; पण ते वापरता येणार नव्हते.

विमानाच्या नाकाजवळ असलेल्या शिडीवरून स्वीनी खाली उतरला आणि लक्ष ठेवून असलेल्या टिब्बेट्स यांना त्याने ही समस्या सांगितली. आता वेळ

अजिबात नव्हता. पंप बदलायला काही तास लागले असते. बॉम्ब दुसऱ्या विमानात ठेवण्यासाठीसुद्धा वेळ लागला असता. शिवाय बॉम्ब सक्रिय करण्यात आला होता त्यामुळे प्रचंड धोका होता. हवामान बिघडत चालले होते आणि ते पुन्हा निवळायला काही दिवस लागले असते. मोहीम पुढे ढकलण्याचा पर्याय ते विचारात घ्यायला तयार नव्हते. टिब्बेट्स यांनी पाइपाचे भराभर झुरके घेतले आणि स्वीनीला गरज पडल्यास काय निर्णय घ्यायचा असेल तो त्याने घ्यावा, असे सुचविले. ते ओकिनावामध्ये आयवो जिमाला पुन्हा पेट्रोल भरून घेऊ शकत होत; पण हवामानामुळे आयवो जिमावर एकत्र येण्याचे ठिकाण म्हणूनही प्रतिबंध आला होता. पहिल्या मोहिमेत तो वापरला होता.

इतर कर्मचारी आपापल्या जागी बसले होते. हे दोघे काय बोलत आहेत ते त्यांना ऐकू येत नव्हते. शिवाय मध्ये असलेला तो भला मोठा धातूचा बॉम्ब अण्वस्त्र होता आणि स्फोटासाठी सज्ज होता. त्याचेही दडपण त्यांच्यावर होते. काही जणांना स्वीनी आणि टिब्बेट्स यांच्यातील संभाषण मूकनाट्यासारखे बघता येत होते; पण त्यातून नेमके काहीच कळत नव्हते. काही मिनिटांनी स्वीनी परत विमानात चढून आपल्या जागेवर बसला. ''रॉजर. ऑल सेट,'' तो म्हणाला.

चारला १५ मिनिटे कमी असताना 'बॉकस्कार' धावपट्टीवरून टिनियनहून हळूहळू निघून धावपट्टी 'ए'च्या पश्चिमेकडच्या बाजूला जाऊ लागले. ही धावपट्टी या विमानतळाच्या पश्चिमेकडे होती. या मोहिमेत रेडिओ वापरायचा नव्हता त्यामुळे मुख्य टॉवरशी कोणताही संवाद न साधता विमान पुढे निघाले. मेजर स्वीनीने एका क्रमाने इंजिन चालवून बघितले. ब्रेक लावलेले असताना थ्रॉटल पूर्णतः वर केले. विमान जागेवर उभे राहिले. ते थरथरत होते आणि धावपट्टीच्या टोकाला एकटेच होते. फ्रेड बॉक ज्याचे सारथ्य करणार होता ते 'द ग्रेट आर्टिस्टे' दुसऱ्या धावपट्टीवरून उडणार होते.

सहवैमानिक अलबुरी याने 'बॉकस्कार'च्या फ्लॅप खाली केल्या आणि सार्जंट कुहारेक फ्लाइट इंजिनिअर याला 'उड्डाणासाठी तयार' अशी सूचना दिली. स्वीनीने थ्रॉटल हळूहळू खाली करत मग पुन्हा वर करायला सुरुवात केला, त्याच वेळेस ब्रेक पण हळूहळू सोडायला सुरुवात केली. अवजड विमान हळूहळू पुढे सरकू लागले. आधी अगदी रांगत मग हळूहळू गती पकडत. ७५ टन वजन त्या धावपट्टीवरून जात होते. स्वीनीने वर बघितले तेव्हा धावपट्टीवरचा समोरचा स्पॉट लाइट लावलेला नाही असे दिसले. समुद्र कुठे सुरू होतो आणि धावपट्टी कुठे संपते हे त्याला अंधारात दिसत नव्हते. आदल्या रात्री एक विमान उड्डाण घेऊ न शकल्याने कोसळल्याचे त्याने बघितले होते. त्याची त्याला आठवण झाली.

हा आनंदी-मनमिळाऊ आयरिश-अमेरिकन वैमानिक संपूर्ण लक्ष केंद्रित करत

होता. योक खाली ठेवत गती जसजशी वाढत होती तसे तो विमान जमिनीवर ठेवत होता कारण उड्डाण भरण्यासाठी पुरेशी गती असणे आवश्यक होते. त्याने तो धोका विचारांती पत्करला होता. जिवंत 'फॅट मॅन' विमानात होता, त्यामुळे ज्याचे टोक दिसत नव्हते अशा धावपट्टीवर त्याला ते करणे भाग होते.

दोनशे किलोमीटर प्रतितास या गतीत 'बॉकस्कार' अजूनही जमिनीवर होते आणि ज्या तीन किलोमीटर धावपट्टीवरून जात होते त्याची गती २२५ किलोमीटर प्रतितास झाली. बी-२९ विमानांचा इतिहास होता की, इंजिन खूप गरम होत असे आणि विमानाला आग लागत असे. पण याबाबत स्वीनी फारसे काही करू शकत नव्हता. तसे काही होणार नाही अशी आशा करू शकत होता. गती २६० किलोमीटर प्रतितास झाली आणि विमानाने धावपट्टी हळूहळू सोडली. आता धावपट्टी संपलेली होती आणि त्यांच्या खाली पॅसिफिक महासागर होता. 'बॉक्सकार'ला उंची गाठताना जरा अडचण आली; पण शेवटी दोन हजार ५०० मीटरची उंची गाठली.

त्याच्यापाठोपाठ कॅप्टन फ्रेड बॉकचे विमानही धावपट्टी 'बी'वरून उडाले. धावपट्टी 'सी'वरून जिम हॉपकिन्स यांचे विमान, 'द बिग स्टिंक' उडाले. यात फोटोग्राफीची उपकरणे, निरीक्षक, ब्रिटनचे अधिकृत निरीक्षक, ग्रुप कॅप्टन चेशिरे होते.

भौतिकशास्त्रज्ञ रॉबर्ट सर्बर यांना हॉपकिन्सबरोबर फोटोग्राफीसाठी जायला सांगितले होते. जेव्हा ते विमानात बसले तेव्हा आपण पॅराशूट विसरलो आहोत हे त्यांच्या लक्षात आले. नियमांचे काटेकोर पालन करणारे हॉपकिन्ससारखे वैमानिक लष्करी शिस्त मोडण्याचे कृत्य कुणीही मान्य करणे शक्यच नव्हते. त्यांनी सर्बरना विमानातून उतरायला सांगितले. 'द बिग स्टिंक' धावपट्टीवरून पुढे पुढे जाऊ लागले तेव्हा हा शास्त्रज्ञ अंधारात धावपट्टीवरच उभा होता. परत तासभर चालत तो कार्यालयापाशी आला आणि त्याने घडलेली घटना जनरल फेरेल यांच्या कानावर घातली. हॉपकिन्स यांनी अशी दादागिरी करावा, हे त्या अल्बर्टा मोहिमेच्या प्रमुखाला अजिबात रुचले नाही. पण रेडिओ यंत्रणा बंद ठेवायची असल्यामुळे त्याला संदेश पाठवून परत बोलावणेही शक्य नव्हते. जे घडले ते न बोलता फॅरेल आणि सर्बर दोघांनाही सहन करावे लागले.

पॅराशूट्स या खऱ्या या मोहिमेत फार कामाची नव्हती. हिरोशिमा मोहिमेवर असताना कर्नल टिब्बेट्सनी गुप्तपणे विषारी सायनाइडच्या बारा कॅप्सूल्स कर्मचाऱ्यांना देण्यासाठी बरोबर घेतल्या होत्या. जर जपानने त्यांचे विमान पाडले असते तर त्या सर्व कर्मचाऱ्यांना वाटल्या जाणार होत्या. पकडले गेल्यावर जपानी लोकांनी त्यांचा छळ करून त्यांच्याकडून माहिती काढायचा प्रयत्न केला असता. त्यांच्याजवळ तर

फारशी उपयुक्त माहिती नव्हती. बॉम्बफेक करणारे डीक पार्सन्स वगळता इतर कर्मचाऱ्यांकडे तर त्याहून कमी माहिती होती. फक्त पार्सन्सना पुरेशी माहिती होती. टिब्बेट्सच्या सायनाइड कॅप्सूलबद्दल माहिती नसल्याने त्यांनी एका सैन्याच्या पोलिसाकडून, 'इनोला गे'मध्ये चढण्याआधी एक पिस्तूल उधार घेतले होते. पण त्यांना त्याचा वापर करण्याची गरज पडली नाही.

चक स्वीनीने आत्महत्या करण्यासाठी अशा गोळ्या या दुसऱ्या मोहिमेत बरोबर घेतल्या होत्या का, याबाबत काही माहिती नाही आणि पहिल्या मोहिमेत टिब्बेट्सनी त्या घेतल्या होत्या, हे त्याला ठाऊक होते का- तेही माहीत नाही.

***

सातोंना भेटल्यानंतर दोन तासांनी आणि रेड आर्मीने युद्धाला सुरुवात केल्यावर मोलोटोव्ह हे अमेरिकेचे राजदूत ॲव्हरेल हॅरिमन आणि ब्रिटनचे राजदूत क्लार्क कर यांना भेटले. रशियाने जपानविरुद्ध युद्ध पुकारल्याचे निवेदन आपण आत्ताच सातोंना दिले असल्याचे त्यांनी सांगितले. माल्टा करारामुळे ऑगस्टच्या मध्यापर्यंत आपण जपानविरुद्ध युद्ध करू शकणार नाही, असे रशियाला वाटले होते. पण आता रशियाने अतिपूर्वेच्या युद्धात प्रवेश केला आहे, ही बातमी वृत्तपत्र व रेडिओ यांना रात्री ८.३० वाजेपर्यंत (रात्री २.३० टोकियो वेळ आणि दुपारी १.३० वॉशिंग्टनची वेळ) पोचणार होती. या सर्व घडलेल्या घटनांमध्ये सातोंना जी वागणूक मिळाली त्याबाबत आपल्याला खेद वाटत असल्याचे मोलोटोव्ह कर यांना म्हणाले. सातो एक चांगला आणि सहृदयी माणूस होता आणि त्यांच्याबरोबर मोलोटोव्हचे संबंध नेहमीच चांगले होते.

मोलोटोव्ह यांना भेटल्यानंतर हॅरिमन रशियाच्या नेत्याला भेटले. भेटल्यानंतर राजकीय प्रथेप्रमाणे सदिच्छांची देवाणघेवाण झाल्यावर प्रत्येकाने दुसऱ्याला काय माहीत आहे ते चाचपून बघण्याचा प्रयत्न केलाच; शिवाय त्यांना जे माहीत होते त्याबद्दल दुसऱ्याला कितपत माहीत आहे त्याचाही अंदाज घेतला गेला. रशियाने युद्धात भाग घेतल्याबद्दल अमेरिकेने रशियाचे आभार मानले आहेत, असे हॅरिमननी सांगितले.

'अमेरिका आणि रशिया हे परत दोस्त झाले आहेत,' असे तो म्हणाला.

स्टालिनने हॅरिमनना प्रत्येक तुकडीकडून मान्च्युरियामध्ये सीमेवर कसे आक्रमण केले आहे याचा तपशील दिला. हॅरिमनने स्टालिनना विचारले की, अणुबॉम्बचा जपानवर काय परिणाम झाला असेल असे त्यांना वाटते. नेमके त्याच वेळेला 'बॉकस्कार' हे विमान जपानच्या दिशेने उड्डाण करत असल्याचे दोघांनाही ठाऊक नव्हते. स्टालिनने उत्तर दिले की, जपानी लोक सध्याचे त्यांचे सरकार बदलून जे

सरकार शरणागतीची जबाबदारी स्वीकारेल असे सरकार आणण्यासाठी सबब शोधत आहेत.

"बॉम्बमुळे त्यांना ही सबब मिळेल..." ते म्हणाले. खरे म्हणजे वस्तुस्थिती अशी होती जी स्टालिनना ठाऊक होती की, जपान त्या वेळेला शरणागतीचा विचारसुद्धा करत नव्हता. सातोंच्या पाठविलेल्या तारा मध्येच पकडून त्या वाचून अमेरिकेलासुद्धा त्याची माहिती असणार. पण कदाचित ती माहिती हॅरिमनपर्यंत पोचली नसावी.

जर्मनीऐवजी अमेरिकेने अणुबॉम्बचा शोध लावला हे छान झाल्याचे मत या राजदूताने व्यक्त केले. त्यात त्यांनी रशियाला यामध्ये भागीदार न घेता हे केले, या टुमनने त्यांच्या डायरीमध्ये लिहिलेल्या मताला सहज दुजोराच दिला. स्टालिन म्हणाले, "रशियाच्या शास्त्रज्ञांना अणुशक्तीचा वापर हे फार कठीण आव्हान वाटलं. ब्रिटिश लोकांनीसुद्धा त्यांच्याकडे उत्तम भौतिकशास्त्रज्ञ असूनही हा शोध लावला नव्हता." ज्या जर्मन प्रयोगशाळेत हे प्रयोग चालू होते त्या प्रयोगशाळा आता रशियाच्या ताब्यात असल्याने या प्रयत्नांना यश मिळू शकेल हे त्यांना सुचवायचे होते.

हॅरिमनने त्यांना सांगितले की, १९४१ सालापासून चर्चिल यांच्याशी झालेल्या कराराप्रमाणे ब्रिटन व अमेरिकेदरम्यान काही माहितीची देवाणघेवाण झाली. गुप्तहेरांमार्फत रशियाला हे आधीच कळले होते.

"हे खूप महाग असणार?" जोसेफ स्टालिनना म्हणाले.

"याचा खर्च दोन अब्ज डॉलर्स एवढा आहे." त्यांनी उत्तर दिले. अमेरिकेला याची फारशी पर्वा नव्हती हेही सुचवायचे होते.

दूतावासात परतल्यावर हॅरिमनने टुमन आणि बायरनेस यांना त्या संध्याकाळी काय घडले याबाबत तारा पाठविल्या. एका तासाभराने वॉशिंग्टनमधील रशियाचा राजदूत एन. व्ही. नोव्हिकोव्ह याने अमेरिकेच्या स्टेट डिपार्टमेंटला फोन करून आणि अधिकृतरीत्या काय घडले ते सांगितले. अर्थात सचिवाला ते आधीच माहीत होते.

तीन वाजता टुमन यांनी त्यांच्या ओव्हल ऑफिसमध्ये एक महत्त्वाची वार्ताहर परिषद घेतली. बायरनेस त्यांच्या डाव्या बाजूला बसले होते. टुमन यांच्या स्टाफचे प्रमुख ॲडमिरल लेही आत आले आणि उजव्या बाजूला बसले. प्रत्येकाच्या हातात एक गुलाबी रंगाचा कागद होता आणि त्यावर लिहिले होते, तेही लाल रंगाने, 'अत्यंत गोपनीय.'

अध्यक्षांनी निवेदन वाचले : 'मला एक महत्त्वाची घोषणा करायची आहे. मी नेहमीसारखी वार्ताहर परिषद आज घेऊ शकत नाही; पण ही घोषणा अतिशय

महत्त्वाची आहे म्हणून मी विचार केला की तुम्हा सगळ्यांना बोलावून घ्यावे. रशियाने जपानबरोबर युद्ध छेडले आहे. बस्स एवढेच!'

ट्रुमन खरे निराश झाले होते. रशियाने या युद्धात प्रवेश करण्याआधीच जपानने शरणागती पत्करावी, असे त्यांना वाटत होते; पण तसे घडले नाही. स्टालिननी त्यांना आश्वासन दिले होते की, चीनशी काही करार झाल्याशिवाय रशिया युद्धात सहभागी होणार नाही. अमेरिकेने हे संवाद होऊ नयेत म्हणून प्रयत्न करूनही ते घडले नव्हते. ट्रुमन आपल्याच विचारांत दंग असताना दारापाशी पत्रकारांनी गर्दी केली होती.

लवकरच जिम बायरनेसने माध्यमांना निवेदन दिले. रशियाच्या या कृत्यांमुळे युद्ध लवकर थांबेल आणि खूप लोकांचे प्राण वाचतील, असे त्यात म्हटले होते.

***

सीमा पार करून मान्च्युरियाच्या पूर्व भागात कब्जा घेतला आहे आणि मुतानचियांगवर हवाईहल्ले सुरू असल्याचे पहाटे एक वाजता क्वानटुंग सैन्याच्या मुख्यालयाला कळविण्यात आले. अर्ध्या तासाने राजधानी चँगचुन येथेही हवाईहल्ले झाले, याचाच अर्थ काहीतरी गंभीर घडणार होते. मोलोटोव्ह यांनी शब्द देऊनसुद्धा राजदूत सातोंनी पाठविलेली तार टोकियोला पोचली नाही. त्यात त्यांनी रशिया जपानविरोधात युद्धात उतरत आहे हे लिहिले होते. पण त्यानंतर लगेच बातमी सगळीकडे पसरली होती. पहाटे अडीच वाजता डोमेई न्यूज एजन्सीने मॉस्कोहून आकाशवाणीवर केली जाणारी ('टास' रेडिओवरून) घोषणा ऐकली. त्यात रशिया जपानविरोधात युद्ध सुरू करत आहे हे सांगितले जात होते; पण जवळजवळ दीड तासापूर्वीच रशिया मान्च्युरियात घुसला होता.

डोमेईचे परराष्ट्र बातमी विभागाचे संपादक हासेगावा यांनी कॅबिनेटचे सचिव आणि त्यांचे शालेय मित्र साकोमिझू यांना फोन केला. डोमेईच्या यंत्रणेमधून समजलेली बातमी त्यांनी सांगितली. साकोमिझूंनी सुझुकींना फोन केला. ते त्यांच्या घरी झोपले होते. त्यांना तातडीने यायला सांगण्यात आले. कॅबिनेट सचिव सुझुकींच्या घरी पोचले तेव्हा पंतप्रधान तयार होते. तोगोही नुकतेच आले होते. परराष्ट्रमंत्र्यांच्या कार्यालयातील रेडिओरूमनेदेखील सदर बातमी ऐकली होती. त्यांनी लगेचच मंत्र्यांना कळविले.

लष्करी अर्थसंकल्प नियोजनाचे प्रमुख लेफ्टनंट जनरल सुमिहिसा इकेडा यांनी सुझुकींना फोन लावला. तीन आठवड्यांपूर्वी इकेडा क्वानटुंग लष्कराचे व्हाइस चीफ ऑफ स्टाफ होते. जपानची रशियाच्या हल्ल्याला मान्च्युरियात तोंड देण्याची किती क्षमता आहे हे त्यांना नक्की ठाऊक असणार.

''क्वानटुंग सैन्य रशियाच्या या हल्ल्याला तोंड देण्यास सक्षम आहे?'' पंतप्रधानांनी विचारले.

''क्वानटुंग सैन्य हे अगदी अकार्यक्षम आहे. दोन आठवड्यांत रशिया चँगचुनवर ताबा मिळवेल.''

''जर खरंच क्वानटुंग सैन्य इतकं कमकुवत असेल तर मग आता सर्व खेळ खतम होणार.''

युद्ध तातडीने संपवायला हवे, असे तोगो सुझुकींना म्हणाले आणि आदल्याच दिवशी सर्वोच्च युद्ध परिषदेची, 'बिग सिक्स'ची बैठक न बोलावल्याबद्दल त्यांच्यावर टीकाही केली. ही बैठक तातडीने झालीच पाहिजे, असे तोगो म्हणाले आणि सुझुकींनी त्याला होकार दिला. त्यांनी लगेच साकोमिझू यांना सांगितले की, सकाळी साडेदहा वाजता बैठक ठेवा.

सुझुकींनी मंत्रिमंडळ सचिवाला म्हटले, ''आपल्या सध्याच्या सरकारकडूनच युद्धसमाप्तीची घोषणा होऊ दे. त्याची आपण जबाबदारी घेऊ.'' सामान्य परिस्थितीत रशियाने मध्यस्थ म्हणून कार्य करण्यास नकार दिल्यानंतर हा सरकारचा पराजय समजून मंत्रिमंडळाने राजीनामा देणे आवश्यक होते. पण सद्यःस्थिती सामान्य नव्हती. पहाटेपूर्वी अंधारात मान्च्युरियामध्ये घुसलेल्या रशियाच्या सैन्याची आगेकूच सुरूच होती. जेथे जेथे सैन्य पोचत होते तेथे जपान्यांकडून कोणताही विरोध होत नव्हता. सैन्याची दोन मोठी दले रशिया आणि अमेरिकेत तयार झालेल्या टँकच्या साहाय्याने, ८० किलोमीटर दुरीने गोबीच्या बार्गा पठाराकडे निघाली होती. अधूनमधून टक्कर देत, कोरड्या ओढ्यांमधून चाल करत कोणत्याही अडथळ्याशिवाय सैन्य पुढे जात होते. प्रत्येक टँकच्या टरेटला रशियाचे सैनिक घट्ट पकडून बसले होते. जणू धाडसी ट्रिपवर आलेले प्रवासी होते ते! काही नैसर्गिक अडथळ्यांबरोबर टँक वाढलेल्या गवतातून आणि कुठेकुठे झुडपांनी तयार झालेल्या रानातून धाड धाड पुढे जात होते. त्या रात्रीच्या थंड हवेत माती आणि वाळू याचे ढग तयार होत होते. मागून येणाऱ्या वाहनांच्या पुढील दिव्यांमध्ये ते उठून दिसत होते. जर कोणी तेथे असते तर त्यांना ते बघायला खूप आश्चर्यकारक दृश्य वाटले असते.

त्या बार्गा पठाराच्या मध्य भागातून जाणाऱ्या नदीकाठी जपानी क्वानटुंग सैन्याने तटबंदी तयार केली होती. एकीकडे चीनचा पूर्वेकडील लोहमार्ग आणि त्याच्या बाजूने जाणारा एक मोठा रस्ता होता. पण हा रस्ता न वापरता ट्रान्स-बैकल सैन्याने पठारावरून जाणारे आडवेतिडवे अवघड रस्ते पार केले. तेच पुन्हा जपानी सैन्याबाबत सोलूनला जाणाऱ्या रेल्वे लाइनजवळ घडले. रशियन सैन्य ग्रँड खिनगॅन पहाडातून मान्च्युरियाच्या पश्चिमेकडच्या बाजूने आले. जपानी लोकांनी याची कल्पनाही केली नव्हती. पण त्यामुळे सोलूनला उभारलेली तटबंदी एकटी पडली.

वादळाने भिजवून टाकलेल्या मान्च्युरियाच्या पूर्वेकडे रशियाचे सैन्य मध्ये मध्ये जपानी सैन्याच्या एकाकी तुकड्यांना टाळून पुढे पुढे जात होते. कारण मागून येणाऱ्या सैन्याने त्यांना हरवले असते. या टँकबरोबर मोटार असलेल्या चॅसीजवर स्वयंचलित बंदुका आणि काही शस्त्रास्त्रे बसविली होती तीपण पुढे जात होती. ही मागे थांबून लांबवर लक्ष्यांवर हल्ला चढवू शकत होती. याउलट टँक बेधडक पुढे घुसून त्या लक्ष्यावरून जात व जे जे त्यांच्या वाटेत येईल, वस्तू किंवा माणसे ते ते सर्व नष्ट करत.

जंगलातून आणि खांका तलावाजवळच्या दलदलीतून वाटचाल थोडी धीमी होती. पहाटेपर्यंत जेमतेम १२ किलोमीटर पण तरीही ते पुढे पुढे सरकत होते. दक्षिणेला पुढच्या सैन्याच्या तुकड्या पश्चिमेच्या बाजूला काळ्याकुट्ट अंधारात त्या दरीच्या बाजूने पुढे सरकत होत्या. त्यांचे लक्ष्य होते तुंगनिंग शहर. सकाळच्या सहा वाजेपर्यंत धो धो पडणारा पाऊस जरा कमी झाला. तरीसुद्धा त्या आवाजांमुळे हल्ला करताना लपूनछपून पुढे सरकता आले.

उत्तरेच्या दिशेने खूप पुढे फर्स्ट फार ईस्टर्न सैन्याने सीमेवरच्या हुतोऊ शहरावर हल्ला चढविला. या शहरावर दारूगोळा टाकला जात होता तेव्हा हल्ला करणारे सैन्य उसुरी नदी ओलांडून रशियाचे सैन्य प्रत्युत्तर देत होते तेव्हा थांबले होते. सूर्योदयापूर्वी दोन तास आधी हे चालले होते. जपानच्या शक्तिहीन होत चाललेल्या लष्करावर रशियन सैन्य सर्वशक्तीनिशी तुटून पडले असताना त्याचा पहिला प्रसाद हुतोऊ गावाच्या नागरिकांना चाखायला मिळाला!

* * *

अवकाशातल्या ढगाळ वादळी हवेत त्या थराच्या वर जवळजवळ सहा हजार मीटर उंचीवर 'बॉकस्कार' तरंगत होते. जिवंत बॉम्ब असल्यामुळे स्वीनीला कोणताही धोका पत्करायचा नव्हता. पण त्याचबरोबर गरजेपेक्षा जास्त इंधनही त्याला वापरायचे नव्हते.

एकदा आकाशात पोचल्यावर स्पिट्झर आणि रेडिओचा माणूस यांच्यात काही संवादाची फैर झडली; पण लगेचच ते शांत झाले. वातावरणही जरा शांत झाले आणि ज्यांना लगेच आपली आपली कामे करायची होती ते कामाला लागले. इतरांसाठी कामाची पाळी नंतर येणार होती. डॉन अलबुरीने विमानाचा ताबा घेतला तेव्हा चक स्वीनी, तिसरा वैमानिक फ्रेड ऑलिव्ही आणि बॉम्बफेक करणारा कर्मिट बीहान यांनी छोटी डुलकी घेतली. जिमी व्हॅन पेल्ट आपल्या नकाशावर आणि याकुशिमाकडे जाणाऱ्या दिशेवर लक्ष ठेवून होता. एकत्र भेटण्याची जागा आणि अधूनमधून एड बकलेबरोबर रडार तपासत होता. जॉन

कुहारेक इंधन गेजवर लक्ष ठेवून होता. मोहिमेच्या शेवटच्या टप्प्यात हाच इंधनाचा वापर किती महत्त्वाचा आहे, याची त्याला जाणीव होती. गप्पा मारायला कुणीच नाही म्हणून ॲबे स्पिट्झर 'रीडर्स डायजेस्ट'चे एक संकलित पुस्तक वाचत बसला.

साडेचार वाजता ऑलिव्हीने 'बॉकस्कार'चा ताबा घेतला. एक तासाने स्वीनी पुन्हा वैमानिकाच्या जागी बसला. वादळी ढगांच्या बाजूने विमान नेण्याचा त्याने प्रयत्न केला खरा; पण तो शेवटी त्या ढगाच्या आतल्या भागाकडे ओढला गेला. वादळ सुरू झाले. विमानाच्या खिडक्यांवर पावसाचे फटकारे बसू लागले. सगळीकडे विजा चमकू लागल्या. या सगळ्यात दोन अब्ज डॉलर्स किमतीचा तो जिवंत 'फॅट मॅन' आपले कार्य करण्यासाठी बसलेला होता. कोणीच बोलत नव्हते. विमान वर-खाली हिंदकळत होते. हवेचे फटके बसत होते. स्वीनी त्या वादळी ढगांच्या वर किंवा खाली जायचा प्रयत्न करत होता; पण त्याला यश येत नव्हते. जोरजोरात फिरणारे मोठे प्रोपेलर्स एखाद्या चमकत्या निळ्या तबकड्यांसारखे दिसत होते. मग अचानक कोणतीही सूचना न मिळता विमान त्या वादळातून बाहेर पडले आणि अथांग स्वच्छ चांदण्या रात्रीत उडू लागले. एखादी जादू घडावी तशी ही घटना घडल्याने सगळ्यांचाच जीव भांड्यात पडल्यासारखे झाले. क्षितिजावर सूर्याची प्रभा फाकू लागल्यावर काही चांदण्या नाहीशा झाल्या.

पहाट उजाडली. 'बॉकस्कार'ने भेटण्याच्या ठिकाणी जी दहा हजार मीटरची उंची गाठायची होती, ती गाठायला सुरुवात केली. या मोहिमेचा मुख्य अधिकारी फ्रेड ॲशवर्थ आपल्या हाताखालच्या सहकाऱ्यांवर लक्ष ठेवत होता. लेफ्टनंट फिल बार्न्स याने 'फॅट मॅन'च्या कामगिरीवर नियंत्रण ठेवणारी इलेक्ट्रिक यंत्रणा तपासली. हे करताना बॉम्बच्या फ्यूज मॉनिटरवर एक लाल दिवा अनियमितपणे उघडझाप करत असल्याचे त्याला आढळले. सर्वसामान्य परिस्थितीत त्याचा अर्थ फायरिंग सर्किट्स बंद केलेली आहेत आणि काही फ्यूज ॲक्टिव्हेट केलेले आहेत एवढाच होता. पण आता जे दिसत होते त्यातून दोन्ही गोष्टींबाबत खात्री वाटत नव्हती. ॲशवर्थने शांतपणे स्वीनीला हे सांगितले. जर टाइम फ्यूज ॲक्टिव्हेट झाला असेल किंवा विमान ज्या उंचीवर बॉम्ब टाकायचा होता त्यापेक्षा खाली गेले असेल तर ते धोक्यात होते.

त्या काळ्या बॉक्सवरील झाकण हळूच काढून बार्न्स आणीबाणीत करतात तशी तपासणी करू लागला. त्याच्या बोटांनी वायर्स, स्विचेस आणि कॉइल्स, प्रत्येक वायरिंग सिक्वेन्स तपासला. कुठे चूक आहे हे त्या स्पाघेटीच्या वाडग्यांसारख्या दिसणाऱ्या सर्किटमध्ये बघू लागला. तणावात दहा मिनिटे गेली; पण त्याच्या

बोटांनी समस्या शोधून काढली. कुणीतरी दोन रोटरी बटणे चुकीच्या पद्धतीने बसविली होती. त्यामुळे त्यात दोष निर्माण झाला होता. फायरिंग सर्किट्स बंद केलेली नव्हती आणि फ्यूज ॲक्टिव्हेट झालेले नव्हते. फिल बार्न्सने ती दोन बटणे पुन्हा योग्य ठिकाणी बसवली आणि दिवा परत योग्य पद्धतीने पेटू लागला. ॲशवर्थने स्वीनीला अहवाल दिला की सर्व काही सुरळीत आहे आणि त्याच्या हाताखालचा माणूस परत आपले काम करू लागला.

एक केबल उलटी बसवलेली, दोन स्विच चुकीच्या पद्धतीने बसवलेले. या मोहिमेत सर्व गोष्टी खूप घाईघाईने केल्या गेल्या होत्या आणि यात आधी कधीही वापरले न गेलेले शस्त्र तयार करून बसवण्यात आले होते. याची कदाचित खूप मोठी किंमत मोजावी लागेल. हवामानामुळे मोहिमेची तयारी अतिशय थोड्या दिवसांत करावी लागली; पण हवामान पूर्वपदावर आल्यावर आपण हा दुसरा बॉम्ब का टाकत नाही, असे मात्र कोणीही विचारले नाही. जपानच्या भूमीवर युद्ध नोव्हेंबरशिवाय सुरू करायचे नव्हते.

***

पंतप्रधानांना भेटल्यानंतर परराष्ट्र मंत्रालयात येणारे शिगेनोरी तोगो यांनी परतत असताना, नौदलमंत्री ॲडमिरल योनाई यांना भेटून काय घडले आहे ते सांगितले. आश्चर्य वाटायचे कारणच नव्हते. जपानच्या सरकारने आता दोस्तराष्ट्रांबरोबर लवकरात लवकर शांतता प्रस्थापित करण्यासाठी बोलणी करावी, हे नौदलमंत्र्यांनासुद्धा मान्य होते. सुप्रीम वॉर कौन्सिलमध्ये गेले काही दिवस ते सतत शांतता प्रस्थापित व्हावी म्हणून प्रयत्न करत होते.

तिथेच असताना तोगोंची भेट राजकुमार ताकामात्सु यांच्याशी झाली. मोठे बंधू राजा हिरोहितो यांनी आपल्या या भावाचा सल्ला ऐकला. त्यांनाही तोगोंचे म्हणणे पटले होते.

त्याच मंत्रालयात पूर्वीच्या पंतप्रधानांचे- कोनोएंचे सल्लागार मोरिसाडा होसोकावा हजर होते. त्यांचीही काही योजना होती. या काळात जेव्हा जपानी सरकारचे जहाज डळमळू लागले होते, तेव्हा बरेच जण वरवर बघता चांगले पण स्वतःला अनुकूल ठरतील असे मुद्दे मांडत होते. आपला फायदा कसा होईल हे बघत होते. ताकामात्सू यांनी नवीन मंत्रिमंडळाचे नेतृत्व स्वीकारावे आणि प्रत्यक्ष अमेरिका व ब्रिटन यांच्याशी बोलणी करावीत, असे होसोकावा यांनी सुचविले. ताकामात्सूंनी ही सूचना फेटाळली व म्हणाले, ''कोनोए यांनी जबाबदारी घ्यावी.''

हा विचार डोक्यात घेऊन होसोकावा राजकुमाराच्या गाडीतून कोनोए यांच्याकड गेले आणि रशियाने युद्ध सुरू केल्याची बातमी त्यांच्या कानावर घातली. 'सैन्याला

आवर घालण्यासाठी आलेली ही जणू देवाचीच देणगी मानायला हवी,' अशा वयस्क राजकारण्याची टिप्पणी होती. होसोकावांच्या नियोजनातून काहीच सफल झाले नाही.

त्याच सुमारास आर्मी चीफ ऑफ स्टाफ उमेझू यांच्या हाताखालच्या अधिकाऱ्यांना झोपेतून जागे केले गेले. त्यांनाही रशियाची युद्धाची घोषणा आणि मान्च्युरियाहून येणारे अहवाल याबाबत सांगण्यात आले. तोराशिरो कावाबे यांना हिरोशिमावर बॉम्ब पडल्यावर जेवढा धक्का बसला नव्हता, तेवढा ही बातमी ऐकल्यावर बसला. गेल्या वर्षभर जपानवर बॉम्बहल्ले सातत्याने होत होते; पण रशियाने प्रत्यक्ष जमिनीवरून आक्रमण केल्यामुळे समतोल धोकादायक पद्धतीने ढासळला होता.

कावाबे यांनी या युद्धग्रस्त भूमीसाठी लगेचच एक उपाय शोधला : 'मार्शल लॉ' लावा आणि सध्याचे मंत्रिमंडळ बरखास्त करा. मान्च्युरिया सोडून द्या आणि दक्षिण कोरियाला वाचवा.' त्यांनी आपली ही मार्शल लॉची कल्पना आपल्या वरिष्ठाला सांगितली. पण उमेझूंची प्रतिक्रिया फारशी उत्साहजनक नव्हती. कावाबेंना अधिक उत्साहवर्धक प्रतिक्रिया युद्धमंत्र्यांकडून मिळाली. सुप्रीम वॉर कौन्सिलच्या सभेला ते निघाले असताना कावाबेंनी त्यांना गाठले. अनामी म्हणाले, "कावाबेंचे म्हणणे त्यांना समजले आहे आणि असेच मत स्टाफमधील बऱ्याच जणांचे आहे; शिवाय ते त्याबाबत विचार करतील. त्यांनी कावाबेंना सांगितले की, युद्धाच्या बाजूने जे लोक आहेत त्यासंबंधी ते सकाळच्या कौन्सिल मीटिंगमध्ये स्वतःची बाजी पणाला लावून मांडतील; कारण त्यांनी तसे केले नाही तर जास्त धोका होता.

अनामी उठले आणि जाता जाता हसत म्हणाले, "जर माझे मत स्वीकारले गेले नाही तर मी मंत्रिपदाचा राजीनामा देईन आणि चीनमधील सैन्यतुकडीची जबाबदारी द्या, असे म्हणेन."

या खेळीमुळे मंत्रिमंडळ ढासळायला सुरुवात होईल, कारण सैन्य अशा पद्धतीने बदली स्वीकारणार नाही. पण अनामींनी या ठरवलेल्या योजनेप्रमाणे पाऊल उचलले गेले नाही किंवा खरे म्हणजे असे काही करायचे त्यांच्या मनातसुद्धा नव्हते.

पंतप्रधानांच्या मनात त्यांनी ठरवलेली धोरणे राबवायचे होते. जपानी नेतृत्वामध्ये सातत्याने युद्धसमाप्तीबाबत जो एक खोडा घातला जायचा, तो काढणे महत्त्वाचे होते. सुझुकी सकाळी हिरोहितो यांना भेटले आणि रशियाच्या हल्ल्याबद्दल त्यांनी माहिती दिली. आपण पोस्टडॅम परिषदेत केल्या गेलेल्या ज्या मागण्या आहेत त्या मान्य करणे आवश्यक आहे, असे ते म्हणाले. राजाने ते मान्य केले. मात्र सुझुकींच्या मनात एक गंभीर शंका होती. सुप्रीम वॉर कौन्सिल आणि मंत्रिमंडळामध्ये आपल्याला सर्वमान्य असा पाठिंबा मिळेल का, आपली तेवढी क्षमता आहे का, असे त्यांना वाटत होते. त्यामुळे त्यांनी आपले म्हणणे थोडे वेगळ्या भाषेत मांडले.

"मला ठाऊक आहे की तडकाफडकी असा निर्णय घेणं हे आपल्या परंपरेच्या व आतापर्यंतच्या कारभाराच्या विरुद्ध आहे. पण मी आपल्याला विनंती करतो, कृपया मला आपण मदत करा."

"मी तुम्हाला मदत करेन, नक्कीच!" असे राजा म्हणाला.

***

ज्युनिनच्या पायथ्याशी असलेल्या एका मोठ्या घराच्या प्रशस्त खोलीत मित्स्यू ताकेनो, तिची घरमालकीण हिराई आणि घरमालकिणीची मुलगी चिफुसा सगळ्या जणी लेडीज पॅन्ट घालून एकमेकींच्या शेजारी चटईवर झोपल्या होत्या. उकडणाऱ्या रात्रींमध्ये सतत हवाईहल्ल्याचे इशारे देणारे भोंगे या महिन्यात अधिकच वाजत होते. काम करण्याच्या पॅन्ट घालूनच झोपले की कर्कश भोंगा केव्हाही वाजला तरी त्या शेजारच्या इमारतीच्या तळघरात सुरक्षेसाठी जाऊ शकत असत.

८ ऑगस्टच्या रात्री हिराई आणि तिची भाडेकरू त्या तळघरात गेल्या; पण धोका संपल्याचा इशारा झाल्यावर घरी परत आल्या आणि परत चटयांवर झोपल्या. मित्स्यू मात्र जागी होती. हे जग- जपान यांचे काय होणार... कोणत्या दिशेने हे सर्व जाणार...? असे विचार तिच्या मनात येत होते. खरे म्हणजे अजून वयाने लहान असूनसुद्धा एक प्रौढ भूमिका घेऊन तिला जगावे लागत होते. ग्रामीण भागातील एका छोट्याशा बेटावर तिचे साधेसे घर होते. तिला तिथे आपल्या कुटुंबात जायची खूप इच्छा होती. इथे सतत ती भुकेली असायची; पण एक भाडेकरू म्हणून तिला काही बोलता यायचे नाही. काही झाले तरी श्रीमती हिराई आणि चि-चॅन तिच्याशी खूप छान वागत. मग टीका समजली जाईल असे काही ती कशी बोलू शकेल? पहाटेपूर्वी शेवटी एकदाचा मित्स्यूचा डोळा लागला.

झोप पुरी न होताच जेव्हा ती उठली तेव्हा खोली सूर्यप्रकाशाने उजळून निघाली होती. मित्स्यू खिडकीजवळ गेली, खिडकीतून नागासाकीच्या उन्हाळी सकाळकडे बघू लागली. ती खूप थकलेली होती; पण सकाळ अगदी प्रकाशमय होती. श्रीमती हिराई बुद्ध धर्म पाळत असल्यामुळे सकाळ-संध्याकाळ ती दुसऱ्या खोलीत मंत्र म्हणत असे. एखाद्या खूप बारकाईने तयार केलेल्या मॉडेलप्रमाणे दूरवर शहर पसरलेले दिसत होते. या सगळ्या सुंदर दृश्यामुळे काल रात्री आपण कशाची काळजी करत होतो, हे मित्स्यू विसरून गेली.

श्रीमती हिराईने दोन्ही मुलींसाठी दुपारच्या जेवणाचे डबे आधीच तयार केले होते. तांबूस रंगाच्या भातात बार्ली मिसळली जायची. त्यामुळे पॉलिश केलेल्या भाताचा पांढरा रंग फिका व्हायचा. मित्स्यूने आपल्या घरमालकिणीला विचारले की,

तिला इतका पांढराशुभ्र- भेसळ न केलेला तांदूळ कुठून मिळतो? पण ती केवळ छानसे हसायची. उत्तर काहीच द्यायची नाही.

थोड्याफार नाश्त्यानंतर दोघी मुली टेकडीच्या छोट्या गल्लीतून वाट काढत ट्राम स्टॉपकडे निघाल्या. मित्स्यूने एक मऊ रेऑनचे ब्लाउज घातले होते. सर्ज पॅन्ट, शिवाय हाताला स्वयंसेवकाचा पट्टा होता. तिचे हवाईहल्ल्यांपासून संरक्षणासाठीचे हेल्मेट आणि प्रथमोपचाराची पेटी हे साहित्य तिच्या छातीवर पट्ट्यांनी बांधलेले होते. युराकामी ट्राम यायच्या आधी चि-चॅन म्हणाली की, ती आज कामाला येणार नाही. कोणतेही कारण न देता ती वळली. आश्चर्यचकित मित्स्यू तिच्याकडे बघतच राहिली.

✳ ✳ ✳

सुमितेरु तानिगुची याची आजी ओबा-चॅन पोस्ट ऑफिसमध्ये आली तेव्हा तो एका गवताच्या चटईवर गाढ झोपला होता. आणलेले दोन बेन्टो बॉक्सेस त्यांना द्यायला तिने सुमितेरुला उठविले. एकात नाश्ता होता आणि दुसऱ्यात जेवण. सुमितेरुने आजीचे आभार मानले आणि तिला लवकर घरी जाण्याचा आग्रह धरला. क्युशूच्या उत्तरेला यवाटाच्या औद्योगिक भागावर रात्रभर हवाईहल्ले होत होते. यानंतर नागासाकीसुद्धा कधीही लक्ष्य बनू शकले असते. त्यात आपली आजी सापडायला नको, असे त्याला वाटत होते.

सुमितेरु त्या दिवशी रात्रपाळीवर होता. पोस्ट ऑफिसमधील महत्त्वाची कागदपत्रे सुरक्षित ठिकाणी हलवण्याचे काम होते. शिवाय रात्री बॉम्ब पडल्यानंतर आगी लागू शकतात. त्यासाठी पाण्याच्या टाकीजवळ सजग राहावे लागत असे. ते कामही त्याने केले. ही कामे होईपर्यंत घरी जायला खूप उशीर झाला म्हणून पोस्ट ऑफिसमध्येच झोपला. आजीने येऊन त्याला हळूच उठवले.

त्या दिवशी त्याला दुपारची पाळी होती. तारा पोचवायच्या होत्या. पण एका वयस्कर कर्मचाऱ्याने त्याला त्याची पाळी करण्याची विनंती केली; म्हणजे दुपारची पाळी तो करणार होता. सकाळच्या पाळीला पत्रे वेगवेगळी करून वाटायचे काम असे. सुमितेरु आता दुपारी खूप उशिरापर्यंत परत येऊ शकणार नव्हता म्हणून त्याने दोन्ही डबे खाल्ले आणि नऊच्या आत पोस्ट ऑफिस सोडून आपल्या कामाला गेला.

हा तरुण पोस्टमन आपल्या एका सोबत्याबरोबर उबदार, स्वच्छ सकाळी युराकामी खोऱ्याकडे सायकल चालवत गेला. मग मध्येच दोघे वेगवेगळ्या रस्त्याने गेले. सुमितेरु खोऱ्याच्या उंच भागाकडे गेला, तर त्याचा मित्र नदीच्या पलीकडे असणाऱ्या गावांकडे गेला.

✳ ✳ ✳

नाकाजिमा व्हॅलीतील ट्राम. मागील बाजूस सिटी हॉल.

युराकामी व्हॅली. पुढील बाजूस शिरोयामा आणि मध्यभागी नागासाकी कमर्शिअल कॉलेज. इथेच युकिची इगाशिरा शिक्षिका होती आणि कोइची वाडा हा विद्यार्थी.

युराकामी कॅथेड्रल

नाकाजिमा व्हॅलीतील हमानो-माची रस्त्यावरील खरेदीची दुकाने.

युद्धाच्या वेळी नाकाजिमा व्हॅलीत झालेली मीटिंग.

स्टुडंट पॅट्रिओटिक व्हॉलिन्टिअर कॉर्पचे सदस्य- मित्स्यू ताकेनो.
पुढील रांगेत डावीकडून पहिली

डॉ. तात्स्युचिरो आकिझुकी

सुगाको मुराई

डॉ. ताकाशी नागाई

मित्स्यू ताकेनो (उजवीकडे) तिच्या
सेत्सुको नाकामुरा मैत्रिणीसमवेत,
'एन-सान'

सार्जंट पीटर मॅकग्रथ-कर   ॲलन चिक

रॉबर्ट ओपनहेमर
आणि जनरल लेसली
आर ग्रोव्हज, ट्रिनिटी
टेस्ट साइटवर,
न्यू मेक्सिको,
जुलै १९४५

जनरल स्पॉट्झकडून सूत्रे स्वीकारताना कर्नल पॉल टिब्बेट्स

हिरोशिमा मोहिमेच्या माहितीची देवाणघेवाण करताना इनोला गेची टीम- टेबलाच्या पुढील बाजूस मध्यभागी पॉल टिब्बेट्स (वैमानिक), ॲडमिरल पर्नेल, जनरल ट्विनिंग, जनरल फॅरेल, जनरल स्पाट्ज, डिक पार्सन्स (शस्त्रधारी), मॉरिस जेप्सन्स (शस्त्रचाचणी अधिकारी), बॉब लेविस (सहवैमानिक) टॉम फेरेबी (बॉम्ब टाकणारा), जॉर्ज कॅरन (टेलगनर)

'फॅट मॅन' धातूच्या आवरणात टाकण्यापूर्वी

वैमानिक चक स्वीनी
बॉकस्कारची अंडरकॅरेज
(वाहनाखालील चौकट)
तपासताना

दुसऱ्या आण्विक बॉम्बफेकीसाठी बॉकस्कारची टीम : उभे- कर्मिट बीहान (बॉम्ब टाकणारा), जिम व्हॅन पेल्ट (नेव्हिगेटर), डॉन अल्बरी (सहवैमानिक), फ्रेड ऑलिव्ही (तिसरा वैमानिक), चक स्वीनी (वैमानिक)
खाली बसलेले- एड बकले (रडार ऑपरेटर), जॉन कुहरेक (फ्लाइट इंजिनिअर), रे गॅलघेर (ॲसिस्टंट फ्लाइट इंजिनिअर), 'पॅपी' डीहार्ट (टेल गनर), एबे स्पिट्झर (रेडिओ ऑपरेटर).

नेव्हिगेटर जिम व्हॅन पेल्ट, वैमानिक चक स्वीनी आणि तिसरा वैमानिक फ्रेड ऑलिव्ही- दुसऱ्या आण्विक बॉम्बफेकीला निघण्याआधी सल्लामसलत करताना.

नागासाकीवर बॉम्ब पडल्यावर जमिनीवरून घेतलेले छायाचित्र.

बॉम्बहल्ल्यातून वाचलेले लोक मार्ग क्र. २०६ सोडून जाताना.

१० ऑगस्ट १९४५ रोजी टाकलेल्या अणुबॉम्बमुळे झालेला विध्वंस ३००
मीटर्स दूरवरून. ट्रामलाइन पोलच्या पलीकडे उजव्या बाजूला चिन्झेई मिडल
स्कूल आहे, तर डाव्या बाजूला नागासाकी स्टील वर्क्स कारखान्याचे धुरांडे.

अणुहल्ल्यातून वाचलेल्या
लोकांची दुर्दशा

सार्वभौम राजा हिरोहितो त्यांचे समर्पणाचे
भाषण रेकॉर्ड करताना

बॉम्बमुळे उद्ध्वस्त झालेली शिन्तो श्राइन (पवित्र अवशेष असलेली समाधी)

बॉम्बहल्ल्यानंतर ग्रस्तांना मदत करणारे युराकामी व्हॅलीतील लोक.

मित्सुबिशी शस्त्रागार. (हायपोसेंटर दक्षिणेला ४०० मीटर्सवर)
अग्निप्रतिबंधित भिंत अजूनही उभी आहे.

कारखान्याचे स्टीलचे गर्डर स्फोटाच्या लाटेने वाकले.

अणुहल्ल्यानंतर दिसणारे युराकामी. काही कॉंक्रीटच्या इमारती आणि झाडांचे बुंधे शिल्लक; अन्यथा सगळीकडे भुईसपाट.

युराकामी कॅथेड्रलची शिल्लक राहिलेली काही बट्रेसेस (भिंतीला दिलेला टेकू) आणि प्रवेशद्वारे. मध्यभागी दोन घुमट दगडविटांच्या तुकड्यांवर.

शिरोयामा मायमरी स्कूल, मुख्य इमारत जिथे चियोको इगाशिरा आपल्या
बाळासोबत राहत होती.

नागासाकीच्या भुईसपाट जमिनीवरून दिसणारे युराकामी कॅथेड्रलचे अवशेष.

स्फोटामुळे उद्ध्वस्त झालेली ट्राम. जिथून कोइची वाडाची ट्राम जाणार होती पण त्याआधीच सकाळी ती रूळावरून घसरली.

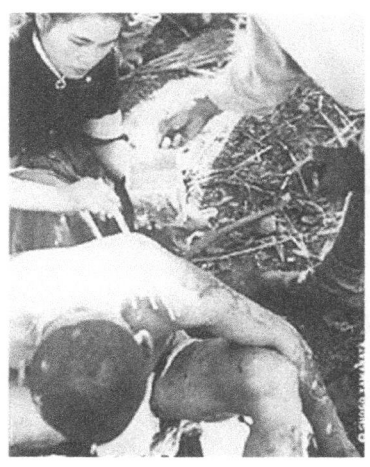

अणुबॉम्बमुळे भाजलेल्या लोकांवर उपचार चालू असताना.

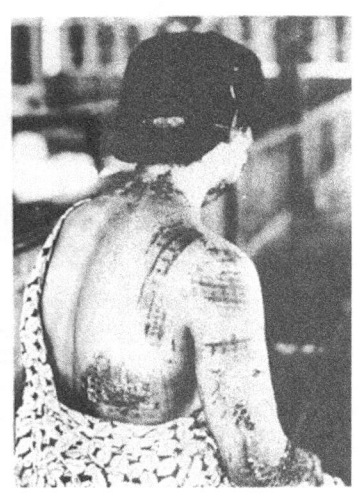

थर्मल बर्नमुळे शरीरावर उठलेला कपड्यांचा पोत. (डिझाइन)

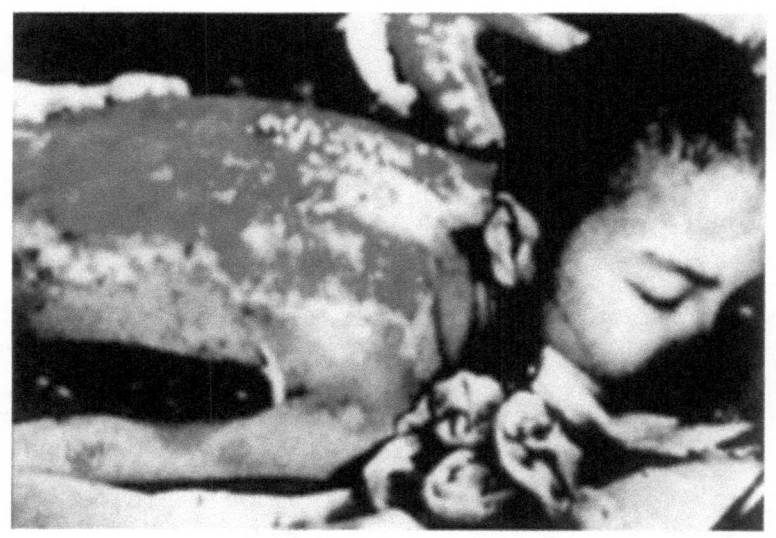

बॉम्बहल्ल्याच्या दोन आठवड्यांनंतर पोस्टमन सुमितेरु तनिगुची याने
काढलेले छायाचित्र.

बॉम्बहल्ल्यानंतर दगडविटांच्या तुकड्यावर कशीबशी उभी असलेली झोपडी.
या झोपडीतच नागासाकीवरून परत आल्यावर तानिगुची आपल्या
कुटुंबासोबत राहणार होता.

डॉ. आकिझुकी यांचा दिवस नेहमीच्याच कामांनी सकाळी साडेसहा वाजता सुरू झाला. झोपेतून उठल्यानंतर त्यांनी अंघोळ आणि नाश्ता केला. चालत दवाखान्याकडे निघाले तेव्हा पक्षी आवाज करत उडत होते. आधी स्वच्छ दिसणाऱ्या आकाशात आता हळूहळू ढग जमा होत होते. याचा अर्थ आणखी एखादा ढगाळ दिवस येणार- त्यांच्या मनात विचार आला.

युराकामी दवाखान्याच्या मुख्य दरवाजापाशी ब्रदर इवानागा यांनी त्यांना थांबविले. रात्री चार नवीन एक्स-रे मशिन आली होती. ती तळघरात ठेवली होती. आकिझुकींनी त्यांचे आभार मानले. ब्रदर जोसेफ एक धष्टपुष्ट तरुण ग्रामीण भागातून आलेला श्रद्धाळू साधा मुलगा होता. कामाला कायम तत्पर असे. कॅथलिक नसलेल्या या डॉक्टरवर त्याचा फारसा विश्वास नव्हता. पण सध्या कामाला माणसेच मिळत नसल्याने त्याचा खूप उपयोग होत असे. इवानागाला सैन्यात का भरती करून घेतले नाही याची आकिझुकींना कल्पना नव्हती. तो विषयही त्यांचा नव्हता आणि घेतले नव्हते, हेही एक दृष्टीने बरेच होते. पण या बडबड्या भिक्खूबरोबर विनाकारण वेळ घालवायची डॉक्टरांची अजिबात इच्छा नव्हती. त्यांनी त्याची माफी मागितली आणि घाईने दवाखान्याकडे निघाले.

वरच्या मजल्यावर सुगाको मुराई आपल्या खोलीतून बाहेर पडली तेव्हा मुख्य परिचारिका तिला कॉरिडॉरमधून येताना दिसली. परिचारिका फुकाहोरी खूप थकलेली आणि अशक्त दिसत होती. ती म्हणाली, ''मला बरं वाटत नाही. मी माझ्या खोलीत जाऊन आराम करते.'' डॉ. आकिझुकींना मदत करण्याबाबत तिने सुगाकोला विचारले. एरवी स्वयंपाकी म्हणून काम करणारी सुगाको आनंदाने तयार झाली. वरवर अगदी निर्विकार चेहरा ठेवला तरी मनातून ती खूप आनंदली होती. तिला वाटले, हा अगदी झकास दिवस असणार आहे. तिच्याकडून हाच प्रतिसाद येईल हे माहीत असल्यामुळे मुख्य परिचारिकेने आकिझुकींना तसा निरोप पाठवला आणि स्वयंपाकाचे काम दुसऱ्यावर सोपवले. तिचा कामाचा प्रश्न सुटल्यावर ती आपल्या खोलीत आराम करायला गेली.

आकिझुकी जेव्हा त्यांच्या ऑफिसमध्ये आले, तेव्हा यांची ही बदली परिचारिका त्यांचीच वाट बघत होती. त्यांनी एकमेकांना सकाळच्या शुभेच्छांची देवाणघेवाण करण्यापूर्वीच पहिला धोक्याचा भोंगा वाजला. अजून आठसुद्धा वाजले नव्हते. ४० मिनिटांनंतर डॉ. आकिझुकींच्या ऑफिसमध्ये येऊन ते बाह्यरुग्णांना तपासू लागले. दहापर्यंत ३० लोक दवाखान्याच्या एका खोलीत बसलेले होते. या रुग्णांमध्ये ताकाहारा दवाखान्यातून आलेल्या रुग्णांचा एक गट होता. फुप्फुसाचे कार्य काही काळ थांबवले जाते, त्यावर उपाय म्हणून कृत्रिम न्यूमो-थोरॅक्स उपचार असतो त्यासाठी ते सगळे आले होते. त्याच सकाळी लवकर डॉ. योशिओका दोन

परिचारिकांबरोबर आल्या होत्या. पण वैशिष्ट्य म्हणजे डॉ. योशिओका एक स्त्री होती. त्या तिशीत होत्या, असा आकिझुकींनी अंदाज बांधला.

दिवस भरभरा जात होता. आकिझुकींच्या मोठ्या बहिणीने फोन करून त्यांच्या लहान बहिणीसाठी तिच्या मनात असलेल्या स्थळाबद्दल ती बोलत होती. तिला तिच्या भावाशी याबाबत बोलायचे होते आणि त्यासाठी ती दवाखान्यात जेवण्याच्या वेळेला येणार होती. नऊ भावंडांतील फक्त दोन भाऊ आणि त्यातला मोठा म्हणून आपण हे ऐकले पाहिजे, अशी जबाबदारी आकिझुकी यांना वाटत होती; पण आतातरी फक्त याच गोष्टींना विचारात स्थान नव्हते.

सकाळी डॉ. आकिझुकींना भेटायला आलेला माणूस मित्सुबिशी शस्त्रास्त्र कारखान्यातला इंजिनिअर होता. तो त्याच्या मुलीबद्दल विचारायला आला होता. त्याची मुलगी जरा सौम्य पातळीवरील क्षयाची रुग्ण होती आणि गेले तीन आठवडे दवाखान्यात भरती होती. इतक्या उदास दिसणाऱ्या इंजिनिअरचा सहवास खरेतर आकिझुकींना नको होता. जपानचे भविष्य आणि त्याने हिरोशिमा बॉम्बबद्दल जे ऐकले होते त्याबद्दल तो बोलत राहिला.

ही नुसतीच रासायनिक प्रक्रिया नसावा; कारण प्रचंड संहार झाला होता. हा अणुस्फोट असावा असे त्याला वाटत होते. खिन्न करून टाकणाऱ्या या चर्चेत व्यत्यय आला तो खूप वेळ वाजणाऱ्या सुरक्षा भोंग्याने. रुग्णांना तळघरात हलवायचे आणि त्यांनीही तेथेच थांबायचे, अशा दवाखान्याच्या कर्मचाऱ्यांना सूचना होत्या. जवळजवळ सर्व वेळी बॉम्ब टाकला जात नसे; पण जर शत्रूची विमाने असतील तर नेहमी नागासाकीवरून उडून दुसरीकडे कुठेतरी जात असत. त्यामुळे डॉ. आकिझुकी दर वेळी सुरक्षित जागी जाण्याची किंवा रुग्णांना हलविण्याची तसदी घेत नसत. रुग्णांना नाश्ता द्यायचा होता म्हणून तळघरात न जाता सगळे दुसऱ्या व तिसऱ्या मजल्यावरच होते. डॉ. आकिझुकी बाहेर जाऊन खरेच हल्ला होईल का याचा अंदाज घ्यायला लागले. खूप गरम होत होते; पण पुन्हा ढग आले होते. त्यामुळे त्यांना बॉम्ब टाकायला आलेल्या विमानांचा आवाजसुद्धा ऐकू आला नाही आणि विमाने दिसलीसुद्धा नाहीत.

✳ ✳ ✳

९ ऑगस्टच्या सकाळी लवकरच मासुइची ताकिगावा घर सोडून नागासाकी मेडिकल कॉलेजमध्ये वर्गात गेले. जवळजवळ एक किलोमीटर चालावे लागले. दहा वर्षांची साक्यू तिच्या कामावरची पॅन्ट घालूनच झोपली होती आणि तिचे हेल्मेटसुद्धा तिच्या पलंगावर जवळच होते. हवाईहल्ल्याची सूचना देणारा भोंगा कर्कश वाजू लागला तेव्हा ती दचकून जागी झाली. डोळे चोळले. भानावर येत हेल्मेट व औषधांची पेटी

पाठीवर घेऊन सुरक्षित जागी जाऊ लागली. मागील आठवड्यातील सर्व रात्री त्या सुरक्षित जागीच काढल्या होत्या; पण काल जरा छानसे जेवण झाल्यावर ती घरीच झोपली होती. आतासुद्धा खूपच लवकरची वेळ होती.

साक्यूला आपल्या आईजवळ, म्हणजे किमान ज्या बाईला ती आई समजत होती तिच्याजवळ राहण्याची इच्छा होती. मुद्दामहून घराजवळ ती जरा रेंगाळली; पण श्रीमती ताकिगावा अधिक सजग होत्या. त्यांनी तिला आणि रोयोकोला घराबाहेर काढलेच. साक्यूच्या मोठ्या बहिणीने तिला विचारले, या छोट्या बाळाला घेशील का? तिच्या पाठीवर बाळाला घट्ट बांधले. त्या काळात मोठ्या कुटुंबामध्ये, अशा पद्धतीने मोठ्या भावंडाच्या पाठीला बाळाला बांधणे अगदी रूढ होते.

दोन्ही लहान मुली बाळासकट आणि शेजाऱ्यापाजाऱ्यांच्या वाढत्या गर्दीत नदीपलीकडील सुरक्षित जागी जाऊ लागल्या. त्यांनी बाजूच्या खाडीजवळचा रस्ता निवडला, तेथेच सुरक्षित जागा बांधली गेली होती. तेथे पोचल्यावर त्यांनी हेल्मेट्स काढली आणि प्रत्येक वर्गासाठी आरक्षित वेगळ्या चटया होत्या तेथे जाऊन त्या बसल्या. त्या जागेत कुणीही हिंडत नसत. आपापल्या जागी न बोलता वाट बघत थांबायचे. पाच-सहा मुले आणि सात-आठ मुली तेथे आधीच होत्या. ग्रामीण भागात लोकांना स्थलांतरित केल्यामुळे त्यांचे वर्ग स्थगित केले होते.

मुलींना भूक लागली होती. त्यांनी सकाळी काहीच खाल्ले नव्हते. नेहमी त्या तांदळाच्या पेजेपेक्षाही थोडे पातळ 'ओमोयू' घेत असत. साक्यूने तिच्या प्रथमोपचार पेटीत अणीबाणीसाठी काही ठेवलेय का, ते बघितले. त्यात तिला काही सुकी बिस्किटे मिळाली. तेवढ्यात दबक्या आवाजात कुणीतरी बोलले, ''मला भूक लागली आहे.'' तिने एकेक बिस्किट पाण्यात बुडविल्यामुळे ती फुगली आणि मग ती पाण्यात भिजलेली बिस्किटे सगळ्या वर्गातील मुलांबरोबर वाटून खाल्ली गेली. ते सगळे पुन्हा धोका संपल्याच्या इशाऱ्याची वाट बघत बसले.

✳ ✳ ✳

९ ऑगस्टला युद्धाच्या या टप्प्यावर इगाशिरा कुटुंबाची सकाळसुद्धा नेहमीसारखीच होती. युकिची आणि चियोको इगाशिरा यांनी नाश्ता केला. त्यांची पाच मुलेही बरोबर होती. खाताना नेहमीचे संभाषणही झाले. युकिची यांची आई त्यांच्याच बरोबर राहत असे. तिचे खाणे आधीच झाले होते. आपण रविवारी मासे पकडण्यासाठी जाणार असल्याचे त्यांच्या एकुलत्या एक मोठ्या मुलाने सांगितले. बहिणी एकमेकींशी गप्पा मारण्यात दंग होत्या. त्यात भावाबरोबर जायचे की नाही याचीही चर्चा चालू होती.

त्या सकाळी जेव्हा हवाईहल्ल्याचा भोंगा वाजला तेव्हा युकिची यांनी आपली

पाच मुले आणि आई यांना सुरक्षित ठिकाणी नेले. धोका संपल्याचा इशारा झाल्यावर वडील आणि मुलगा परत आले. ताकाशीने आपले सिव्हिल डिफेन्स युनिफॉर्मचे कपडे घातले. वडिलांनी पूर्ण गणवेश, टोपी घातली आणि दोघे कामावर जायला निघाले. वडील ओहाशी नदीपलीकडे असलेल्या शस्त्रास्त्र कारखान्यात आणि मुलगा निप्पोन कारखान्यात स्वयंसेवक विद्यार्थी म्हणून कामाला होता.

नेहमीच्या वेळेपेक्षा तासभर उशिरा काम सुरू करता येईल, असे सांगितल्यामुळे चियोको यांना शाळेसाठी लवकर जाण्याची गरज नव्हती. त्या जायला निघाल्या तेव्हा त्यांची सासू चार मुलींना घेऊन घरी आली. सर्वांत लहान मुलगी नओमी रडत होती कारण त्या निवाऱ्यामध्ये खूप उकडत होते, गरम होत होते. बाष्पाचे प्रमाण जास्त होते आणि ढगाळ हवेमुळे गरमी वाढत होती. तिला एखाद्या वर्गाच्या शांत कोपऱ्यात झोपवता येईल, असा विचार करून तिला घेऊन शाळेत जायचे असे चियोको यांनी ठरवले. त्यांची सासू आणि तीन मुली शिरोयामात सोडल्या आणि नओमीला पाठीवर बांधून त्या शाळेकडे निघाल्या.

***

नागासाकी मेडिकल कॉलेजमध्ये डॉ. नागाई रात्रपाळीला कामाला होते आणि नियमाप्रमाणे ज्यांची पाळी होती ते सहकारीदेखील होते. त्यांपैकी एकाने त्यांच्या इमारतीमागे जे फार्मसीचे विद्यार्थी सुरक्षेसाठी जागा खणत होते, त्यांच्यावर तात्पुरती देखरेख ठेवायचे कबूल केले होते. डॉ. नागाई यांनी प्रोफेसर सेइकींना जो शब्द दिला होता तो पुरा करण्यासाठी निघाले. डॉ. नागाईंमध्ये रक्ताच्या कॅन्सरची जी लक्षणे दिसत होती ती थोडी कमी झाली होती.

नागासाकी मेडिकल कॉलेजमध्ये काही विषयांचे तास कमी प्रमाणात होत होते. हवाईहल्ल्याच्या वेळेस लागणारा गणवेश, हेल्मेट, प्रथमोपचार पेटी लागत असे, ते सर्व घेऊन विद्यार्थी येत असत. त्या दिवशीच्या पहिल्या तासालाच एक बी-२९ दिसले म्हणून हवाईहल्ल्याची सूचना मिळाली आणि तास बंद करावा लागला.

हे हवामान तपासण्यासाठी आलेले विमान होते आणि त्याच्यामागे बॉम्ब टाकणारी विमाने होती, हे नागासाकीच्या सैन्याला ठाऊक नव्हते.

सतत वाजणाऱ्या सुरक्षा भोंग्यामुळे सगळ्या रुग्णांना दवाखान्याच्या प्रवेशद्वाराजवळ असलेल्या सुरक्षित स्थळी नेले जात होते. काही स्वतः चालत जाऊ शकत होते. जे मेडिकलचे विद्यार्थी स्वयंसेवक म्हणून कामावर होते ते स्ट्रेचर्स घेऊन सुरक्षित खंदकाच्या दाराजवळ उभे होते आणि जे नवीन सुरक्षा खंदक खणत होते, ते त्याच ठिकाणी तोंडाजवळ उभे होते. बाकीच्यांनी लोखंडी हेल्मेट्स घातली होती आणि घट्ट गैटर्स बांधले होते. विद्यार्थी आणि गणवेशधारी

परिचारिका, दवाखान्याच्या रुंद कॉरिडॉरमध्ये रांगेत उभ्या होत्या. त्यांच्या मानेजवळ दुर्बिणी लटकत होत्या.

डॉ. नागाई अकराव्या मेडिकल कॉर्प्सचे स्थानिक सुरक्षा समितीचे नेते होते. त्यांनी कॉरिडॉरमधील हवाईहल्ल्यात लागणारी उपकरणे तपासली. त्यात कुदळ, आग विझवायला लागणारी यंत्रणा, फावडे इत्यादी साहित्य होते. बाहेर पाणी भरलेल्या बादल्या, मोठाले पाइप जमिनीवर अंथरलेले होते आणि या सगळ्याच्या जवळच विद्यार्थी-सुरक्षा गटाचे स्वयंसेवक ताठ उभे होते. हँडपंपाजवळ, मागच्या दवाखान्याजवळही स्वयंसेवक होते. कापराच्या झाडाजवळ पक्ष्यांचा कर्कश आवाजातील गोंधळ चालूच होता. जवळच सॅनो देऊळ होते. हळूहळू भोंग्याचा आवाज कमी झाला.

***

'बॉकस्कार' जपानच्या भूमीच्या दक्षिणेकडच्या टोकाकडे पोचू लागले. स्वीनीने स्पिट्झरला सूचना दिली, 'हवामानाचा अंदाज घेण्यासाठी पुढे गेलेल्या विमानांकडून रेडिओद्वारा काय संदेश येतो ते ऐकण्यास सज्ज राहा.' जपानी लोक रेडिओलहरी अडवत असल्यामुळे रेडिओवर प्रक्षेपण येणे अवघड होते. दुसरीकडे हवामानाचे जे अहवाल आले होते ते अगदी चुकीचे वाटत होते. सूर्य छान प्रकाशत होता आणि सर्व काही शांत-सुंदर दिसत होते. असे वाटत होते की, आता वादळाचा पट्टा मागे पडला होता आणि आता काळजी करण्याजोगे फारसे काही नव्हते. दूरवर न ओळखता येणारे विमान दिसत आहे, असे विमानात मागे बसलेल्या 'पॅपी' डीहार्टने सांगितले तेव्हा सगळ्यांच्याच हृदयाचे ठोके वाढले; पण मग ते बी-२९ आहे हे समजले. खरे म्हणजे ते त्यांचेच नेहमीचे विमान होते- 'द ग्रेट आर्टिस्टे' जे सध्या कॅप्टन फ्रेड बॉक चालवत होता.

रेडिओद्वारा मंद आवाजात प्रक्षेपण ऐकू येऊ लागले. आधी त्यात खरखर होती; मग रेडिओलहरी अडविल्याचा आवाज होता. दोन वेळा केलेले संदेश पुनःप्रक्षेपित केले गेले. तिसऱ्यांदा ते स्पष्ट ऐकू आले. कोकुराहून गुप्त भाषेत संदेश होता. हवा चांगली असल्याचा अहवाल होता. सकाळचे धुके काही वेळाने जाईल. प्रथम लक्ष्य बॉम्ब टाकण्यास योग्य आहे, असे सांगितले गेले. एक मिनिटाने दुसरा अहवाल आला. नागासाकीपण धुक्यात आहे, २० टक्के ढग दिसत आहेत; पण हळूहळू दूर जात आहेत. स्वीनीने बॉकस्कार इंटरकॉमवर सांगितले, 'मित्रहो, कोकुरा आलं.'

मोहिमेचे मुख्य विमान सकाळी ८.१० वाजता याकुशिमावर आले; पण इकडेतिकडे भरकटलेले ढग पुन्हा जवळ येऊ लागले होते. पण ढगांच्या फटीतून एकत्र भेटीचे ठिकाण दिसत होते. 'बॉकस्कार'ला 'द ग्रेट आर्टिस्टे' दिसत नव्हते.

याकुशिमावर दहा मिनिटे गोल गोल फिरल्यावर ते पुन्हा दिसू लागले. बॉक स्वीनीच्या विमानाच्या उजव्या पंख्याजवळ आला. पण हॉपकिन्सच्या तिसऱ्या विमानाचा कुठे पत्ता नव्हता. त्यांना रेडिओ अजिबात वापरणे शक्य नव्हते त्यामुळे हॉपकिन्स कुठे अडकले होते, हे समजायला मार्ग नव्हता. या एकत्र भेटीच्या जागी पंधरा मिनिटांपेक्षा जास्त थांबायचे नाही, असा स्वीनीचा आदेश होता. दूरवर दोन विमाने दिसली. त्यांना ओळखायला थोडा वेळ लागला. ही अमेरिकेचीच मागावर असलेली विमाने होती. 'द बिग स्टिंक' नव्हते. एकत्र भेटण्याच्या ठिकाणी दहा हजार मीटर उंचीवर उडावे लागत असल्यामुळे बरेच इंधन खर्च होत होते. त्याची स्वीनीला काळजी होती. ४० मिनिटे झाली आणि त्याने ठरविले, आता पुरे. हवामान पुन्हा खराब व्हायला लागले होते. त्याने आपल्या विमानाचे पंख हलविले आणि बॉकला इशारा दिला, कॅमेरा-विमानाशिवाय कोकुराला जात असल्याचा.

नंतर समजले की, हॉपकिन्स यांनी अनेक चुका सुरुवातीलाच केल्या होत्या. एकत्र कुठे यायचे हे स्वीनी टिनियनला ज्या बैठकीत समजावून सांगत होता तिकडे ते आलेच नव्हते. अनेक बेटांवरून गोल गोल फिरल्यामुळे ही दोन विमाने त्यांना दिसलीच नाहीत. त्याहूनही एक घोडचूक त्यांनी केली ती म्हणजे अनुभवी इंग्लिश लढाऊ वैमानिक लिओनार्ड चेशिरे याला त्यांनी कॉकपिटमध्ये बोलावले. नियम डावलून त्याची पॅराशूट काढून जोडणाऱ्या बोगद्यातून येणे कसे चूक आहे याविषयी ते त्याला बौद्धिक देत राहिले. हॉपकिन्स या पॅराशूटच्या नियमांबद्दल अतिशय सजग होते.

हॉपकिन्सनी चेशिरेबरोबर चांगलाच वाद घातला. अनेक वर्षांनंतर चेशिरेने उघड केले की, हॉपकिन्स याकुशिमावर दहा हजार मीटर उंचीऐवजी तेरा हजार मीटर उंचीवर उडत होते. अहवालात वेगळेच लिहिले होते. आपण दुसऱ्या देशाची पाहुणी व्यक्ती असल्याने काही बोलायचे तेव्हा टाळले, असे चेशिरेचे म्हणणे होते. हॉपकिन्स प्रयत्न करत होते त्यांच्यापेक्षा उंचावरून व दुरून ते उडत होते.

हॉपकिन्सनी रेडिओ प्रक्षेपण नियम तोडून टिनियनला संदेश पाठविला आणि विचारले, 'स्वीनीने मोहीम रद्द केली आहे का?' या संदेशातील पहिला शब्द प्रक्षेपणातून गळला. जेव्हा जनरल फॅरेल दुपारचे जेवण घेऊन परत ऑफिसला आले तेव्हा त्यांना हा अर्धवट गुप्त संदेश समजला आणि खरेच एखाद्या माहीत नसणाऱ्या कारणामुळे मोहीम रद्द करावी लागली असेल असे वाटून त्यांच्या पोटात एकदम ढवळूनच आले. मोहीम फत्ते करून विमाने परतीचा प्रवास करत असतील या समजुतीने हवा व समुद्र या दोन्ही ठिकाणांहून सुरक्षेसाठी उभी केलेली यंत्रणा काढून घेण्यात आली होती.

✳ ✳ ✳

आपल्या लहान मुलीला गुंडाळून पोटाजवळ घेऊन बसलेल्या गर्भवती मित्स्यू तबाताच्या समोरून युद्धकैद्यांचा एक गट त्या व्हरांड्यासमोरून फाउंड्रीपर्यंत नेण्यात आला. या अस्वच्छ, पातळ जुन्या गणवेशात परदेशी सैनिक रोज घरासमोरून जाताना बघणे हा तिच्यासाठी रोजचा दिनक्रमच झाला होता. पण त्यातून कधीच काही साध्य होत नसे. ॲलन चिकसाठी तिचा चेहरा म्हणजे अनेक जपानी चेहऱ्यांपैकी एक होता. कधी कधी त्या चेहऱ्यावर द्वेषाचे भाव दिसत, तर कधी कुठलीच भावना नसलेला तो चेहरा असे. हे दृश्य रोजचे होते. अनेक दिवस तिच्या घरासमोरून जाऊनही त्याने कधी या शाळेतल्या शिक्षिकेकडे फारसे लक्ष दिले नव्हते. कधी कधी स्थानिक लोकांच्या चेहऱ्याकडे तो अधिक वेळ बघत असे आणि स्वतःशीच विचार करत असे की, या चेहऱ्याच्या मागे, मनात काय विचार असतील? पण मित्स्यू तबाताकडे मात्र त्याने असे कधी बघितले नव्हते.

काम करणारा हा गट जेमतेम त्या फाउंड्रीपाशी पोचला आणि हवाईहल्ल्याचा भोंगा वाजला. त्यांना लगेच फाउंड्रीजवळ असलेल्या सुरक्षित ठिकाणी नेण्यात आले. धोका टळला आहे हे कळल्यावर लगेचच सगळे कामाच्या ठिकाणी परत आले. पण आल्या आल्या पुन्हा हवाईहल्ल्याचा इशारा देणारा भोंगा जोरजोरात वाजू लागला, अगदी कर्कशपणे. पुन्हा एकदा त्या रक्षकाला या युद्धकैद्यांना सुरक्षित जागी न्यावे लागले. पुन्हा जेव्हा सर्व ठीक आहे असा इशारा आला, तेव्हा त्यांना परत फाउंड्रीत आणावे लागले. हे असे सारखे आत-बाहेर करण्याने रक्षक अगदी वैतागून गेले. त्यांनी कामासाठी आलेल्या या लोकांना पुन्हा जवळच असलेल्या कॅम्पमध्ये पाठवून दिले. आता तुरुंगाच्या रक्षकांना हे आत-बाहेर नेण्याचे काम करावे लागणार होते.

***

धोका संपल्याचा इशारा ऐकून नागासाकीच्या मेडिकल कॉलेजच्या विद्यार्थ्यांनी आपले हेल्मेटचे पट्टे जरा सैल केले. ज्यांना वर्ग होते ते वर्गात गेले. डॉ. नागाई आपल्या विभागातील खोलीत गेले. कॉरिडॉरमधून चालताना वर्गात डॉ. त्सुनो यांनी 'क्लिनिकल स्टडीज' या विषयावर आपले भाषण सुरू केल्याचे त्यांनी ऐकले.

जेव्हा धोक्याचा इशारा वाजला होता, तेव्हा डॉ. नागाईंची बायको मिडोरी स्थानिक सुरक्षित ठिकाणी गेली होती. धोका संपल्याचा इशारा झाला तेव्हा आपल्याबरोबर दोन नातेवाईक घेऊन ती घरी आली. तेपण तिथेच होते. तात्स्यू आणि आजी उराता मिडोरीबरोबर व्हरांड्यात गप्पा मारत बसल्या. फीस्ट ऑफ ॲझम्प्शनसाठी बीन-जॅम केक करायचे म्हणून ती उन्हात बीनचे पोते घेऊन वाळवायला टाकत होती. तिच्या कुटुंबाबद्दल विचारले तेव्हा मिडोरीने मनातील नवऱ्याची काळजी बोलून

दाखविली. "त्यांच्याएवढ्या आजारी माणसाने खरंतर एवढं कामच करायला नको कारण मग तो आजारी नाही का पडणार?" ती म्हणाली, "काल रात्री हवाईहल्ल्याबाबतची पाळी होती. आणि कालच्या नाश्त्यानंतर मी त्यांना बघितलंच नाहीय."

एक तरुण बहीण आली ती खूश आणि आनंदी होती. तोपोसुई टेकडीपर्यंत मजेत चालत जाण्याची कल्पना तिने मांडली. तिने कुठूनतरी गहू मिळविले होते आणि आता तिला ते दळून हवे होते. तात्स्यू म्हणाली की, तिला असे ग्रामीण भागाकडे चालत जायला खूप आवडते. पण मिडोरीला बरीच कामे होती. काल सकाळपासून नवरा घरी आला नव्हता, त्यामुळे त्याच्यासाठी जेवण घेऊन दवाखान्यात जायचे होते. मिडोरीला पण गहू दळायचे होते; पण ते काम ती नंतर करणार होती. ते झाल्यानंतर तिला तिच्या दोन्ही मुलांना भेटायला कोबा येथे जायचे होते. सुरक्षेसाठी त्यांना स्थलांतरित केले होते.

दोन्ही तरुण महिलांनी निरोप घेतला आणि ग्रामीण भागात मजा म्हणून फिरण्यासाठी त्या दिशेने त्या चालू लागल्या. इकडे हवामान ढगाळ होत चालले होते. मिडोरी नागाईने मात्र ती मजा दुपारनंतर करायची, असे ठरविले.

***

कोकुरावर बॉम्ब टाकणारे पथक एकत्र भेटीच्या ठिकाणी येऊन याकुशिमावर घिरट्या घालत होते. वाऱ्याने दिशा बदलल्यामुळे त्यांची मोहीम अडली होती. चीनच्या समुद्राकडून जपानच्या पूर्वेकडे चांगलेच वारे वाहत होते. जवळच्या यवाटावर रात्री झालेल्या बॉम्बहल्ल्यांमुळे लागलेल्या आगीचा धूर आता कोकुराकडे वाहत येत होता. विखुरलेल्या ढगांमुळे आकाश स्वच्छ नव्हते. वाऱ्याची दिशा बदलल्यामुळे हवामानाचा अंदाज सांगणाऱ्या विमानांनी जी स्वच्छ आकाशाची अपेक्षा केली होती, ती खरी ठरली नव्हती. काही काही महत्त्वाच्या खुणा दिसत होत्या; पण काही ढगांच्या खाली लपल्या होत्या.

'बॉकस्कार' आणि 'द ग्रेट आर्टिस्टे' सकाळी ९.२० वाजता कोकुरापर्यंत पोचली होती. पण 'द बिग स्टिंक' आले नव्हते. 'बॉकस्कार'वर रडारमन एड बकले आणि मार्ग दाखविणारा जिमी व्हॅन पेल्ट यांनी रडार स्कोप वापरून लक्ष्य एका रेषेत आणले होते. शस्त्रास्त्राचा कारखाना शहराच्या मध्यभागीच होता. तो अगदी सहजपणे दृष्टिपथात यावा, असे त्यांना आदेश होते.

व्हॅन पेल्टने स्वीनीला सांगितले, "दोन डिग्री उजवीकडे, एक डिग्री डावीकडे."

"ते आपलं लक्ष्य आहे." बकले म्हणाला. "मला ते रेंजमध्ये आहे. आपली नक्की उंची किती आहे?"

"मला एक डिग्री डावीकडे दे चक. हं छान. आपण आता योग्य दिशेवर

आहोत,'' नॅव्हिगेटर म्हणाला.

''रॉजर.'' स्वीनी म्हणाला, ''डोळ्यावर गॉगल असतील याची काळजी घ्या.''

कर्मचाऱ्यांनी डोळ्यांवर जांभळे संरक्षक गॉगल्स घातले. खाली करड्या रंगाचे ढग विखुरलेले होते. यवाटाच्या स्टीलच्या कारखान्याच्या आगीचा धूर जमिनीवर पसरत चालला होता.

''आता वीस मैल दूर कॅप्टन.'' बकले म्हणाला, ''तयार ठेवा.'' व्हॅन पेल्ट त्याचे निवेदन चालूच ठेवून म्हणाला,

''रॉजर, मला दोन डिग्री डावीकडे द्या चक.''

''चल, मिळालं तुला.''

एक प्रकारचा घुमणारा आवाज करीत बॉम्ब ठेवला होता तिथली दारे उघडली. टिनियनच्या बैठकीत जो नकाशा पाहिला होता, तो आता प्रत्यक्ष समोर- खाली वैमानिक बीहानला दिसत होता. 'बॉकस्कार'च्या नाकाडांतून बॉम्बफेक करणाऱ्याने दहा हजार मीटर खाली पसरलेले कोकुरा बघितले. शस्त्रास्त्राच्या कारखान्याजवळ किलोमीटरभर अंतरावर त्याने रेल्वेचे यार्ड बघितले; पण नंतर मात्र ते दिसेना. त्याचे डोळे जणू नॉर्डन बॉम्ब साइटवर चिकटवलेले होते; पण बीहानला आता धूर आणि ढग याशिवाय काहीच दिसत नव्हते.

''मला दिसत नाही, मला लक्ष्य दिसत नाहीये.''

स्वीनीने इंटरकॉममधून सांगितले, ''बॉम्ब टाकायचा नाही. पुन्हा सांगतो, बॉम्ब टाकायचा नाही.''

त्याने झटकन विमान डावीकडे वळविले आणि पुन्हा लक्ष्याकडे येण्यासाठी दिशा बदलली.

बॉम्बची दारे बंद झाली. आता मात्र विमान यवाटावरून जाणार होते आणि येथे जपानची सुरक्षा तटबंदी उत्तम होती. सर्व प्रकारची शस्त्रास्त्रे, साधने होती. एका रात्रीत त्यांनी हवाईहल्ला करणारी चार बी-२९ विमाने खाली पाडली होती. विमानाच्या आसपास आगीचे गोळे फुटू लागले.

डीहार्ट ओरडला, ''आगीचे गोळे येतायत दूर; पण उंची चांगली आहे.''

''रॉजर, तो पाहा, पॅपी,'' वैमानिक म्हणाला. डोळे उघडे ठेव, असे म्हणत विमान त्याने आणखी काही मीटर उंचावर नेले.

''सारखा शेपटावर या गोळ्यांचा रोख आहे आणि ते जवळ येतायत.''

''चल, विसरून जा. आपण आत्ता बॉम्बच्या मोहिमेवर आहोत.''

'बॉकस्कार' पुन्हा एकदा कोकुरावरून उडू लागले. बॉम्बची दारे उघडणाऱ्या यंत्रणेचा आवाज आला. त्याबरोबर जोराने हवा आत घुसली. बीहानच्या रबराच्या, डोळ्यावरच्या फटीतून त्याने स्टेडियम, नंतर कॅथेड्रल मग आरसेनलजवळची नदी बघितली आणि

मग पुन्हा काही दिसेनासे झाले. शिवाय ती शस्त्रास्त्राची फॅक्टरीही दिसेना.

"बॉम्ब टाकू नका! टाकू नका!" तो वैतागून म्हणाला.

"चला, नीट बसा. आपण पुन्हा एक चक्कर मारणार आहोत." स्वीनीने विमान पुन्हा वळवत म्हटले.

"मेजर झॅप झीरोज येत आहे. आता दहा वाजत आहेत." रडार ऑपरेटर एड बकले म्हणाला.

जपानच्या लढाऊ विमानाच्या सर्किटमध्ये हालचाली सुरू झाल्याचा संकेत जेक बेसरला त्याच्या इलेक्ट्रॉनिक यंत्रणेवर मिळाला होता. विमान आता तिसऱ्यांदा लक्ष्यावर येत होते. सर्व कर्मचारी चिंतेत आणि तणावाखाली होते. स्टेडियम आरसेनलच्या जवळ आहे, असे व्हॅन पेल्टने सांगितले. बीहान लगेच म्हणाला, "स्टेडियम लक्ष्य नाहीये."

कुहारेक लगेच म्हणाला, "आता खूप कमी इंधन उरलं आहे."

त्याच्या अंदाजाप्रमाणे आयवो जिमाला जाऊन पुन्हा इंधन घेण्याइतके पुरेसे इंधन नव्हते.

नॉर्डनमधून बीहानला रस्ते आणि नदी दिसली; पण शस्त्रास्त्र कारखाना दिसत नव्हता. त्यामुळे त्याने पुन्हा इशारा दिला, "बॉम्ब टाकू नका."

तणाव कमी झाला आणि टीकाटिप्पणी सुरू झाली.

"खालचे फायटर्स उड्डाण घेत आहेत," डीहार्ट म्हणाला.

"इंधन संपत आहे," कुहारेक म्हणाला.

"चला, इथून निघू या," गालाघेर म्हणाला.

"नागासाकीचं काय?" स्पिट्झरने सवाल केला.

"बडबड थांबवा," स्वीनी म्हणाला.

ॲबे स्पिट्झरची टिप्पणी म्हणजे जणू स्वतःलाच विचारलेला प्रश्न होता. पण त्यात अर्थ होता. इंधन खरेच धोकादायकरीत्या संपत होते. खाली त्यांनी जपानी सुरक्षा यंत्रणेला जागे केले होते आणि एवढा संहारक जिवंत बॉम्ब घेऊन फिरणे आणखी धोकादायक होते. स्वीनीने इंटरकॉमवर ॲशवर्थ आणि बीहानशी चर्चा केली. त्यांनी कोकुरा सोडायचे आणि नागासाकीच्या दिशेने जायचे ठरविले. ते १६० किलोमीटर दक्षिणेकडे होते. तेथील हवामान कोकुरापेक्षा काही फार उत्तम नव्हते; पण निगाता- जे उत्तर होन्शूकडे होते, ते शिल्लक असलेल्या इंधनाच्या मानाने खूप दूर होते.

स्वीनीने पुन्हा पंखे हलवून बॉकला इशारा दिला आणि एवढ्या जोरात विमान फिरविले की त्याला बॉकचे विमान डावीकडे होते ते दिसेना. अपघातानेच त्याचे कोपर रेडिओ बटणाला लागल्यामुळे रेडिओ सुरू झाला आणि 'बॉक कुठे आहे?'

असे तो इंटरकॉमवर विचारू लागला.

अचानक कोठूनतरी हॉपकिन्सचा आवाज आला, ''चक? हा तू चकच आहेसनं? अरे, कुठे आहेस तू?''

सगळ्यांना धक्काच बसला. स्वीनीने लगेच इंटरकॉम सुरू केला. स्वतःवर ताबा मिळविला आणि मार्ग दाखविणाऱ्याला म्हणाला, ''मला नागासाकीकडे जायला दिशा दे.'' जणूकाही हॉपकिन्स त्यांच्याशी बोललेच नव्हते. व्हॅन पेल्टने दिशा दिली; पण हेही सांगितले की, आपल्याला क्युशू लढाऊ विमानाच्या अड्ड्यावरून जावे लागेल.

''आता मी तो टाळू शकत नाही, जिम,'' स्वीनी म्हणाला. इंधन आता इतके कमी होते की या झीरो बेसवरून न जाता पाण्यावरून जाणे धोकादायक होते. शिवाय ते त्यांच्या मोहिमेच्या, ठरलेल्या वेळेपेक्षा दीड तास उशिरा उडत होते आणि 'फॅट मॅन' अजूनही विमानाच्या पोटात- बेमध्ये होता. 'बॉकस्कार' नागासाकीच्या दिशेने दक्षिणेकडे उडाले. थोडा वेळ झीरो त्याच्यापासून जवळच्या अंतरावर उडत होते आणि नंतर ते गेले.

स्वीनी अलबुरीला म्हणाला, ''आता अजून काही गोष्ट चुकीची होऊ शकते का?''

***

इकडे कोकुराला, अमेरिकेच्या विमानाने बॉम्ब टाकण्याची मोहीम रद्द केल्याच्या आधीच धोका संपल्याचा इशारा वाजू लागला. अनेक लोक सुरक्षित जागेतून बाहेर आले आणि आपापल्या कामाला जायला लागले, तोवर परत त्यांना विमानाच्या इंजिनाचा आवाज ऐकू आला. तरीसुद्धा बॉम्ब टाकण्यासाठी विमाने ज्या पद्धतीने येत, तशी ही नव्हती. त्यांना वाटले, ही विमाने टेहळणी करणारी असावीत. दोन विमाने तीन वेळा शहराच्या भोवती फिरल्याचे काहींनी बघितले. प्रत्येक वेळी विमाने दूर जायची, इंजिनाचा आवाज कमी व्हायचा आणि परत ते वळून येत. मग मात्र पुन्हा परत न येण्यासाठी ती विमाने निघून गेली. कोकुरातील लोक त्यांच्या दिनचर्येला लागले. या युद्धकाळात जगणेसुद्धा मोठे कठीण होते.

जपानी लोक आता एक वाक्प्रचार वापरतात, 'कोकुराचे नशीब.' म्हणजे असे मोठे संकट टळण, जे येण्याची तुम्हाला चाहूलही लागली नव्हती.

अकरा

नागासाकी, गुरुवार, ९ ऑगस्ट १९४५, सकाळ

'बॉकस्कार' क्युशूच्या उत्तरेकडे नागासाकी शहराकडे जाऊ लागले. त्याच्या मागोमाग उजव्या बाजूकडून 'द ग्रेट आर्टिस्टे' उडत होते. जपानी लढाऊ विमानांकडून कोणताही विरोध झाला नव्हता. इंधन किती शिल्लक आहे याचा आढावा फ्लाइट इंजिनिअर कुहारेक याने घेतला आणि पुन्हा सांगितले की, आयवो जिमा किंवा ओकिनावा येथे जाऊन इंधन भरून घ्या... आणि तेही बॉम्ब अजूनही विमानात असताना. शक्य नाही! स्वीनीने कमांडर ॲशवर्थ याला वैमानिक कक्षाजवळ बोलावून घेतले. स्वीनी विमानाचा अधिकारी होता. पण ॲशवर्थ बॉम्बसाठी जबाबदार अधिकारी होता. त्यामुळे महत्त्वाचे निर्णय दोघांनी मिळून घेणे आवश्यक होते.

स्वीनी म्हणाला, "ही अशी आत्ता परिस्थिती आहे, डिक. आपल्याजवळ लक्ष्यावरून तेही एकदाच जाण्यासाठी पुरेल एवढंच इंधन आहे. जर आपण नागासाकीवर बॉम्ब टाकू शकलो नाही तर तो आपल्याला समुद्रात टाकावा लागेल. ओकिनावापर्यंत पोचण्याची अगदी धूसर शक्यता आहे. पण तरीही अडचणा खूप आहेत. जर आपल्याला प्रत्यक्ष लक्ष्य दिसलं नाही तर रडारवरून जे ठरेल ते तू मानशील का? मी तुला खात्री देतो की लक्ष्याच्या ५०० फुटांच्या आसपास हा बॉम्ब पडेल."

"मला माहीत नाही, चक."

"पण समुद्रात टाकण्यापेक्षा लक्ष्यावर टाकणं कधीही चांगलं ना?"

"पण तू अगदी अचूकतेची खात्री देतोस?"

"मी याची पूर्ण जबाबदारी स्वीकारतो."

"मला जरा विचार करू दे, चक."

काही मिनिटे विचार करून ॲशवर्थ स्वीनीला म्हणाला की, रडारवर अवलंबून राहून बॉम्ब टाकण्यापेक्षा बॉम्बसकट ओकिनावाला जाण्याचा धोका तो पत्करायला तयार आहे.

विमानात बसलेले कोणीही काहीही बोलले नाही. जरी त्याने हट्टाने आपला निर्णय घेतलेला होता तरीही ॲशवर्थसुद्धा गोंधळलेला दिसला. त्याच्यापुढे तीन अप्रिय पर्याय होते :

१) 'लक्ष्य डोळ्यांना दिसत नसताना बॉम्ब टाकू नका' हा आदेश धुडकावणे.

२) ओकिनावाला परतणे; पण त्याचबरोबर सर्व कर्मचाऱ्यांचा जीव धोक्यात ढकलणे.

३) किंवा दोन अब्ज डॉलर्स किमतीचा बॉम्ब समुद्रात फेकून कर्मचाऱ्यांचा जीव वाचविणे.

काही मिनिटे विचार आणि शंकांच्या आवर्तनात ॲशवर्थ भेलकांडत राहिला. पण शेवटी तो पुन्हा स्वीनीला म्हणाला, ''मी आपला निर्णय बदलला आहे.'' आता तो बॉम्ब नागासाकीवर टाकायला तयार होता मग ते रडार वापरून असो किंवा प्रत्यक्ष डोळ्यांनी लक्ष्य बघून असो. सगळ्या कर्मचाऱ्यांनी आनंद व्यक्त केला.

इंधन संपत आल्यामुळे स्वीनीने स्पिट्झरला सांगितले की, हवा-समुद्र यांतून सुरक्षेसाठी जो चमू क्युशूच्या दक्षिणेकडे आहे त्यांना रेडिओवरून संदेश पाठव आणि सांग की, कदाचित बॉम्ब टाकल्यानंतर 'बॉकस्कार' नंतर समुद्रात उतरवावे लागेल. स्पिट्झरने त्याला सांगितल्याप्रमाणे केले; पण काहीच उत्तर मिळाले नाही.

* * *

जुन्जी सातो उठला आणि स्वतःसाठी त्याने नाश्ता बनविला. त्याची लहान बहीण आधीच शस्त्रास्त्रांच्या कारखान्याकडे गेली होती आणि त्याची आई रात्री नातेवाइकांकडेच थांबली होती. सातो डोमेईच्या नागासाकी ब्यूरोमध्ये- मॅन्शनमध्ये येताच त्याच्या वरिष्ठाने त्याला तातडीने स्टीलवर्क्समध्ये होणाऱ्या वृत्तपत्रांसाठीच्या निवेदनाकरता पाठविले. हा वार्ताहर निघण्याच्या आधीच उत्तरेकडे असलेल्या फुकुओका ऑफिसमधून तार आली. रशियाने जपानवर हल्ला चढवला असून, सकाळी मान्चुकुओकडे आगेकूच करत आहेत, असा उल्लेख त्या तारेत होता. हिरोशिमाला बऱ्याच वायरी तुटल्या होत्या. त्यामुळे रशियाच्या हल्ल्याची बातमी टोकियोपर्यंत पोचली नव्हती. यामानाकाने स्टीलवर्क्सला जाण्याऐवजी सातोला इसाहाया येथील वायरलेस स्टेशनला पाठविले आणि तिथून ही बातमी टोकियोला पोचवायला सांगितले.

२५ किलोमीटर दूर असलेल्या इसाहायाला जाण्यासाठी प्रवास करण्याचा परवाना हवा होता म्हणून सातो स्थानिक सुरक्षा कार्यालयात गव्हर्नर नागानो यांच्या

कार्यालयात गेला. रशियाने हल्ला केल्याचे वार्ताहरांकडून ऐकल्यावर नागानोंना धक्काच बसला. त्यांनी आपले हात घडी करून टेबलावर ठेवले. त्यावर डोके टेकवून ते रडू लागले. एका प्रांताचा गव्हर्नर म्हणून वाकामात्सू नागानोंच्या हातात फार मर्यादित सत्ता होती. पण या अशा क्षणी त्यांच्या लक्षात येई की, या घटना घडविणारे सर्वशक्तिमान कुणीतरी खूप वर असणारे आहेत आणि त्यांच्यावर त्यांचा कोणताही प्रभाव नाही.

कारची परवानगी मिळेपर्यंत सातो त्यांच्या कार्यालयात वाट बघत बसले. त्यांनी गाडीचा दरवाजा उघडला तेवढ्यात यामानाका यांनी वरच्या मजल्यावरच्या खिडकीतून टोकियोशी पुन्हा संपर्क प्रस्थापित झाल्याचे सांगितले. त्यामुळे सातोला इसाहायाला जायची गरज उरली नव्हती.

पुढची बातमी तीन दिवसांपूर्वी हिरोशिमावर जो बॉम्बहल्ला झाला त्याची होती. तिथे सैन्य पूर्णता नामशेष झाले होते. बॉम्बस्फोटामुळे हजारो घरे एकतर उद्ध्वस्त झाली होती किंवा लागलेल्या आगींमुळे जळून खाक झाली होती. जवळजवळ एक लाख लोक मृत झाले होते. सातोच्या मनातील खिन्न विचारमालिकेत पुन्हा यामानाका यांनी अडथळा आणला. वृत्तपत्रांना मिळणाऱ्या सवलतींमधून त्यांना दारू हवी होती; ती त्यांनी सातोला आणायला सांगितली.

दारू खरेदीसाठी लागणाऱ्या अर्जासह सातो पुन्हा प्रांत कार्यालयाकडे चालत गेला. पण त्या विभागाचा अधिकारी तेव्हा तेथे नव्हता- गव्हर्नरने एक महत्त्वाची बैठक बोलावली होती. सातोने आता यामानाकांची दारू आणण्यासाठी वेगळीच युक्ती वापरायचे ठरविले. तो डोमेईच्या कार्यालयात गेला आणि तेथे त्याने एक सायकल मिळविली. सायकलवरून टॅक्सेशन कार्यालयाकडे जाताना ढगांच्या वर त्याला विमानाचा आवाज आला. दोन ढगांच्या फटीतून अगदी एका क्षणापुरते त्याला एक बी-२९ अमेरिकेचे विमान उडताना दिसले.

हिरोशिमाच्या बॉम्बहल्ल्याबाबत आणि घडलेल्या संहाराबद्दल वृत्तपत्राचे मालक निशिओका यांच्याकडून बातमी कळल्यानंतर गव्हर्नर नागानो यांनी स्थानिक सुरक्षा योजनेसंबंधी असणाऱ्या सर्व व्यक्तींना सकाळी बैठकीसाठी बोलावले. घडणाऱ्या सर्व घटनांशी जुळवून घेताना त्यांना कठीण जात होते. आधीच रशियाने सुरू केलेल्या युद्धाची बातमीच ते पचवू शकले नव्हते. नाकाजिमा खोऱ्याच्या जवळ जमिनीखालच्या सुरक्षित जागेत बसून गव्हर्नर या बैठकीत काय मुद्दे चर्चेला घ्यायचे ते मांडत होते आणि त्याचे महत्त्व सांगत होते तेव्हा क्युशू किनाऱ्याचे महापौर सासेबो त्यांच्या खोलीत घुसले. त्यांच्याकडे अतिमहत्त्वाची बातमी होती आणि त्यांना ती सांगायची होती. हिरोशिमाला काय काय झाले ते, ते सांगू लागले. सासेबोंच्या मोठ्या नौदलाच्या अड्ड्यावरून त्या मुख्य अधिकाऱ्याने ती सांगितली

होती. नागानोंच्या हातून ही बैठक जणू निसटत चालली होती. पण पुन्हा एकदा हट्टीपणे ती माहिती, शिवाय महापौरांनी सांगितलेली माहिती सांगत त्यांनी त्यावर स्वतःची पकड बसवली आणि हाच आजच्या बैठकीचा उद्देश आहे हे सांगितले. त्यांनी महापौर कौरा यांना, जमलेल्या अधिकाऱ्यांना त्यांनी जे सांगितले होते ते सांगण्यासाठी परत बोलावले.

✳ ✳ ✳

कोइची वाडा हा होतारुजया टर्मिनलला सकाळी सहा वाजता आला होता. अगदी पहिली नाही तरी सकाळी लवकरची ट्राम आज तो चालवणार होता. कामाच्या कागदावर त्याचा शिक्का मारून व स्वतःच्या नावाचा बिल्ला दाखवल्यानंतर त्याला ब्रेक हँडल आणि कार क्रमांक दिला गेला. तो ट्राम लावलेल्या ठिकाणी गेला. त्या वेळेला ज्या कंडक्टरची पाळी होती त्यांना नमस्कार करून त्यांच्या पहिल्या फेरीला त्याने सुरुवात केली.

सकाळच्या वेळेला ट्रामला खूप गर्दी असते. कंडक्टरला पण या गर्दीतून वाट काढावी लागते. ट्राम हळूहळू ओहाशी, शियानबाशी या ठिकाणी जाऊ लागली. कोइची तेथेच राहत असे. तो जेव्हा घरून कामाच्या ठिकाणी चालत गेला तेव्हा सकाळ नेहमी उन्हाळ्यात जशी गरम होत जाते तशी व्हायला सुरुवात झाली होती. पण मग ढग जमा व्हायला लागले. ट्राम चालवताना हवाईहल्ल्याचा इशारा देणारे भोंगे वाजले म्हणून त्यांना दोनदा थांबावे लागले.

माध्यान्हीच्या सुमारास जेव्हा गर्दी जरा कमी झाली तेव्हा कोइचीला एक ट्राम रूळांवरून खाली घसरल्याची बातमी कळली. त्यामुळे सकाळचे वेळापत्रक कोलमडले. त्याचा मार्ग बदलण्यात आला त्यामुळे होतारुजयाला त्याच्या नेहमीच्या सुटीच्या वेळेपेक्षा उशीर होणार होता. अकराच्या आधी जेव्हा त्याने ट्राम शेडमध्ये लावली तेव्हाच या विलंबाबद्दल तो कुरकुर करायला लागला.

टर्मिनलच्या इमारतीत दोन मॅनेजर एका ड्रायव्हरला रागावत होते. त्याने केलेल्या चुकीमुळे तो सकाळचा अपघात घडला होता. कोइचीने डबा खाल्ला आणि त्याच्या सहकाऱ्यांबरोबर एका बाकावर बसला. आज घडलेली ट्राम घसरण्याची घटना ही सगळ्यात उत्तेजित करणारी होती, त्याबद्दल सगळे बोलत राहिले.

✳ ✳ ✳

सकाळी घरी नाश्ता करून यासुओ यामावाकी मित्सुबिशी इलेक्ट्रिक कॉर्पोरेशनला कामाला गेले. नागासाकी खाडीच्या तोंडाशी तोमाचीजवळ शस्त्रास्त्र कारखाना होता. चौदा वर्षांची तोशिहिरो तिकडे कामासाठी गेली. जुळे घरीच होते. बाकी सगळी या

मोठ्या कुटुंबातील मंडळी सुरक्षेसाठी सागा येथे होती.

रेशनमध्ये मिळालेले तांदूळ पॉलिश करायचे काम योशिरो आणि तात्सुरो यांच्याकडे होते. त्यांना ते काम लवकर संपवायचे होते. मोठ्या घराच्या बंद व्हरांड्यामध्ये ते होते. जुन्या दारूच्या बाटलीत तांदूळ घालून ते बाम्बूच्या काडीने खाली-वर करायला लागायचे.

तांदळावरचे फोलपट काढण्याच्या या कामामुळे अकरा वर्षांच्या या मुलाला माध्यान्हीपर्यंत बरे वाटेनासे झाले. यामावाकी इतरांपेक्षा खूपच बऱ्या परिस्थितीत होते, तरीही मुले कायम भुकेली असायची. कोठीघरातून त्यांनी काही कोरडी बिस्किटे शोधून काढली, ती पाण्यात भिजविली. घराच्या मागच्या बाजूला टेबलाजवळ बसून त्यांनी ती हळूहळू खाल्ली, ती अधिक वेळ पुरावी म्हणून! त्यानंतर तांदळाचे काम संपले की काय करायचे यावर ते चर्चा करू लागले.

***

लष्कराचा हिरोशिमा चौकशी समितीचा प्रमुख मार्शल हातांच्या कार्यालयात कोसळलेल्या प्लॅस्टरचे तुकडे, मोडलेल्या खिडक्या यांच्या गराड्यात तो बसला होता. बॉम्ब पडला तेव्हा हाता बाहेरगावी गेले होते. पण परत आल्याबरोबर संकटाला बळी पडलेल्या या शहराच्या पुनर्वसनाचे कार्य त्यांनी हाती घेतले होते. तपासात जे जे सापडले त्याबाबत जनरल ॲरिस्यू यांनी त्यांना कल्पना दिली, तसेच अणुशास्त्रज्ञ डॉ. निशिना यांनी काय निष्कर्ष मांडले, तेही सांगितले.

अशा प्रकारचे बॉम्ब जर भविष्यात जपानवर टाकले गेले तर जपान निश्चित आपला बचाव करू शकेल, याबाबत हाता आशावादी होते. पांढरे कपडे घालणे आणि प्रत्यक्ष स्फोटाच्या वेळी सुरक्षास्थळी तळघरात जाणे, हे त्यांच्या दृष्टीने स्फोटाच्या पहिल्या टप्प्यावरचे योग्य धोरण होते. पण त्यानंतर जे आगीचे डोंब उसळत होते त्याचे काय? ते स्फोटामुळे होत असेल याबाबत त्यांना विश्वास वाटत नव्हता. त्यांना वाटत होते, सकाळच्या वेळी बऱ्याच घरांमधून स्वयंपाक चालू असल्याने त्या आगी लागल्या असाव्या आणि स्फोटामुळे त्या अधिक भडकून घरांना आग लागली असावी.

ॲरिस्यूने रेडिओवर रशियन हल्ल्यासंदर्भात बातमी ऐकली होती. त्यामुळे त्यांना तातडीने टोकियोला परत जायचे होते. त्यांच्या बाबतीत विचार केला तर हाता काही का विश्लेषण करेनात, त्यांना त्याची फारशी काळजी नव्हती. रशियाने युद्धात उतरणे ही गोष्ट त्यांच्या दृष्टीने नव्या बॉम्बपेक्षा अधिक काळजीची होती.

या संरक्षण विभागाच्या प्रमुखाला ज्या शहरात परत जायचे होते, तेथे राजकीय चढाओढी सुरूच होत्या. बॅरन सुझुकी यांनी सकाळी साडेदहा वाजता बोलावलेल्या

सर्वोच्च युद्ध परिषदेच्या बैठकीआधी साकोमिझू दोन मिलिटरी चीफ ऑफ स्टाफ यांच्याकडे गेले. पंतप्रधानांनी इम्पिरिअल सभा बोलवावी, ज्यात सर्वोच्च युद्ध परिषदेसह स्वतः राजा उपस्थित असेल, अशी मागणी करण्याच्या अर्जावर जनरल उमेझू आणि ॲडमिरल तोयाडा हे दोघे सही करतील का, असे त्यांना या मंत्रिमंडळ सचिवाने विचारले. ज्या गोष्टींबाबत आधीच निर्णय झाला आहे अशा गोष्टी राजाला कळवणे, हा या बैठकीचा हेतू असला तरी त्यासाठी पंतप्रधान आणि अन्य दोघांची लेखी संमती आवश्यक असते.

सहजपणे साकोमिझू म्हणाले, "हा एक उपचार आहे. जर परिषदेने निर्णय घेतला आणि त्यावर मंत्रिमंडळात होकार दर्शविला, तर आपल्याला रशियाच्या या आक्रमणाबाबत राजाबरोबर परिषद घ्यावी लागेल."

दोन्ही लष्करी अधिकाऱ्यांना सही करायची इच्छा नव्हती. या विनंतीमागे कदाचित काही वेगळाच हेतू असू शकेल, अशी त्यांना शंका होती.

"मी तुमच्या अधिकृत होकारासाठी राजेसाहेबांना हे निवेदन सादर करण्यापूर्वी पुन्हा विचारीनच." मंत्रिमंडळ सचिवाने त्यांना आश्वासन दिले. ते काय फोननेसुद्धा करता येईल; तेव्हा सह्यांची गरज नसेल.

मनात इच्छा नसतानासुद्धा दोघांनी सह्या केल्या आणि त्यावर आपल्या हस्ताक्षरात सीलपण लावले.

***

हवामान बघणारी विमाने नागासाकी ओलांडून कधीच दूर गेली होती. तसेच दोन बी-२९ विमानेही नागासाकीवरून उडून गेली. त्यानंतर धोका संपल्याचा इशारा वाजला. युराकामी खोऱ्याच्या उत्तरेकडच्या पायथ्याशी अबुरागीला शाळेतील मुले आरडाओरडा करत आनंदाने बाहेर पडली. त्यांना आता खेळायचे होते. काही म्हणाली, 'आम्ही आता घरी जातो.' मुली गवताच्या चटयांवर थोडा वेळ बसल्या. पण साक्यूला चैन पडेना म्हणून ती बाहेर आली. रोयोकोपण लगेचच तिला आठवण देण्यासाठी बाहेर आली. सुरक्षित जागीच बसा, असे त्यांना भावाने सांगितले होते.

"आपण आईकडे परत जाऊ या," साक्यूने सुचविले. पण लहान बहीण काही ऐकायला तयार नव्हती. म्हणून दोन्ही मुली पुन्हा आत गेल्या. त्यांनी मासुइचीने दिलेल्या गंभीर सूचनेबद्दल इतरांनाही सांगितले होते. त्यांच्याबरोबर असलेल्या इतर आठ मुली आणि छोटे बाळही थांबले. जवळच राहणारी एक कोरियन प्रौढ स्त्री त्यांच्याबरोबर थांबली होती. एक आठवड्यापूर्वी झालेल्या हवाईहल्ल्यात चक्क तिचा पाय स्फोटाने उडाला होता.

थोड्या वेळाने त्या मुलींची मोठी बहीण त्यांना जेवणाचे डबे द्यायला आली.

अग्निशमन व्यवस्थेपाशी थांबण्याची कामाची पाळी संपल्यावर तिच्या आईने आणि तिने डबे भरले होते. सडाको त्या निवाऱ्यामध्ये थांबली नाही. तमाशी ठीक असल्याचे बघून ती निघून गेली. अजून रोजची जेवायची वेळ झालेली नव्हती. फक्त अकरा वाजले होते. पण साक्यूने डबा उघडून काही तोंडात टाकण्याजोगे आहे का बघितले; कारण तिला भूक लागली होती.

∗ ∗ ∗

ओहाशी शस्त्रास्त्र कारखान्यात सकाळचा व्यायाम करून आणि उपस्थिती नोंदवून ती कारखान्याच्या संचालकांपुढे सादर करून तोराहाची तगावा त्यांच्या कार्यालयात परत गेले. काल जे अहवाल सातत्याने येत होते, ते त्यांनी पुन्हा बाहेर काढले. इंजिनिअर कोगा आत आले. नवीन रॉकेट इंजिनाचा महत्त्वाचा भाग उद्या देण्यासाठी तयार असेल का याबाबत तगावांच्या वरिष्ठांना माहिती हवी होती. कारण तसे त्यांनी आश्वासन दिले होते. कारखान्याचा फोरमन ताकेमुराला हा प्रश्न विचारण्यासाठी गेला. पण त्या तंत्रज्ञाच्या खोलीजवळ पोचेपर्यंत कारखान्याचा हवाईहल्ल्याचा धोक्याचा इशारा देणारा भोंगा वाजला. आणि तगावा सुरक्षित जागेकडे धावले. एक तासाने सर्व आलबेल असल्याचा इशारा झाला.

ताकेमुरा सुरक्षित जागी नव्हता. तो त्याच्या कामाच्या ठिकाणीपण नव्हता. आलबेलच्या इशाऱ्यानंतर, तगावा त्याला शोधायला गेले होते. इतरांना विचारले तेव्हा कुणालाच तो कुठे आहे हे माहीत नव्हते. फोरमन शेवटी पुन्हा आपल्या कार्यालयात परत आला तेव्हा कोगा तेथे सिगारेट ओढत बसलेला आणि त्याची वाट बघत असलेला दिसला. पण त्याच्या प्रश्नाचे उत्तर तगावांकडे अजून तरी नव्हते. ''मी दोन तासांनी परत प्रयत्न करतो, अकरापर्यंत?'' तो म्हणाला.

कोगाने त्यांचे आभार मानले. ''ती महत्त्वाची माहिती आहे. पण फक्त तेवढ्याचसाठी मी आलो नाही,'' तो म्हणाला.

त्यांना पुढच्या आठवड्यातील उत्पादनाबाबतचे वेळापत्रक तयार करायचे होते. फोरमनच्या टेबलावर पेपर पसरून त्यांनी पुढील आठवड्याचा कार्यक्रम आखण्यास सुरुवात केली. तेव्हा सकाळचे नऊ वाजले होते. ओहाशीच्या मित्सुबिशी कारखान्यासाठी फोरमन तगावा आणि त्यांचा वरिष्ठ उत्पादनाबाबतचे नियोजन करत असताना योशिरो फुकुडा त्यांच्या कार्यालयात आले. त्यांनी आदल्या दिवशी सगळ्यांना निरोप पाठवून परिषद ठरवली होती. या उपसंचालकाचा अल्सर त्यांना छातीत खूप वेदना देत होता. त्यामुळे काहीच काम न होण्याच्या विचाराने वैतागपण येत होता.

सभेत फोर्ज सुपरवायझरने बातमी सांगितली की, जरी कोळसा घेऊन जहाज येईल असे पुरवठा विभागाने सांगितले असले, तरी ते आलेले नाही. इंजिनिअरने अहवाल

दिला. पुरवठा विभागाचे सातपैकी पाच ट्रक सध्या कार्यरत नाहीत, मागच्या आठवड्यात ही संख्या तीन होती. कदाचित कोळसा आणण्यासाठी ट्रकच नसावेत.

"यामुळे आपण काहीच साध्य करू शकत नाही," फुकुडा म्हणाले. फोनकडे जात असतानाच पुन्हा त्यांच्या पोटात दोन वेळा तीव्र वेदना आल्या. त्यांना त्यांच्या वरिष्ठांना फोन करून पुरवठ्याबाबत नेमकी परिस्थिती काय आहे, हे विचारायचे होते.

***

वृत्तपत्राचे प्रकाशक निशिओका सकाळी लवकर उठले. रात्री तापामुळे झोपही अर्धवट झाली होती आणि ती मोडकळीस आलेली खोलीसुद्धा परिचयाची नव्हती. त्यांनी इसाहायाला जाण्यासाठी साडेसहाची रेल्वे पकडली. उनझेन येथे त्यांच्या कुटुंबाला भेटायला जाण्यासाठी तासभर गाडीच्या शोधात भटकून शेवटी ते वरिष्ठाला भेटून गाडीसाठी काही मदत मिळते का हे बघण्यासाठी मिनयुच्या इसाहायामधील ब्यूरोत गेले. त्यांचा ताप आता खूप वाढायला लागला होता. त्यांच्या नैराश्यानेच तो वाढत असावा. त्यांना आता काहीही करून रिसॉर्ट असणाऱ्या त्या गावी जायचेच होते.

योनेकुरा इकडेतिकडे फोन करून आपल्या मालकासाठी काही सोय होते का ते पाहत होता. तेवढ्यात रस्त्याच्या पलीकडे असलेल्या स्टेशनजवळ एक टॅक्सी काही लोकांना उतरवत असल्याचे त्याने खिडकीतून बघितले. त्याने जोरात त्याला हाक मारली आणि मागोमाग निशिओका धापा टाकत धावले. तो टॅक्सी ड्रायव्हर निघून जाण्याआधी त्याला गाठायचे होते. योनेकुरा टॅक्सीजवळ आधी पोचला आणि या उद्योगपतीला उनझेनला नेण्याबाबत ड्रायव्हरला गळ घालू लागला. टॅक्सी ड्रायव्हर परत नागासाकीला जाणार होता. पण थोडे मन वळवल्याने त्याने परत मागे जाण्याचे ठरविले.

कोळशावर चालणारी गाडी टेकडीच्या चढावरून गरम पाण्याचे झरे असणाऱ्या ओबामा रिसॉर्टकडे जाऊ लागली. निशिओकांना आणखीनच बरे वाटेनासे झाले. त्यांची ताकद कमी होत होती. बस स्टँडजवळ ते थोडा वेळ थांबले. त्यामुळे त्यांना थोडी स्वच्छ, ताजी हवा घेता आली. काडीच्या शेगडीतून धूरच येत होता. तेथेच लोकांचा जथा बसची वाट बघत उभा होता. गाडीच्या बाजूला उभ्या असलेल्या निशिओकांवर रिसॉर्ट टाउनच्या सरकारी बस कंपनीच्या शाखेचा मॅनेजर नजर ठेवून होता. गावात येणाऱ्या महत्त्वाच्या व्यक्तीशी स्थानिक अधिकाऱ्यांनी संभाषण करणे हा येथील व्यवहाराचा संकेत होता. ते दोघे बोलायला लागले तेव्हा टॅक्सीचा ड्रायव्हर तेथेच बसून होता.

***

त्सुतोमु यामागुची हा एक अतिशय जागरूक कर्मचारी होता. देशाच्या या संकटकाळात अगदी आदर्श वाटावा असा! नागासाकीला परतल्याच्या दुसऱ्या दिवशी सर्वत्र बँडेजेस बांधलेली असूनही त्याने शिपयार्डमधील आपल्या कामाच्या ठिकाणी हजेरी लावली. त्याच्या शरीरावर खूप ठिकाणी भाजल्यामुळे वेदना होत होत्या. आता त्याचे प्रमाण जरा कमी झाले होते. कुटुंबाला भेटल्यामुळे त्याच्या मनाची तगमग कमी झाली होती. त्याच्या चेहऱ्यावरच्या बँडेजमधून फक्त डोळे, ओठ आणि नाक दिसत होते. अर्थातच बरे होण्यासाठी अजून खूप दिवस लागणार होते.

शहराजवळच्या खाडीपलीकडे नागासाकी मित्सुबिशी जहाजबांधणी कारखाना माउंट इनासाच्या पायथ्याशी होता. शिपयार्डच्या शेजारच्या सहाव्या मजल्यावरच्या त्याच्या कार्यालयात यामागुची त्याच्या भयचकित झालेल्या सहकाऱ्यांना हिरोशिमातील त्या भयावह सोमवारबद्दल सांगत होता. जपानच्या सर्वच शहरांवर होणाऱ्या बॉम्बहल्ल्यांमुळे होणारे प्रचंड नुकसानही गेल्या महिनाभरापासून जणू दैनंदिन आयुष्यातील नित्याची घटना झाली होती. पण या ड्राफ्ट्समनच्या या गोष्टीत अत्यंत अशुभ असे काहीतरी होते. विश्वासच ढळत चालला होता.

वैतागलेल्या मनःस्थितीतच त्या विभागाचा प्रमुखसुद्धा चर्चेत सहभागी झाला. यामागुचीने जेव्हा सांगितले की त्यानेसुद्धा त्याच ट्रेनने प्रवास केला होता ज्यात इवानागा होता. पण सातोशी त्याचा संपर्क त्या विध्वंसामुळे तुटला होता. तेव्हा आपल्या सहकाऱ्यांशी संपर्क न ठेवल्याबद्दल त्याचे वरिष्ठ त्याला रागावले. इवानागा आणि सातो दोघेही त्या सकाळी कामावर रुजू व्हायला आले नव्हते. पण सातो त्या वेळेस मित्सुबिशीच्या परिसरातच होता. तो शिपयार्डच्या क्वेजवळच्या भागात होता आणि आपल्या सहकाऱ्यांना हिरोशिमा बॉम्बबद्दल त्याचे अनुभव सांगत होता. त्यांनी अफवा ऐकल्या होत्या. पण या वेळेस प्रत्यक्ष हजर असलेल्या व्यक्तीकडून 'आँखों देखा हाल' ऐकताना त्यांना पहिल्यांदाच तो अनुभव मिळत होता.

त्या वेळेस इवानागा इसाहायाहून सुटलेल्या ट्रेनमध्ये होता; कारण त्या दिवशी तो आपल्या आई-वडिलांकडे राहिला होता. ते त्याने बघितलेले भयानक दृश्य, शिवाय पोटात होणाऱ्या वेदना होत्या, या सगळ्यांमुळे तो खूप अस्वस्थ होता व रात्री धड झोपला नव्हता. सकाळनंतर त्याला जरा बरे वाटू लागले आणि थोडी भूकही लागली. त्याने ठरवले की, नागासाकीला गाडीने जाऊन कामावर जायचे. पण तो गाडीत चढून बाकावर बसताच थोड्या वेळात गाढ झोपला. शहराच्या बाहेर नागायोला गाडी पोचेपर्यंत तो झोपेतच होता. वरती ड्राफ्ट्समनच्या कार्यालयात यामागुचीचा वरिष्ठ परत नवीन बॉम्बबाबत जो अहवाल मिळाला होता त्याकडे वळला. तो एक असा इंजिनिअर होता, ज्याला वाटायचे की, जे माहीत असायला हवे त्याच्या कितीतरी पुढे विज्ञान आणि तंत्रज्ञान यांनी प्रगती केलेली आहे.

"तू एक इंजिनिअर आहेस," तो म्हणाला. "नीट हिशेब कर. एकाच बॉम्बमुळे संपूर्ण शहर उद्ध्वस्त होईल एवढी ऊर्जा कशी निर्माण होईल?"

त्यानेही त्याबद्दल विचार केला आणि मग जणू विषय संपविण्याच्या हेतूने म्हणाला, "यामागुची, तू जखमी झाला आहेस आणि तुझा मेंदूसुद्धा चांगला हलून निघाला आहे."

∗ ∗ ∗

पुन्हा एकदा या युद्धकाळात नवीन सुरक्षा निवारा बांधण्यास मदत करण्यासाठी फार्मसीचा विद्यार्थी त्सुनिओ तोमिता कामावर हजर झाला. कुदळ आणि फावडे यांनी खणून आणि ती माती टोपल्यांमध्ये भरून ते वर आणत होते. आता बरेच खणल्यामुळे ते जमिनीच्या पुष्कळ खाली एका बोगद्यासारख्या जागेत होते. हीच ती बॉम्बहल्ल्यांवेळची सुरक्षित जागा असणार होती. हवा ढगाळ होत चालली होती, त्यामुळे आदल्या दिवशी खोलवर काम करणे जेवढे जिकिरीचे होते तेवढे आज गरम नव्हते. एवढ्या शारीरिक श्रमांची सवय नसलेल्या तरुण मुलांसाठी मात्र हे काम दमछाक करणारे होते. अकराच्या सुमारास त्यांना थोडी सुटी देण्यात आली. तोमितो त्या बोगद्यातच थांबला आणि तेथे उरलेले शेवटचे मातीचे ढीग टोपल्यांमध्ये भरू लागला, त्याचे मित्र पाणी पिण्यासाठी बाहेर पडले.

प्रोफेसर सेइकी नऊ वाजताचे त्यांचे वर्ग घेत होते तेव्हा प्रोफेसर सुगियुरा यांनी या सुरक्षित जागेच्या कामावर लक्ष ठेवले होते. जेव्हा सेइकी आपल्या वर्गातून परतले तेव्हा सुगियुरा 'निशिनिप्पॉन शिम्बुन' या वृत्तपत्राच्या वार्ताहराशी बोलण्यासाठी गेले. सेइकींनी खणण्याचे काम पुढे सुरू करून दिले. मातीत असलेले काही न निघणारे खडक कुदळीच्या टोकाने काढण्याचा आणि खाली बसून अधिक दाब देण्याचा प्रयत्न करू लागले. पण तेव्हाच खूप उंचावरून येणाऱ्या एका आवाजाने त्यांचे लक्ष वेधले, विमानाची घरघर किंवा कदाचित दोन विमाने!

"हा आवाज ऐका," प्रोफेसर म्हणाले. तोमिता त्या बोगद्याच्या तोंडाशी होता. त्यानेही तो आवाज दुरून येताना ऐकला होता. आणि विचार करत होता की हा काही महत्त्वाचा आवाज असेल का?

∗ ∗ ∗

शिरोयामा प्राथमिक शाळेत काम करणाऱ्या शिक्षकांपैकी एक श्रीमती इगाशिरा शाळेच्या मैदानात लावलेल्या भाजीपाल्याच्या वाफ्यांमधून तण काढत होती. हे वाफे शाळेच्या मुख्य दरवाजापाशी होते. काम करताना होणाऱ्या लयबद्ध हालचालींमुळे त्यांच्या पाठीवरचे बाळ बहुतेक झोपले असावे.

श्रीमती ताकाहाशी म्हणाल्या, ''नओमी गाढ झोपली आहे. तू तिला कुठेतरी खाली का नाही ठेवत; म्हणजे ती छान झोपू शकेल?''

चियोकोने तिला मुख्याध्यापकांच्या कार्यालयाजवळ असलेल्या प्रथमोपचारांसाठीच्या खोलीत ठेवायचे ठरवले. तिने बघितले, मुख्याध्यापक स्वतःच्या कार्यालयात होते आणि शाळेचे तिघे शिक्षक शेजारच्या खोलीच्या खिडकीजवळ बोलत उभे होते. त्यांचा आवाज कॉरिडॉरमधून ऐकू येत होता.

दवाखान्यात भिंतीजवळ दोन पलंग होते. एकावरती बायकांच्या सुरक्षा समितीच्या सदस्यांनी एकावर एक फ्युटॉन्स ठेवले होते. चियोकोला वाटले ही जागा नओमीला झोपवण्यासाठी खूप छान आहे. या फ्युटॉन्समुळे सावली पण मिळेल आणि झोपायला मऊ बिछानादेखील. त्यांनी बाळाला खाली घेतले आणि ज्या पट्ट्यांनी बाळाला बांधले होते ते त्या सोडायला लागल्या.

***

फीस्ट ऑफ ॲझम्प्शनचा दिवस खूप जवळ येत चालला होता. युराकामी कॅथेड्रलचे सध्या इकडे आलेले धर्मगुरू होते फादर तमाया पापाची कबुली देण्यासाठी जी बंद जागा केलेली असते तेथे एका जाड पडद्याच्या मागे ते बसले होते. कोणा एका अनामिकाचा आवाज आला, 'फादर मला क्षमा करा; कारण मी पाप केले आहे...' या दोघांमध्ये एक पडदा आणि लोखंडी जाळी होती. जरी ते या वेळेस नागासाकीत फारच कमी वेळ राहिले होते तरी त्यांनी आवाज ओळखला. ते लहानपणापासून या शहरात राहत होते आणि त्या व्यक्तीला ओळखत होते.

फादर निशिदा पण पापाची कबुली ऐकत होते. ते दुसऱ्या ठिकाणी बसले होते. चर्चच्या वार्षिक पंचांगाप्रमाणे हे दिवस खूप घाईगर्दीचे जात. पण सकाळी जर भोंगा वाजला तर लोक कामावर जाऊ शकत नसल्याने श्रद्धाळू इतक्या मोठ्या संख्येने येत की या दोन धर्मगुरूंची धांदल उडत असे. अकरा वाजेपर्यंत नागासाकीचे २० ख्रिश्चन नागरिक शांतपणे रांगेत थांबले होते.

***

अकरा वाजण्याआधी थोडा वेळ, तोराहाची तगावा, कोगांना एकटे सोडून त्यांची माफी मागून कारखान्याच्या खाली असलेल्या शौचालयात गेले. ते एका लाकडी मुतारीबाहेर दुसऱ्या एका कारखान्याच्या फोरमनबरोबर उभे असताना खूप उंचावरून विमान येत असल्याचा आवाज आला. दोघांनी वर बघितले. इमारतीच्या बऱ्याच आतील भागात असल्यामुळे त्यांना विमान दिसणे शक्य नव्हते.

वरती तगावा विमानांच्या अधिक जवळ होते. उपसंचालक तेव्हा आपल्या

पुरवठा विभागप्रमुखाशी फोनवर बोलत होते. त्यांना सांगितले गेले होते, कोल वेअरहाउसच्या प्रमुखाने सांगितले की कोळसा आणण्यासाठी ट्रक उपलब्ध नाहीत. कदाचित दोन-तीन दिवसांत... योशिरो फुकुडा यांनी रागाने फोन आपटला.

***

युराकामी तुरुंगातील युद्धकैद्यांचे मार्चिंग मुख्य रस्त्यावरून नेहमीप्रमाणे साडेसात वाजता सुरू झाले होते. एवढ्या संख्येने हिरव्या रंगाच्या डंगेरीज आणि टोकदार टोप्या बघून लगेच ते कळत असे.

अति गंभीर गुन्हे केलेले कैदी तुरुंगामध्येच असत. त्यांना गणवेश शिवण्याचे काम दिले जाई. तुरुंगाधिकारी कोयोबी मिनामींचे कुटुंब तुरुंग परिसरात राहत असे. पण जेथे गणवेश शिवले जात तेथून ही जागा चांगली दूर होती.

युद्धकैदी त्यांच्याबरोबरच्या रक्षक आणि मिनामींसह स्टीलच्या कारखान्यापर्यंत आले आणि हवाईहल्ल्याच्या धोक्याचा भोंगा सकाळी वाजला. स्टील कारखान्यातील कर्मचारी आणि युद्धकैदी यांना लगेच सुरक्षित जागी हलवण्यात आले. अर्ध्या तासाने धोका संपल्याचा इशारा वाजल्यावर पुन्हा युद्धकैद्यांना त्यांच्या कामाच्या ठिकाणी नेण्यात आले. या पूर्ण आठवडाभर त्यांना सागरी किनाऱ्यावर गस्त घालणाऱ्या बोटी आणि टॉरपेडो बोटींकरता मरीन स्क्रू तयार करायला लावत होते.

फादरलँड डिफेन्स कॉर्प्सचे मुख्य अधिकारी कामिझाकी मिनामींच्या खोलीत बोलायला आले. युद्धकैद्यांच्या कामाच्या गुणवत्तेबाबत त्यांना बोलायचे होते. या दोघांनाही ठाऊक होते की, या करारनाम्याने बांधलेल्या कैद्यांकडून गती किंवा कौशल्य याची अपेक्षा करणे अगदी अवाजवी होते. पण कामिझाकी यांना असे वाटले की, जे पद आपल्याकडे आहे त्यानुसार या तुरुंगाधिकाऱ्यांचे लक्ष त्रुटीकडे वेधणे आवश्यक आहे. ऐकून घेणे हे आपले काम आहे, हे मिनामींनादेखील माहीत होते. लष्करात नसलेल्या माणसाने लष्करातील अधिकाऱ्याप्रमाणे वागणे त्यांना फारसे रुचत नसे. अशा व्यक्तींबद्दल त्यांना फारसा आदरही वाटत नसे. त्यांनी कामिझाकींना आश्वासन दिले की, कैद्यांना कामाकडे अधिक लक्ष द्यायला सांगा, असे ते आपल्या माणसांना सांगतील.

या आश्वासनामुळे आता ते आपल्या अहवालात ती गोष्ट नमूद करू शकणार होते. फादरलँड डिफेन्स कॉर्प्सचा हा ओव्हरसीअर आपल्या कार्यालयात परतला. मिनामींना त्यांचे कार्यालयीन काम पार पाडायचे होते. मात्र त्यांना उगीचच अर्धा तास वाया गेला याचे दुःख झाले. आता सकाळ संपून अकरा वाजले होते.

***

सुमियोशी-चो पोस्ट ऑफिसपासून १०० मीटरवर असताना सुमितेरु तानिगुचीला लक्षात आले की त्याचे मागचे टायर पंक्चर झाले आहे. त्याने त्याच्या खांद्यावरच्या पिशवीत शोधले; पण पंक्चर काढायचे किट तो आणायला विसरला होता. ज्या वेळी त्याने त्याचे जेवणाचे डबे काढून ठेवले, त्याच वेळी चुकून हे किट काढले; ते आत घालायचे राहिले होते. या तरुण पोस्टमनने आपली सायकल ढकलत पोस्ट ऑफिसपर्यंत आणली आणि भिंतीला टेकून उभी केली. मग आपली पत्रांची बॅग उचलली आणि जवळच्या घरी चालतच पत्रे पोचवली.

सुमितेरु पोस्ट ऑफिसला परतला तोपर्यंत आकाशात ढग आले होते. कुणाकडून तरी दुरुस्तीचे किट उधार घेत त्याने आपल्या टायरचे पंक्चर काढायला सुरुवात केली. हवाईहल्ल्याचा धोक्याचा भोंगा वाजला पण त्याने दुर्लक्ष केले. त्याने आपले दुरुस्तीचे काम पूर्ण केले तेव्हा धोका संपल्याचा इशारा वाजला. त्याला याचे आश्चर्य वाटले; कारण त्याला तर विमानाची घरघर ऐकू येत होती.

आपले पत्र वाटण्याचे काम सुरू ठेवत पोस्टमनने एका घराचे दार उघडले आणि पत्रे जमिनीवर आत ढकलली. त्याने आवाज दिला, 'पोस्टमन.' आतून आवाज आला, 'अरिगातो (धन्यवाद)', आणि सुमितेरु गल्लीच्या पुढे सायकल चालवत गेला जेथे सुमियोशी-जिंजा मंदिर होते. त्याच्याकडे पुढे असणाऱ्या मित्सुबिशीच्या स्त्री कर्मचाऱ्यांच्या धर्मशाळेत त्याला पत्रे द्यायची होती. पांढरे शर्ट घातलेली मुले गल्लीत खेळत होती. तो नेहमी त्यांना बघत असे, म्हणून त्यांच्याकडे बघून हात हलवत तो हसला. अजूनही उंच कुठेतरी विमान आकाशात होते. आता त्याचा आवाज अधिक जवळ येऊ लागला.

***

युद्धकैद्यांच्या कॅम्प १४ ला परत आल्यावर ॲलन चिकने कॅम्पच्या कोठाराचे आगरोधकाचे काम चालू होते तेथे काम सुरू केले. सपाट छताच्या या बांधकामाचा अर्धा भाग भूपृष्ठाच्या खाली होता. चिक आणि एक जावानीज कैदी, त्यांनी बादलीत आणलेली वाळू पसरण्याचे काम करत होते. काही कैदी ऑस्ट्रेलियन, तर काही डच होते. जपानी ओव्हरसीअर्स हिरोशिमावर टाकल्या गेलेल्या नवीन बॉम्बबद्दल काळजी करत नव्हते. त्यांना त्याबाबत फारशी माहिती नव्हती. फक्त शत्रू आता विध्वंस करणारे बॉम्ब टाकत आहेत, एवढेच ठाऊक होते.

चिक आणि त्याचा साथीदार यांच्याकडे, छतावर टोपल्या दिल्या जात होत्या. छताच्या टोकाला एक लाकडी मोठे भांडे बांधले होते. त्यात माती टाकली जात होती. नागासाकीला शस्त्रास्त्राचा कारखाना आणि शिपयार्ड होते त्यामुळे आता फार दिवस नागासाकीकडे दुर्लक्ष केले जाणार नाही, अशी लक्षणे होती.

कॅम्पच्या दुसऱ्या बाजूला कैद्यांचा आणखी एक गट कामावरून लवकर परत आणला होता. पीटर मॅकग्रथ-करने इतर सहा ऑस्ट्रेलियन कैद्यांबरोबर मिफ्युन कालव्यावरच्या पुलाचे दुरुस्तीचे काम सकाळ संपेपर्यंत केले होते. त्याचे दांडे बांधायला बाम्बू आणि दोऱ्यांचा वापर केला होता. ते मोकळ्या हवेत होते आणि कामही फार श्रमांचे नव्हते, म्हणून त्यांनी ते जितके लांबवता येईल तितके लांबवले. त्यांनासुद्धा हवाईहल्ल्यांमुळे मध्ये मध्ये थांबावे लागले होते. एकतर त्यामुळे किंवा काम लांबवत म्हणून रक्षकांनी त्यांना कॅम्प १४ ला परत आणले होते. तो काही मीटरच दूर होता. दहानंतर लगेच ते परत आले.

त्यांतील चार जण त्यांच्या खोल्यांकडे गेले. मुरे जॉबलिंग आणि लेस प्रेनडरगास्ट तिथेच सिगारेट ओढत थांबले. रक्षक येऊन परत कालव्यावरील पुलाच्या कामाला किंवा इतर कुठल्या कामाला नेतील म्हणून ते तिथेच थांबले. मॅकग्रथ-कर पलंगावर पडून पुस्तक वाचू लागला, तर बर्ट मिलर डुलकी घेऊ लागला.

बाहेर त्या किनाऱ्याजवळच्या इमारतीत वाळूच्या टोपल्या यायला जरा वेळ लागला होता. छतावरच्या दोघांना कारण कळत नसल्याने ते थांबून गप्पा मारत होते. इंडोनेशियाहून आलेल्याला प्राथमिक इंग्रजी भाषा समजत होती. काही खास गोष्टींबाबत संवाद चालला नव्हता. कारण एकमेकाला सांगावी अशी कोणतीच खास गोष्ट त्यांच्याजवळ नव्हती.

तुरुंगातील लोकांना खूप उंचावर कुठेतरी असलेल्या विमानाचा आवाज ऐकू येत होता. पण धोक्याचा भोंगा वाजला नव्हता. शिवाय अशी विमाने उडत जाणे यात नवीन काहीच नव्हते. शिवाय विमानोड्डाणाचे एक केंद्र जवळ होते. पण एका ऑस्ट्रेलियन कैद्याला न दिसणाऱ्या विमानाच्या इंजिनमध्ये काहीतरी बदल झाल्याचा आवाज ऐकू आला आणि तो उठत म्हणाला, ''हे ठीक नाही.''

☀ ☀ ☀

धोका टळल्याचा इशारा आल्यावर युराकामी हॉस्पिटलमध्ये डॉ. आकिझुकी परत आपल्या रुग्णांना तपासायच्या खोलीत गेले आणि तेथे डॉ. योशिओकांना रुग्णांना न्यूमो-थोरॅक्स इंजेक्शन्स देताना त्यांनी बघितले. हवाईहल्ल्याबाबत धोक्याचा भोंगा वाजतो तेव्हा त्या काळात इंजेक्शन देऊ नये, असे त्यांनी तिला सांगितले पण ती म्हणाली, ''एवढे रुग्ण वाट बघत असताना वेळ वाया घालवणं परवडणार नाही.'' तीपण दमलेली दिसली. तिने थोडी विश्रांती घ्यावी, थोडा वेळ आपण हे काम सांभाळू, असे आकिझुकींनी सुचविले. डॉ. योशिओका वर निघून गेल्या आणि डॉ. आकिझुकी यांनी परिचारिका मुराईच्या मदतीने पुढील न्यूमो-थोरॅक्स इंजेक्शन्स देण्यास सुरुवात केली.

दुपारपर्यंत फ्रॉन्सिस्कन हॉस्पिटलमध्ये भरपूर कामे चालली होती. ब्रदर इवानागांनी एका नवीन सुरक्षा खंदकासाठी खणणे सुरू केले होते. त्यात काही शेतमजुरांना त्यांनी सार्वजनिक सेवेचे काम म्हणून सहभागी करून घेतले होते. नोगुची हा एक तरुण भक्त विहिरीजवळच्या लाकडी रहाटाचे दुरुस्तीचे काम करत होता. कोरियन दवाखान्याचे चॅप्लेन फादर इशिकावा दवाखान्यात असलेल्या काही रुग्णांचे पापाच्या कबुलीचे व्यक्तिगत निवेदन ऐकून घेत होते. स्वयंपाकघरात स्वयंसेवी कर्मचारी दवाखान्यांतील रुग्णांना जेवण वाढत होते. डॉ. आकिझुकी आणि त्यांच्याबरोबर तात्पुरते काम करणारी तात्पुरती परिचारिका यांनी अजून काहीच खाल्ले नव्हते.

डॉक्टर रुग्णाच्या छातीत न्यूमो-थोरॅक्स सुई घालत असताना खूप दूरवर विमानाची घरघर ऐकू यावी तसा आवाज येऊ लागला. त्याबरोबर डॉ. आकिझुकी यांनी रुग्णाच्या छातीत घातलेली सुई तत्परतेने बाहेर काढली आणि स्वतःला पलंगावर झोकून दिले. त्याआधी त्यांचा मदतनीस खिडकीतून खरेच विमान येत आहे का ते बघायला लागला.

***

अकराला दहा मिनिटे बाकी असताना 'बॉकस्कार' आणि 'द ग्रेट आर्टिस्टे' उत्तर पश्चिमेकडून नागासाकीच्या वर, दहा हजार मीटर उंचीवर पोचले. ८.३० वाजता आलेल्या अहवालात २० टक्के ढगाळ हवा आहे असे म्हटले होते; पण आता चीनच्या समुद्राकडून येणाऱ्या ढगांमुळे ९० टक्के भाग ढगांनी व्यापला होता. हे ढग दोन ते तीन हजार मीटर उंचीवर होते. स्वीनीने 'बॉकस्कार' खाडीकडे आणि उत्तर दिशेला जेथे शहराच्या गर्दीच्या भागावर ढगांचे आवरण होते, तेथे नेले. त्याच्या पुढे पश्चिमेकडे मध्यभागाकडून युराकामीकडून येणारी खोरी दिसत होती. शहराच्या बाहेरच्या परिघावर ढग थोडे विरळ होते; पण शहराच्या मध्यभागी मात्र ढगांची गर्दी होती. स्वीनीने कर्मचाऱ्यांना गॉगल घालायला सांगितले. पण स्वतः मात्र घातला नाही. या गॉगलमुळे फारच कमी दिसत होते हे त्याने अनुभवले होते. नाकाजिमा नदीवर असणारा टोकिवा पूल हे लक्ष्य होते. त्याकडे जाण्यासाठी दिशा मार्गदर्शक आणि रडार ऑपरेटर यांनी लक्ष्यावर नेम धरण्यासाठी लागणाऱ्या गोष्टींचा समन्वय साधला. टोकिवा पूल नागासाकी या मुख्य शहराच्या खालच्या बाजूला होता. बीहानने ही माहिती बॉम्ब तपशील ज्यामध्ये लिहिला होता त्यात भरली.

''सर्व काही ठीक, डाव्या बाजूला एक डिग्री जा. छान.'' दिशा मार्गदर्शक व्हॅन पेल्ट म्हणाला.

बकले रडारवर होता. त्याने अहवाल दिला, ''आपण आता अगदी योग्य दिशेला येत आहोत. पाच. - खूण करा.'' आता फक्त दोन मिनिटांचा कालावधी होता.

"मला अजून लक्ष्य दिसत नाहीय," बीहान पुटपुटला.

"ठीक आहे हनीबी," कॅप्टनने त्याला धीर दिला. "तू आता तुझी सर्व स्विचेस तपासून घे आणि आता अगदी पूर्ण तयारीत राहा." आता फक्त एक मिनिटात लक्ष्य येणार होते. आता चाचणी घेण्यासाठी अवधीच नव्हता. बॉम्ब ठेवलेल्या जागेचे दरवाजे उघडले. हवेचा जोराचा झोत आत शिरल्यावर विमान लडखडले. आता ते रडार कंट्रोलवर राहणार होते. लक्ष्य बीहानच्या नजरेच्या टप्प्यात येऊन तो त्यावर नेम धरेपर्यंत विमान रडारवर राहणार होते.

"मी आता निर्णय घेतोय. मला लक्ष्य दिसत आहे." बॉम्बफेक करणारा उत्तेजित होऊन म्हणाला. युराकामी खोऱ्यावर ढग जमले होते. मात्र एके ठिकाणी पोकळी होती. अगदी खाली थोडे विरळ ढग होते. या मोकळ्या जागेतून बीहान, 'द ग्रेट आर्टिस्टे'ला खेळाडूंचा पळण्याचा ट्रॅक दिसला. पण अजून टोकिवा पुलासारखे काही दिसत नव्हते. तो या टेकडीच्या दुसऱ्या बाजूला चार किलोमीटर अंतरावर होता. या टेकडीमुळे नद्यांची दोन खोरी एकमेकांपासून विलग झाली होती. त्या अंडाकृती ट्रॅकवर त्याने नॉर्डन ठेवले.

"आता ताब्यात घ्या," स्वीनी म्हणाला. आता फक्त १५ सेकंदांचा अवधी आहे, असा संदेश आला. बीहान गप्प होता. तो आता लक्ष्यावर नेम धरणार होता. लक्ष्य होते असे स्टेडियम, जेथे क्रीडा स्पर्धा कधीच थांबल्या होत्या.

बरोबर अकरा वाजता साखळी काढून घेण्यात आली आणि 'फॅट मॅन'ने पृथ्वीकडे झेप घेतली. तारा तुटल्या. रेडिओतून येणारा आवाज अचानक थांबला. 'बॉकस्कार' थोडे वर ढकलले गेले.

"बॉम्ब पडले आहेत," बीहानने ओरडून सांगितले आणि मग पुन्हा दुरुस्ती केली, "बॉम्ब पडला आहे."

स्वीनीने तातडीने विमान सरळ उंच नेले. 'द ग्रेट आर्टिस्टे'मधील बॉम्बफेक करणारा ओरडला, "चला, आता ते गेले."

फ्रेड बॉक लगेच विरुद्ध दिशेला वळला तेव्हा प्रा. सगानेसाठी ज्यावर पत्रे चिकटविलेली होती अशी तीन उपकरणे असलेल्या कॅप्सूल, पॅराशूटसकट 'फॅट मॅन'च्या पाठोपाठ नाकाडाच्या दिशेने युराकामीकडे झेपावल्या.

बारा

नागासाकी, गुरुवार, ९ ऑगस्ट १९४५, मध्यान्ह

क्षितिजावर एक प्रचंड शक्तिमान पांढऱ्या प्रकाशाचा जणू स्फोट झालेला दिसला. हा हिरोशिमापेक्षा जास्त तीव्र होता. आकाशातून एक गडद तपकिरी रंगाचा ढग क्षितिज समांतर (आडवा) संपूर्ण शहरभर पसरताना खालच्या बाजूला दिसू लागला. त्याच्या मध्यातून एक सरळ उभा स्तंभ प्रकट झाला. तो रंगीत होता आणि जणू उकळत होता. एक पांढरा फुगलेल्या मशरूमसारखा ढग चार हजार मीटरवर तयार झाला आणि तो ११ हजार मीटरपर्यंत उंच गेला. गालाघेरने तो ढग जवळ येताना बघितला आणि ओरडला. स्वीनीने विमान लगेच दुसऱ्या दिशेला फिरवून वर नेले. तो ढग आणखी वरच्या दिशेने गेला. खालच्या बाजूला काळा-करड्या रंगाचा, तर वरच्या बाजूला पांढरा आणि लालसर होता. युराकामी खोरे त्या दाट काळ्या, घाणेरड्या धुराने भरून गेले. जेथे स्फोट झाला होता तेथे त्या टेकडीच्या वर आणि आजूबाजूला लगेच आगी भडकायला सुरुवात झाली. पण नागासाकीचा जो खालचा शहराचा भाग होता त्याच्यावर फार परिणाम झालेला दिसत नव्हता.

बीहानला स्फोटाचा बिंदू कोणता ते तपासून बघता यावे यासाठी स्वीनीने पुन्हा शहरावर वर्तुळाकार फेरी मारली. 'पॅपी' डीहार्टने शेपटीकडच्या बाजूने त्याला शास्त्रज्ञ अलव्हारेज यांनी दिलेल्या मूव्ही कॅमेऱ्याच्या साहाय्याने चित्रीकरण केले. विमानाला एकापाठोपाठ पाच धक्के बसले. वेपनीअर ॲशवर्थला हा अनुभव म्हणजे एखाद्या कचऱ्याच्या डब्यात बसल्यावर त्याच्या झाकणावर बेसबॉलच्या बॅटने कुणी ठोकावे तसा वाटला. हिरोशिमाच्या वेळेस फक्त दोन धक्के बसले होते; पण येथे हे धक्के खोऱ्याच्या भोवती असलेल्या उंच टेकड्यांवर आपटून परावर्तित होत होते.

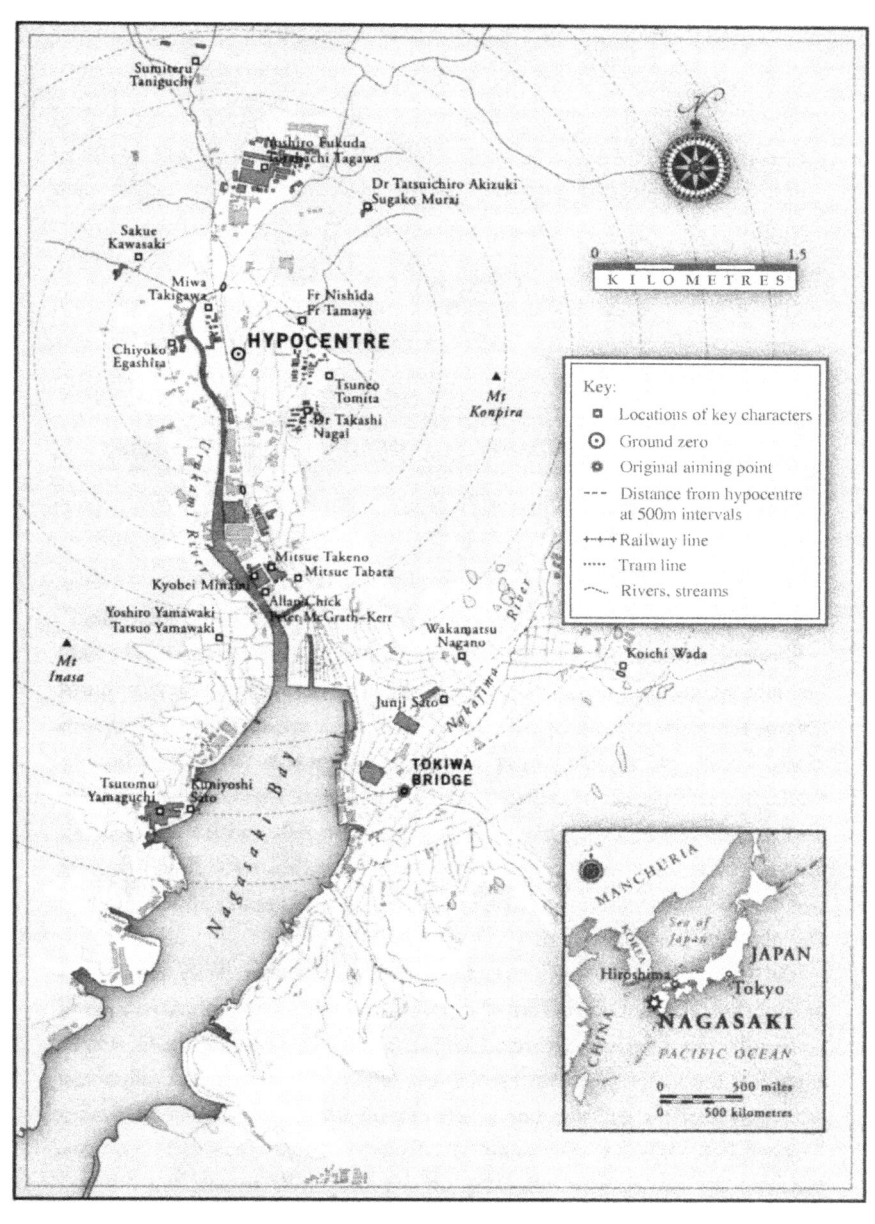

अणुबॉम्बच्या स्फोटानंतर त्याची झळ पोचलेली लोकवस्ती

१७०, मात्सुयामा-चो येथील टेनिसच्या मैदानावर ५०० मीटर अंतरावर येऊन फुटण्यास 'फॅट मॅन'ला ४३ सेकंद लागले. जमिनीवरून एक प्रचंड आगीचा लोळ आकाशात तयार होताना दिसत होता. बॉम्बचा जेव्हा स्फोट झाला तेव्हा निळसर-पांढरा, प्रचंड डोळे दिपविणारा मॅग्नेशिअम ज्योतीसारखा दिसणारा प्रकाशाचा झोत आकाशात झेपावला. त्यानंतर एक प्रचंड शक्तिमान दाबाची लाट आली आणि पाठोपाठ स्फोटाचा कानठळ्या बसविणारा आवाजही! ज्यांनी याचा अनुभव घेतला, त्यांनी याला 'पिका-डॉन' (प्रकाशाची लाट) असे नाव दिले. या उंच जाणाऱ्या पांढऱ्या ढगाचे दृश्य जमिनीवरून आधी एका निळसर झाकेमुळे आणि मग जांभळ्या तपकिरी रंगाची धूळ आणि धूर यांच्या ढगामुळे दिसत नव्हते.

या स्फोटाच्या केंद्रापासून जवळजवळ एक किलोमीटर परिसर संपूर्णतः उद्ध्वस्त झाला होता. हिरोशिमाला याच अंतरावरच्या काही इमारती पडल्या नव्हत्या. पण येथे भूकंपातही पडू नयेत म्हणून विशिष्ट पद्धतीने बांधलेल्या कॉंक्रीटच्या इमारतीदेखील भुईसपाट झाल्या. माणसे आणि प्राणी तत्क्षणी मेले. माणसांच्या शरीरातील पाणी त्या उष्णतेच्या लाटेमुळे सुकून गेले. एक मुलगा एका विटांच्या वेअरहाउसच्या सावलीत उभा होता. जवळजवळ एक किलोमीटर अंतरावर त्याने उघड्यावर असलेली आई आणि तिचा मुलगा यांचा अक्षरशः धूर झालेला बघितला.

खूप जवळ जवळ बांधलेली, तकलादू लाकडात उभी केलेली आणि छतावर फरश्या असलेली घरे पूर्णतः नष्ट झाली. स्फोटामुळे खिडक्या वाकड्या झाल्या. खिडक्या आणि दारे त्यांच्या बिजागऱ्यातून उन्मळून पडली. विटा आणि दगडात ज्या इमारती बांधलेल्या होत्या त्या सगळ्या कोसळून त्यांचे ढीग झाले. खिडक्यांमधील काचा आठ किलोमीटर दूर अंतरावर जाऊन पडल्या.

स्फोटानंतरचा तो प्रकाशाचा लोळ फक्त काही सेकंद होता. पण त्यापासून येणाऱ्या अतिनील किरणांमुळे कातडीवर अतिशय गंभीर भाजले, कपडे पेटले, खांब जळून काळेठिक्कर पडले. गवताच्या छतांना आगी लागल्या. तीन किलोमीटरपर्यंतच्या टप्प्यात सर्व कागद जळून गेले. हिरोशिमाप्रमाणे येथेसुद्धा काळ्या कपड्यांमुळे उष्णता शोषली गेली आणि त्या व्यक्ती जळून गेल्या किंवा पेटल्या. पण पांढऱ्या किंवा पांढरट रंगाच्या कापडामुळे अतिनील किरणे परावर्तित झाली. लोकांनी जे कपडे घातले होते ते कातडीवर चिकटून तेथेच जळाले. त्यामुळे त्यावरची नक्षी लोकांच्या कातडीवर दिसू लागली.

हिरोशिमामध्ये आगीचे तांडव होते तसे येथे झाले नाही. एक किलोमीटर अंतरापर्यंत अतिउष्णतेमुळे आगी लागल्या. त्याच्या पलीकडे मग दुय्यम प्रकारच्या आगी लागल्या. जळण्याजोगे सगळे जळत गेले. उदा. लाकूड, कपडे, चटया. या सगळ्या आगी एक तासानंतर किंवा त्याहून नंतर प्रकाशाचा लोळ आणि अणुस्फोट

यामुळे लागल्या. हा स्फोटाचा धमाका मग युराकामी खोऱ्याच्या मधून खाडीपलीकडच्या सपाट भूमीकडे देजिमाकडे पसरला.

***

आपल्या लहान मुलीला, नओमीला आपल्यासमोर खाली घेऊन, तिला पाठीवर बांधण्यासाठी पट्टे बांधत असताना चियोको इगाशिरा यांनी कानठळ्या बसणारा आवाज ऐकला आणि त्याचबरोबर पाठीत खूप असह्य वेदना आणि जणू कोणी आपल्या शरीरावरील मांस ओरबाडून काढत आहे असे तिला वाटले. त्या स्फोटाच्या केंद्रापासून फक्त ५०० मीटर दूर असल्यामुळे- इतक्या जवळच्या अंतरावरून चियोको यांना तो प्रकाशाचा लोळ दिसला नव्हता. शाळेच्या इमारतीतील आतील भाग पूर्ण उखडून पडला होता. शिरोयामा प्राथमिक शाळेचा फक्त कॉँक्रीटमध्ये बांधलेला सांगाडा उरला होता. बाकी संपूर्ण नष्ट झाले होते. आता शाळेची इमारत कोसळणार हे गृहीत धरून चियोकोने नओमीला आपल्या शरीराच्या आडोशाने हातातच उचलून रांगत रांगत त्या शाळेच्या दवाखान्याचे जे काही अवशेष उरले होते तेथून बाहेर आल्या. नओमीच्या डोक्यावरचे केस ताठ उभे होते. तिच्या भुवया जळाल्या होत्या. पिवळसर माती संपूर्ण शरीरावर पसरली होती तरी ती गप्प होती. त्या धुळकट चेहऱ्यातून तिचे कोणतीही भावना नसलेले डोळे बघत होते.

कार्यालयात त्याच्या उलट्या पडलेल्या टेबलाजवळून मुख्याध्यापक उठला आणि खोलीतून बाहेर पडला, हे चियोको यांनी बघितले. त्यांनी मदतीसाठी हाक मारायचा प्रयत्न केला; पण त्यांच्या तोंडून आवाजच फुटला नाही. जवळच कुठेतरी एक पुरुष शिक्षक मुख्याध्यापकासाठी ओरडत होता. चियोको यांनी स्वतःच घराकडे जाण्याचा प्रयत्न करण्याचे ठरविले. जेव्हा त्यांनी खिडकीतून बाहेर बघितले तेव्हा त्यांना सगळीकडे फक्त पिवळा धूर दिसला. हॉलमध्ये आल्यावर त्यांना वर्गांच्या खोल्या असलेली बाजू कोसळलेली दिसली. शाळेच्या ज्या भागात हा दवाखाना होता तो भाग त्या स्फोटातून वाचला होता. नवोमीला आत नेऊन झोपवण्याच्या ताकाहाशींच्या सूचनेमुळे या मायलेकीचा जीव वाचला होता.

शाळेच्या पुढच्या दरवाजापाशी असलेले सिमेंटचे खांब मुळापासून उचकटले जाऊन शाळेच्या इमारतीजवळ फेकले गेले होते. त्या कॉँक्रीटच्या तळाशी मातीसुद्धा तशीच चिकटलेली होती. शाळेतील चिनाबेरी आणि चेरीची झाडे उन्मळून पडली होती. एक कर्मचारी श्रीमती इगाशिरांकडे एक बॅग घेऊन आला. पण त्याने तिला बघितले होते असे वाटले नाही. जणूकाही तो झोपेत चालत होता.

चियोको घाबरल्या आणि नओमीला घेऊन दवाखान्याच्या स्फोटातून बचावलेल्या खोलीत परत आल्या. स्फोटामुळे दवाखान्याच्या फुटलेल्या काचांनी आपली स्वतःची

पाठ भरली आहे याचे तिला भानच नव्हते. घराच्या दिशेने बघताना आता त्यांना फक्त ज्वालांचा समुद्रच दिसत होता. शिरोयामावरची पिवळी धूळ खाली बसली होती; पण आता ती पेटली होती. एक अतिशय भयानक लाल ज्वाला असलेली आग भराभर पसरत होती. ती कुठपर्यंत जाणार होती कोण जाणे! आता या शिक्षिकेपाशी कोणतेही पर्याय नव्हते आणि पुढे काय करायचे याची काही कल्पनाही नव्हती. आपल्या मुलीला खूप जवळ घेऊन न पडलेल्या त्या खोलीच्या कोपऱ्यात त्या बसल्या.

***

'फॅट मॅन' हे लोकशाही तत्त्व पाळणारे शस्त्र असावे; कारण चांगले, वाईट, कुरूप आणि सर्वसामान्य यांना समान तत्त्वाने, कोणताही फरक न करता, त्याने नष्ट केले होते. या स्फोटाच्या केंद्राच्या एक किलोमीटर परिसरातील कोणीही ज्याच्या अंगावर काही आवरण नाही त्याचे तर क्षणात वाफेत रूपांतर होऊन राख झाली होती...अंत्यसंस्कारानंतर होते तशी!

युराकामी कॅथेड्रलचे मुख्य धर्मगुरू फादर निशिदा आणि कुरोशिमाचे धर्मगुरू फादर तमाया, ज्यांनी आपले प्रयाण लांबविले होते ते दोघेही, बॉम्ब जेव्हा नागासाकीवर असलेल्या ढगांच्या फटीतून खाली पडला तेव्हा 'पापांची कबुली' ऐकत होते. जवळजवळ वीस श्रद्धाळू लोक अगदी शिस्तीत रांगेत उभे होते. बॉम्बचा स्फोट होताच क्षणार्धात ते मेले. हे अंतरसुद्धा स्फोटाच्या केंद्रापासून शिरोयामी प्राथमिक शाळेइतकेच होते.

रोमन धर्मीयांची ही इमारत मजबूत दिसत होती. पण कॅथेड्रल काय किंवा पापाची कबुली जिथे दिली जात होती तेथील जाड पडदा काय- कशामुळेच आत असलेल्यांचे प्राण वाचू शकले नाहीत. शाळेच्या इमारतीप्रमाणे या इमारतीत मजबूत काँक्रीट वापरलेले नव्हते. स्फोटामुळे पायाच्या वर विटा आणि लाकडे यांचा निव्वळ ढीग तयार झाला. इमारतीचा दर्शनी भाग आणि काही पुढे आलेला बट्रेसेसचा भाग वाचला. मजबूत काँक्रीटची चौकट केलेले दोन घुमटही जमीनदोस्त झाले. कोसळलेले घुमट त्या ढिगांवर जणू बाउलर हॅटप्रमाणे दिसत होते. कॅथेड्रलची घंटा जळून तिला तडे गेले होते आणि पडझड झालेल्या इमारतीच्या बाजूला ती पडली होती.

बॉम्बस्फोटाच्या केंद्राजवळच इतर इमारतींपासून दूर पण तरीही जवळ असलेली युराकामी तुरुंगाची इमारत आणि तेथील युद्धकैदी यांची परिस्थितीसुद्धा कॅथेड्रलमधील लोकांपेक्षा वेगळी नव्हती. 'फॅट मॅन'चा जेथे प्रत्यक्ष स्फोट झाला त्याच्या खाली ३०० मीटर अंतरावर या तुरुंगाच्या तीन इमारती होत्या. त्या सेकंदाच्या पेक्षाही

कमी वेळात नष्ट झाल्या. पण ज्या कॉंक्रीटच्या पायावर त्या उभ्या होत्या तो तेवढा टिकला. पण त्याला भेगा पडून पोपडे आले. त्या पायावर आता तुरुंगाच्या इमारतींचा सांगाडा उभा होता.

तुरुंगामध्ये असलेल्या सगळ्यांची जळून राख झाली. यात ९५ मोठे गंभीर गुन्हे केलेले कैदी होते, ज्यांना कामासाठी बाहेर पाठविले जायचे नाही, आणि ज्यांना तुरुंगात बॉम्ब पडणार नाही, असे वाटत होते. शिवाय १५ रक्षक व त्यांची कुटुंबे आणि तुरुंगाचे वॉर्डन मिनामींची बायको आणि लहान मुलगी यांचा यात समावेश होता.

रूट नं. २०६ वर चालणाऱ्या विजेवरील ट्राम नष्ट झाल्या. काहींचा तर अगदी ओळखता न येण्याजोगा गोळा झाला होता. त्यातील प्रवासी व कर्मचारी यांचे नावनिशाण उरले नव्हते. या ठिकाणी स्वयंसेवक ड्रायव्हर कोइची वाडा असू शकला असता; पण त्याच सकाळी एक ट्राम रूळांवरून घसरली होती म्हणून तो तिथे नव्हता. त्याच वेळेस युराकामी स्टेशनमध्ये एक ट्रेन आत येत होती; पण त्या महाशक्तिशाली स्फोटापुढे काही चालले नाही. त्यातील कोणीही वाचले नाही. फक्त ट्रेनचा सांगाडा शिल्लक होता.

***

नागासाकी मेडिकल कॉलेजच्या रुग्णालयातील डॉ. ताकाशी नागाई दुसऱ्या मजल्यावरच्या खोलीत वर्गाच्या प्रात्यक्षिकाकरता एक्स-रे फिल्म शोधत असताना त्यांना तो डोळे दिपवून टाकणारा प्रकाशाचा झोत दिसला. शाळेच्या मुख्य दरवाजाच्या वर बॉम्ब पडला असेल असे त्यांना वाटले. नेहमी त्यांनी अशा वेळी काय करायचे त्याचा सराव केलेला होता. त्याप्रमाणे ते स्वतःला जमिनीवर आडवे पाडणार तेवढ्यात त्यांच्या खोलीतील खिडकीची काच फुटून आतल्या बाजूला पडली. त्या खिडकीतून घुसलेला वाऱ्याचा झोत एवढा वादळी होता की ते उंच फेकले गेले. फुटलेल्या काचा, लाकडाचे कपचे, कापडाचे तुकडे हे सगळे या वादळात भिरभिरत होते. त्यांच्या चेहऱ्याचा उजवा भाग कापला गेला. लाल उष्ण रक्त त्यांच्या गालावरून वाहत गळ्यापर्यंत आले. त्यांना कोणतीच वेदना जाणवत नव्हती, होता एक सुन्न करून टाकणारा गोंधळ.

त्या सगळ्यात भर पडली ती फर्निचर, पुस्तके, स्टील हेल्मेट, बूट यांची. सगळेच त्या वावटळीत इकडेतिकडे फेकले गेले आणि मग जणूकाही वेड लागलेला एखादा महाकाय प्राणी शांत व्हावा तशी वावटळ थांबली आणि थांबताना खाली पडलेल्या डॉक्टरवर व आजूबाजूला ढीग झाले. धूळ असलेला वारा नाकात शिरला. त्याने श्वास घेणे कठीण झाले होते. समुद्रावर वादळ घोंघावत यावे तसा

सतत आवाज येत होता आणि सूर्यप्रकाश अगदी क्षीण झाला होता. त्या अंधारात त्याला धुराचा वास येत होता आणि मध्ये कुठेतरी भडकलेल्या आगीच्या ज्वालांचा चुटचुट असा आवाज येत होता. डाव्या डोळ्यात काही आकार दिसू लागले. पण उजव्या डोळ्यात कपाळावरच्या जखमेमुळे रक्त ठिबकत होते.

टेनिसच्या मैदानाजवळ झालेल्या त्या स्फोटाच्या केंद्रापासून कॉलेजचा परिसर ४०० ते ८०० मीटरपर्यंत पसरला होता. मेडिसिनचे प्राथमिक वर्ग लाकडी होते आणि ते स्फोटाच्या जवळ होते. ते सर्व नष्ट होऊन जळायला लागले होते. त्या वर्गांमधील शिक्षक आणि विद्यार्थी एका क्षणात ठार झाले होते. पिका-डॉन या शब्दातील डॉन ऐकायला ते जिवंत राहू शकले नव्हते. मजबूत काँक्रीटच्या इमारती मात्र या स्फोटाच्या धक्क्यातून वाचल्या. त्या क्लिनिकल मेडिसिनच्या होत्या. त्यात असणाऱ्या लोकांना त्यामुळे जगण्याची संधी मिळाली; पण तीही थोडी. रेडिऑलॉजीच्या आजारी प्रमुखांना एवढ्यात काही चांगली बातमी मिळाली नव्हती; पण आज मात्र ते नशीबवान ठरले.

आपल्या उद्‌ध्वस्त कार्यालयात डॉ. नागाईंनी स्वतःचे शरीर हलवण्याचा प्रयत्न केला; पण त्यांच्यावर इतर वस्तूंचा ढिगारा होता. आपल्या अंगावर काय आहे हे त्यांना दिसत नव्हते आणि काचेचे तुकडे कुठे पडले आहेत तेही कळत नव्हते. खांदा थोडा हलवल्यावर काहीतरी पडले आणि क्षणभर ते घाबरले; पण बाकी काही हलले नाही. क्षीण आवाजात 'मदत करा, मदत करा' असे ओरडू लागले.

१७ वर्षीय, बुटकी आणि मजबूत बांध्याची परिचारिका हाशिमोतो एक्स-रे खोलीत बाजूला होती. स्फोटाच्या वेळेला पुस्तकाचे एक मजबूत कपाट आणि भिंत यांच्यामध्ये ती उभी होती. जेव्हा हा भयानक स्फोट झाला तेव्हा विश्वास बसणार नाही अशा भयावह परिस्थितीत तिने वस्तू, धूळ आणि धूर खोलीत घुसताना बघितला. ती वावटळ थोडी बसली आणि कोणतीही जखम न होता जमिनीवर जमा झालेला तो ढिगारा ओलांडून त्यावरून एका खिडकीच्या रिकाम्या फ्रेमकडे गेली. नेहमी दिसणारी जांभळ्या रंगाच्या फरश्या असलेली, हॉस्पिटलच्या खाली असलेली घरे नाहीशी झाली होती. नदीच्या काठावर असलेले स्टील आणि शस्त्रास्त्राचे कारखाने भुईसपाट झाले होते. त्यातून पांढरा धूर बाहेर येत होता आणि तो आकाशात जो एक धुराचा स्तंभ तयार होत होता त्याकडे खेचला जात होता. हा स्तंभ खोऱ्याच्या वरच्या बाजूला दिसत होता. माउंट इनासाचे जे उतारावरचे भाग एरवी झाडीमुळे छान हिरवेगार दिसत, ते आता पूर्णपणे उघडेबोडके होऊन त्यातून लाल दगड दिसत होते. झाडांना फुटलेली पालवी पार जळून गेली. गवताचे पातेसुद्धा दिसत नव्हते.

थोड्या वेळापूर्वी खालच्या चौकात, मुख्य दरवाजापाशी गर्दी जमली होती. पण आता नग्न आणि जखमांनी भरलेले मृतदेह सगळीकडे विखुरलेले या तरुण मुलीने बघितले. जवळपासच्या झाडाझुडपांच्या उखडलेल्या जागेत ते अडकून पडले होते. परिचारिका हाशिमोतोने आपले डोळे बंद केले आणि दोन्ही हातांत तोंड लपवले.

"हा तर नरक आहे!" ती स्वतःशीच पुटपुटली.

शांतता आणि अंधार यामुळे दिवसाची वेळ कळतच नव्हती. आपण एकटेच या जगात जिवंत आहोत की काय, अशी भावना मनात दाटून येऊन तिला रडू फुटले. तेवढ्यात तिला अगदी दयेची याचना करत असलेला आवाज ऐकू आला. तिने पुन्हा ऐकायचा प्रयत्न केला आणि पुन्हा तो आवाज ऐकू आला.

"मदत करा मला!"

डॉ. नागाईंचा आवाज तिने ओळखला आणि कुठून आला तेही तिला समजले. ती स्वतःसाठी वाट शोधण्याचा प्रयत्न करू लागली; पण त्यात यश आले नाही. दुसऱ्या खोलीत चक्काचूर झालेल्या एक्स-रे मशिनच्या वायरी एकमेकीत अडकल्या होत्या. या तरुण परिचारिकेच्या लक्षात आले की, या मलब्याच्या एवढ्या ढिगाऱ्यातून तिला एकटीला जाता येणार नाही. म्हणून आणखी मदत मिळते का ते बघायला ती गेली.

अंधाऱ्या कॉरिडॉरमधून आपली वाट शोधत ती काहीतरी ओलसर आणि चिकट वस्तूजवळ येऊन थडकली. एका रक्ताळलेल्या हाताच्या कातडीवरून हात फिरवत तिने नाडी आहे का ते बघायचा प्रयत्न केला. पण नाडी लागत नव्हती. त्या चिकट हातांना जोडून तिने छोटी प्रार्थना म्हटली आणि पुन्हा त्या पॅसेजमधून धडपडत पुढे जाऊ लागली.

एका तुटलेल्या खिडकीतून आग बाहेर झेपावत होती. त्याचा लालभडक प्रकाश कॉरिडॉरमध्ये पडत होता. त्यात स्टाफची आणि रुग्णाची मृत शरीरे दिसत होती. काही गुडघ्यावर बसलेले होते. काही हवेतून काहीतरी धरायचा प्रयत्न करत होते आणि त्याच स्थितीत मृत पावले होते. या सगळ्या लोकांना ती केवळ ओळखतच नव्हती तर चांगले ओळखत होती. पण आता त्यांच्याकडे बघण्याची तिची हिंमत होत नव्हती. ते तिथे मृतावस्थेत आहेत हे ठाऊक असल्याचे दडपण भयावह होते.

परिचारिका हाशिमोतोने आता रुग्णतपासणी होत असे त्या खोलीकडे मोर्चा वळविला. एक्स-रे स्क्रीनिंग करणारे पाच कर्मचारी तेथे दडून बसले होते. या धक्क्याने ते हालचाल करत नव्हते; पण ते जखमी झालेले नव्हते. या तरुण परिचारिकेने त्यांना प्रोत्साहित केले आणि डॉ. नागाईंना मदत करण्यासाठी नेले.

त्यांच्या खोलीत पडलेल्या वस्तूंच्या ढिगाऱ्यातून वाट काढता येणे शक्य नाही

म्हटल्यावर त्यांनी वेगळी शक्कल लढविली. बाहेरून त्यांच्या खोलीच्या उघड्या खिडकीजवळ एकाच्या खांद्यावर दुसरा उभा राहिला आणि अशी एक शिडी तयार करून त्यांनी दोन परिचारिकांना त्या खिडकीतून आत जायला मदत केली. इमारतीत इतर ठिकाणी आग लागण्याची शक्यता होती. परिचारिकांनी डॉ. नागाईंवर पडलेले तुटलेले लाकडाचे ओंडके दूर केले. त्यांच्या हाताला मोठी जखम झाली होती. पण शरीराच्या इतर अवयवांना फारशी इजा पोचली नव्हती. अर्थात त्यांना आधीचा आजार होताच. चीनमधील युद्धाच्या अनुभवातून ते शांत राहायला शिकले होते. या दोन स्त्रिया जशा आत आल्या होत्या त्याच रस्त्याने त्यांनी डॉक्टरांना बाहेर काढले.

मेडिकल कॉलेजच्या मागे असलेल्या फार्मसी विभागाच्याही मागे प्रोफेसर सेइकी आणि विद्यार्थी एक नवीन सुरक्षा खंदक खणत होते. स्फोटाने जो प्रकाश निर्माण झाला त्यामुळे आतला भाग प्रकाशित झाला आणि मग तो प्रचंड एखाद्या वन्य प्राण्याच्या डरकाळीसारखा आवाज येऊन स्फोट झाला. त्या बोगद्याच्या तोंडाशी खणत असलेला त्सुनिओ तोमिता आतल्या बाजूला खेचला गेला. तेथे सेइकी आपल्या कुदळीवर पडले होते. त्या विद्यार्थ्याच्या मागून लाकडे, कपडे, तुटलेल्या टाइल्स हवेच्या दाबामुळे आत भिरकावल्या गेल्या. लाकडाचा एक मोठा तुकडा सेइकींच्या डोक्याच्या मागे येऊन आदळला आणि शुद्ध जाऊन तो एवढा मोठा माणूस धाडकन चिखलात पडला.

जेव्हा ते शुद्धीवर आले तेव्हा त्या बोगद्यात धूर आणि ज्वाला शिरू लागल्या होत्या. उष्ण हवा आत येत होती. तोमितो स्वतःला सावरत होता. त्याला धक्का बसला होता; पण तो खूप गंभीररीत्या जखमी झालेला नव्हता. त्या बोगद्याचा पुढचा भाग ढासळला होता. पण एका फटीतून प्रकाश आत येत होता. त्यावरून तेथे पडलेल्या मातीच्या ढिगाच्या वर बाहेर जायचा रस्ता आहे, हे कळत होते. दोघेही त्यातून बाहेर पडले.

बाहेरचे दृश्य सर्व काही अनोळखी वाटत होते. त्या सुरक्षा खंदकाच्या जवळ असणारी घरे आणि त्यांची कुंपणे आता तेथे नव्हती. टेकडीचा जो उताराचा भाग त्या सुरक्षा खंदकाच्या तोंडापर्यंत पोचायचा तो पूर्वी हिरवा होता; आता फक्त तपकिरी रंगाची माती होती. सेइकी आणि तोमितो यांना सर्व काही गिळंकृत करत जाणारी आगच समोर दिसत होती. आधीचा ओळखीचा परिसर ज्वालांच्या भक्ष्यस्थानी पडत होता. त्याच्या अगदी समोर काही विद्यार्थ्यांची मृत शरीरे, तर काही जवळजवळ मृतावस्थेत पडली होती. ते सर्व त्या सुरक्षा खंदकाच्या कामासाठी आले होते; पण मध्ये सुटी मिळाल्यामुळे थोडे बाहेर आले होते. ओकामोतो सर्वांत जवळ होता. तोमितोने त्याला त्याच्या खांद्यांना धरून उचलण्याचा प्रयत्न केला; पण त्याचे मांस झडले आणि तो परत जमिनीवर पडला. मुरायामा त्याच्याच बाजूला वेदनेने

कळवळत होता. तोमिताने आपल्या या मित्राला ओळखलेच नाही. प्रोफेसरनी त्याला वर उचलले तेव्हा त्याची कातडी सर्व बाजूंनी गळून पडत होती. मुरायामा बाजूला लुडकला आणि मेला. अराकी एखाद्या भोपळ्यासारखा फुगला होता. त्याने त्याचे डोळे थोडे उघडले आणि म्हणाला, ''माझा शेवट जवळ आला आहे.''

जे मरणपंथावर आणि मृत होते त्यांच्या कानातून, नाकातून रक्त वाहत होते. इतरांच्या तोंडातून फेसाळ रक्त बाहेर पडत होते. तोमितो त्यांच्यात हिंडून त्यांना पाणी देऊ लागला. त्यांना तुम्ही वाचाल अशी आशा दाखवू लागला. पण काही वेळानंतर सेइकी आणि तो असे दोघेच जिवंत राहिले होते. जवळजवळ २० मृतदेह त्यांच्या आजूबाजूला होते.

प्रोफेसर कळवळून ओरडले, ''कुणीतरी या आणि मदत करा.''

जोरदार वाऱ्याने त्यांचे शब्द वाहून नेले आणि पाठोपाठ इतर ओरडणाऱ्या लोकांचे आक्रोश, मदतीसाठी याचना ऐकू येऊ लागली. 'पाणी - आई...' काही नुसतेच रडणे- शब्द नाहीतच. प्रोफेसर सेइकींना पुन्हा चक्कर येऊन ते बेशुद्ध पडले.

इकडूनतिकडून जखमी अवस्थेतील आणि धक्का बसलेले विद्यार्थी येऊ लागले. सगळ्यांना त्या सुरक्षित जागी जावेसे वाटत होते. काहींना उचलून आणले गेले. तोमितोला सांगितले गेले की, त्याचा मित्र तनाका हा या स्फोटामध्ये गेला आहे. काही जण कोनपिरा शिखराच्या दिशेने उंचावर जाऊ लागले. तोमितो जखमींना मदत करायला थांबला; पण तेथे कुठलीच औषधे उपलब्ध नव्हती. आग आता जवळ सरकू लागली होती. धूर आणि राख अवतीभवती घोंघावत होती.

प्रोफेसर सेइकी शुद्धीवर आले तेव्हा त्यांना एक महाकाय काळा ढग आकाश व्यापत असताना दिसला. सूर्य आता एखाद्या लाल रंगाच्या बशीसारखा दिसत होता. संध्याकाळ लवकर व्हावी एवढा अंधार झाला होता. आता मदतीची याचना करणाऱ्या आवाजांची संख्या घटली होती. सेइकी आणि तोमितोने दवाखान्यातून काही मदत मिळते का ते बघायचे ठरवले आणि ते चालू लागले. पायांत काही नव्हते आणि तापलेल्या जमिनीवर सगळीकडे काचेचे तुकडे पसरलेले होते.

दवाखान्याच्या इमारतीत क्लिनिकल बाजूच्या खोल्यांमध्ये असलेले डॉ. नागाई आणि त्यांचे सहकारी दुसऱ्या रेडिऑलॉजी विभागाच्या कर्मचाऱ्यांना शोधायला निघाले. बरेच जण आधीच मृत पावलेले होते. त्यांची शरीरे सुजलेली होती आणि कातडी सोलवटली होती. इतर जण हळूहळू हालचाल करत होते आणि 'मी जळतोय, मला पाणी द्या,' अशी याचना करत होते.

नागाईसुद्धा बधिर अवस्थेत होते. त्यांनी त्यांच्या कर्मचाऱ्यांना सांगितले एक्स-रे मशिन आधी तपासा आणि ते आगीपासून वाचवण्याचा प्रयत्न करा. ते कर्मचारी

परत आले आणि त्यांनी सांगितले, सर्व उपकरणे मोडतोड होऊन पडली आहेत आणि त्यांच्या दुरुस्तीची कोणतीही शक्यता नाही.

लोक अत्यंत जखमी अवस्थेत आणि मेडिकल उपकरणे नादुरुस्त! काय करायचे आता? डॉ. नागाईंचा मेंदू सुन्न झाला! आता पुढे काय करायचे याची काही योजना ते तयार करू शकत नव्हते आणि मग ते निराशेपोटी हसतच सुटले. बाकी जण पण त्यांना बघून अदबीने हसू लागले.

***

त्या स्थानिक सुरक्षा खंदकांत आपल्या बहिणी आणि छोट्या भावाबरोबर शाळेतील काही मैत्रिणी आणि एकच पाय असलेली कोरियाची बाई यांच्याबरोबर राहणाऱ्या साक्यूने आपल्या जेवणाच्या डब्यातून खाण्यासाठी भाताचा घास काढला आणि तेवढ्यात त्या बोगद्यात प्रचंड प्रकाशाचा लोळ आणि त्यानंतर एक मोठ्ठा वाऱ्याचा झोत शिरला. ही दहा वर्षांची मुलगी दगडावर फेकली गेली. तिचे डोके त्यावर आपटले आणि बोगद्याच्या जमिनीवर ती बेशुद्ध पडली.

कोणीतरी हलवून तिला उठवत होते तेव्हा ती शुद्धीवर आली. आपण किती वेळ असेच पडलो होतो याची तिला काहीच कल्पना नव्हती. त्या तशा निराशेच्या परिस्थितीतही तिच्या लक्षात आले की तिचे जग आता नाट्यमयरीत्या बदलले आहे. काही मिनिटांपूर्वी तिथे शाळेतील आठ मैत्रिणी छान गप्पा मारत होत्या; पण आता त्या बोगद्यात होते माणसांचे भुतासारखे देह. खोबणीतून डोळे बाहेर लोंबत असलेले, केस तळल्यासारखे आणि कातडीच्या पट्ट्या निघत असलेल्या. भाजलेल्या मांसाचा आणि रक्ताचा दुर्गंध त्या फिकट प्रकाशात सगळीकडे पसरला होता. त्यातच लोकांचे विव्हळणे आणि ओरडणे, 'मला मारा, मला मारा!' साक्यू प्रचंड भेदरली होती. तिने रोयोकोला एका बाजूला बसलेली बघितली. तीसुद्धा स्तब्ध आणि सुन्न होती. पण छोटा तमाशी तिला कुठेच दिसला नाही.

घाबरून ती आपल्या ताब्यात दिलेल्या एक वर्षाच्या भावाचा शोध घेऊ लागली. सूर्य आता त्या महाकाय काळ्या ढगाच्या आड गेल्याने आणि धूळ पसरल्याने, शिवाय लोकांची शरीरे, चेहरे भयानकरीत्या बदलल्याने या सगळ्या भाजलेल्या, रडणाऱ्या लोकांमध्ये ती कुणालाही ओळखू शकत नव्हती. खूप घायकुतीने केलेल्या शोधात तिच्या लक्षात आले की, काही जखमी लोक ज्या चटईवर बसले होते त्याखाली तिचा भाऊ दाबला गेला होता. ती मंडळी तशी का बसली त्याला काहीच कारण नव्हते. तिला वाटले की, तिचा भाऊ चिरडला गेल्यामुळे मेला आहे; पण मग लक्षात आले की, तो जादू झाल्याप्रमाणे जिवंत होता. आपल्या बहिणीजवळ त्याला नेण्याआधी तिने त्याला घट्ट मिठी मारली.

शब्दही न बोलता ती आपल्या बहिणीजवळ जाऊन बसली. रोयोकोनेही तिला बघितले; पण काहीच बोलली नाही.

जरी ती त्या सुरक्षित जागी बसली होती तरी तिला लक्षात आले की बाहेर भयंकर काहीतरी घडले आहे. जखमी झालेल्या लोकांचे ओरडणे त्या बोगद्याच्या भिंतीवर आदळून पुन्हा प्रतिध्वनी येत होता. एक चमत्कारिक घाण वास हवेत इतका भरला होता की तिला धड श्वासही घेता येत नव्हता. साक्यूला कमर्शिअल शाळेची मुले समोर रस्त्यावर दिसत होती. ती बाहेरच्या बाजूला स्वयंसेवक म्हणून काम करत होती. बरेच जण त्या क्षणीच मेले होते. पण काही जण भयानक भाजल्याच्या जखमांसह जिवंत होते. त्यांचे शिक्षक त्यांना धीर देत असल्याचे तिने ऐकले. जेव्हा धोका संपला आहे असा इशारा वाजला, तेव्हा तिच्या वर्गातील मुले बाहेर पडली होती. त्यांचा थांगपत्ता लागत नव्हता.

साक्यू आता एका नरकात होती, जे तिला समजतच नव्हते. तीपण मोठमोठ्याने हुंदके देत रडू लागली. ती आपल्या आईच्या नावाने हाका मारत सुटली; पण मिवा ताकिगावा काही आल्या नाहीत.

***

बॉम्बस्फोटाच्या केंद्रापासून दीड हजार मीटर उंचीवर फ्रान्सिस्कन ऑर्डरचा दवाखाना होता. त्यातील रुग्ण तपासण्याच्या खोलीत, जवळ येणाऱ्या विमानाचा आवाज ऐकून डॉ. आकिझुकींनी स्वतःला जमिनीवर झोकून दिले. स्वसंरक्षण कवायतींमध्ये हेच त्यांना अनेक वेळा सांगितले गेले होते. एक डोळ्यांपुढे अंधारी आणणारा प्रकाशाचा लोळ त्यांच्या डोक्यावर आणि शरीरावर आदळला. सगळ्या बाजूने पडझड होऊन मलबा त्यांच्या शरीरावर पडला. त्या दबावाने त्यांची शुद्ध हरपू लागली.

सुगाको मुराई, त्या दिवशीची सहायक खिडकीजवळ पोचते न पोचते तोच एक घुसणारा झोत आत आला आणि ती रस्त्यातच थांबली. त्यानंतर एक मोठा आवाज करत स्फोट झाला. आपले कान आणि डोळे हातांनी झाकत तीपण जमिनीवर पडली. तिच्यावर फुटलेल्या काचांचा वर्षाव झाला. त्या मोठ्या आवाजातच तिला शेल्फ पडत असलेले, भिंती कोसळत असलेल्या कळत होत्या आणि तिच्याभोवती हे सगळे ढीग जमा होत होते.

काही मिनिटांनी डॉ. आकिझुकी धडपडत उठले. हवेत सगळा पिवळा धूर भरला होता. त्या उदासवाण्या अंधारातून पांढुरके कपचे तरंगत होते. दिवसाच अंधार झाला होता. जिथे खिडकी होती त्याच्या जवळून त्यांची तात्पुरती सहायक तुटलेले फर्निचर व मलबा यांतून सरपटत बाहेर आली आणि तीपण धडपडत उठू

लागली. डॉक्टरांप्रमाणे तीपण पांढऱ्या पावडरीने माखली गेली. आपल्या कपड्याला चिकटलेले फुटलेल्या काचेचे काही तुकडे तिने झटकले. आपली पाठ आणि हातांच्या वरच्या भागाला स्पर्श केल्यावर तिथून रक्त येत असल्याचे तिला जाणवले. आवाज आला, ''तू ठीक आहेस का?'' परिचारिका मुराईने मागे वळून बघितले आणि तिला पांढऱ्या पावडरीत झाकले गेलेले डॉ. आकिझुकी बाजूला उभे असलेले दिसले. इतर खोल्यांमधून 'मदत, मदत' असे ओरडणे अस्पष्ट ऐकू येत होते.

त्यांचा एक रुग्ण त्या ढिगामधून स्वतः उठला. काही क्षणांपूर्वी त्याला न्यूमो-थोरॅक्स इंजेक्शन डॉक्टर सुईद्वारा देणार होते. आता त्याचाही चेहरा पांढऱ्या पावडरीने आणि रक्ताने माखला होता. जे न्यूमो-थोरॅक्स उपकरण आणि मायक्रोस्कोप डॉ. आकिझुकी वापरणार होते, ते टेबलावरून गायब होते. तो विव्हळत आणि धडपडत दरवाजाकडे निघाला. स्वतःचे डोके त्याने हाताने धरले होते. जवळ उभ्या असलेल्या डॉक्टर आणि परिचारिका यांच्या अस्तित्वाची त्याने दखलच घेतली नाही.

अचानक उद्भवलेली आणि कल्पनेपलीकडे असलेली परिस्थिती आणीबाणीत कशी हाताळावी याचा डॉक्टर विचार करत होते. त्यांनी स्वतःला सावरले आणि ते परिचारिकेला म्हणाले, ''आधी वरच्या मजल्यावरच्या रुग्णांना वाचवायला पाहिजे.'' त्यांना वाटत होते की, दुसरा व तिसरा मजला बहुतेक नष्ट झाला असावा. त्यामुळे काहीतरी करणे भाग होते. जिन्याकडे जाताना त्यांना क्षयाचे रुग्ण त्या प्लॅस्टर आणि लाकडांच्या ढिगातून वाट काढत खाली येताना दिसले. परिचारिका मुराई त्या मलब्याच्या ढिगाला वळसा घालून वरच्या मजल्याकडे गेली. एक खूप गंभीर क्षयाची रुग्ण कु. यामागुची अचानक, धडपडत तिसऱ्या मजल्यावरून जिन्याने खाली येताना दिसली. सर्वसामान्यपणे ती अंथरुणातून उठू शकत नसे; पण आता मात्र ती बळ एकवटून जिन्यापर्यंत आली होती. तिला पाहून परिचारिकेने जे आश्चर्य, धक्का, काळजी दाखविली ते बघून यामागुचीचे ओढूनताणून आणलेले बळ संपले आणि ती जिन्याच्या पायऱ्यांवरच कोसळली.

परिचारिकेने तिला कसेबसे पाठीवर घेतले आणि ते ओझे घेऊन कशीबशी उरलेल्या पायऱ्या उतरून दवाखान्याच्या अंगणात आली. बाहेर येताना सुगाकोने एका तरुण मुलाला जमिनीवर पडलेले बघितले. तो तिथे खेळत असताना तिने त्याला बघितले होते. आता त्याचे डोके फुटले होते आणि आतील भाग बाहेर आला होता. मुद्दामहून मुलाचा मृतदेह टाळून ती लांबून गेली. तिने जे भयानक दृश्य बघितले होते ते या रुग्णाला बघावे लागू नये म्हणून! जे रुग्ण स्वतःला सावरू शकत होते, चालू शकत होते, ते स्वतः हळूहळू बाहेरच्या बाजूला येत होते. डॉ. आकिझुकींना थोडा वेळ सुस्ती आली होती. ते त्याच अवस्थेत रुग्ण तपासण्याच्या

खोलीत आले आणि एके काळी जेथे खिडकी होती त्या भगदाडाकडे टक लावून पाहू लागले. धूर हळूहळू कमी होत होता. खूप खाली पिवळसर धुक्यासारखा थर तयार झाला होता, त्यातून काही जण पळताना दिसत होते. धुके विरल्यावर युराकामी खोऱ्यातील इमारती जळताना दिसू लागल्या. कॅथेड्रल, टेक्निकल शाळा, दूरवर शस्त्रास्त्रांचा कारखाना, विजेचे खांब, झाडे उन्मळून पडली होती आणि जळत होती. भाज्यांच्या वाफ्यांतील रताळ्यांच्या झाडांमध्येसुद्धा लपलपत्या ज्वाला दिसत होत्या! या ज्वाला झाडांची पाने जाळून टाकत होत्या.

जिथपर्यंत नजर जात होती तिथपर्यंत पूर्ण नागासाकी शहर जळत असल्याचे आकिझुकींना दिसले. त्यांच्या मनात विचार आला, एवढा प्रचंड विध्वंस ज्या साखळी बॉम्बस्फोटांमुळे होऊ शकतो, त्यातून नागासाकी आजवर बचावले होते; पण अशा हल्ल्यांसाठी अनेक विमानांची गरज होती ती दिसली नव्हती किंवा त्याची चाहूल लागलेली नव्हती. मग त्यांना आठवण झाली की हिरोशिमावर एक नवीन प्रकारचा बॉम्ब टाकला गेला, असे डॉ. त्सुनोंनी सांगितले होते.

लोक दवाखान्याच्या मैदानावर वेड्यासारखे सैरावैरा धावत होते. त्यात रुग्ण, कर्मचारी सगळेच होते. बऱ्याच जणांना डोक्याला जखमा झाल्या होत्या. त्यातून भळाभळा रक्त वाहत होते. आकिझुकी बाहेर आले तेव्हा एका घाबरलेल्या रुग्णाने सांगितले की, दोन अपंग, क्षयाचे रुग्ण त्यांच्याच खोल्यांमध्ये अडकून पडले आहेत. दवाखान्याच्या छताचा जो लाकडाचा भाग होता, त्याला आग लागली होती. तेथील फरश्या स्फोटामुळे उडून गेल्या होत्या आणि आता ती आग ज्या लाकडी कोठाराच्या खोल्या होत्या, त्यात पसरत होती.

ब्रदर इवानागा आणि नोगुची यांना त्या मानाने कमी जखमा झाल्या होत्या. त्यांना बरोबर घेऊन आकिझुकी तिसऱ्या मजल्यावर गेले. तेथे त्यांना सुगाको मुराई एकटीच त्या गंभीर आजारी रुग्णांना हलवण्याचा प्रयत्न करत असलेली दिसली. जवळच राहणारी स्वयंपाकघरातील मदतनीस कॉरिडॉरमध्ये अडकलेली आढळली. पडलेल्या शेल्फच्या खाली ती दबली गेल्याने तिला हालचाल करता येत नव्हती. एक दिवस आधी सुगाको आणि ती, दोघींनी स्वयंपाकघरात एकत्र काम केले होते. एक रुग्ण जो स्वतः बाहेर पडायचा प्रयत्न करत होता, त्याच्या मदतीने ते लाकडाचे शेल्फ बाजूला करण्यात आले. त्या स्वयंसेविकेचे कंबरेचे हाड अंगावर पडलेल्या जड वस्तूमुळे मोडले होते. पण वेदनांसहित तिला अंगणातील सुरक्षित जागी हलवण्यात आले.

आता मदत करणाऱ्या गटात चार जण होते. छतावर ज्वालांचे तांडव सुरू झाले. त्यांना त्याच भागातील, ज्यांना स्फोटाचा फार त्रास झाला नव्हता असे काही स्वयंसेवक लोक येऊन मिळाले. मुख्य परिचारिका फुकाहोरी त्या दिवशी आजारी

असल्याने तिच्याच खोलीत पलंगावर होती, ती गंभीररीत्या जखमी झाली होती. तिला दोन लोकांनी खाली आणून गवतावर ठेवले. स्थानिक दवाखान्यातील फिजिशियन डॉ. योशिओका पण खूप जखमी झाल्या होत्या. ज्या खोलीत त्या आराम करत होत्या, त्या खोलीतून इवानागांनी त्यांना त्यांच्या पाठीवर उचलून इमारतीच्या बाहेर आणि समोर असलेल्या टेकडीकडे नेले.

ज्या शेवटच्या दोन रुग्णांना वाचवण्यात आले ते कोसळलेल्या लाकडी वाशाखाली दबले होते. त्यावर इतर मलबा पडला होता. त्यामुळे ते उचलणे शक्य नव्हते. ब्रदर इवानागांनी जाऊन दोन हँडल असलेली करवत आणली. त्यांनी आणि नोगुचीने ते लाकूड कापले. तोपर्यंत उष्णता खूप वाढली होती आणि ज्वाला जवळजवळ सरकत होत्या. अडकलेले लोक थोडक्यात वाचले. त्यांना ओढून बाहेर काढले आणि खाली अंगणात आणले. ते सगळ्यात शेवटी वाचवले गेलेले होते. प्रत्येक वॉर्डमधील आणि मोठ्या खोल्यांमधील लोक आता बाहेर होते. क्षयाचे ७० रुग्ण, ताकाहारा दवाखान्यातून आलेले लोक, कर्मचारी आणि स्वयंसेवक सगळेच. अंगणात जमलेल्या लोकांमध्ये सुटका झाल्याची भावना निर्माण झाली. जळणारा दवाखाना पाहून परिचारिका मुराईला रडू कोसळले.

पण दुःस्वप्नाची ही केवळ सुरुवात होती. आजूबाजूच्या छोट्या गावांतून खूप लोक आता टेकडीच्या बाजूने चढून वर येत होते. रडत होते, कण्हत होते आणि सगळ्यांना काही औषधे, प्रथमोपचार मिळेल याची आशा होती. अगदी विचित्र पद्धतीने तेही अगदी हळूहळू चालत येत होते. त्यातील एक जवळ पोचला आणि म्हणाला, ''हा दवाखाना आहे का?'' आणि खाली कोसळला. त्यांचे चेहरे मुखवट्यासारखे दिसत होते. काही जण तर पूर्ण नग्नावस्थेत होते. ओरडत होते, 'मी जळतोय!', 'पाणी!' काही जण खोल दरीत खाली झऱ्याकडे जायला उतरायला लागले.

एक जाडजूड अर्धनग्न माणूस अंगणात आला. त्याने त्याचे डोके त्याच्या हाताने धरले होते. त्याच्या शरीरातून काही गुरगुरल्यासारखे आवाज येत होते. आकिझुकींनी आधी त्याला ओळखले नाही. बाजारात भाजी विकणारा हा त्सुजिमोतो दवाखान्याच्या शेजारी राहत होता आणि आपल्या शेतात भोपळे तोडत असताना अणुबॉम्ब पडला. त्याचा चेहरा, डोके पांढरे दिसत होते. केस ताठ आणि भुवया जळालेल्या होत्या. त्याच्या पाठीवरचा शर्ट जळाला होता.

फादर इशिकावांना इमारतीतून बाहेर येताना कुणी बघितले नाही, असे कोणीतरी म्हणाले. ब्रदर इवानागा त्यांना शोधण्यासाठी गेले. ते अशा ठिकाणी गेले जिथे दवाखान्याची इमारत अजून तरी आगीच्या वेढ्यात नव्हती. त्यामुळे तिकडे जाणे शक्य होते.

डॉ. आकिझुकी अचानक म्हणाले की, एक्स-रे मशिन्स मात्र जळणार! अजून जोडणी न झाल्याने तळघरात ठेवलेली ती नवीन उपकरणे बघण्यासाठी परिचारिका मुराई आणि दोन रुग्ण खाली गेले. जळणारी लाकडे तळघरात जाणाऱ्या लिफ्टच्या शाफ्टवर पडली होती आणि तिथेच तीन नवीन मशिन्स तात्पुरती ठेवली होती. ते बघत असतानाच प्रचंड उष्णतेने ट्रान्स्फॉर्मरचे इन्शुलेशन ऑइल पेटले आणि त्याचा स्फोट झाला. एक्स-रे मशिनना आग लागली. आणि आता ती वाचणे शक्य नव्हते.

सुन्न झालेल्या चॅप्लेनबरोबर इवानागा परतले. फादर इशिकावा यांनी चॅपेलमधून बाहेर पडून तिसऱ्या मजल्यावरची खोली गाठली होती. त्यांना एक पुस्तक हवे होते. खालच्या मजल्यावरच्या कॉरिडॉरमधून परत येताना हवेच्या दबावामुळे ते फेकले गेले आणि त्यांचे डोके काँक्रीटच्या एका खांबावर आदळले. एक बुद्ध धर्मगुरू अशाच अर्धवट शुद्धीत चॅपेलमध्ये गेले तेव्हा त्यांना ते दिसले. या धर्मगुरूला तुलनेने अधिक शांत असलेल्या अंगणाच्या भागात हलवण्यात आले आणि ब्रदर इवानागा यांनी डॉ. आकिझुकी यांना, त्यांना तपासायला आणले. एक डोळा खूप सुजून जांभळा झाला होता. पण डोक्यातून होणारा रक्तस्राव थांबला होता. या क्षणी तरी त्यांच्यासाठी आणखी काही करता येण्याजोगे नव्हते.

जळणारी एक्स-रे मशिन्स तशीच सोडून परिचारिका मुराई ही टेकडीकडच्या गवताळ भागाकडे गेली. गंभीर जखमी असलेल्या डॉ. योशिओका आणि परिचारिका फुकाहोरी यांना तिथे नेण्यात आले होते. तिकडे जाताना तिला अर्धनग्न अवस्थेतील नन्स भाताच्या शेतात बसलेल्या दिसल्या. आकाशाकडे बघून त्या प्रार्थना करत होत्या. आकाश आता पूर्णता महाकाय काळ्या ढगाने व्यापलेले होते. खाली दरीत असणारे कॅथेड्रल आता उंच ज्वालांनी घेरले गेले होते. दवाखान्यांतसुद्धा आगीमुळे लाकडे जळल्याचा, तुटल्याचा आवाज येत होता. अधूनमधून वारा वाहत होता. त्यामुळे आगीच्या ठिणग्या जणू नाच करणाऱ्या किड्यासारख्या इकडेतिकडे उडत होत्या.

जेव्हा बॉम्बचा स्फोट झाला तेव्हा या नन्स भाताच्या शेतात तण काढत होत्या. त्यांपैकी काही मृत पावलेल्या होत्या, तर काही मृत्युपंथावर! त्यांच्या आवाजातील एक अलौकिक सौंदर्य अनुभवून सुगाको हेलावून गेली. मृत्यू समीप आला असूनसुद्धा त्यांच्या आवाजात सौंदर्य होते. भान न ठेवता त्या गात होत्या, 'एन्जल्स ग्लोरी'.

***

स्फोटानंतर एक विध्वंसाची अमानुष लाट आली होती आणि ती सर्व नष्ट करत दरीकडे, तेथील छोट्या गावांकडे सरकत होती. आपल्या कामाच्या बाकड्यावर बसून मेटल कास्टिंगचे बाहेर आलेले तुकडे घासत असलेला मित्स्यू ताकेनो हिच्या डोक्यात भाताच्या लाडवाचे स्वप्न होते. डोळे दिपविणाऱ्या बहुरंगी प्रकाशाच्या

लोळाने ते भंग पावले. त्यानंतर तो भयावह आवाज आला. त्यापाठोपाठ जमीन उद्ध्वस्त करणाऱ्या भूकंपाचा आणि अनेक वस्तू चिरडत असल्याचा आवाज आला. संध्याकाळ अचानक आल्याप्रमाणे सर्व काही अंधारले. मित्स्यू जमिनीवर फेकली गेली. बॉम्बस्फोटाच्या केंद्रापासून हा नागासाकीचा कारखाना दीड हजार मीटर अंतरावर होता.

जेव्हा मित्स्यू शुद्धीवर आली तेव्हा कारखान्यात माणसांच्या आक्रोशाचा कोलाहल माजला होता. तिला हलता येत नव्हते. ती कशाच्यातरी ढिगावर पोटावर पडली होती आणि तिच्यावरही वस्तू असल्यामुळे ती दबली गेली होती. तिने आजूबाजूला बघण्याचा प्रयत्न केला; पण तिच्याभोवती सगळा निव्वळ मलबा होता. तिचे हात तिच्या बाजूला दाबले गेले होते. खूप धडपड करत १६ वर्षांच्या मित्स्यूने आपला उजवा हात सोडवून घेतला. तिच्या खाली जमिनीवर काहीतरी चिकट पदार्थ होता. डोक्याला हात लावल्यावर कळले की ते तिचेच रक्त होते. अंधारातच तिने हाताने चाचपडायचा प्रयत्न केला, तेव्हा दुसऱ्या एका शाळेतील, शांत असलेल्या मुलीचा पाय लागला. ही मुलगी तिच्याच टेबलावर तिच्या बरोबर बसली होती. मित्स्यूने तिला नावाने हाक मारली आणि तिचा पाय हलविला; पण काहीच उत्तर आले नाही. ती मुलगी एखाद्या दगडाखाली स्तब्ध आणि शांत होती.

आता किंकाळ्यांचा आणि झपझप चालणाऱ्या पावलांचा आवाज दूर जात होता. मित्स्यू स्वतःचा उत्साह टिकवण्यासाठी स्वतःशीच बोलत राहिली. हालचाल करता येत नव्हती म्हणून ती गोतो बेटावर असलेल्या तिच्या कुटुंबाचा विचार करू लागली. घरातील प्रार्थनेच्या जागी आजी बुद्ध धर्मातील सूत्रे पुनःपुन्हा म्हणत असे. पण कुणीही मित्स्यूच्या मदतीला आले नाही.

आणखी एकदा ढकलायचा प्रयत्न केल्यावर तिच्यावर पडलेल्या त्या जड वस्तूपासून तिची सुटका झाली आणि ती त्या मलब्याच्या ढिगाऱ्यातून बाहेर पडली. पुन्हा एकदा त्या शेजारच्या मुलीला तिने हाक मारली; पण काहीच उत्तर आले नाही. आजूबाजूला तिने बघितले तर तिथे कोणीच नव्हते. त्या न बोलणाऱ्या शेजारच्या मुलीसारखे आजूबाजूला मृतदेह आहेत, काही व्यक्ती मदतीसाठी ओरडत आहेत, हे मित्स्यूला समजलेच नव्हते; कारण त्या उद्ध्वस्त झालेल्या कारखान्याची इमारत आता आगीत लपेटली गेली होती आणि कोसळतही होती.

इमारतीच्या बाहेर पडण्यासाठी मित्स्यू कशीबशी धडपडत त्या कामाच्या ठिकाणच्या दारातून बाहेर पडली. आता लांबलचक लाकडी जिना तिथे नव्हता. अर्धवट भाग कोसळला होता आणि त्याचा वरचा भाग आता हलत आणि लोंबकळत होता. त्या जिन्याच्या टोकाला एक, हात धरण्याच्या कठड्याचा भाग हवेत लटकत होता. कारखान्यात जिथे आगी लागल्या होत्या तेथून धुराचे लोट

बाहेर पडू लागले होते. मित्स्यूने उडी मारून तो लटकणारा कठडा पकडला आणि जिन्याचा जो काही भाग शिल्लक होता, त्यावरून उड्या मारत ती जमिनीवर आली. जमिनीवर आल्याबद्दल वाटणारी सुटकेची भावना हळूहळू भीतीत परावर्तित होऊ लागली. जे काही घडत होते ते सगळे समजून घेणे तिच्या कुवतीबाहेरचे होते. १६ वर्षांची मित्स्यू ताकेनो हमसाहमशी रडू लागली!

थोडी सावरल्यावर कारखान्यातील भग्नावशेषांवरून ती पुढे निघाली. डोक्यातून वाहणाऱ्या रक्ताच्या धारा मानेवर आणि उघड्या खांद्यावर पडत होत्या. तिचा ब्लाउज फाटला होता आणि रक्ताने भिजला होता. तिच्या पॅन्टच्याही चिंध्या झाल्या होत्या. ती मध्येच धडपडून पडत होती... पुन्हा उठत होती आणि तशीच पुढे जात होती. पुन्हा पडत होती. धडपडतच ती एकटी कारखान्याच्या मुख्य दरवाजापर्यंत पोचली. तेथे तिला एक मुलगा दिसला. तिने त्याला ओळखले. तो चिनझेई माध्यमिक शाळेचा विद्यार्थी होता. तिच्या कामाच्या ठिकाणी खूप वेळा डबा खाण्याच्या वेळेला तो येत असे. त्याचे मित्र तिथे होते; पण ती कधी त्याच्याशी बोलली नव्हती. त्याच्या मित्रांनी टी-कुन असे नाव ठेवले होते. म्हणजे कुमारवयातील मित्स्यू आणि तिच्या जवळच्या मैत्रिणींबद्दल वाटणारे तारुण्यसुलभ आकर्षण. जरी एखाद्या तरुण मुलाने तरुण मुलींशी बोलणे योग्य मानले जात नसले तरी तो मुलगा या घाबरलेल्या आणि वेगाने श्वास घेणाऱ्या मुलीशी बोलला.

"रडू नकोस. तुझ्या त्या डोक्यावरच्या जखमेला मलमपट्टी कर," तो म्हणाला. या मुख्य दरवाजाच्या पुढे एक दवाखाना आहे, असे त्याने तिला सांगितले. तिने मान हलविली, माणसाचा आवाज ऐकून तिला बरे वाटले आणि तो निघून गेला.

मित्स्यू दवाखाना शोधायला कारखान्याच्या दरवाजातून गेली तेव्हा अंगणात धूर दाटत होता. ती तिथून बाहेर पडली आणि ते बदललेले जग बघून चकित झाली. सकाळी जेव्हा ती आत आली तेव्हा दिसणारे जग पूर्णपणे बदललेले होते. शेजारीच असलेल्या दाट वस्ती आणि चिकटलेल्या घरांच्या जागेवर आता उद्ध्वस्त जागा आणि फुटलेल्या फरश्या होत्या. प्रत्येक घर जमीनदोस्त झाले होते. युराकामी नदीच्या बाजूला असलेल्या करवतीच्या आकाराची छपरे असणाऱ्या कारखान्यांच्या इमारती आता फक्त वेडेवाकडे स्टील फ्रेमचे अवशेष आणि त्यावरचे तुटके छत फाटलेले एवढ्याच स्वरूपात शिल्लक होत्या. रस्ते आणि गल्ल्यांमध्ये प्रेतांचे खच पडले होते. काही लोक गटागटाने जवळ, शांतपणे उभे होते. त्यांची शरीरे जळाल्यामुळे काळी पडली होती. त्या पडझड झालेल्या घरातून 'मदत करा' असा आक्रोश ऐकू येत होता. दवाखाना विसरून मित्स्यू कशीबशी चालत माउंट कोनपिराजवळ असलेल्या टेकडीकडे निघाली. इतरही बरेच जण आपले मणामणाचे पाय ओढत त्याच दिशेला जात होते. 'मदत करा' म्हणून ओरडणाऱ्यांकडे कुणीही लक्ष दिले नाही.

मित्स्यू ताकेनो ज्या कारखान्यांच्या परिसरात काम करत होती तिथे तिचे शाळेतील सोबती, फुकुओका कॅम्प १४ चे युद्धकैदी जे गुलाम कर्मचारी म्हणून काम करत, युराकामी तुरुंगातील कैदी किंवा जपानच्या युद्धासाठी काम करणारे कर्मचारी हे सर्व जण होते. शिवाय वॉर्डन मिनामी त्यांचे रोजचे कार्यालयीन कामकाज करत बसले होते. कारखान्याची खोली स्फोटात उडेपर्यंत मिनामींना तो प्रकाशाचा लोळ बघायला मिळाला नव्हता. त्या स्फोटाने तेही पडले; पण चटकन उठून खोलीतून बाहेर पडले. बाहेर पडझड झालेल्या हॉलमध्ये तीन कैदी उभे होते. पुढे नेमके काय करायचे हे त्यांना समजत नव्हते. बाजूला असलेल्या कार्यालयातून मदतीसाठी मारलेल्या हाका मिनामींना ऐकू येत होत्या. फादरलँड डिफेन्स कॉर्प्सचे कमांडर कामिझाकी यांचा घाबरलेला आवाज मिनामींनी ओळखला. थोड्याच वेळापूर्वी कामिझाकी वेळ वाया घालवत आहेत असे त्यांना वाटत होते; पण आता माणुसकीच्या दृष्टिकोनातून त्यांना मदत करणे भाग होते. वॉर्डन लगेच त्या उद्‌ध्वस्त कॉर्प्स कार्यालयाकडे गेले. त्यांना विटांच्या ढिगाऱ्याखाली कामिझाकी दिसले. त्यांनी त्या विटा उचलायचा प्रयत्न केला.

आणखी बॉम्ब टाकले जातील या काळजीने त्यांनी ठरविले की कमांडरना ओढून बाहेर काढावे. त्यांनी तीन कैद्यांना कमांडरला ओढून काढायचा आदेश दिला. त्यांना त्या ढिगाऱ्याखाली त्यांचा बाहेर आलेला एक पाय दिसत होता, तो धरून सर्वशक्तीनिशी त्यांनी कमांडरना ओढले. कामिझाकी कसेबसे बाहेर आले; पण त्यांची प्रतिष्ठा फारशी राहिली नव्हती, कारण गणवेश फाटला होता. सर्वत्र रक्त लागले होते. पण तरीही जखमा फार गंभीर नव्हत्या. मिनामींचे पुढचे काम होते ते या कारखान्याच्या संहारात त्यांचे कैदी कुठे आहेत व त्यातील किती मृत आहेत ते तपासणे; कारण ते त्यांच्या ताब्यात होते.

***

खोऱ्यातील मध्यावर असलेल्या मित्सुबिशीच्या कारखान्याच्या परिसरात काम करणारे जे युद्धकैदी अकरा वाजेपर्यंत पोचलेच नव्हते त्यांना तेथील जवळच्या युद्धकैद्यांच्या छावणीवर नेण्यात आले होते. त्याचप्रमाणे ज्या कैद्यांना फॅक्टरीऐवजी सुरक्षा खंदक खणायला किंवा मिफ्युन कालव्यावरील पुलाचे काम करायला नेले होते, त्यांनाही परत नेले होते.

विमानाचा आवाज ऐकू येताच पीटर मॅकग्रथ-करबरोबर खोलीत असलेली तिन्ही माणसे सुरक्षा खंदकाकडे धावली. लेस प्रेंडरगास्ट, बर्ट मिलर आणि मुरे जॉबलिंग या तिघांपैकी प्रेंडरगास्टला तो आवाज अमेरिकन विमानांचा असल्याचे समजले होते. डुलक्या घेणारा मिलरपण जागा झाला आणि धोक्याची चाहूल

लागताच इतरांच्या मागे धावला. मॅकग्रथ-कर हा पलंगावर झोपला होता त्यामुळे तो सगळ्यात सावकाश पळाला. त्याने पुस्तक खाली ठेवले आणि दरवाजाकडे जायला निघाला, एवढीच शेवटची गोष्ट त्याला आठवते. जुन्या कापडाच्या कारखान्याचा पडझड झालेला भाग, स्टीलचे खांब आणि एक पाइनचे छोटे झाड त्याच्या अंगावर पडले. जॉबलिंग मॅकग्रथ-करच्या थोडा पुढे होता. पण बराकीमधून बाहेर पडला नव्हता. स्फोटाच्या लाटेने इमारतीच्या बाहेरच्या अंगणात तो जमिनीवर आदळला. इतर दोघे बराकीच्या बाहेरच जमिनीवर पडले.

नुकत्याच झालेल्या हवाईहल्ल्यांत एक खंदक खराब झाला होता म्हणून काही डच कैदी नव्याने खंदक खणत होते. 'विमान-विमान' रक्षक ओरडले आणि रक्षक व कैदी सगळे तयार बोगद्याकडे पळाले. ॲलन चिक त्या कमी उंचीच्या कोठाराच्या छतावर उभा होता. बरोबरच्या इंडोनेशियाच्या कैद्याबरोबर तो गप्पा मारत होता. भयानक प्रकाशाचा लोळ आल्यावर या ऑस्ट्रेलियाच्या कैद्याला काय घडतेय याची कल्पनाच आली नव्हती. जेव्हा कल्पना आली तेव्हा तो जमिनीच्या पातळीवर एका लाकडाच्या ओंडक्यावर फेकला गेला होता. त्याच्या खाली ती कोठाराची जागा पूर्ण दबली होती. तो त्याबरोबरच खाली आला होता पण लाकडाच्या तुटलेल्या तुळयांवर तो होता.

चिकने आजूबाजूला बघितले पण काहीच दिसले नाही. आधी त्याला वाटले, आपण आंधळे झालो आहोत. पण मग त्याची नजर एका दिशेने, त्या ढिगाऱ्यातून प्रकाशाची तिरीप आत येत होती, तिकडे गेली. बॉम्बस्फोटामुळे उडालेल्या धुळीने सूर्य काही काळ झाकला गेला होता; पण तो आता परत दिसू लागला. त्याचे डोळे जेव्हा पूर्ववत बघू शकत होते तेव्हा त्याला दिसले की बराकी जिथे होत्या ते सर्व नष्ट झाले होते. त्यांचे स्टीलचे खांब जमिनीवर पडलेले होते. आता कॅम्पभर, सगळीकडे तुटलेल्या लाकडांना आग लागत होती.

आणखी एक ऑस्ट्रेलियाचा कैदी एका भिंतीमागे उभा होता. कारण एका अचानक आलेल्या प्रकाशाच्या लाटेमुळे समोरच्या इमारतीचा रंग अक्षरशः खरवडून निघत असताना तो आश्चर्याने बघतच राहिला. पाने वाळून खाली पडली. त्या बॉम्बच्या स्फोटामुळे जॉन मार्शलची सुरक्षा करणारी भिंत त्याच्यावर पडली. त्या मलब्याच्या ढिगाऱ्याखालून तो बाहेर पडला, तेव्हा त्याचे मानेचे हाड मोडले होते आणि संपूर्ण नागासाकीत आगीचे तांडव सुरू होते.

जॅक जॉन्सनला फाउंड्रीच्या कामावरून परत आणल्यावर त्याला मागच्या हवाईहल्ल्यामध्ये जी पडझड झाली होती, ती साफ करण्यास सांगितली गेली होती. रक्षक निघून गेले म्हणून तोही तुरुंगाच्या बाहेरच्या बाजूला भटकत राहिला. डोक्यावर विमानाचा आवाज ऐकून त्याने वर बघितले. या आरएएएफच्या

माणसाने तीन पांढऱ्या पॅराशूट पडताना बघितल्या आणि त्यापाठोपाठ तो महाभयंकर प्रकाशाचा लोळ आला. अंतःस्फूर्तीने तो जवळच्या गल्लीत जमिनीवर झोपला. पण स्फोटामुळे एखाद्याने पेकाटात लाथ मारावी असा वेदना देणारा फटका त्याला बसला. श्वासासाठी धडपडताना तो वरून पडणाऱ्या मलब्याखाली दबला गेला. तो त्यातून धडपडत बाहेर आला आणि धूळ थोडी खाली बसत होती तिथे उभा राहिला.

पूर्ण कॅम्प ढासळला होता. फक्त दोन विटा आणि त्याच्याभोवती सिमेंटचा थर असा बांधकामाचा सांगाडा शिल्लक होता. धक्क्याच्या लाटेमुळे हे सगळे घडले होते. पण त्याच्यातील जोरही त्यामुळे कमी झाला होता. दुर्दैवाने तीन डच युद्धकैदी आणि एक ब्रिटिश नागरिक असे चौघे जण त्या क्षणी मारले गेले होते.

जॉन्सन थोडा ताळ्यावर आला आणि मग शोध घेणाऱ्या गटात सामील झाला. खाली पडलेल्या लाकडांत त्याला गमबूट मिळाले. त्यात दोन पाय होते. या बचावगटाने मलब्याखाली दबलेल्या मॅकग्रथ-कर याला तातडीने बाहेर काढले, कारण त्याच्याभोवती असलेल्या लाकडाच्या तुकड्यांना कधीही आग लागू शकली असती. मागे जेव्हा तामाहोको मारु बोट बुडाली होती, तेव्हा याच जॅक जॉन्सनने मॅकग्रथ करला लाइफ बोटीवर ओढून घेतले होते. सुटका केलेल्या सार्जंटच्या पाच फासळ्या मोडल्या होत्या. एका हाताची तीन हाडे मोडली होती आणि हात, पाय, डोके सगळीकडे कापलेले किंवा जखमा झालेल्या होत्या; पण तरीही तो जिवंत होता.

∗ ∗ ∗

या युद्धकैद्यांच्या कॅम्पजवळच आणि कारखान्याजवळ मित्स्यू तबाता आपल्या घरातील तळघरात होती. येणाऱ्या स्फोटाच्या धक्क्याने तिला घरात ढकलले आणि ही गर्भवती स्त्री बेशुद्ध पडली. जेव्हा जाग आली तेव्हा तिच्या लक्षात आले की, ती आपल्या पुढे आलेल्या पोटावर टेकून एका चटईवर पडली होती आणि आजूबाजूला मलबा साठत होता. तिच्या पृष्ठभागावर झालेल्या जखमेतून खूप रक्त वाहत असल्याने ती भिजली होती. उजव्या हाताने थोडी हालचाल ती करू शकत होती म्हणून अंगावर साचलेला मलबा तिने दूर ढकलला. एक एक तुकडा ती फेकत होती. शांतपणे न घाबरता ते सगळे फेकून झाल्यावर त्या कोसळलेल्या घराच्या ढिगाऱ्याखालून तबाता एखाद्या लहान मुलीसारखी रांगत बाहेर पडू शकली.

तिचे हात, पृष्ठभाग आणि पाय खूप भाजले होते. डोक्याला जखम झाली होती. केसांत रक्त लागल्यामुळे ते कडक आणि चिकट झाले होते. पण तिची १८ महिन्यांची मुलगी मात्र नशीबवान होती. दोन लाकडांच्या मध्ये निर्माण झालेल्या

पोकळीत ती अडकली. त्यामुळे प्रत्यक्ष तिला इजा झाली नाही. मुलीला एका हातात घेऊन, आपले पोट सांभाळत मित्स्यू त्या घराच्या ढिगाऱ्यापासून दूर पळाली. तिच्या पायांत बूट नव्हते आणि कपडे कंबरेपर्यंत फाटले होते. आपल्या पोटामधील बाळाचे आणि मुलीचे ओझे सांभाळत ती माउंट कोनपिराच्या उताराकडे चालायला लागली. तिच्याबरोबर चालणाऱ्या शेजारणीकडे असलेली एक जास्तीची पॅन्ट तिने तबाताला दिली. अर्थात, आपण अर्धनग्न आहोत या गोष्टीकडे तिचे लक्षही नव्हते. आपल्याला स्वच्छ कपडा मिळाल्याबद्दल मात्र ती खूप कृतज्ञ होती.

***

निळसर पांढऱ्या डोळे दिपवून टाकणाऱ्या प्रकाशझोतात सर्व काही नाहीसे झाले. त्यापाठोपाठ प्रचंड मोठा डरकाळीसारखा आवाज येऊन तो अणुस्फोटाचा लोळ दरीमध्ये दूरवर पसरत गेला. सुमितेरु तानिगुची त्याच्या पोस्टमनच्या लाल सायकलवरून फेकला गेला आणि मग काही मीटर अंतरावर जाऊन आपटला. डोळे उघडून वर बघत तो विमानाची चाहूल घेत होताच. कारण त्याला विमान जवळ येत असल्याचा आवाज आला होता. धूळ आणि अंधार यांत त्याने जमिनीवरून आकाशात उडणारे काही पांढुरके आकार पाहिले. ती सगळी तिथे थोड्या वेळापूर्वी खेळत असलेली लहान मुले होती. सुमितेरुने त्यांच्याकडे बघून तेव्हा हातही हलवला होता. एका पाइन वृक्षाच्या भोवती असलेल्या पारातील एक दगड या स्फोटाने उचलला गेला आणि त्याच्या भाजलेल्या पाठीवर आपटला. त्याच्या पायाखालची जमीन थरथरत होती.

शेवटी एकदाचा तो आपल्या पायांवर कसाबसा उभा राहिला. त्याच्या डाव्या हाताची कातडी भाजली होती आणि बोटांपासून कातडीचे तुकडे लोंबत होते. त्याच्या छातीच्या डाव्या बाजूच्या भागालाही जखम झाली होती. आपल्या पाठीवरून त्याने हात फिरवला तर त्याला चिकट रक्त आणि घाण लागली. त्याच्या पाठीवरची कातडीसुद्धा निघून कंबरेपर्यंत खाली लोंबत होती. त्या भाजलेल्या जागी किंवा पाठीवर जेथे दगड लागला होता तेथेदेखील वेदना नव्हत्या. स्फोटाच्या केंद्राच्या दोन किलोमीटर अंतरावर तो खुल्या, उघड्या जागी होता.

सुमितेरुच्या सायकलचा दुमडलेला सांगाडा जवळच पडला होता. तिचा लाल रंग निघून गेला होता. त्याची पत्रांची बॅग रिकामी होती. त्यातील पत्रे व पार्सल इतस्ततः विखुरली गेली होती. त्याची पोस्टमनची टोपी कुठेच दिसत नव्हती. आपली दुमडलेली सायकल उचलून व तिचा आधार घेत त्याने इकडेतिकडे विखुरलेली पत्रे उचलली आणि आपल्या बॅगेत टाकली. पण पत्रांवर पत्तेच शिल्लक राहिले नव्हते.

पोस्टमनच्या पत्र वाटण्याच्या मार्गावर मित्सुबिशीचा टॉरपेडो कारखाना होता. पोस्टमनने स्वतःला बजावले की त्याला तिथे पोचलेच पाहिजे नाहीतर तो इथे मरेलच. घाणेरड्या पिवळ्या प्रकाशात त्याला आजूबाजूच्या इमारतींना आगी लागल्याचे दिसत होते. ज्या घरांवरून तो नुकताच आला होता ती सगळी जमीनदोस्त झाली होती. जिथे त्याने नुकतीच पत्रे दिली होती ती अजून उभी होती. पण त्यात कुणी आहे का हे बघायला जाण्यासाठी हलणेसुद्धा त्याला शक्य नव्हते. डझनांनी लोक मृत किंवा जखमी अवस्थेत रस्त्यावर पडले होते. बरेच जण भाजले होते. काही काळेठिक्कर पडले होते. ज्या क्षणी बॉम्बस्फोट झाला जणू त्या क्षणी ते तिथेच गोठल्यागत! सगळीकडे लोक मदतीची याचना करत होते. पण सुमितेरु त्यांना प्रतिसाद देऊ शकत नव्हता.

शेवटी एक एक पाऊल टाकत त्याने स्वत:ला सुमियोशी बोगद्याजवळ असलेल्या टॉरपेडो कारखान्याकडे अक्षरशः ओढत नेले. बायकांच्या खोलीजवळून जाताना त्याने त्यांचा पाणी मागण्याचा आवाज ऐकला. त्या सगळ्या धडपडत गोलातच फिरत होत्या. त्यांच्या अंगावरचे सगळे कपडे जळून गेले होते. केस टाळूलाच चिकटले होते. सुमितेरु थांबला. पण तो आपल्या स्नायूंचा उपयोग करू शकत नव्हता. त्याचा मेंदू कुठेतरी दुसरीकडेच होता.

कसाबसा शेवटचे १०० मीटर अंतर तो फॅक्टरीपर्यंत गेला आणि तेथील बोगद्याच्या आत जायच्या दारापुढे एका बाकड्यावर कोसळला. त्या अर्धवट प्रकाशात त्याला आत माणसे दिसत होती. ती वरवर तरी जखमी दिसत नव्हती. बहुधा स्फोट झाला तेव्हा जे त्या बोगद्यात काम करत असावेत, ते वाचले. एक बाई त्याच्याजवळ आली आणि तिने त्याला मदत हवी आहे का, असे विचारले. तो म्हणाला, ''कृपया, पाणी द्या.''

त्या बाईने एका छोट्या कपात थोडे पाणी आणले आणि ते थोडेच असल्याबद्दल त्याची क्षमा मागितली. पाइप तुटले होते म्हणून पाणी नव्हते. आपल्या जखमांचे स्वरूप नक्की कसे आहे हे न समजल्यामुळे त्याने त्या बाईला विचारले की, ती त्याची लोंबणारी कातडी कापू शकेल का? त्या दगडी प्रवेशद्वाराजवळच्या कपाटातून तिने एक कात्री काढली. त्याच्याच शर्टावर पुसली आणि काळजीपूर्वक बरीचशी लोंबणारी कातडी तिने कापली. तरीही त्या जखमेच्या जागी आणि बाकी कुठेही सुमितेरुला कोणतीही संवेदना नव्हती. बाईने त्याच्या शर्टाचा काही भाग कापला, तो मोटारीच्या ऑइलमध्ये बुडविला आणि त्या उघड्या मांसावर हळुवारपणे फिरविला. त्याला वेदना जाणवली नाही; पण तो बेशुद्ध झाला.

***

उपसंचालक योशिरो फुकुडा यांनी वैतागून फोन परत आदळला आणि इंजिनिअरकडे वळले. पण ते काही बोलू शकण्याआधीच त्यांना तो डोळे दिपविणारा प्रकाशाचा लोळ दिसला. एखाद्या रायफलमधून गोळी झाडल्यावर व्हावा तसा आवाज होऊन खोलीतील खिडकीची काचेची तावदाने खळ्ळकन फुटली. फुकुडा भानावर आले तेव्हा आपण पाठीवर पडलो आहोत, असे त्यांच्या लक्षात आले. त्यांचे पाय एका उलटलेल्या खुर्चीवर लटकत होते, तसेच त्यांच्या छातीवर एक वजनदार वस्तू होती. तो फायली ठेवतात त्या कॅबिनेटचा एक कोपरा होता.

खूप कष्टांनी त्यांनी तो दूर सारला आणि ते कसेबसे आपल्या पायांवर उभे राहिले. डोके दुखत होते आणि चश्मा हरवला होता. त्यांची दृष्टी फारशी चांगली नव्हती. पण त्यांना खोली दिसत होती. ज्या खोलीत ते काही क्षणांपूर्वी मित्सुबिशी शस्त्रास्त्र कारखान्याच्या व्यवस्थापनासंबंधी सभा घेत होते, ती खोली आता उद्ध्वस्त झाली होती. सगळीकडे प्लास्टर आणि लाकडाचे तुकडे होते. त्या ढिगाऱ्याखाली दोन मृतदेह दिसत होते. पूर्वी ती खोली सभा घेण्याचे ठिकाण होती. त्यांना खूप अशक्तपणा आणि चक्कर आल्यासारखे वाटू लागले. गालावर, हातावर भाजल्यासारखे वाटू लागले. फुकुडांना त्यांच्या मागे असलेल्या पांढऱ्या प्लास्टरवर त्यांच्याच रक्ताचे ओघळ दिसले. त्यांचे डोके दुखत होते.

बॉम्बच्या त्या अति तेजस्वी प्रकाशझोताने तोराहाची तगावा यांनासुद्धा काही काळ दिसेनासे झाले. त्यामागून जी धक्क्याची लाट आली त्यामुळे ते वॉशबेसिनखाली फेकले जाऊन पोटावर पडले. ओहाशी येथील शस्त्रास्त्र कारखान्याचा तो भाग होता. त्यांचा फोरमन त्यांच्याच वर येऊन पडला. एक प्रचंड आवाज झाला आणि त्या बाथरूमचे छत, फरश्या लावलेल्या भिंती कोसळल्या. नंतर पसरलेल्या शांततेने दोघे जण उठले आणि त्या बेसिनच्या खालून आणि ढिगाऱ्यातून बाहेर आले. तगावांनी आपल्याला काही लागले नाही ना हे चाचपून पाहिले. दुसरा काहीही न बोलता निघून गेला. एक क्षणापूर्वी तो तिथे होता आणि तगावांनी वर बघितले तर तो निघून गेलेला.

तगावा कारखान्याच्या व्यवस्थापकीय इमारतीकडे धडपडतच गेले. तिचे छतही कोसळले होते. त्यातील मशिन्स, कपाटे सगळे विखरून पडले होते. तेथील कर्मचारी मृत किंवा जखमी अवस्थेत होते. ऑफिसमध्ये इंजिनिअर असलेला कोगा तवागांच्या टेबलावर डोके खाली असलेल्या अवस्थेत होता; पण तो मृत होता.

ऑफिसमधील चौक सगळ्या कारकून-कर्मचाऱ्यांनी भरलेला होता. ते सर्व जण विव्हळत होते. त्यांच्या त्या भेसूर आवाजामधून शब्द स्पष्ट उमटत नव्हते. छताच्या कोसळलेल्या ढिगाऱ्याखाली काही जण अडकले होते. काही ठिकाणी सगळी फिटिंग्ज तुटून पडली होती. काही जण गंभीररीत्या जखमी होते. त्यांना

हलताही येत नव्हते. तगावांनी काही जणांना ढिगाऱ्याखालून बाहेर काढले. काही जण जमिनीवर पडलेल्या लाकडांखाली अडकले होते. त्यांनी एकट्याने झपाट्याने काम केले. आपल्यात एवढी ऊर्जा कुठून आली, हे त्यांनापण कळले नाही. धूळ आणि धूर यांत धडपडत येणाऱ्या उपसंचालकांना त्यांनी ओळखले. त्यांच्या डोक्यातून रक्त येत होते. ते जवळच्याच खोलीतून आले होते.

फुकुडांच्या कमी दिसणाऱ्या डोळ्यांपुढून तगावा दूर सरकले; पण थोड्याच वेळात अणीबाणीच्या वेळेला उपयोगी पडणारी प्रथमोपचाराची पेटी घेऊन ते परतले. फोरमनने आपल्या वरिष्ठाच्या डोक्यातून काचेचे तुकडे आधी पद्धतशीरपणे काढले. त्यांच्या कार्यालयातील खिडकीच्या काचा फुटल्या तेव्हापासून ते त्यांच्या डोक्यात होते. दहा-पंधरा मिनिटांपूर्वी जणूकाही त्यांना वेगळाच जन्म मिळाला होता! तगावांनी फुकुडांच्या जखमांवर मर्क्युरोक्रोम लावले.

त्यांच्या जखमांवर तात्पुरता इलाज झाल्यावर उपसंचालक बाहेर बधिर अवस्थेत व दूरचे दिसत नसल्यासारखे हिंडू लागले. लोक जमिनीवर पडले होते. गोल गोल, धडपडत फिरत होते, रांगत कारखान्याच्या दरवाजाकडे जात होते. कंपनीच्या जेवणाच्या लाकडी हॉलमध्ये आग लागली होती. फुकुडांनी आग विझविणाऱ्यांना बोलावले; पण कुणीच प्रतिसाद दिला नाही. ते तसेच भेलकांडत कारखान्याच्या मुख्य इमारतीकडे चालू लागले. तेथे शस्त्रास्त्रांची जोडणी होत असे. आपण काहीतरी करावे, असे त्यांना वाटत होते; पण नेमके काय याबाबत खात्री नव्हती. इमारतींमध्ये अडकलेल्या लोकांचे ओरडणे त्यांना ऐकू येत होते. काही व्यक्ती त्यांना पुसटशा दिसल्या. त्यातील एका गटाला त्यांनी अडकलेल्या लोकांना मदत करायला सांगितली. त्यांनी ते कार्य काहीशा अनिच्छेने करायला सुरुवात केली. त्यांना माहीत होते की ते तिथून निघून गेल्यावर ही माणसे कार्य थांबवतील. कारखान्याचा टेक्निकल भाग आगीने वेढल्याचे फुकुडांना दिसले. तेपण इतर जाणाऱ्या लोकांबरोबर दरवाजाच्या बाहेर पडले.

फोरमन तगावा थोडा वेळ कार्यालयात थांबले, फुकुडा गेल्यावर इतरांना मदत करू लागले. ते बाहेर जाऊन काही डॉक्टर किंवा औषधे मिळतात का म्हणून बघू लागले; पण तेवढ्यात ऑइलच्या ड्रमला आग लागलेली त्यांना दिसली आणि ती विझवायचा ते प्रयत्न करू लागले. काँक्रीट हौदाजवळ एक बादली दिसली. तिच्याने पाणी काढता आले असते. पण कुठूनतरी आवाज आला, ''हे करणं अति धोक्याचं आहे.'' त्यांनी ती बादली तेथेच टाकली आणि कारखान्याच्या दरवाजातून पळून गेले.

✳ ✳ ✳

होतारुजया या ट्रामच्या टर्मिनलवर आपल्या मित्रांसमवेत कोइची वाडा बसला होता तेव्हा त्या डोळे दिपविणाऱ्या प्रकाशझोतामुळे घाबरला. काही क्षणांनंतर त्या भयंकर स्फोटाचा हादरा बसला. केंद्रापासून तो चार किलोमीटर दूर अंतरावर होता. पण तरीसुद्धा तो वर उचलला गेला आणि दाणकन जमिनीवर आदळला. आपल्या पाठीवर काहीतरी वजनदार वस्तू पडते आहे हे त्याला कळले आणि त्यानंतर मात्र डोळ्यांसमोर अंधार पसरला.

धूळ जशी खाली बसली, तसे त्याला त्याच्या आजूबाजूच्या परिसराचे दृश्य दिसू लागले. पण तो परिसर पूर्वीसारखा नव्हता. एवढा मोठा संहार बघून त्याला धक्काच बसला. ज्या टर्मिनलमध्ये तो काही क्षणांपूर्वी बसला होता ते आता ओळखूदेखील येत नव्हते. त्याच्या सोबत्यांनी त्याला त्या मलब्याच्या ढिगाऱ्याखालून ओढून काढले. अंगावर काटा येईल अशा आवाजात मदत मागणाऱ्या लोकांचे विव्हळणे त्याच्या कानावर पडले.

त्याला धक्का बसला, थोडे खरचटले आणि थोड्या जखमा झाल्या; पण जखमा खूप गंभीर नव्हत्या. माउंट कोनपिराकडून येणारा कडा टर्मिनल वाचवण्यास उपयोगी पडला होता. त्यामुळे अति तीव्र किरणोत्सर्गामुळे निर्माण होणारी उष्णता थोपवली गेली होती. प्रत्यक्ष स्फोटापेक्षा किरणोत्सर्गाची उष्णता जास्त असते. कोइचीने लगेच बचावकार्यात भाग घेतला. इमारत कोसळल्यामुळे त्याच्या ढिगाऱ्याखाली बरेच लोक दबले होते. बॉम्ब पडला तेव्हा जवळ असलेले ड्रायव्हर्स, कंडक्टर्स आणि इतर स्ट्रीटकार कंपनीचे कर्मचारी होतारुजया टर्मिनलजवळ जमा व्हायला लागले. काही खूपच जखमी झाले होते. जे काही प्रथमोपचाराचे थोडे सामान होते ते वापरून त्यांच्यावर उपचार केले जात होते. तेव्हा या तरुण ड्रायव्हरने ठरवले की, प्रत्यक्ष जेथे बॉम्बचा स्फोट झाला आहे तेथे काय घडले आहे ते बघू या म्हणून तो त्या दिशेने चालू लागला. तेथे काही आपण मदत करू शकू का? पण खरे म्हणजे त्याच्या मनात नुसता गोंधळ होता.

∗ ∗ ∗

यामावाकी जुळे टेबलाजवळ बसून नाश्ता करत असताना पांढरा-निळसर प्रकाशाचा लोळ खोलीत घुसला. त्यापाठोपाठ आलेल्या एका अनोळखी प्रचंड आवाजाने, माउंट इनासाच्या पायथ्याशी असलेले त्या कुटुंबाचे मोठे घर हादरले. अकरा वर्षांच्या दोन्ही मुलांनी गवताच्या चटईवर पालथे पडून आपले डोळे, कान व नाक बोटांच्या साहाय्याने बंद केले. त्यांना हे शिकवले गेले होते. आपल्या अंगावर प्लास्टर आणि इतर मलबा पडतोय हे त्यांना कळत होते. छत आणि भिंती यांची पडझड होत होती.

थोड्या वेळाने जेव्हा खोल्या हलायच्या थांबल्या आणि पडणाऱ्या मलब्याचे प्रमाण कमी झाले, तेव्हा त्यांनी डोळे उघडले. आजूबाजूच्या घरांतून त्यांना लांबून आवाज ऐकू येऊ लागले. ते तसेच पडून होते. लोक रडत होते, ओरडत होते. योशिरोने आपले डोके उचलून आजूबाजूला बघितले. काही क्षणांतच त्याचे सर्व जग होत्याचे नव्हते झाले होते. भिंती अर्धवट पडल्या होत्या. छत तर उडालेच होते. त्याने वर बघितले तेव्हा त्याला आकाशच दिसले. तो आणि तात्सुरो काळजीपूर्वक उठले. प्रत्येक खोलीतील गवती चटयांवर सर्व घाण आणि मलबा पडला होता. फर्निचर अस्ताव्यस्त विखुरले होते. खांब आणि उरलेल्या भिंतीवर भाल्यासारखे टोकदार काचेचे तुकडे असे घुसले होते जणू धनुष्यबाणाचे शिक्षण देण्याची ती जागा आहे असे वाटावे! फक्त येथील बाण काचेचे होते!

उघड्या दरवाजातून यामावाकी मुले बाहेर पडली. आजूबाजूची घरेसुद्धा कोसळली होती. बॉम्ब आपल्या घरावर पडला आहे असे त्यांना आधी वाटले; पण नंतर सगळीकडेच विध्वंस दिसला. जेथे नेमका बॉम्ब पडून जास्त संहार झाला आहे असे एक केंद्र त्या परिसरात दिसत नव्हते. मुळात स्फोटाचे केंद्र दोन किलोमीटर लांब होते. बंदराच्या बाजूला शहराचा मध्य भाग धुळीच्या वावटळींनी भरला होता आणि युराकामी खोऱ्याच्या उत्तरेकडे एक महाकाय गरगर फिरणारा काळा ढग आकाशाकडे झेपावत होता.

सकाळी लवकर या जुळ्यांच्या मोठ्या भावाने तोमाचीला असलेला टॉरपेडो कारखाना सोडला होता. सकाळी झालेल्या हवाईहल्ल्याच्या इशाऱ्यामुळे उत्पादन मध्येच थांबवावे लागले होते आणि तोशिहिरो यामावाकीला उरलेल्या दिवसाची सुटी मिळाली होती. जेव्हा बॉम्ब टाकला गेला तेव्हा तो कस्टम्स हाउसमध्ये होता. त्याला ओहाटाहून खाडी पार करायला नाव मिळाली असती; पण स्फोटामुळे ही सेवा बंद पडली होती. मग हा मोठा भाऊ त्या खाडीच्या वरच्या बाजूला चालत गेला आणि पहिल्या पुलावरून नदी ओलांडून पश्चिमेकडच्या बाजूने घरी पोचला. योशिरो आणि तात्सुरो हे त्यांच्या अंगणातल्या मोठ्या सुरक्षा बोगद्यात गेले होते आणि मोठ्या भावाची व वडील घरी यायची वाट बघत होते. एक तासाने तोशिहिरो आला आणि या छोट्या बॉम्ब-सुरक्षास्थळी थांबणे धोक्याचे असल्याचे त्याने सांगितले. तो पुढे म्हणाला की, ओहाटाला आगी लागल्या आहेत, घरे जळत आहेत आणि सगळे तिथून पळ काढत आहेत. त्यांनी वडिलांना समजावे म्हणून घराच्या दारावर खूण ठेवली आणि ते जवळच्या सुरक्षास्थळी गेले.

***

यामागुचीचे डोळे नीट काम करत नाहीयत असे त्याचा विभागप्रमुख त्याला म्हणत

असतानाच या ड्राफ्ट्समनला मित्सुबिशीच्या कार्यालयातील खिडक्यांमधून डोळे दिपवून टाकणारा प्रकाशाचा लोळ येताना दिसला. अंतःस्फूर्तीने तो टेबलाखाली गेला आणि कार्यालय जणू भुईसपाट झाले. त्याच्या पाठोपाठ त्याचा वरिष्ठ आणि कर्मचारी त्या स्फोटाच्या दणक्याने फेकले गेले. टेबल-खुर्च्या पडल्या, विखुरल्या गेल्या. मोजा काढावा तशी यामागुचीची घट्ट बांधलेली हातावरची व चेहऱ्यावरची बँडेजेस निघाली.

वरिष्ठ मदतीसाठी ओरडत होते; मात्र यामागुची एवढा गोंधळून गेला होता आणि उद्ध्वस्त झाला होता की तो काही न कळता इतरांना त्याच अवस्थेत सोडून तिथून निघून गेला. शरीराला उष्णता जणू भोसकत होती. कोणतीही ठोस योजना नसताना तो भेलकांडत शिपयार्डच्या बाहेर पडला. माउंट इनासाकडे चढाला सुरुवात होते तिथे असलेल्या टेकडीच्या दिशेने तो चालू लागला.

तिकडे क्वेच्या बाजूला, हिरोशिमाचा अनुभव असलेले त्याचे साथीदार त्या परिचित प्रकाशाचा लोळ बघून अंतःस्फूर्तीने खाली पडले. काय घडत आहे ते सातोला लक्षात आले. त्याने चक्क खाडीतच उडी मारली. पाण्यातून चालत जवळजवळ एक तासाने तो ज्या जमिनीवर आला ती कोरडी तर झालीच शिवाय भाजलीदेखील गेली होती. बॉम्बच्या स्फोटाच्या केंद्रापासून शिपयार्डच्या इमारती अगदी एका रांगेत नव्हत्या आणि चार किलोमीटर दूर असल्यामुळे भयानक विध्वंसापासून त्या वाचल्या.

इवानागा हिरोशिमाला यामागुचीच्याच खोलीत राहत होता. तो नागायो रेल्वे स्टेशनजवळ होता. आगगाडीच्या प्रवासामुळे दमलेला हा ड्राफ्ट्समन अचानक आलेल्या त्या डोळे दिपवणाऱ्या प्रकाशाच्या लोळांमुळे जागा झाला. त्याच्या बरोबरचे प्रवासी गोल गोल स्वतःला गुंडाळत जमिनीवर पडून मग बाकड्याच्या खाली जात असल्याचे त्याने बघितले. एका क्षणानंतर त्या डब्याच्या खिडक्या आवाज करत चक्क निखळून पडल्या आणि त्याच्या पाठोपाठ फुटलेल्या काचांचा वर्षाव झाला.

स्टेशनमास्तर आणि त्याचा सहायक गाडीतून धावत आले आणि ओरडून सगळ्यांना 'खाली उतरा आणि सुरक्षित बोगद्यात जा', असे सांगू लागले. इवानागा इतरांबरोबर शांतपणे आणि आज्ञाधारकपणे रांगेने स्टेशनच्या मागे जे जंगल होते तिकडे जाऊ लागला. त्याने वर बघितले, त्याला मशरूमच्या आकाराचा महाकाय काळा ढग आकाशाकडे जाताना दिसला. आधी बघितला होता त्यापेक्षा हा कितीतरी पट मोठा होता. त्याला तेव्हा लक्षात आले की हा बॉम्ब हिरोशिमावर ज्या प्रकारचा बॉम्ब टाकला गेला त्याच प्रकारचा आहे. थोड्या वेळाने प्रवासी परत गाडीत चढले. गाडी हळूहळू ठरलेल्या दिशेने मिचिनू स्टेशनपर्यंत पोचला, तेव्हा गाडीतील

प्रवाशांना खाली उतरण्यास सांगण्यात आले; कारण युराकामीकडून स्फोटामुळे जखमी झालेले लोक येऊ लागले होते.

इवानागा नागासाकी खाडीजवळ असलेल्या शिपयार्डकडे जाणार नव्हता. ओहाशीजवळ मित्सुबिशीचे नौदलाला लागणारे सुटे भाग बनवणारा कारखाना होता, तिकडे तो जाणार होता. आता त्याच्या कामाचे ठिकाण फक्त १५ मिनिटांच्या चालण्याच्या अंतरावर होते. त्याच्या रस्त्यात त्याला नागासाकी शस्त्रास्त्र कारखान्याचे सुमियोशीला जवळ असलेले पाच भूमिगत बोगदे लागले. आता तो स्फोटाच्या केंद्रापासून दोन किलोमीटर अंतरावर होता. त्या बोगद्याच्या दगडी तोंडाशीच त्याला मित्सुबिशी कर्मचाऱ्यांची जळालेली प्रेते बघायला मिळाली. त्या बोगद्याच्या आत त्याला बरेच भाजलेले लोक त्या सुरक्षित जागी आलेले बघायला मिळाले. काळपट आकाशाखाली ज्वालांचा जणू समुद्रच सभोवती दिसत होता. आपोआपच स्फोट होऊन घरांना आगी लागत होत्या. आता त्या नौदलासाठी काम करणाऱ्या कारखान्यापासून तो फक्त ८०० मीटर अंतरावर होता; पण रस्त्यात झाडे उन्मळून पडलेली होती.

अकिरा इवानागा त्या जागेहून उलटा फिरला आणि इसाहायाला असणाऱ्या आपल्या आई-वडिलांच्या घराकडे चालू लागला. तो जवळजवळ रात्र पडेपर्यंत चालत राहणार होता.

दरम्यान, यामागुची त्या दगडी चढावावरून रस्ता काढत, निरीक्षणासाठी असलेल्या एका उंच कॉंक्रीटच्या मनोऱ्याकडे जायला निघाला. का? ते कारण त्यालाही ठाऊक नव्हते. त्या ठिकाणापाशी तो पोचला तेव्हा तिथेच पुढ्यात तेथील चौकीदार जमिनीवर बेशुद्ध पडलेला दिसला. त्याच्या संपूर्ण शरीरावर भाजल्याच्या जखमा होत्या. अमेरिकेची विमाने येताना कदाचित तो बघत उभा राहिला असेल आणि तो बॉम्ब खाली पडताना पण बघितले असेल. त्याची मोठी दुर्बीण त्याच्या हातातून निघून दूर फेकली गेली होती.

येणाऱ्या झुळका जखमांवर थोडी फुंकर घालत आहेत असे यामागुचीला वाटले. वेदना कमी झाल्या; पण संवेदना गेली होती. यामागुचीने त्या निरीक्षण मनोऱ्याचे स्टीलचे दार जोर लावून उघडले. ते हाताला गरम लागत होते. निव्वळ सूर्याच्या उष्णतेने ते इतके गरम झाले नसावे. तो आत गेला आणि आजूबाजूला बघितले; पण आपण काय बघतोय हे त्याच्या डोक्यात शिरलेच नाही. तो एका छोट्या खिडकीकडे गेला आणि तिच्यातून पूर्णता नष्ट झालेल्या शहराकडे बघू लागला. त्सुतोमू यामागुची तेथे बराच वेळ उभा राहिला; पण त्याचा मेंदू जणू स्तब्ध झाला होता.

***

युराकामी खोऱ्यातील काही जणांसाठी घडलेली भयानक घटना बघता शेवट एखाद्या शांत स्वप्नासारखा झाला. काझुयो इनाओ कारखान्यात काम करणारी २४ वर्षांची बाई. मंगळवार हा तिचा सुटीचा दिवस होता. तिने त्या दिवशी सार्वजनिक स्नानगृहात अंघोळीसाठी जायचे ठरविले. ते गोकोकू श्राईनजवळ होते. तिची ही खूप दिवसांनंतरची अंघोळ असणार होती. त्यामुळे किती छान वाटेल या कल्पनेने ती खुशीत होती. तिने कपडे काढले आणि स्वतःचे शरीर छान घासले, खूप घाण निघाली. पाणी स्वच्छ आणि गार होते. जमिनीत बसवलेल्या गरम पाण्याच्या टाकीत ती बसली, तेवढ्यात झालेल्या बॉम्बच्या स्फोटामुळे ती थाडकन फेकली गेली. मागच्या भिंतीवर तिचे डोके आपटले. तिचे बेशुद्ध शरीर दुमडले गेले आणि त्या टाकीच्या तळाशी बुडाले.

२४ तासांनी नागासाकीच्या संहाराचा शोध घेणाऱ्या वृत्तपत्रातील पत्रकाराला ती सापडली. तो तिची पहिल्या पानावरची मुख्य बातमी करणार होता. त्या टाकीला पडलेल्या बारीक फटीतून पाणी वाहून गेले. त्या वार्ताहराला मृत शरीर दिसले तेव्हा तीसुद्धा इतर मृतांप्रमाणे काळी पडलेली नव्हती. आतापर्यंत त्याला तसेच मृतदेह बघायला मिळाले होते. तो देह नग्न होता आणि त्यावर कुठलीच चिन्हे दिसत नव्हती. तिची कातडी अगदी लालभडक, तजेलदार होती. एखाद्या युरोपच्या प्रसिद्ध चित्रकारासाठी पोझ दिल्यासारखी ती दिसत होती.

त्या काळात जर परत डोकावून पाहिले तर बाकीच्यांसाठी त्यातून वाचणे थट्टा वाटावी असे होते. अर्थात त्या भयानक अनुभवातून गेलेल्या लोकांसाठी नाही. इसाबुरो कुबो आणि तोमोयो किशी असे दोघे वाचले होते. कुबो नागासाकी शिपयार्डचा इलेक्ट्रिकल पार्टचा तपासनीस होता. तोही त्या दिवशी टॉरपेडो कारखान्यात होता. त्याच कारखान्यात मित्स्यू ताकेनो आणि तिचे शाळेतील सोबती काम करत. तो तिथे एका माणसाने चालवण्याची 'कामिकेझ' पाणबुडी तपासत होता. ती नुकतीच तिथे जोडली गेली होती.

कुबो त्या पाणबुडीत तपासणीसाठी उतरला आणि त्या प्रकाशाच्या लोळाने सूर्य दिसेनासा झाला. दुसऱ्या क्षणी तो त्याबाहेर ढकलला गेला. पाणबुडी उलटली आणि ती त्या अंगणात घरंगळत गेली. एखाद्या सर्कशीमधल्या विदूषकाने पिंपात झोपावे आणि ते ढकलले जावे तसे ते दृश्य होते. तो जेव्हा बाहेर आला तेव्हा त्याच्या काही जखमांमधून रक्तही येत होते. पण अख्खा टॉरपेडो कारखाना नष्ट झालेला बघून त्याला धक्काच बसला. जे कामगार त्याच्याभोवती काही मिनिटांपूर्वी काम करत होते ते आता कोणतीही हालचाल न करता, शरीरे वेडीवाकडी झालेल्या अवस्थेत सगळीकडे पसरले होते.

स्फोट झाला तेव्हा १५ वर्षांची किशी टॉरपेडो मोल्डमध्ये प्लॅस्टर ओतत

होती. तो स्फोटाचा लोळ कारखान्यात आला तेव्हा ती त्या ओल्या प्लॅस्टरमध्येच अडकली आणि त्या पिंपात जवळजवळ मानेपर्यंत फसली. बचाव गटाला जेव्हा ती सापडली तेव्हा प्लॅस्टर घट्ट व्हायला सुरुवात झाली होती. तिला त्यातून बाहेर काढायला नऊ तास लागले आणि तोवर ते आणखी घट्ट झाले होते. ती बाहेर आली तेव्हा खूप अस्वस्थ आणि दुःखी होती. शिवाय घट्ट प्लॅस्टरचे तुकडे अजूनही तिच्या शरीराला चिकटलेले होते. पण ती जिवंत होती. तोमोयो किशी इतर नशीबवानांपैकी एक होती.

✳ ✳ ✳

तो प्रकाशाचा लोळ बघितल्यानंतर जुन्जी सातो अंतःस्फूर्तीने सायकल टाकून स्वतःला जमिनीवर झोकून एका अरुंद बोळात शिरला. आपला चेहरा सुरक्षित राहावा म्हणून त्याने जमिनीत अक्षरशः दाबून धरला. त्याची जी कातडी उघडी होती ती त्या मोठ्या आवाजानंतर आलेल्या धक्क्यामुळे सुजली. तो आवाज एखाद्या राक्षसासारखा धडधडत त्याच्या डोक्यावरून गेला आणि नंतर हळूहळू कमी कमी होत शांतता पसरली.

काही मिनिटांनी वार्ताहर उभा राहिला. संपूर्ण शहराचा हा खालचा भाग धुळीच्या दाट ढगात बुडाला होता आणि एक जांभळ्या रंगाचा ढग उत्तरेकडून डोक्यावर पसरत चालला होता. त्या दगडी कड्यामागून एक काळा स्तंभ आकाशात तयार होताना दिसला. सातोने आपल्या सायकलचे हँडल सरळ केले आणि तो रस्त्याने निघाला. दहा मीटरच्या पुढे वातावरणात सर्वत्र धूळ आणि धूर होता. भुतासारख्या दिसणाऱ्या व्यक्ती हळूहळू हालचाली करत त्या सायंप्रकाशात हिंडत होत्या. सुन्न पुरुष, कपड्यांच्या चिंध्या अंगावर असलेल्या सगळ्या स्त्रिया, विव्हळणे, कण्हणे आणि रडण्याचे आवाज या भयानक वातावरणात येत होते. लोकांची कातडी पांढरी पडली होती. काहींची लाल आणि नंतर ती काळी पडणार होती. वरवर बघता खूप भाजल्याच्या खुणा दिसत नव्हत्या. युराकामी खोऱ्याच्या पलीकडे आणि भयानक विध्वंसाच्या केंद्राच्या टोकाशी घरे उद्ध्वस्त झाली नव्हती, तर त्या खालच्या भागातील इमारतींचे खूप नुकसान झाले होते आणि काही घरेही भुईसपाट झाली होती. खिडक्या आणि दारे उडाली होती. सातोने बघितले, डोमेई वृत्तपत्राच्या एजन्सीचे कार्यालय असलेल्या खूप प्रशस्त इमारतीत मोठ्या फ्रेंच खिडक्यांच्या काचा गेलेल्या होत्या. दारातच त्याला एक प्रभाव टाकणारी व्यक्ती दिसली. ते होते त्याचे वरिष्ठ व्यवस्थापकीय संपादक यामानाका! ते थोडे वैतागलेले आणि थोडे उत्तेजित झालेले दिसत होते. आत कार्यालयात फुटलेल्या काचांचा खच पडला होता. पण कर्मचाऱ्यांना मात्र जखमा झालेल्या नव्हत्या.

एक पोलिस इन्स्पेक्टर हिरोशिमावरचा अहवाल नोंदवून घेत असताना बॉम्बचा स्फोट झाला. हा प्रकाशाचा लोळ कसला आहे हे बघायला तो खिडकीजवळ गेला तेव्हा काचा फुटल्या आणि त्यातील चांदीचा भाग त्याच्या चेहऱ्यावर उडाला. स्टेनोग्राफर ते काढून टाकून जखमेवर मर्क्युरोक्रोम लावू लागला. त्यामुळे त्याचा चेहरा सूर्यप्रकाशाच्या रंगाचा दिसू लागला.

स्फोटाच्या वेळेस संपादक एका कोपऱ्यात आपल्या टेबलापाशी बसले होते. काचेमुळे त्यांच्या कपाळावर जखम झाली होती पण यामानाका एक जातिवंत वार्ताहर असल्याने लगेच फोनपाशी धावले. काय घडले आहे हे त्यांनी त्या क्षणी ओळखले. सर्व फोन आणि महत्त्वाच्या तारा तुटल्या होत्या. नागासाकी आणि फुकुओका यांच्यामध्ये डोमेईची एक खासगी वाहिनी होता; ती मात्र सुरक्षित होती. यामानाका फोनवर ओरडून म्हणाले, ''अमेरिकेने नवीन बॉम्ब नागासाकीवर टाकला आहे.'' सातोला बाहेर जाऊन बातमी आणायला पाठवले गेले.

प्रांताच्या मीटिंगमुळे सातोला साके (मद्य) आणायला जायला जमले नव्हते. महापौर कौरा बोलत होते. राज्यपाल नागानो यांना अभिवादन करतानाच त्या सुरक्षा बोगद्यात आतील भाग अति तीव्र निळ्या उजेडाने प्रकाशित झाला. थोड्या क्षणांच्या अवधीनंतर एक भयानक कानठळ्या बसवणारा आवाज आला आणि आतील वीज गेली. त्या काळोखात एक आवाज आला, ''वीजपुरवठा बंद झाला आहे.'' दुसरा म्हणाला, ''मी जाऊन मेणबत्त्या आणतो.'' पण एवढ्या अंधारात त्या कुठे सापडणार होत्या? त्याच वेळेला त्या सुरक्षा बोगद्याच्या तुटलेल्या दारातून एक उजेडाची तिरीप आत आली. स्फोटानंतर एक धक्क्याची लाट आली होती. ती संरक्षण समितीची बैठक थांबविली गेली. नागानो आणि इतर त्या बोगद्यातून बाहेर येऊन हे कशामुळे झाले हे बघायला लागले. स्फोटाच्या केंद्राच्या तीन किलोमीटर अंतरावर ते त्या माउंट कोनपिराच्या कड्यापासून दूर असलेल्या जागेवर होते. युराकामी आणि नाकाजिमा ही दोन खोरी त्यामुळे वेगळी होत. काही कष्टकरी लोक राज्यपालांना म्हणाले की, आपण दूरवर पांढराशुभ्र प्रकाश बघितला आणि मग स्फोटासारखा आवाज ऐकला. युराकामी तर पेटलेले होते. नागानोंनी त्या दिशेने बघितले. त्यांना त्या कड्याच्या पलीकडे धुराचा ढग वर जाताना दिसला. पण त्यांच्या समोरचे घर मात्र वाचले होते. गावाच्या जुन्या भागात डोंगराच्या उतारावर त्याच्या खाली, डावीकडे, नाकाजिमा खोऱ्यापर्यंत फार नुकसान झालेले नव्हते.

गोंधळलेल्या राज्यपालांच्या मनात विचार आला की, निशिओका वृत्तपत्राच्या प्रकाशकाने हिरोशिमाच्या अनुभवाबद्दल जरा जास्तच भयानक चित्र रंगविले की काय! त्यांनी सांगितले होते, सगळ्या इमारती पडल्या होत्या. पण येथे तर नागानोंच्या भोवती इमारती सुरक्षित दिसत होत्या. त्यांनी बॉम्बस्फोटामुळे भयानकरीत्या

भाजलेल्या आणि वेदनेने विव्हळणाऱ्या लोकांचे वर्णन केले होते. पण येथे नागानो ज्या कामगारांशी बोलत होते, त्यांपैकी कुणीही जखमी नव्हते.

नागानोंना काळजी वाटत होती ती म्हणजे खालच्या बाजूला असलेल्या भागातील आगीच्या तीव्रतेची- युराकामी खोऱ्याच्या वरच्या भागाची. तो भाग प्रचंड विस्तीर्ण आणि खूप मोठा होता. तिथे जर आगी लागल्या असत्या तर त्या नागासाकीच्या अग्निशमन दलाकडून विझविल्या गेल्या नसत्या. आता पुढे काय करायचे याबाबत नियोजन करणे आवश्यक होते, म्हणून नागानो परत सुरक्षित बोगद्यात गेले.

निशिओकांनी आदल्या सकाळी राज्यपालांना जो सल्ला दिला होता तो ऐकून घेणारा निदान एक तरी श्रोता मिळाला होता. नागानो यांनी ती बातमी पोलिसप्रमुख मिझुगुची यांना सांगितली आणि त्यांनी त्यांच्या कुटुंबाला. मिझुगुचींचा कुमारवयीन मुलगा आपल्या तीन वर्गमित्रांबरोबर रस्त्यावरून जात होता. जेव्हा त्याने तो प्रकाशाचा लोळ आकाशात बघितला तेव्हा त्याला वडिलांनी दिलेला धोक्याचा इशारा आठवला. त्याने मित्राचा हात धरून त्याला सुरक्षित बोगद्यात खेचला. त्याने इतर दोघांना पाठीमागे यायला सांगितले; पण ते न ऐकता चालत राहिले आणि नंतर कधीच दिसले नाहीत.

श्रीमती मिझुगुची तिच्या घराच्या पोर्चखाली लहान मुलाला घेऊन उभी होती. जेव्हा तिने तो प्रकाशाचा लोळ बघितला तेव्हा आपल्या नवऱ्याचा इशारा आठवला. ती धावतच घरात गेली आणि बाळासह स्वतः एका कपाटात जाऊन त्याचे सरकते दार घट्ट बंद करून उभी राहिली. बॉम्बस्फोटाच्या धक्क्याने घर हलले आणि धक्का ओसरल्यावर मग ती बाहेर आली, तेव्हा खोली पूर्ण काचांनी भरली होती. पोलिसप्रमुखाने फक्त आपल्या कुटुंबालाच हा इशारा न देता समाजातील अनेक लोकांपर्यंत तो पोचवला असता तर जास्त फायदा झाला असता. मात्र राज्यपालांच्या सकाळच्या बैठकीत तेवढेच बोलले गेले होते.

ताकेजिरो निशिओका त्या प्रांताच्या राज्यपालांच्या फारसे जवळचे नसल्याने त्यांना अणुबॉम्बविषयी फारशी माहिती नव्हती. कंपनीच्या तेथील शाखेच्या प्रमुखाशी ओबामातील गरम पाण्याच्या झऱ्याबाबत गप्पा मारताना या प्रकाशकाला दुरून येणाऱ्या विमानाचा आवाज ऐकू आला. वर बघितल्यावर दोन बी-२९ विमाने अरायके समुद्राकडून येताना दिसली. पण ती विमाने पुन्हा ढगांत हरवली. दूरवर असलेल्या नागासाकीवर तीव्र सोनेरी प्रकाश असलेला पांढरा चेंडू त्यांना दिसला. बससाठी वाट बघणाऱ्या लोकांनी तो बघितल्यावर त्यांना धक्काच बसला आणि त्या आश्चर्यात भीतीची भावनाही होतीच! निशिओका ओरडले, "सुरक्षित बोगद्यात लगेच जा." ते स्वतः बसस्टॉपजवळच्या मोठ्या

सुरक्षा बोगद्याकडे पळाले. टॅक्सी ड्रायव्हर गाडीतून उडी मारून त्यांच्या मागे पळाला. मोठ्या वाऱ्याच्या वादळी झोतासह प्रचंड कानठळ्या बसवणारा आवाज आला. जेव्हा आतील लोक काही वेळाने बाहेर आले तेव्हा सूर्य अगदी फिकट लाल रंगाचा दिसत होता. लालभडक तपकिरी रंगाचा ढग शहराच्या दक्षिणेकडून वर उचलला गेला आणि सर्वत्र पसरू लागला. निशिओकांनी स्वतःचे विचार पुन्हा एकदा एकवटले आणि मला आता नागासाकीला जायचे आहे, असे ड्रायव्हरला म्हणाले.

***

चक स्वीनीने 'बॉकस्कार' आता दक्षिणेला ओकिनावाकडे वळविले. फ्रेड बॉक 'द ग्रेट आर्टिस्टे' चालवत होता. तो स्टारबोर्डच्या बाजूला बसला होता. सर्व कर्मचारी त्यांच्या फ्लॅक सूटमधून आणि बचावासाठी घातलेली उपकरणे यातून बाहेर आले. रेडिओ ऑपरेटर ॲबे स्पिट्झर याने धुराने दिसत नसलेल्या लक्ष्याबाबत आपला- बॉम्बफेक करणारा म्हणून- अहवाल दिला. 'नागासाकीवर बॉम्ब टाकला. उत्तम परिणाम झाला आहे,' हा संदेश टिनियनला पोचला तेव्हा तेथे आश्चर्य वाटले आणि एक प्रकारची सुटकेची भावनाही! आता स्वीनीचे लक्ष 'बॉकस्कार'च्या उरलेल्या इंधनाकडे वळले. जॉन कुहारेक याने आकडेमोड केली. आता वापरता येण्याजोगे फक्त ३०० गॅलन इंधन उरले होते. ६०० किलोमीटरवर असलेल्या ओकिनावाकडे जाण्यासाठी ते कमी पडणार होते. ते जर हळू उडू लागले तर ते ओकिनावाच्या जवळ ८० किलोमीटर अलीकडे पोचणे शक्य होते. आतातरी तोच पर्याय सगळ्यात उत्तम वाटत होता.

या मोहिमेसाठी बचावकार्याकरता पण एक यंत्रणा तयार करण्यात आली होती. आता त्यांना तयार राहा, असा संदेश पाठवण्याची वेळ आली होती. स्वीनीने स्पिट्झरला समुद्रात कार्यरत हवाई बचाव गटाशी संपर्क साधण्यास सांगितले. विमान कुठे आहे ते सांगणे गरजेचे होते. स्पिट्झरने ते केले; पण प्रतिसादच आला नाही.

पण समस्येला शांततेने व पद्धतशीरपणे तोंड देण्याचे त्यांना प्रशिक्षण देण्यात आले होते. स्वीनीने स्पिट्झरला टिनियन येथे पाठवण्याचा अहवाल सांगायला सुरुवात केली :

नागासाकीवर बॉम्ब टाकला 090158Z. कोणतेही आक्रमण किंवा विमानावर हल्ला करण्याचा प्रयत्न यांचा त्रास झाला नाही. परिणाम तांत्रिकदृष्ट्या उत्तम पण इतर काही पैलूंचा विचार करण्यासाठी पुढील पाऊल टाकण्याआधी बैठक आवश्यक

आहे. दृश्यपरिणाम हिरोशिमासारखे आहेत. विमानात समस्या असल्यामुळे आम्हाला ओकिनावाला जाणे भाग आहे. ओकिनावाला इंधन घेऊ.

स्वीनीने आपल्या रेडिओमॅनला पुन्हा हवाई व समुद्र बचाव युनिटला फोन लावायला सांगितले. पण त्याच्याकडून पुन्हा काही उत्तर नव्हते. ही पूर्ण यंत्रणा परत घरी आयवो जिमाला गेली होती.

तेरा

नागासाकी, गुरुवार, ९ ऑगस्ट १९४५, दुपार

जपानला आणखी पिछाडीवर ढकलणारे आणखी एक संकट क्युशूवर घिरट्या घालत आहे याची अजिबात खबरबात नसलेली, युद्धाच्या आगामी दिशेचा विचार करणाऱ्या सर्वोच्च परिषदेची एक बैठक सुरू झाली. पंतप्रधानांच्या अधिकृत निवासस्थानी कॉंक्रीटच्या भिंती बांधून निर्माण केलेल्या एका सुरक्षा निवाऱ्यात सकाळी साडेदहा वाजता सगळे जमले. आलेले सहा सदस्य अस्वस्थ, चिडलेले आणि धक्का बसलेल्या अवस्थेत होते, असे त्यांना आत घेणाऱ्या ग्रँड चेंबरलेन फुजिता यांनी वर्णन केले. या सदस्यांना त्यांनी त्यांच्या जागी नेले. अणुबॉम्बचे आता पुढचे लक्ष्य टोकियो आहे, अशी अफवा झपाट्याने पसरत होती. त्यात अमेरिकेचा वैमानिक मॅकडिल्डा याने आगीत तेल ओतले होते.

पंतप्रधान सुझुकी यांनी चर्चेला सुरुवात केली. त्यांचे म्हणणे होते की, अणुबॉम्ब आणि रशियाचे आक्रमक सैन्य या दोन्हीला तोंड देण्याइतके जपानी सैन्य ताकदवान नाही. ते म्हणाले, ''मला वाटतं आता पोस्टडॅम घोषणा स्वीकारण्याशिवाय आपल्याकडे दुसरा पर्याय नाही.''

सुझुकींनी आपले विचार इतक्या स्पष्टपणे मांडले की त्याचा धक्का बसून सर्व जण स्तब्ध झाले. एका विशिष्ट कालावधीनंतर उसना उत्साह दाखवत नौदलमंत्री योनाई म्हणाले, ''नुसतं गप्प बसून आपण काहीही साध्य करू शकणार नाही.''

योनाईंच्या या वक्तव्यानंतर आपापसांत टीकाटिप्पणी झाली. लष्कराच्या जनरल स्टाफच्या प्रमुखाने सुरुवात केली. ''जोपर्यंत हिरोशिमाचा तपास पूर्ण होत नाही तोपर्यंत ते सत्य आपल्याला कळणार नाही,'' जनरल उमेझू म्हणाले. अर्थात त्यांना

डॉ. निशिना यांचे मत माहीत होते. त्यामुळे तपासाचा निष्कर्ष काय असेल, हेही ते जाणून होते.

तोगो म्हणाले, "आपल्याला ठाऊक आहे की नवीन शस्त्रामुळे पूर्ण हिरोशिमा जमीनदोस्त झालं आहे आणि अमेरिकेच्या अध्यक्षांनी ती आणखी वापरली जातील असं म्हटलं आहे."

"आपण लवकर शरणागती पत्करावी यासाठी ट्रुमन चक्क खोटं निवेदन देऊ शकेल याची शक्यता जास्त आहे." मध्येच अॅडमिरल तोयोडा म्हणाले. त्यांचे पद उमेझूंच्या बरोबरीचे; पण नौदलात होते. "या बॉम्बमुळे खूप नुकसान झालं हे खरं; पण असे बॉम्ब तयार करण्यासाठी लागणारं साहित्य अमेरिकेनं काही कोठारांमध्ये साठवून ठेवलं नसणार." नौदलाचा हा नेता हे बोलताना अणुबॉम्ब गृहीत धरत होता; पण त्याच वेळी त्याविषयी शंकाही उपस्थित करत होता. "कुठल्याही परिस्थितीत जगाचं मत हेच असणार की, त्याचा वापर पुन्हा होऊ नये." व्हॅटिकनने याआधीच हिरोशिमा संदर्भात अमेरिकेवर ताशेरे ओढले आहेत.

"हाता यांनी या बॉम्बच्या संदर्भात काही उपाय सुचवले आहेत, शिवाय रशियाने जी घोषणा केली आहे त्याचे परिणाम काय होतील हे आपल्याला अजून ठाऊक नाही," उमेझू म्हणाले. सगळेच नुसते निष्फळ वाद घालत होते. योनाई यांनी त्याला वळण द्यायचे ठरविले. "आपल्याला सगळ्यांना शांतता हवी आहे." ते म्हणाले, "आता प्रश्न आहे की पोस्टडॅम जाहीरनामा आहे तसा स्वीकारायचा की त्या अटीत आपल्याला उपयुक्त असे काही बदल करायचे आहेत. आपल्याला राजेशाही हवी आहे का?" सगळ्यांनी डोकी हलविली. "मग आता शत्रूने जे जे म्हटलं आहे, त्याच्या ज्या मागण्या आहेत त्याबाबत आपलं मत काय आहे? आणि त्याचे काय परिणाम होतील त्याबाबत काय विचार आहे?"

"प्रत्येक तासागणिक जपानची स्थिती अधिक दुबळी होत आहे." तोगो म्हणाले, "आपण आता फक्त एकाच अटीबाबत आग्रह धरू शकतो ती म्हणजे राजेशाही. आपण आपल्या राजाला वाचवलं पाहिजे."

जनरल अनामी, युद्धमंत्री आणि युद्ध सुरू ठेवावे या गटाचा नेता पहिल्यांदाच बोलला. "आपल्या सगळ्यांना शांतता हवी आहे; पण ती चार अटींवर अवलंबून असावी." त्यांनी तीन अटी सांगितल्या. जपानची भूमी ताब्यात घेणे टाळावे आणि हे जर शक्य नसेल तर अगदी थोड्या प्रमाणात मान्य करावे; पण त्यात टोकियोचा समावेश नसावा. निःशस्त्रीकरण व सैन्य माघारी हे जपानी अधिकारी हाताळतील. युद्धकैद्यांबाबत जपान सरकारच निर्णय घेईल. या अटी म्हणजे सैन्याकडून शांततेची मागणी होती; पण यातून स्वतःचा पराभव स्वीकारायला सैन्य तयार आहे, हे दिसत नव्हते.

जनरल उमेझू म्हणाले, ''युद्धमंत्र्यांच्या निर्णयाशी मी सहमत आहे.''

''मीसुद्धा अनामींना पाठिंबा देतो,'' ॲडमिरल तोयोडा म्हणाले.

''आपण जर या अटी घातल्या, तर शत्रू आपल्याशी संवाद साधायलाच नकार देईल,'' तोगो यांनी आपले मत मांडले.

त्याच वेळेला सुझुकींचा एक सहकारी धावतच खोलीत आला आणि म्हणाला, ''आत्ताच नागासाकीवर अणुबॉम्बचा हल्ला झाला आहे.'' राज्यपाल नागानो यांनी सांगितले आहे की, हिरोशिमावर ज्या बॉम्बचा हल्ला झाला होता तसाच नागासाकीवर झाला आहे. पण हा थोडा कमी शक्तिशाली असावा; कारण कमी लोक मरण पावले आहेत. त्यांनी जो अंदाज बांधला होता तो फक्त नाकाजिमा खोऱ्याच्या बाबतीत होता. तेथे कमी संहार झाला होता. नागानोंना तेव्हा जवळच्या युराकामी खोऱ्यात किती संहार झाला आहे याची माहिती नव्हती. परत याबाबत युद्धाच्या सर्वोच्च परिषदेने थोडी चर्चा केली आणि परत मूळ मुद्द्यावर आले. अनामी तोगो यांच्याशी बोलू लागले, ''तुम्ही जपान हे एक हरलेलं राष्ट्र आहे असं बोलत आहात. मला सांगावंसं वाटतं की आपण अजून शरणागती पत्करलेली नाही. आपण अजूनही हे युद्ध हरलेलो नाही आणि जर शत्रू आपल्या जमिनीवर चाल करून आला तर तोदेखील संकटात सापडू शकतो!''

''जर वाटाघाटी असफल झाल्या तर सैन्य विजयाची आशा दाखवू शकतं का?''

''आम्ही विजयाची शंभर टक्के खात्री देऊ शकत नाही.'' अनामी म्हणाले, ''पण अजून एक युद्ध करण्याची क्षमता जपानमध्ये आहे आणि आता आपण युद्धसमाप्तीसाठी ज्या अटी घालणार आहोत त्यापेक्षा अधिक अनुकूल अटी घालत ते युद्ध समाप्त करू शकतो.''

''शत्रूने आपल्या जमिनीवर येऊन आक्रमण करणं आपण टाळू शकतो का?''

''युद्धाबाबत भाकीत करता येणं अवघड आहे. आपण जर नशीबवान असू तर आपण शत्रूला परत समुद्राकडे ढकलू शकतो.'' उमेझू म्हणाले, ''पण जरी त्यांनी समुद्रकिनाऱ्यावर ठाणी उभारली तरी आपलं बरंच नुकसान होऊ शकतं.''

''त्यांनी पाठवलेली पहिली कुमक नष्ट करण्यासाठी जर आपण आपल्या जवळचं सर्व सैन्य वापरलं, तर ते दुसरा हल्ला करू शकतील. आपल्याकडे कोणतंही विमान किंवा दारूगोळा शिल्लक नसेल.''

''तुम्हाला शरणागती पत्करावी असं वाटतं आहे; शांतता नाही,'' उमेझू म्हणाले. आता वाद पेटायला लागला होता.

''पण लष्करी नियमाप्रमाणे शरणागती हा पर्याय असूच शकत नाही.''

अनामी म्हणाले, ''जपानी लोकांना आपल्या भूमीवर कोणा अन्य देशाच्या

लोकांचं वास्तव्य सहनच होणार नाही.''

एक वाजेपर्यंत चांगलाच गरमगरम वादविवाद झाला होता; पण त्यातून काहीच निर्णय घेतला जात नव्हता. दुपारी मंत्रिमंडळाची सभा होणार होती. तेथेही हेच प्रश्न मांडले जाणार होते. सर्वोच्च युद्ध परिषदेची बैठक पंतप्रधानांनी स्थगित केली. कारण पुढे नेमके काय करायचे याबाबत एकमत होत नव्हते. जेव्हा खरी गरज निर्णय घेण्याची होती, तेव्हाच जपानी नेते हा मतामतांचा घोळ घालत बसले होते.

***

पॉल टिब्बेट्स यांनी दाखविलेल्या पद्धतीप्रमाणे इंधन वाचवत आपण जेथे पोचू शकू असे वाटत होते त्याच्या बऱ्याच पुढे मेजर स्वीनीने 'बॉकस्कार' नेले होते. हळूहळू खाली उतरताना पॉवर सेटिंग स्थिर पातळीवर ठेवले होते. त्यामुळे विमान अधिक ऊर्जा न लागता गती पकडू शकत होते आणि इंधनाचीही बचत होत होती. विमान एका टप्प्यावर एकाच पातळीवर आणले गेले आणि मग पुन्हा थोडे खाली नेले गेले. 'बॉकस्कार' या पद्धतीने नेता येत होते; कारण मुळात दहा हजार मीटर उंचीवर ते उडत होते. स्वीनीने प्रोपेलर्स पुन्हा मागे नेले. ओकिनावा आता १५ मिनिटांच्या अंतरावर होते आणि 'बॉकस्कार' अजूनही उडू शकत होते.

ओकिनावाच्या योनटान फील्डवरच्या मनोऱ्याला स्पिट्झरने अनेक वेळा संपर्क साधायचा प्रयत्न केला; पण तेथेही प्रतिसाद मिळाला नाही. आता स्वीनीने ताबा घेतला.

'योनटान टॉवर, योनटान टॉवर, हे डिंपल ७७ आहे. योनटान, योनटान हे डिंपल ७७ आहे. मेडे! मेडे! ओव्हर.' तरीही प्रतिसाद नव्हता.

स्पिट्झरने जवळच्या ऐ-शिमा बेटावर संपर्क साधला. त्यांच्याशी तो बोलू शकला. पण ऐ-शिमा आणि ओकिनावा मनोरा हे वेगवेगळ्या रेडिओच्या लहरींवर होते. कारण ते एकमेकाच्या खूप जवळ होते. त्यामुळे ऐ-शिमा योनटानला वेळेआधी संपर्क करू शकणार नव्हते.

१२.३० वाजता योनटान दिसायला लागले. अनेक प्रकारची विमाने सगळीकडे दिसत होती. उड्डाण आणि उतरणे या दोन्ही क्रिया सतत लागोपाठ होत होत्या. २४ तास ओकिनावावरून मोहिमा राबवल्या जात होत्या. कुहारेक म्हणाला, ''मेजर आता सर्व गेजेस रिकामी आहेत असं दिसतं.''

जणू काही त्या क्षणी आज्ञा मिळाल्यासारखे बाहेरचे स्टारबोर्डचे इंजिन बंद पडले. स्वीनीने सहवैमानिक अलबुरीला तीन नंबरच्या इंजिनाची पॉवर वाढवण्याचा आदेश दिला; कारण एक बंद पडले होते. विमान जरा सावरले; पण आता स्वीनीला

खूप हळूहळू विमान खाली आणणे किंवा उतरण्यासाठी आणखी एखादा प्रयत्न करणे परवडणार नव्हते. आता काही झाले तरी कमी अंतरावर या विमानतळावर उतरणे अत्यावश्यक होते. एक बरे, निदान विमानात 'फॅट मॅन' नव्हता. सगळे पर्याय स्वीनीच्या डोक्यात येऊ लागले. काय काय घडू शकते याची त्याने आकडेमोड केली. तो आता धावपट्टीवर अर्ध्याच रस्त्यावर उतरण्याचे लक्ष्य ठेवेल आणि विमान उतरविण्याची गतीही थोडी जास्त ११० एमपीएच (१८० किलोमीटर प्रतितास) ठेवणार होता. कारण ६०० गॅलन इंधन त्या राखीव टाकीमध्ये होते. जर विमान आदळले तर स्फोट होऊन ती टाकी नष्ट होण्याचा धोका होता. अधिक तिरप्या कोनातून विमान उतरवायला हवे होते; पण तरीही फार तिरपे नाही.

ऑलिव्हीला ज्वाला असणारे फ्लेअर्स उडवायला त्याने सांगितले होते. चार लाल आणि हिरवे फ्लेअर्स पोर्ट होलकडच्या फुजलेजकडून उडवले गेले; पण त्यालाही विमानतळाकडून प्रतिसाद मिळाला नाही. जमिनीवरील विमानांची उड्डाणे आणि उतरणे चालूच होते. 'मेडे! मेडे! योनटान. डिंपल्स ७७.'

स्वीनीच्या आवाजातील अस्वस्थता अधिक वाढू लागली. त्याला मनोऱ्याकडून इतर विमानांना दिल्या जाणाऱ्या सूचना ऐकू येत होत्या. याचा अर्थ त्यांना त्याचे बोलणे ऐकूच येत नव्हते.

"मेडे! मेडे!" प्रतिसाद नाही.

"मला ओकिनावाचा कोणताही मनोरा चालेल." तरीही काही नाही.

स्वीनीने ऑलिव्हीकडे बघून सांगितले, "आपल्याकडे असतील तेवढे सगळे फ्लेअर्स उडवून टाक."

"कोणते?"

"जे असतील तेवढे सगळे उडव. आत्ता."

२० फ्लेअर्स विमानाच्या वर वळण घेऊन उडाले. ते वेगवेगळ्या रंगांचे होते. 'आणीबाणीची परिस्थिती आहे, विमान आदळण्याची शक्यता - तयारी ठेवा', 'खूप नुकसान होईल', 'विमानात मृत आणि जखमी आहेत', 'विमानाला आग लागली आहे.' अशा प्रकारे प्रत्येक रंगाला जो जो संदेश दिलेला असतो ते सगळे उडवले गेले. कोणताही संदेश द्यायचा आता राहिला नव्हता. 'बॉकस्कार'च्या पुढच्या बाजूला एक प्रकारचा गनपावडरचा वास पसरला होता. तो व्हेरी पिस्तुलाचा होता.

आता या पद्धतीने जी 'रोषणाई' केली गेला, त्याचा मात्र हवा तो परिणाम झाला. इतर विमाने भराभरा मागे सरकली आणि वेगाने येणाऱ्या 'बॉकस्कार'ला जागा करून दिली गेली. 'बॉकस्कार' वेगाने आणि सरळ रेषेत येत होते. चंदेरी रंगाचे हे भले मोठे विमान खूप वेगाने तिरके उतरत होते. २३० किलोमीटर प्रतितास या वेगाने जमिनीवर आदळून परत वर उचलले जाऊन परत खाली आपटले. विमानाची

चाके जेव्हा काँक्रीटवर आदळली, तेव्हा पोर्ट आउटर इंजिन बंद पडले आणि हे ६५ टनी धूड डाव्या बाजूकडे वळत जेथे बी-२५ विमाने एका ओळीने उभी केली होती त्या धावपट्टीच्या अगदी टोकाला जाऊन थांबले.

या क्षणी सुदैवाने चांगली गोष्ट घडली. बी-२९ ही विमाने ५०९ कंपोझिट ग्रुपसाठी तयार करण्यात आली होती. यांना नवीन कर्टिस रिव्हरसिबल प्रोपेलर्स होते. स्वीनीने 'बॉकस्कार'चे जे दोन प्रोपेलर्स काम करत होते ते हलवले आणि रिव्हर्समध्ये टाकले आणि तातडीच्या वेळी वापरायचे ब्रेक दाबले. विमान सरळ झाले आणि धावपट्टीवरून पुढे जाऊ लागले. जसजसा धावपट्टीचा शेवट जवळ येऊ लागला तसतसा स्वीनीने योक ओढला. सर्व ताकद लावली. धावपट्टी संपण्याआधी फक्त तीन मीटर अंतरावर बी-२९ थांबले.

वैमानिक आणि मोहिमेचा प्रमुख यांची मानसिक आणि शारीरिक ताकद आता पूर्णतः संपलेली होती. त्याने विमान आता धावपट्टीच्या बाजूला असलेल्या टॅक्सीवेपर्यंत आणले आणि एक इंजिन बंद झाले. आपल्या खुर्चीच्या पाठीमागच्या भागावर रेलून त्याने उरलेली इंजिने बंद केली. त्या विमानात १३ माणसे होती. कोणीही एक अक्षरदेखील बोलले नाही. आता लांबून सायरनचे आवाज जवळ जवळ येऊ लागले. आणीबाणीच्या वेळची सर्व वाहने जवळ येऊन थांबली. एका माणसाने नाकाकडचे दार उघडले आणि डोके आत घालून म्हणाला, ''मृत आणि जखमी कुठे आहेत?''

''मागे आहेत,'' स्वीनी म्हणाला आणि त्याने उत्तरेकडे, नागासाकीच्या दिशेने इशारा केला.

***

नागासाकी कॉलेजच्या पुढच्या भागात सगळीकडे मृत आणि जखमी यांचा अक्षरशः पाऊस पडला होता. दगडी भिंतीवर शरीरे होती. त्यांची डोकी किंवा इतर अवयवच शिल्लक राहिले नव्हते. जखमी व्यक्ती दवाखान्यात प्रथमोपचाराची काही सोय असेल असे गृहीत धरून येऊ लागल्या होत्या. एक आई आपल्या मृत मुलाला घेऊन धावत आली, त्याला शिरच नव्हते. दवाखान्यातील खोल्यांना आता आग लागली होती. आणीबाणीचे भान आल्यावर डॉ. नागाईंनी आपले सहकारी, परिचारिका, तंत्रज्ञ या सगळ्यांना रुग्ण शोधण्यासाठी, जिथे जिथे जाणे शक्य आहे त्या वॉर्डांमध्ये जायला सांगितले. तोंडाला ओले टॉवेल गुंडाळून ते आत गेले आणि जखमींना आपल्या पाठीवर किंवा त्यांच्या खांद्यांना धरून भराभर बाहेर घेऊन आले. कॉलेजच्या मागे ज्या टेकड्या होत्या, तिथे आगी लागलेल्या नव्हत्या. बाकी सगळीकडे मात्र सर्व जळत होते. डॉ. नागाईंनी सगळ्या जखमी रुग्णांना त्या टेकड्यांकडे उचलून

न्यायला सांगितले. दोन मुलांनी आपल्या वडिलांना ओढत ओढत वरती नेले.

एवढ्या जखमींची शुश्रूषा करणे हे डॉ. नागाईंनासुद्धा अशक्य वाटत होते. आपले हात निरुपयोगी असल्याची असहायता त्यांच्या मनात दाटून आली. ते तळघरात असलेल्या ऑपरेटिंग रूममध्ये गेले. तिथे औषधे किंवा इतर साहित्य मिळते का ते बघू लागले; पण तो भाग पाइप फुटल्यामुळे पाण्यात होता. शेजारच्या खोलीत जेथे आणीबाणीसाठी औषधे व उपकरणे ठेवली जायची, तेथे सर्व वस्तू त्या स्फोटाच्या धक्क्यामुळे अस्ताव्यस्त झाल्या होत्या. जमिनीवर आदळून फुटल्या होत्या आणि त्यावरसुद्धा त्या फुटक्या पाइपामधील पाणी वाहत होते.

विद्ध झालेल्या डॉ. त्सुनोंसह एक बचाव कार्यकर्ता आला. डॉक्टरचे केस, चेहरा पांढरा होता, तर त्यांचा पांढरा कोट रक्ताने माखला होता. अधिष्ठाता असलेले डॉ. त्सुनो यांचा चश्मा गायब होता. डॉ. नागाईंनी त्यांची नाडी तपासली. ती योग्य होती. डॉ. त्सुनोंना टेकडीकडे न्या, असे त्यांनी त्या स्वयंसेवकाला सांगितले. त्याच वेळेला एक तरुण डॉक्टर सांगत आला की, एक संधिवाताचा रुग्ण आहे आणि तो 'स्ट्रेचर आणा तरच येतो,' असे म्हणत आहे. स्ट्रेचर तर नव्हते.

"सोडा, त्या रुग्णाला," डॉ. नागाई म्हणाले. "मी घेतो त्याची जबाबदारी." जोरात वाहणाऱ्या वाऱ्यामुळे आगी आणखी भडकत होत्या. तोपर्यंत एक वाजला होता. डॉक्टरनी आत जाणे तसे धोक्याचे होते.

कर्मचाऱ्यांपैकी काही जणांना डॉ. नागाईंच्या डोक्याला झालेल्या जखमेची काळजी वाटत होती. त्यांनी जखम शिवून रक्तप्रवाह थांबवला आणि जखमेत औषध भरले. शिवाय बँडेज घाणेरडी होती तरी ती वापरून त्यांचे डोके घट्ट बांधले. आता त्यांना लाल रंगाचा फेटा बांधल्यासारखे दिसत होते. जखमींवर उपचार करण्यासाठी परतल्यावर डॉक्टरांना त्यांच्या तक्रारी ऐकायला लागत होत्या. त्यांच्या जखमा दुखत होत्या. त्यांना टेकडीकडे हळूहळू उचलून न्यायला हवे होते. कुणीतरी परत मागे जाऊन आपल्या वस्तू आणाव्यात, असे त्यांना वाटत होते. एक आई जमिनीवर बेशुद्ध होऊन पडली होती. तिचे बाळ तिथेच तिच्याजवळ रडत होते आणि आग जवळ येऊ लागली होती. नागाईंनी बाळाला उचलून टेकडीकडे नेले आणि तिथे पडलेल्या एका परिचारिकेजवळ त्याला ठेवले. बाकीच्यांनी त्याच्या आईला उचलून नेले आणि मग बाळाला दुधासाठी आईच्या छातीवर ठेवले.

त्सुनिओ तोमिता आणि प्रोफेसर सेइकी दवाखान्यात आले तेव्हा त्यांना सर्वत्र पडझड झाल्याचे दिसले. जो कुणी चालू शकत होता किंवा नेता येत होता ते सगळे पहिल्या टेकडीच्या वरच्या भागाकडे गेले होते. जवळजवळ असे ५०० निर्वासित जळलेल्या रताळ्याच्या शेताजवळ जमा झाले होते. वाचलेले लोक कुठे आहेत हे

विद्यार्थी आणि शिक्षक यांना त्यांच्या कण्हण्यावरून समजत होते. एकमेकींच्या हातात हात गुंफलेल्या पण मरणयातनांनी कळवळणाऱ्या दोन मुली त्यांना आल्या आल्या दिसल्या. एका वयस्कर बाईने आपल्या तुटलेल्या पायाला एक तात्पुरता आधार दिला होता. डॉ. त्सुनो त्या शेताच्या एका कोपऱ्यात अंग दुमडून आणि ओव्हर कोट पांघरून झोपले होते. सेइकी त्यांच्यापर्यंत गेले आणि फार्मसी विभागाच्या वतीने त्यांना अहवाल दिला. त्सुनोंनी नुसते डोके हलवले पण बाकी काही बोलले नाहीत.

डॉ. नागाईंनी ज्यांना वाचवले होते अशा रुग्णांना टेकडीकडे आणखी उंचावर न्यायला सांगितल; कारण आग आता जवळ जवळ येत होती. त्यांनी स्वतः दोघांना नेले. पण मग आपल्या पायावर स्थिर उभे राहणे त्यांना अवघड होऊ लागले. मेट्रन हिसामात्सूने डॉक्टरांची नाडी बघितली. त्यांच्या शरीरातून खूप रक्त वाहून गेले होते. त्यांना रक्ताचा कॅन्सर होता. तिने त्यांना जबरदस्तीने खाली बसवले.

निर्वासित खोऱ्यातून वर चढून येत होते. आता मात्र एवढे मोठे काम करायचे आहे याचे खूप दडपण दवाखान्याच्या कर्मचाऱ्यांना वाटू लागले. त्या दडपणामुळे त्यांचा आत्मविश्वास डळमळायला लागला. पण या अग्निपरीक्षेमध्ये त्यांनी काम करणे जणू अभिप्रेत होते. नागाईंनासुद्धा आपल्या कर्मचाऱ्यांची ही स्थिती लक्षात आली. त्यांचे मन त्या कामात नव्हते. ‘चला लवकर! लवकर! जपानचा ध्वज शोधा,’ ते तातडीने ओरडले.

एका तरुण डॉक्टरने ध्वज शोधायचा प्रयत्न केला; पण त्याला तो सापडला नाही. खरे म्हणजे कुठे शोधावे हे त्याला समजत नव्हते. नागाईंनी जवळून उडत जाणारे पांढरे कापड पकडले. ते फाडून त्यांनी त्याचा चौकोनी तुकडा तयार केला. स्वतःचेच डोके जे जखमेमुळे रक्तस्राव होऊन लाल झाले होते ते त्या कापडाच्या मध्यभागी दाबले आणि बाकीच्यांनी त्यातून चारी बाजूला किरण काढले. मध्यावर असलेले रक्त पसरविले. आणि आता जपानचा ध्वज तयार होता!

नागाईंनी त्या तरुण डॉक्टरला तो ध्वज बॉम्बूच्या टोकाला बांधायला आणि त्या वरच्या बाजूच्या हिरव्या गवतातून धावत जाऊन फिरवायला सांगितला. सैन्याने जपानी लोकांच्या जीवनात या ध्वजाची किंमत गेल्या पंधरा वर्षांत एवढी वाढवली होती की याचा परिणाम होऊन एक राष्ट्रप्रेमाची लाटच जणू पसरली. आता इथे टेकडीवरच तात्पुरता दवाखाना तयार झाला होता. चार वाजता मोठे मोठे काळ्या रंगाचे थेंब पडू लागले आणि त्यामुळे ध्वजावर पण काळे डाग दिसू लागले. ज्या कारणासाठी तो तयार केला होता, ते कार्य मात्र पूर्ण झाले होते.

तोमिता आणि प्रो. सेइकी यांनासुद्धा तो जपानच्या ध्वजावरचा उगवता सूर्य उभारी देऊन गेला. पण त्यांना मदत करायला कोणी नव्हते. ते पुन्हा त्या सुरक्षा बोगद्याकडे आले. आता तेथे मृतांची संख्या वाढली होती आणि जे जिवंत होते त्यांच्यातही

काही ताकद उरलेली नव्हती. पाण्याच्या टाकीत दोन व्यक्ती मरून पडल्या होत्या. तामिताने एका हेल्मेटमध्ये पाणी घेतले आणि पुन्हा बोगद्यात जाऊन जे पिऊ शकत होते त्यांना पाणी द्यायला लागला. त्यांनी श्वास न घेता ते गिळून टाकले.

कॉलेजच्या मागे टेकडीवर नागाईंनी थकलेल्या वरिष्ठाला काय काय केले जात आहे त्याचा अहवाल दिला. त्यांना चक्कर आल्यासारखे वाटू लागले. त्यांचे पाय जणू रबराचे झाले होते. डॉ. त्सुनोंशी बोलताना मध्येच ते थांबत आणि त्यांचे मन दुसऱ्याच विषयाकडे वळत होते. तो विषय त्यांनी लक्षात ठेवून या आणीबाणीमुळे मनात येऊ दिला नव्हता. सगळेच युराकामी जळत होते. त्यांना मिडोरीसाठी शोध घ्यायचा होता; परंतु त्यांची जबाबदारी दवाखान्यात थांबून जेवढी मदत करणे शक्य होते तेवढी करण्याची होती. आता त्यांच्या लक्षात आले की, जर त्यांची बायको वाचली असती तर ती दवाखान्याकडे स्वतः चालत आली असती. हा विचार मनातून झटकण्यासाठी ते एका अगदी भिजलेल्या आणि डागाळलेल्या त्या जमिनीवर पडलेल्या तंत्रज्ञाची नाडी तपासायला लागले. त्याची नाडी चांगली होती. नागाईंनी आपला कोट त्याच्या अंगावर टाकला. काही पावले मागे सरकले आणि तेथेच धाडकन जमिनीवर कोसळले.

''ती मेली आहे, ती मेली आहे,'' असे दुःखाने पुटपुटत ते बेशुद्ध झाले.

***

नागासाकी मुलींच्या शाळेत क्योटो हाशिमोतो, मित्स्यू ताकेनोच्या वर्गात होती. त्या दोघी स्वयंसेविका म्हणून एकाच शस्त्रास्त्र कारखान्यात काम करत. युराकामीच्या या विध्वंसात त्या टेकड्यांकडे इतरांसारखे जाताना दोघी पुन्हा भेटल्या. त्या चिनझेईच्या मुलाला थोडा वेळ भेटल्यानंतर मित्स्यूसाठी क्योटो ही एकमेव ओळखीची व्यक्ती होती. या भयानक दिवशी हा बॉम्बस्फोट झाला. त्यानंतर सगळेच अनोळखी वाटत होते. त्या दोघी शाळेत बोलत असत; पण सख्ख्या मैत्रिणी नव्हत्या. पण आता जेव्हा त्यांनी एकमेकींकडे बघितले तेव्हा त्यांनी रडतच एकमेकींना घट्ट मिठी मारली. या संपूर्ण अतर्क्य जगात आता त्याच दोघी एकमेकीला आधार होत्या. अंतःस्फूर्तीने त्यांनी एकमेकींचे हात धरले आणि काळजीपूर्वक त्या टेकडीवरच्या शेतांच्या पायवाटेवरून चालू लागल्या.

विमान येत असल्याचा आवाज ऐकू आला. लोक ओरडले, ''शत्रूची विमानं.'' त्या दोन मुली त्या शेतातून धावत सुटल्या पण लपण्यासाठी योग्य जागा कुठेच नव्हती. एक तरुण मुलगा एका कठड्यापाशी उभा होता. त्याने त्या मुलींना बोलावले. त्या त्याच्याजवळ गेल्या आणि त्याच्या बाजूला अंग चोरून बसल्या. त्याच्या डोक्याला बांधलेल्या एका पट्टीवर उगवता सूर्य होता. तो त्यांना जुन्या

देशभक्त सामुराईसारखा वाटला. जपानच्या पौराणिक कथानकांत अचानक अवतीर्ण झाल्यासारखे त्यांना वाटू लागले.

पण विमानांचा आवाज पुन्हा दूर गेला. "ती बहुतेक आपली विमानं होती," सामुराई म्हणाला.

तो जसा वर चढू लागला तशा या मुलीपण त्याच्या मागे पायवाटेवरून एका स्मशानभूमीत गेल्या आणि तेथे हिरव्यागार झाडाच्या थंड सावलीत विसावल्या. त्याने त्यांना दूर जायला सांगितले नाही म्हणून त्या तिथेच त्याच्या जवळ थांबल्या. बॉम्बमुळे उद्ध्वस्त झालेल्या जागेपेक्षा आता त्या उंचावर आल्या होत्या. आणखी काही निर्वासित तेथे आले आणि तेसुद्धा खाली खोऱ्यात पेटलेला ज्वालांचा समुद्र बघत होते. एकच व्यक्ती बोलली ती म्हणजे एक अर्धनग्न तरुण मुलगा-

"आता आपण युद्ध हरलो आहोत," तो म्हणाला.

जपानचा युद्धाविषयी केला गेलेला प्रचार इतका प्रभावी होता की युद्ध हरलो म्हणजे आपण मरणार, असे मित्स्यूला वाटले. ती वेळ आली आहे याची जणू तिला खात्री पटली. विजेचे लाकडी खांब उखडले गेले होते. त्या खांबांवरून विजेच्या वायरी सगळीकडे लोंबकळत होत्या आणि वारा आला की झुलत होत्या. त्यातून ठिणग्या उडत होत्या, कारण त्या एकमेकीला चिकटत होत्या. जे खांब उभे होते ते जळत असल्याने लालभडक दिसत होते. अधूनमधून शस्त्रास्त्राच्या कारखान्यातील दारूगोळा पेटून ज्वालांचे लोळ आकाशात उसळत होते. मित्स्यूने खाली बघितले आणि तिला मेझाने-चो जळताना दिसला. तिची मैत्रीण एन-सान, तिथे राहायची. या भट्टीत ती जगली असेल का, असा विचार मित्स्यूच्या मनात आला.

मित्स्यू आणि क्योटो यांनी मरून पडलेले रातकिडे उचलून त्यांचा एक ढीग केला आणि मग त्यावर वाळू पसरविली. जेव्हा त्या तरुण मुलाने त्याच्या चेहऱ्यावरचा घाम डोक्याला बांधलेल्या बंधनाने पुसला तेव्हा मित्स्यूला कळले की तो उगवता सूर्य नव्हता- त्याच्या डोक्याला जखम झाली होती. तो रक्ताचा डाग होता.

"विशेष काही नाही. आता रक्त येणं थांबलं आहे," तो म्हणाला.

आपण टोकियोचे आहोत, असे तो तरुण म्हणाला. पण मित्स्यूला त्याच्या उच्चारांवरून ते आधीच लक्षात आले होते. त्याने सांगितले की, स्वयंसेवक कामगार म्हणून त्याला नागासाकीच्या मित्सुबिशी स्टील कारखान्यात काम दिले गेले होते. ज्या अर्थी त्याला सैन्यात भरती केले नव्हते, त्या अर्थी तो महत्त्वाचा तंत्रज्ञ असणार, असा अंदाज मित्स्यूने बांधला. त्याने ते कापड पुन्हा घड्या घालून आपल्या डोक्याला घट्ट बांधले.

***

'बॉकस्कार'चे कर्मचारी योनटानच्या टॅक्सीवेवर उतरले. स्वीनीने त्यांना एकत्र बोलावून आधी काहीतरी खाऊन घेण्यास सांगितले. आपल्या मोहिमेबद्दल काही बोलू नका हेही बजावले. ते सगळे एका उभ्या असलेल्या ट्रकमध्ये चढले; पण त्यांचा नेता आणि वेपनीअर ॲशवर्थ एका जीपमध्ये बसले. स्वीनीने त्या ड्रायव्हरला त्या नौदल तळाचा जो मुख्य कमांडर होता त्याच्याकडे त्यांना न्यायला सांगितले. त्याला पूर्ण बारकाव्यांसह अहवाल द्यायचा होता. इतर कर्मचारी खूप सुसज्ज, नेटक्या पांढऱ्या जेवणाच्या खोलीकडे गेले. इकडे 'बॉकस्कार'ची दुरुस्ती सुरू झाली. जपानवर दुसरा अणुबॉम्ब टाकल्याची बातमी तिथे पोचली होती त्यामुळे सर्व उत्साहित होते. एका जी.आय.ने त्या पाहुण्या आलेल्या कर्मचाऱ्यांना सांगितले की, एक नवीन प्रकारचा बॉम्ब जपानविरुद्ध वापरला गेला आहे. तो पी-३८ विमानांनी नेला आणि पॅराशूटच्या साहाय्याने टाकला. दुसरा म्हणाला की, बॉम्बचा आकार बेसबॉलहून मोठा नव्हता. 'बॉकस्कार'च्या कर्मचाऱ्यांनी मात्र त्यावर काहीच टिप्पणी केली नाही.

त्यांनी आपल्याला खूप भूक लागल्याचे मेसच्या सार्जंटला सांगितले. तुमच्यासारख्या लढवय्यांना वेळेवर खायला का देत नाहीत, असा त्याने सवाल केला.

"आम्ही खूप गडबडीत होतो," गालाघर म्हणाला.

"गडबडीत? - अहो, मी तर १८ ते २० तास काम करतो," तो चिडून म्हणाला.

त्याने प्रत्येकासाठी शिळ्या ब्रेडचे बोलोग्ना सँडविच तयार करून दिले. तोपर्यंत स्वीनी आणि ॲशवर्थ यांना जनरल जिमी डूलिटल यांच्या कार्यालयात नेण्यात आले. ओकिनावा येथे असलेल्या हवाई दलाच्या आठव्या तुकडीचे ते प्रमुख होते. १९४२ मध्ये जपानवर जो पहिला हवाईहल्ला केला गेला, त्याचे ते प्रमुख होते.

डूलिटल यांनी सर्व फोन-तारयंत्रणा उपलब्ध करून देत स्वीनीला टिनियनला अहवाल पाठवण्याची सोय करून दिली. तिघेही मोहिमेबद्दल बोलले; पण त्यात कोणतीही भावनिकता नव्हती. नेमके काय घडले एवढेच त्यांना फक्त समजून घ्यायचे होते.

शांत, गंभीर आणि चिंतामग्न अवस्थेत ते म्हणाले,

"खूप वेळ लागला हे व्हायला!"

"हो सर." स्वीनी म्हणाला, "मला वाटतं आता शेवट व्हावा."

इकडे धावपट्टीवर 'बॉकस्कार'नंतर काही मिनिटांनी 'द ग्रेट आर्टिस्टे'पण उतरले. त्यानंतर जवळजवळ एक तासानंतर हरवलेले, कॅमेरे असलेले विमान शेवटी एकदाचे आले आणि उतरले. उशिरा आलेल्या विमानाच्या कर्मचाऱ्यांना

सगळ्यांनी थट्टामस्करी करत चिडविले. हे सगळे घडत असताना जॉन कुहारेकने मुख्य टाकीत किती इंधन आहे ते मोजले. ते सात गॅलन उरले होते. एवढे इंधन फक्त एक मिनिट उड्डाणासाठी पुरले असते.

***

कोणताच निर्णय न होता संपलेल्या सर्वोच्च युद्ध परिषदेच्या सभेनंतर पंतप्रधान सुझुकी सरळ राजवाड्याकडे गेले आणि तिथे राजाचे मुख्य सल्लागार मारक्विस किडो यांना भेटले. पूर्वीचे पंतप्रधान कोनोएसुद्धा तिथे आधीच उपस्थित होते. तेव्हा नागासाकी बॉम्बबद्दल कोणतीही चर्चा झाली नाही. त्यांना मान्च्युरियामध्ये काय घडत आहे याबद्दल जास्त काळजी वाटत होती. काही अनाकलनीय कारणांमुळे सुझुकींनी त्यांना सांगितले की, सर्वोच्च युद्ध परिषदेने चार अटींसह पोस्टडॅम जाहीरनामा स्वीकारायचे ठरवले आहे. त्यांनी त्या चार अटीही सांगितल्या. गूढपणे वागणाऱ्या किडोंनी तीन वाजता हिरोहितो यांची भेट घेऊन, त्या वेळेला परिषदेचा निर्णय ते कानावर घालतील असे म्हटले. शांततेच्या बाजूने अनेक वर्षे कार्यरत असणाऱ्या किडोंना या प्रकारचा निर्णय आवडला नसणार.

कोनोएंना धक्काच बसला. त्यांना स्पष्टपणे जाणवत होते की, महाभयंकर संकट घोंघावत आहे की या पद्धतीचे उत्तर म्हणजे शत्रू समजणार की हा शरणागतीसाठी नकार आहे. कोनोएंनी राजपुत्राला पटवले आणि त्यांना किडोंना फोन करून तीन अटी रद्द कराव्यात व फक्त राजेशाही टिकू द्यावी, एवढीच अट ठेवायला सांगितले. किडोंनी ताकामात्सूचे म्हणणे ऐकून घेतले. पण ते म्हणाले की, परिषदेने जर असा निर्णय घेतला असेल तर चार अटी घालाव्याच लागतील.

या कालावधीत जनरल अनामी आपल्या युद्ध मंत्रालयात आले आणि आपल्या उच्चपदस्थ आणि कनिष्ठ अधिकाऱ्यांना त्यांनी, युद्धाच्या सद्य:स्थितीबाबत कोणतेही बदल झाले नाहीत, असे सांगितले. परिषदेत काय चर्चा झाली याबद्दल त्यांनी कोणतीही माहिती दिली नाही. अनामींचा मेहुणा कर्नल ताकेशिता पुटपुटला, "जर तुम्ही पोस्टडॅम जाहीरनामा स्वीकारणार असलात तर मग 'हाराकिरीच' करा की!"

अनामी परत उपमंत्र्यांच्या अधिकृत निवासस्थानी आले. टोकियोच्या हवाईहल्ल्यात त्यांचे घर जळून खाक झाल्यापासून ते घर त्यांनी स्वतःचे निवासस्थान म्हणून घेतले होते. उपमंत्री पीयर्स क्लब येथे गेले होते. अधिकाऱ्यांच्या सभेमध्ये अनामी अगदी उत्साही आणि आत्मविश्वास असलेले वाटत होते; पण गाडीत त्यांचा सचिव, कर्नल हयाशी याच्याबरोबर बसल्यावर ते दमलेले आणि उत्साह हरवलेले वाटत होते. कोणत्याही पद्धतीने उगीचच विनोद वगैरे करण्याच्या मनःस्थितीत ते नव्हते. पण ताकेशिताची टिप्पणी त्यांना आवडली नाही, असे ते म्हणाले. देशाची वास्तव

परिस्थिती आणि लष्कराच्या वाढत्या आकांक्षा या दोन्हींतील समतोल सांभाळणे त्यांना कठीण जात होते. ताकेशिता बोलले त्यात खरे म्हणजे सत्य होते!

हयाशींनी सुचविले की, देश जर आता शांततेकडे झुकत असेल तर आता अनामींचे एकच कर्तव्य होते, सैन्याची शस्त्रास्त्रे परत घेऊन त्यांना काळजीपूर्वक स्वगृही पाठविणे आणि स्वतःचा जीव न जाळणे.

युद्धमंत्र्यांनी खिडकीतून बाहेर बघत विचार केला आणि म्हणाले, ''मला वाटतं तुझं बरोबर आहे.''

तात्पुरत्या घरी परत आल्यावर ते बागेत गेले आणि तेथे धनुष्यबाण चालवण्याचा सराव करू लागले.

✳ ✳ ✳

संपूर्ण दुपारभर बॉम्बस्फोटाच्या भयानक स्थितीमुळे निर्वासित झालेले लोक युराकामी कॅथलिक दवाखान्याच्या दिशेने येऊ लागले. सकाळी पांढरे- भुतासारखे दिसणारे आता जांभळे आणि काळे दिसू लागले होते. केस आणि कातडी जळालेली, त्यावर आता मोठाले फोड आले होते, तर काही ठिकाणी कातडी सोलून निघत होती. त्यांचे चेहरे भोपळ्यासारखे सुजले होते. खोऱ्याच्या वरच्या बाजूला चढताना मध्ये थांबून ते नदीत पाण्याने आधी अंग धूत होते आणि मग परत चालणे सुरू करत होते. पुन्हा थांबून पुन्हा अंग धूत होते. काही जण आपल्या चेहऱ्यावरच धाडकन पडले आणि मग उठलेच नाहीत. काळी पडलेली अशी बरीच मृत शरीरे नदीच्या कडेला विखुरली होती.

डॉ. आकिझुकी परिचारिका मुराईच्या मदतीने या बळी पडलेल्या लोकांना मदत करण्याचा प्रचंड आटापिटा करत होते. एकामागून एक व्यक्ती तपासत होते; पण त्यांच्याकडे कोणतीच औषधे किंवा उपकरणे नव्हती. सतत कामात व्यग्र राहिल्याने डॉक्टरांना आपण फारसे काही करू शकत नाही, याची स्वतःलाच साक्ष देण्याची पाळी येत नव्हती. खरे म्हणजे नुसतेच शब्द आणि आश्वासने यापेक्षा खूप काही करणे गरजेचे होते; पण औषधेच नव्हती. एक बाप लहान मुलाला हातात घेऊन धडपडत त्यांच्याकडे आला आणि मदतीची भीक मागू लागला. त्या मुलाचे पोट फाटले होते आणि त्याची सगळी आतडी बाहेर आली होती.

त्याचा चेहरा जांभळ्या रंगाचा होता आणि नाडी बंद होती.

आकिझुकींनी त्याचे डोके हलविले आणि म्हणाले, ''काही उपयोग नाही.''

त्या माणसाने मुलाला जमिनीवर ठेवले.

''तुम्हाला करता येईल ते करता का?''

चर्चमधील शिकाऊ विद्यार्थी नोगुची डॉ. आकिझुकींना टेकडीवर घेऊन गेला.

नागासाकी । २७१

तेथे ताकाहारा दवाखान्यातून भेट द्यायला आलेले डॉक्टर पडले होते. जंगल असलेल्या जास्त चढावावर एक झरा लागला. त्या झऱ्याच्या बाजूला लोक अंग चोरून बसले होते. बरेच लोक नग्न होते किंवा त्यांच्या अंगावर अगदी थोडे कपडे शिल्लक होते आणि एका बाजूने त्यांची शरीरे जळाली होती. जवळच बाजारातला शेतकरी त्सुजिमोतो याचा चेहरा काळाठिक्कर पडला होता आणि ओठ सुजले होते. त्याची बायको त्याच्याबरोबर होती. तिचा चेहरा आणि शरीर जळाले होते व अर्थहीन कण्हणे चालू होते.

आकिझुकी ओरडले, ''पाणी पिऊ नका.'' पण लोक नुसतेच त्यांच्याकडे बघत राहिले. पूर्ण रस्ताभर दोन माणसे मागे मागे येत होती. लोक ओरडत होते- 'डॉक्टर... डॉक्टर?' डॉक्टरांनी आश्वासन दिले की ते औषधे घेऊन परत येतील. पण ती कुठे मिळणार याची त्यांना काहीच कल्पना नव्हती.

ओक वृक्षाच्या ठिकाणी नोगुचीने त्यांना आणले. इकडे हवा थंड होती. जखमी प्रमुख परिचारिकेजवळ, जमिनीवर डॉ. योशिओका होत्या. त्यांचे डोके कापडाने बांधले होते आणि त्यातून एकच डोळा दिसत होता.

आकिझुकी म्हणाले, ''त्यांना फार धोका नाहीये. मला नाही वाटत मी फार काही इथे करू शकेन.''

स्थानिक शिक्षक किनोशिता, त्याची बायको आणि छोट्या बाळासह झाडाखाली झोपले होते. त्यांना श्वास घेताना त्रास होत होता आणि तहानही खूप लागली होती. आकिझुकी म्हणाले की, आग जरा विझली की मी औषधे घेऊन येईन. त्या शिक्षकाच्या बायकोने शेतातून आणलेली एक काकडी डॉक्टरांना दिली. ती खाता खाता त्यांच्या लक्षात आले की दिवसभरात ते प्रथमच खात होते.

परत डॉ. योशिओकांजवळ येऊन त्यांनी तिला सांगितले की, धीर सोडू नकोस आणि परत खाली उतरायला लागले. दवाखान्यात परत आल्यावर त्यांना एक दृश्य दिसले. मेडिकलचा एक विद्यार्थी त्याच्या डोक्याला टॉवेल गुंडाळून आणि हातात एका तरुण मुलाचा हात घेऊन अंगणात फेऱ्या मारत होता. स्फोट झाला तेव्हा साकाओ कवानो हा इतर विद्यार्थ्यांबरोबर मेडिकल कॉलेजमध्ये रुग्णांना तपासत होता. पेटलेल्या कॉलेजच्या इमारतीतून बाहेर पडताना त्याला हा डोक्यातून रक्तस्राव होत असलेला आणि रडणारा मुलगा एका पडझड झालेल्या घराजवळ मिळाला. त्याने त्या मुलाचा हात हातात घेतल्यावर त्या छताच्या फरश्या आणि तुटलेल्या लाकडातून एक घुसमटलेला आवाज आला.

'कृपया, माझ्या मुलाला वाचवा.'

कवानोने कोण बोलतेय ते पाहण्याचा प्रयत्न केला; पण त्याला फक्त एका स्त्रीचे पाय दिसले. त्या मलब्याच्या ढिगाऱ्याखाली तिचे शरीर गाडले गेले होते.

त्याने त्या ढिगाऱ्याखालून तिला बाहेर ओढण्यासाठी खणायला सुरुवात केली; पण त्याला मदत करायला तिथे कुणीच नव्हते. त्यातच आगीच्या ज्वाला पुढे पुढे सरकत होत्या. त्याची उष्णता असह्य व्हायला लागली होती.

"मी तुमच्या मुलाची काळजी घेईन," तो विद्यार्थी ओरडला आणि त्या मुलाला घेऊन उंचावर असलेल्या ठिकाणी गेला. त्याच्या आईला त्या आगीच्या भक्ष्यस्थानी सोडून आणि तिच्यासारख्या जिवंतपणी जळताना ओरडणाऱ्या इतरांना सोडून तो गेला.

साकाओ कवानो मोतोहारा टेकडीच्या जवळ असलेल्या फ्रान्सिस्कन दवाखान्यापर्यंत पोचला. वाटेत जळणारे कॅथेड्रल, तो झरा, पडलेले मृतदेह हे बघत तो गेला. आकिझुकींनी विचारले, "इथे मदतीची गरज असणारे इतके जण आहेत तर त्याने त्या मुलाला इथं का आणलं?"

कवानो काहीच बोलला नाही. त्याने रडणाऱ्या त्या मुलाला गवतावर ठेवले. काही स्त्री रुग्ण एक अक्षरही न बोलता त्या मुलाची काळजी घ्यायला लागल्या. कवानोने लगेच सांगितले की, आता मी रुग्णांना मदत करायला आणि आग विझवायला तयार आहे.

***

तोराहाची तगावा जिथे काम करत होते त्या मित्सुबिशी कारखान्याच्या दरवाजातून बाहेर आल्यावर ग्रामीण भागातील सगळी हिरवळ, झाडे जळून गेलेली बघून ते हबकून गेले. झाडांची पाने गळून पडली होती. झाडे काळवंडली होती. टेलिफोनचे सगळे खांब उन्मळून तरी पडले होते किंवा त्यांचे दोन तुकडेतरी झाले होते. घरांचे ढिगारे झाले होते. काही तर भुईसपाटच झाली होती. या स्फोटाच्या विध्वंसाचे हे स्वरूप बघताना तगावांना आपल्या बायकोची आणि मुलीची काळजी वाटू लागली. पुलावरून जाताना वाटेत अनेक मृतदेह आणि जखमी पडलेले दिसले. दुसऱ्या बाजूला जिथे त्यांचे घर असायला हवे होते तिथे ते बघू लागले. तिथे त्यांना फक्त जळणारा ढिगारा दिसला होता. त्यांच्या परिसरातील इतर घरांप्रमाणे त्यांचेही घर नष्ट झाले होते.

तगावा आपल्या आई-वडिलांच्या घरी गेले, जे जवळच होते. पण तेही जळून खाक झाले होते. त्यांना एक शेजारीण सावलीत पडलेली दिसली. त्यांनी तिला विचारले, त्याच्या कुटुंबाचे काय झाले? आता त्यांचे भान हरपायला लागले होते. आता पुढे कुठे शोधायचे ते समजत नव्हते. पण त्यांनी शोध थांबवायचा नाही असे ठरविले. ते अगदी आशेच्या एक धाग्यालासुद्धा घट्ट धरून ठेवणार होते. त्या शेजारणीने तो धागा त्यांना दिला. तिने सांगितले की, त्यांची बायको हवाईहल्ला

होण्याआधी भाताच्या शेतात तण काढायला गेली होती.

त्या सगळ्या धक्क्यांतून अस्वस्थ झालेले ते भाताच्या शेताकडे धावत गेले. तेथे त्यांना आणखी एक शेजारी रेल्वे रूळांजवळ पडलेल्या बाईला धीर देत असल्याचे दिसले. तिच्या शरीराचा पुढचा भाग पूर्णपणे भाजून काळा झाला होता आणि एखादा जुना रंग पोपडे जाऊन निघावा तशी तिची कातडी सोलून निघत होती.

तगावांना हळूहळू कळले की ती जळलेली बाई म्हणजे त्यांची बायको होती. तिचे डोळे नुसतेच आकाशाकडे बघत होते. ते तिथे आहेत हे आधी त्या डोळ्यांना कळलेच नाही. मग हळूहळू परत त्यांच्याकडे बघून तिची नजर स्थिर झाली. ''पाणी!'' सुकलेल्या घशातून कसाबसा आवाज निघाला.

तिचा नवरा धावत धावत जवळच्या झऱ्याकडे पाणी आणायला गेला. फेकून दिलेले एक हेल्मेट उचलून त्यांनी ते ठिबकणारे पाणी हेल्मेटमध्ये जमा केले. ते हताश होऊन ती ते पीत असताना घाबरलेल्या तगावांनी त्यांच्या मुलीचे काय झाले, असे विचारले.

''याको... ती शेतातच गेली. अजून तिचा मृतदेह तिथेच आहे.''

ती अजूनही धक्क्यातून सावरली नव्हती. ती फक्त तुटक शब्दांत कशीबशी उत्तरे देत होती. तिच्यातील चमकच हरवल्यासारखी वाटत होती.

तगावांनी हळुवारपणे आपल्या बायकोला उचलले आणि खांद्यावर घेतले. जवळच्या रेल्वे स्टेशनपर्यंत जवळजवळ एक किलोमीटर ते चालत गेले. ती त्यांना आठवते त्यापेक्षा खूप हलकी वाटत होती. त्यामुळे तिला असे आणणे फार कठीण नव्हते. कारखान्यातील बाथरूममध्ये असल्यामुळे या स्फोटाच्या आघातातून ते वाचले होते. त्यांची ती जागा स्फोटाच्या केंद्रापासून दीड हजार मीटर दूर होती. त्यामुळे जवळजवळ त्यांना काहीच झाले नव्हते. पण त्यांच्या खांद्यावर जे ओझे होते ती व्यक्ती इतकी धक्क्याने विद्ध झाली होती की खड्ड्यातून जाणाऱ्या रस्त्याचा त्राससुद्धा कोणतीही तक्रार न करता तिने सहन केला.

✳ ✳ ✳

शहराच्या खालच्या भागात डोमेई एजन्सीच्या इमारतीसमोर, नागासाकीच्या अणुबॉम्ब हल्ल्याची बातमी तयार करण्याबाबत आदेश मिळालेला जुन्जी सातो भांबावून गेला होता. नेमकी कुठून सुरुवात करावी हे त्याला उमजत नव्हते. ती बातमी त्याच्या आजूबाजूला ज्या अक्राळविक्राळ पद्धतीने पसरलेली होती, त्यामुळे अजून एक सुस्पष्ट असा मुख्य मुद्दा उमगत नव्हता. त्याची सायकल खराब झाली होती तरी चालवता येत होती. त्याने सायकल घेऊन संरक्षण दलाचे मुख्य कार्यालय गाठायचे ठरवले.

तो पोचला तेव्हा जनरेटर मोठा आवाज करत चालू होते. त्या सुरक्षित बोगद्यात दिवे चालू होते. स्थानिक राज्यपाल वाकामात्सू नागानो हे त्याच्या सहकाऱ्यांबरोबर होते. ठरलेल्या पत्रकार परिषदेसाठी काही वार्ताहर आले होते. सातो या परिषदेबाबत पूर्णतः विसरला होता. घडलेल्या घटनांमुळे त्याचे महत्त्व कमी झाले. कोणतीच संदेशवहनाची यंत्रणा काम करत नव्हती. त्यामुळे कुठूनही माहिती येत नव्हती आणि इथून टोकियोला जात नव्हती. फुकुओकापर्यंत डोमेईची लाइन अजून चालू आहे, असे सातोने राज्यपालांना सांगितले. नागानोंनी ही संधी साधून निर्णय घेतला आणि एक आणीबाणीबाबत अहवाल तयार करून गृहमंत्री ॲबे यांना टोकियोला पाठवा, असे आपल्या सहकाऱ्यांना सांगितले.

बाहेर युराकामीचे निर्वासित यायला सुरुवात झाली होती. त्यांची कातडी करड्या रंगाच्या पेस्टसारखी होती. खूप भाजून सोलली गेलेली होती. जांभळा, खूप फुगलेला एक कोरियाचा कामगार धडपडत त्या बोगद्यात आला आणि त्या रस्त्यातच कोसळला- पाण्याची भीक मागू लागला. बघताक्षणी सातोला जागीच गोठल्यासारखे झाले. त्याची स्थिती भयंकर होती. त्याने आतापर्यंत अगदीच अपूर्ण वरवरचे अहवाल ऐकले होते, तेही हिरोशिमाच्या अनुभवावरून; पण आता त्याच्यासमोर जे काही दत्त म्हणून उभे होते त्यासाठी त्याची कोणतीच मानसिक तयारी नव्हती.

एक माणूस मित्सुबिशी स्टील कारखान्यापासून सैल पायजमा घालून आला होता. तोसुद्धा खूप भाजला होता. त्याला औषधाची प्रचंड गरज होती आणि डॉक्टरसाठी तो ओरडत होता. स्टीलचा कारखाना पूर्णता नेस्तनाबूद झाल्याचे त्याने सांगितले. युराकामी जळते आहे आणि सगळीकडे मृतदेह पडले आहेत, असे तो पुढे म्हणाला. सातोने त्याला शस्त्रास्त्र कारखान्याबद्दल विचारले, कारण त्याची बहीण तिथे काम करत होती. तिथे काय झाले? पण कामगार पुन्हा म्हणाला, युराकामी जळते आहे.

जवळपासच्या वस्तीचा प्रमुख सुरक्षित बोगद्यात आला. तो श्वास घेऊ शकत नव्हता आणि बोलूही शकत नव्हता. त्याने नागानोंना सांगितले की, त्या आगीच्या लोळामुळे भाजलेले, स्फोटामुळे जखमी झालेले शेकडो नाही तर हजारो लोक आता टेकड्यांकडे धावत सुटले आहेत आणि खोऱ्याकडे नाकाजिमा येत आहेत. जखमी लोकांच्या प्रवाहाचे रूपांतर आता लोंढ्यात झाले होते. ते सगळे कड्याच्या दुसऱ्या बाजूने नाकतोड्यांच्या झुंडीसारखे येत होते. त्यांना मदत आणि पाणी हवे होते. येणाऱ्या सगळ्यांकडे ते भीक मागत होते.

आता मात्र नागानोंच्या लक्षात आले की हे संकट अति भयानक असून, त्यांच्या क्षमतेच्या पलीकडचे आहे. ते प्रचंड उत्तेजित होऊन आणि घाबरून ओरडले, "ही परिस्थिती अत्यंत कठीण आहे. पोलिस काय करत आहेत? स्थानिक अधिकाऱ्यांना

पाठवून काय घडलं आहे ते बघायला सांगितलं आहे का?''

वस्तुस्थिती ही होती की काय चालले आहे हे बघायला जाणे अवघड होते कारण संपूर्ण शहर बेचिराख आणि जमीनदोस्त झाले होते. नागासाकीच्या रेल्वे स्टेशनवर, मेडिकल कॉलेजजवळच्या टेकड्यांवर, सगळीकडे मृत आणि जखमींची संख्या वाढतच होती. त्यात एक अफवा पसरली की शत्रू क्युशूच्या उत्तरेला मोजी येथे उतरला असून, लवकरच नागासाकीकडे पोचणार आहे. यामुळे आणखी लोक शहर सोडून जायला निघाले होते. सगळीकडे नुसता गोंधळ होता, उलथापालथ होत होती. सगळे डॉक्टर, परिचारिका आणि औषधे यांच्या शोधात होते. सिव्हिल डिफेन्स कॉर्प्स, पोलिस आणि अग्निशामक दल कोठेच उपलब्ध नव्हते. आता राज्यपाल फक्त एकच करू शकत होते की प्रांताच्या आरोग्य विभागाला सांगून शहराच्या दक्षिणेकडील भागातून डॉक्टर, परिचारिका मिळवून, आजूबाजूच्या जिल्ह्यांतून कुमक मिळवून सगळ्यांचे एक वैद्यकीय पथक बनवून त्यांना त्या जळणाऱ्या दरीत पाठवायला हवे होते.

✳ ✳ ✳

ट्राम ड्रायव्हर कोइची वाडा याने पायी जात युराकामीचा रूट २०६ गाठला. त्याच्या वाटेत खूप मलब्याचे ढीग पडलेले होते. ते टाळत तो पुढे सरकला. दोन्ही बाजूंनी आगी लागलेल्या होत्या. धुरातून जाताना श्वास घेणेसुद्धा मुश्कील होते. कुठेही इमारती नसल्यामुळे खरा रस्ता कोणता आहे हे कळत नव्हते. त्याच्या पुढे चाललेले निर्वासित तो बघत होता. काही जण उलटे शहराकडे निघाले होते. ते इतक्या विचित्र पद्धतीने जखमी झालेले होते की कोइचीला त्यांच्याकडे बघवतही नव्हते. त्याला एक मोडलेली, जळालेली स्ट्रीटकार दिसली. त्यात खूप मृतदेह होते. ते पुरुष होते की स्त्रिया हेसुद्धा ओळखता येत नव्हते. त्यात त्याचे काही मित्र होते का तेपण समजणे शक्य नव्हते. एक जळालेला घोडा पाठीवर पडला होता. त्याचे पाय वर हवेत होते. एक काळे प्रेत सायकलवरच तसेच बसलेल्या अवस्थेत होते. त्याने पुलाचा दांडा पकडला होता. जणू तो क्षण गोठला होता.

शेवटी एकदाचा कोइची ओहाशीला ट्राम टर्मिनलचा जो काही भाग शिल्लक होता तिथे पोचला. तेथे तर गोंधळच होता. बॉम्ब टाकला गेला तेव्हा दरीत जे कर्मचारी आणि स्थानिक लोक होते ते सगळे अक्षरशः बधिर अवस्थेत भटकत होते. कुठे जावे हे त्यांना उमगतच नव्हते! एक एक जण शेवटी हिंमत गोळा करून टेकडीच्या उंच भागाकडे निघाला. आगीपासून आणि विध्वंसापासून दूर! कोइचीचे हरवलेले कोणतेच मित्र त्यात नव्हते. त्या लोकांमध्ये नोगुची मोठी बहीण तात्सू होती. ही १३ वर्षांची मुलगी बॉम्बस्फोट झाला तेव्हा ट्रामवर कामाला होती. ट्राम

शस्त्रास्त्राच्या कारखान्याजवळ दरीच्या खालच्या बाजूला होती, तेव्हा स्फोट झाला. तिचे अर्धे शरीर चांगलेच भाजले होते.

तिच्यापेक्षा लहान बहीण त्या स्फोटाच्या केंद्राच्या जास्त जवळ होती. ती आपल्या कंडक्टरच्या युनिफॉर्ममध्ये ओहाशी टर्मिनलच्या मागे उगीचच वेळ काढत होती. हारुको त्या इमारतीच्या सावलीत असावी; कारण तिचे शरीर अगदी व्यवस्थित होते. तिने खरे म्हणजे त्या दिवशी गरज नसताना युनिफॉर्म घातला होता. ती बेशुद्ध होती आणि डोक्यातून, तोंडातून रक्त येत होते. ती खूप जोरात भिंतीवर किंवा जमिनीवर आपटली असावी. तिला युराकामी दवाखान्यात नेण्यात आले. पण तिथे पोचेपर्यंत ती मरण पावली.

***

मित्सुबिशी कारखान्यात कैद्यांना एकत्र करून एकूण त्यांची उपस्थिती घेण्यासाठी वॉर्डन मिनामी यांना थोडा वेळ लागला. दहा जण मृत्युमुखी पडले होते आणि बरेच गंभीररीत्या जखमी झाले होते. मिनामींनी एका रक्षकाला युराकामी तुरुंगात परिस्थिती काय आहे हे बघायला पाठविले. या विध्वंसाची व्याप्ती काय आहे हे त्याला अजून कळत नव्हते. सगळ्यांप्रमाणे त्यालाही वाटले की, आपण बॉम्बचा स्फोट झाला त्याच्या खूप जवळ आहोत.

कारखान्यात सगळीकडे आगी लागायला सुरुवात झाली होती. वॉर्डनच्या देखरेखीखाली काही तंदुरुस्त कर्मचारी आणि कैदी यांच्या मदतीने त्यांनी आगी विझवायचा थोडा प्रयत्न केला. त्याचबरोबर जखमींना मदत करणे, जे बाहेरचे आत आले होते त्यांना मदत करणे इत्यादी सुरू होते. कारखान्याची इमारत अजूनही बऱ्यापैकी उभी होती म्हणून सगळ्यांना इकडे यावे असे वाटत होते.

दुपारी उशिरा रक्षक पूर्ण युराकामी जळते आहे अशी बातमी घेऊन आला. त्याला तुरुंगाच्या जवळ जाता आले नाही. मिनामींच्या लक्षात आले, तुरुंगाच्या परिसरात असलेल्या घरात त्याची बायको आणि मुलगी जिवंत असणे थोडे अवघड होते...

***

सुमितेरु तानिगुची जागा झाला तेव्हा तो जेथे टॉरपेडोचे काम चालू होते त्या मित्सुबिशीच्या बोगद्याच्या मजल्यावर होता. बोगद्यात खूप दारूगोळा भरला असल्याने त्याचा स्फोट होण्याचा धोका लक्षात घेऊन त्याने या बोगद्यातून त्वरित बाहेर पडावे, असे त्याच्यावर झुकलेल्या एका माणसाने त्याला सांगितले. त्याच्या कातडीचे लोंबणारे तुकडे कापायला मदत करणाऱ्या बाईने या खूप भाजलेल्या पोस्टमनला

त्या माणसाच्या पाठीवर चढायला मदत केली. सुमितेरुला उंच, टेकडीच्या बाजूला, त्या बोगद्याच्या दरवाजाच्या वर नेले गेले. त्याला वाहून नेणारा धष्टपुष्ट होता, तो बहुतेक बोगद्यात काम करणारा कामगार असावा आणि मुख्य म्हणजे जखमी नव्हता. रस्ता खडबडीत असला तरी सुमितेरुसारखा कुमारवयीन, थोडा बारीक असलेला मुलगा नेताना त्या कामगाराला फारसा त्रास झाला नाही. त्याने त्याला त्या सगळी झाडेझुडपे नष्ट झालेल्या भागापासून वर उंचावर नेले.

त्याने सुमितेरुला पोटावर झोपविले. त्याचे पोट फारसे भाजलेले नव्हते. जवळच शाबूत झाडेही होती. आकाशात अजूनही धूळ आणि धूर होता. त्यामुळे सूर्य एखाद्या लालसर बशीसारखा दिसत होता. हवा सुटल्याने काळ्या पावसाचे जमा झालेले ढग पुढे दुसऱ्या दरीकडे सरकले. पोस्टमनला तहान लागली होती. पण तेथे त्याला पाणी आणून द्यायला कुणीही नव्हते. ज्याने त्याला वर आणले होते, तो कामगार पुन्हा त्या बोगद्याकडे गेला होता.

गवतावर पडून राहिलेला सुमितेरु शुद्धीवर होता. तो पोटावर, डोके खाली अशा अवस्थेत पडून राहिला. थोड्या वेळाने इतरही काही लोक तिथे येऊ लागले. वेदना होत असूनही त्याने डोके वर करून बघितले. जवळजवळ ३० पुरुष आणि स्त्रिया फाटलेल्या कपड्यांत त्या चढावरून वर येत होते. त्यांची ओळखसुद्धा पटणे शक्य नव्हते. तेही त्याच्याजवळ गवतावर पडले. पाण्यासाठी ते भीक मागत होते पण त्याच्या अस्तित्वाची त्यांना जाणीवही नव्हती. थोड्या वेळाने त्याच्याभोवती येणारे रडण्याचे आवाज हळूहळू कमी होऊ लागले. सुमितेरुला उमजले की त्यातील काही जण मेले आहेत आणि काही त्या वाटेवर आहेत. त्यालाही तहान आणि भूक लागली होती; पण तिथे काहीच उपलब्ध नव्हते. संध्याकाळच्या सुमारास त्याला रूळावरून जाणाऱ्या रेल्वेचा आवाज ऐकू आला. ती मिचिनूकडून टॉरपेडो कारखान्याच्या पलीकडे कुठेतरी जात होती. ट्रेन त्यांना इथून घेऊन जाईल, असे टेकडीवरचे कुणीतरी म्हणाले. त्या माणसाला तशी माहिती आहे का, की तो तसा अंदाज बांधतो आहे, हे त्याला कळले नाही. पण तरीही त्याला हलता येत नव्हते.

ती ट्रेन पुन्हा रूळावरून मागे मागे काळजीपूर्वक आली. प्रत्येक भाग ट्रेनचे वजन पेलू शकतो आहे का याची तपासणी केली जात होती. युराकामी स्टेशनच्या उत्तरेकडे एका झऱ्यावरती पूल होता, तो स्फोटामुळे उद्ध्वस्त झाला होता. त्याच्याजवळ गाडी थांबली. जखमी लोकांना ट्रेनमधून ओमुराच्या नौदल दवाखान्यात नेले जात होते. लोक गाडीत चढण्यासाठी गर्दी करू लागले; पण रेल्वेच्या अधिकाऱ्यांनी त्यांना मागे ढकलले व ओरडले, "थांबा, जखमींना आधी चढू द्या."

जे कुणी चढू शकले ते सार्डिन माशाचे टोपले असते तसे भरगच्च गर्दीत बसले. कारखान्याचे फोरमन तगावा आपल्या खूप भाजलेल्या बायकोसह तेथे

पोचले. त्यांनी तिला जमेल तेवढे काळजीपूर्वक आपल्या खांद्यावरून खाली डब्यात ठेवले. हा डबा गाडीच्या शेवटच्या टोकाकडे होता. तो जेव्हा त्यात चढायचा प्रयत्न करू लागला तेव्हा कंडक्टर आला आणि त्याने त्याला अडविले.

"ही खास गाडी फक्त जखमींसाठी आहे." तगावांना सांगण्यात आले.

खूप विनवण्या करून बायकोबरोबर जायला परवानगी द्या, असे म्हणत तो परत डब्यात चढण्याचा प्रयत्न करत होता पण पुन्हा त्याला बाहेर ढकलण्यात आले. अगदी वाईट पद्धतीने अपमानकारकरीत्या बिचारा धाडकन खाली पडला. तो परत उठला आणि त्या गाडीबरोबर धावू लागला पण गाडीची गती वाढली. तोराहाची तगावा आता आपल्या बायकोला कधीच बघू शकणार नव्हते.

वरती टेकडीजवळ सुमितेरु तानिगुचीजवळ जी माणसे गवतावर पडलेली होती त्यांतील काही उठली आणि रेल्वेलाइनकडे जाण्यासाठी खाली उतरण्याचा प्रयत्न करू लागली. त्यांनी काही पावले जाण्याचा प्रयत्न केला; परंतु ते भेलकांडले आणि परत खाली पडले. जेमतेम काही मीटरच ते पुढे जाऊ शकले! तोपर्यंत हवेतील धूळ खाली बसली होती. सुमितेरुला आता खाली दरी दिसू शकत होती. तो एक आगीचा समुद्र दिसत होता अगदी नागासाकी शहरापर्यंत.

***

मेडिकल कॉलेजच्या मागे असलेल्या टेकडीवर डॉ. नागाईंना शुद्ध आली आणि प्रोफेसर फुसे यांचा आवाज त्यांच्या कानी पडला.

"मानेवर दाब दे."

त्यांनी डोळे उघडले. फुसे, परिचारिका हिसामात्सू, हाशिमोतो आणि तंत्रज्ञ कानेको सगळे गोल करून त्याच्याभोवती उभे असल्याचे त्यांना दिसले. प्रोफेसरांकडे त्यांचा चश्मा नव्हता. एक्स-रे फिल्म धुतली आणि ती ते फिक्सिंग टाकीत ठेवत असतानाच अणुस्फोट झाला. त्यात त्यांचा चश्मा उडाला. तो काही परत सापडू शकला नाही. त्यामुळे त्यांना स्पष्ट दिसत नव्हते. नागाईंच्या डोक्याला जी जखम झाली होती तिच्यावर उपचार करणे गरजेचे होते. नीट दिसावे यासाठी त्यांनी खूप जवळ चेहरा नेऊन बघितले. एरवी त्याची गरज भासली नसती.

नागाईंना हिमोस्टॅटच्या थंड धातूचा आवाज आला, त्याचा वापर फाटलेली धमणी शिवण्यासाठी, बंद करण्यासाठी केला गेला. उपकरण त्या जखमेत घातले जात होते. त्याची वेदना प्रचंड होती. गरम रक्त त्यांच्या गालावरून ओघळू लागले. "त्या धमणीचे टोक हाडाच्या पलीकडे होते," फुसे म्हणाले.

डॉ. त्सुनो उतारावर पडले होते तेथे कुणालातरी सर्जन, शिराबे उभे असलेले दिसले. ते ओरडले, "आम्हाला डॉ. नागाईंना होणारा रक्तस्राव थांबवता येत नाहीये."

शिराबे जवळ आले. त्यांनी दुसऱ्या पद्धतीने इलाज करण्याचे ठरवले. त्यांनी जखमेवर टॅम्पान्स ठेवले आणि त्याच्यावरून कातडीला टाके घातले.

"रक्तस्राव थांबला."

डॉ. नागाईंची शुद्ध परत हरपली.

***

या दोन १६ वर्षांच्या मुली ज्या तरुण मुलामागे चालत होत्या त्याने सुचवले की, त्यांनी सगळ्यांनी जिथे ते सगळे थांबले होते तिथून निघून, युराकामीच्या पूर्वेकडील उतारावर पुढे जावे. मित्स्यू आणि क्योटो त्याच्या मागे मागे शेतातून वेड्यावाकड्या जाणाऱ्या पायवाटेने जात राहिल्या. सगळीकडे जळालेल्या मृतदेहांचा खच पडला होता. त्यांचे चेहरे इतके भयानक झाले होते की ओळखता येणेच शक्य नव्हते. जिकडेतिकडे माणसे गटागटाने बसली होती आणि अस्पष्ट आवाजात, हात पुढे करून 'पाणी... आम्हाला पाणी द्या. कृपया...' असे म्हणत होती.

त्यांच्या डोळ्यांत काहीच भावना नव्हती, जवळजवळ सर्व जण नग्न होते. जे थोडे चालू शकत होते ते त्या पायवाटांवरून आणि गवताच्या बाजूने माउंट कोनपिराशेजारील कड्याच्या जवळून हळूहळू चालत होते. एका दरीतून दुसऱ्या दरीकडे जाणारा प्राण्यांचा कळप असावा तसे!

आपण नेमके कुठे आहोत याची काहीच कल्पना नसलेल्या त्या दोघी, टोकियोहून आलेल्या त्या इंजिनीअरच्या मागून अगदी श्रद्धेने जात राहिल्या. आपण कुठे जात आहोत हे त्या इंजिनिअरला तरी ठाऊक होते की नाही देव जाणे! त्या कड्याच्या पलीकडच्या भागात एका घरासमोर ते आले. तिथे एक विहीर होती. एक बाई त्यातील थंड पाणी येणाऱ्या-जाणाऱ्यांना देत होती. ते खूपच छान होते. पण ते प्यायल्यावर मित्स्यूला मळमळायला लागले. तिला पुढे चालवेना. ती खाली बसली आणि तिला उलटी झाली. क्योटो आणि तो मुलगा बघत होते. ती पुन्हा उठली आणि चालू लागला; पण तिला सारख्या उलट्या येत होत्या. तरीही ती शांतपणे त्या दोघांच्या मागे चालत राहिली.

असे थांबत, चालत ते तिघे नागासाकीच्या कमर्शिअल भागातून जायला लागले. इथेसुद्धा नुकसान झाले होते. पण युराकामी ज्या पद्धतीने नामशेष झाले तसे मात्र नाही. पसरणाऱ्या आगींना नाकाजिमा नदीने थोपविले. या दोन मुली आणि त्यांना मार्गदर्शन करणारा नदीच्या अशा बाजूला आले जिथे क्योटो हाशिमोतो राहत होती. तो तरुण आणि मित्स्यू तिच्याबरोबर घराच्या पुढच्या दारापर्यंत गेले.

मित्स्यू अगदी क्षीण आवाजात म्हणाली, "इथून घराकडे मी एकटी जाऊ शकेन."

पण त्या तरुणाने तिचे काही ऐकले नाही. तिच्या घरी ती सुरक्षितपणे पोचली की नाही हे बघणे त्याचे कर्तव्य आहे, असा तो आग्रह धरत राहिला. टेकडीच्या पायथ्याशी असलेल्या रस्त्यावरून, स्मशान ओलांडून, थोडे थोडे थांबत दरीच्या वरच्या बाजूला जो शहराचा उंच भाग होता तिकडे ज्युनिनकडे चालत गेले. वळणे असलेल्या दगडी गल्ल्यांमधून आणि दगडी जिने असलेल्या वळणांवरून चढत गेले. आलटूनपालटून धावत किंवा ओकारी करत जाताना मित्स्यूला परत विमानांचा आवाज आला आणि तिला प्रचंड भीती वाटली. तरुणाने तिचा हात हातात घेतला आणि दोघे आकांताने धावत सुटले. पण तिची इच्छाशक्ती संपली. पराभूत होत ती थांबली.

''मला इथेच सोड आणि तू एकटा पुढे जा.''

तो तिथेच थांबला. तिला परत उलट्या झाल्या. त्या गवताच्या तुकड्यावर बसून खूप वेदनेने पोट पिळवटून निघत असताना दुधासारखे पांढरे पाणी उलटीतून पडत होते. ती जेव्हा थांबली तेव्हा त्याने तिला उचलले, हाताला धरले आणि चालण्यासाठी तिला प्रोत्साहन देऊ लागला. ज्युनिनच्या उंच उंच दगडी पायऱ्या चढत शेवटी एकदाचे मित्स्यूचे घर आले. श्रीमती हिराई आणि चि-चॅन तिथे राहत. मित्स्यूचे डोके लुडकले, तिची पूर्ण ऊर्जा संपली होती.

घराच्या आतून श्रीमती हिराई यांनी त्यांची भाडेकरू मित्स्यूला बघितले आणि ती, तिच्यापाठोपाठ चि-चॅन धावत बाहेर आल्या.

''तू जिवंत परत आलीस!'' श्रीमती हिराई भारावून म्हणाल्या आणि रडू लागल्या. चि-चॅनने मित्स्यूच्या खांद्यावर हात ठेवला. श्रीमती हिराईला एकदम सुटका झाल्यासारखे वाटले. जे घडले त्यानंतर त्या खूप काळजीत होत्या. तिला समजत नव्हते की मित्स्यूला जर काही झाले असते तर तिने तिच्या आई-वडिलांना कसे तोंड दाखवले असते? विशेषतः तिची मुलगी सुरक्षित असताना. तरुण मुलगा बाजूला शांतपणे उभा होता. तिघींनी पुन्हा एकमेकींना मिठी मारली.

''चांगली काळजी घ्या,'' तो शेवटी म्हणाला. त्याने वाकून अभिवादन केले. आता संध्याकाळ व्हायला लागली होती. तो निघून गेला.

''खूप खूप धन्यवाद,'' मित्स्यूने विनयशीलपणे म्हटले. त्याने जी मदत केली त्याबद्दल ती खूप कृतज्ञ होती.

या संपूर्ण दुपारभरच्या प्रसंगांत त्या तरुणाने स्वतःचे नाव तिला सांगितले नव्हते. तो टोकियोचा होता. स्टीलच्या कारखान्यात इंजिनिअर होता आणि तो २५ वर्षांचा वाटत होता, एवढेच तिला त्याच्याबद्दल माहीत होते. पण आता खूप उशीर झाला होता; कारण तो निघून गेला होता.

❊ ❊ ❊

माउंट इनासाच्या उतारावर काँक्रीटचा निरीक्षण मनोरा होता तेथे त्सुतोमू यामागुची स्वतःवर जरा ताबा मिळवत होता. नौदलात ड्राफ्ट्समन असलेल्या या माणसाने अणुबॉम्बचे दोन हल्ले बघितले आणि त्यात जिवंतदेखील राहिला. पहिल्या हल्ल्यात तो खूप भाजला होता. दुसऱ्या हल्ल्यात त्याची डोक्याची बँडेजेस निघाली होती, तेव्हा तो मित्सुबिशी कार्यालयात होता. पण त्यामुळे आणखी जखमा झाल्या नव्हत्या. काही वेळाने त्याच्या मनातील वादळ शांत झाले. मग तो हळूहळू टेकडीवरून उतरून घराकडे निघाला.

यामागुचीचे नवे घर आता निव्वळ एका ढिगाऱ्याच्या स्वरूपात उरले होते. त्याची बायको किंवा तान्हे बाळ यांचे नावनिशाण नव्हते. त्याने त्या ढिगाऱ्यात त्यांचा शोध घेतला; पण ते काही सापडले नाहीत. शेवटी तो जवळच्या सुरक्षित बोगद्याकडे गेला. सुदैवाने त्याला ते तिथे थांबलेले दिसले. त्याला अत्यानंद झाला. सगळे घाबरले होते; पण सुरक्षित होते. त्याच्याच जखमा अजून ताज्या आणि वेदनादायी होत्या. पण आता त्याचे मन मात्र शांत होते; तसेच शरीरपण! त्याने अंग दुमडून घेतले आणि झोपी गेला.

***

जेव्हा पीटर मॅकग्रथ-करला कॅम्प १४ मध्ये शुद्ध आली तेव्हा तो एका स्ट्रेचरवर एका कॅनव्हास बांधून तयार केलेल्या तंबूत होता. स्फोटानंतर हे तंबू तयार केले होते. त्याने आजूबाजूला बघितले, सर्व काही जमीनदोस्त झालेले होते. त्या परिसरातील भिंतीमध्ये फक्त ट्रान्स्फॉर्मर उभा होता. आपण कुठे आहोत याची त्याला काही कल्पना नव्हती. डच कैदी त्याच्याजवळ आला आणि त्याने त्याला भांड्यात भात देऊ केला. पण या ऑस्ट्रेलियन माणसाला अन्नात रुची नव्हती. त्याचे दातच तुटले होते. त्याच्या जिभेच्या टोकावर एक भली मोठी जखम होती. त्याचे मांस हनुवटीच्या जवळ आणि छातीजवळ वर आले होते आणि त्याच्या चेहऱ्यावर भाजले होते. त्याचा डावा हात आणि छाती थाडथाड उडत होती. हात भाजलेला होता. मॅकग्रथ-करचे डोके प्रचंड दुखत होते, गरगरत होते आणि तो या स्ट्रेचरवर कसा आला, हे त्याला अजून कळत नव्हते.

हा ऑस्ट्रेलियाचा सार्जंट मग उठला आणि ऑटोपायलटवरून हालचाल करू लागला. आपल्या देशातील कैद्यांची जबाबदारी स्वीकारण्याचा प्रयत्न करू लागला. सगळे जपानी घाबरलेले होते. सगळेच उदास होते. हवा गरम आणि गुदमरून टाकणारी होती. हवेत खूप धूळ होती. आपले कर्तव्य म्हणून, रक्षकांनी सर्व कैद्यांना एकत्र करण्याचा प्रयत्न केला. त्यांच्यावर वर्चस्व गाजवण्याची भावना त्यात नव्हती. एक गार्ड ऑस्ट्रेलियाच्या गटातील ॲलन चिककडे आला आणि मोडलेल्या

स्थितीत असलेल्या मुख्य दाराकडे बोट करत म्हणू लागला - ''जा... जा...''

हा गट बाहेर पडून इनासा पुलाकडे जाऊ लागला. त्या पुलावर स्फोटाचा परिणाम झाला नसल्याने तो पायी चालत ओलांडता येत होता. जपानी रक्षकही त्यांच्याबरोबर गेले आणि टेकडीच्या पायथ्याशी थोडी गवताळ जागा होती तिकडे जाण्याचा इशारा करू लागले. बाकीचेही त्यांच्या मागोमाग निघाले पण ते या कैद्यांवर देखरेख करत नव्हते. रक्षक आणि कैदी यांचा आता उद्देश एक होता.

त्या क्षणीच्या वातावरणात सगळे आपापल्या देशबांधवांबरोबर गट करून वावरू लागले. ऑस्ट्रेलियाचे कैदी एक गट करून नदीच्या पलीकडे गेले आणि नंतर माउंट इनासाच्या उंच चढाकडे गेले. त्या दिवशी कॅम्पमध्ये असलेले आणि जे काही नागासाकी शिपयार्डला काम करत होते ते डच कैदी दरीच्या पलीकडे असलेल्या माउंट कोनपिराकडे गेले.

इनासा पुलाच्या टोकाला एक घोडा आणि गाडी उभी होती. दोन्ही आश्चर्यकारकरीत्या या संहारातून वाचले होते. मृत्यू आणि विध्वंस, दोन्हींतून! ॲलन चिकने लगेच घोडा गाडीला बांधला. पूर्वी तो तास्मानियाला शेतात काम करत असे. तेथील कौशल्य उपयोगी पडले. कॅम्पच्या पडझड झालेल्या भागात सापडलेली रेडक्रॉसची काही खोकी त्या गाडीत ठेवलेली होती. ती गाडी ओढत तो घोडा आता सगळ्यांच्या मागून जाऊ लागला. वाटेत काळ्या पाण्याचे मोठाले थेंब असलेला पाऊस सुरू झाला. पण तो फारच थोडा काळ! कैदी आणि जपानी यांच्या अंगावरून तपकिरी ओघळ वाहू लागले. त्या डोंगराळ भागातून काही अंतर गेल्यावर वाटेत पडलेल्या झाडांमुळे त्यांना घोडागाडीसह पुढे जाता येईना. त्यांनी मग घोडा बाजूला सोडला. एकटा घोडा फारसा कामाचा नव्हता. आता गाडी व आतील सामान याचे काय करायचे याबाबत चर्चा करू लागले. येता येता शेतात दिसलेल्या भाज्या त्यांनी खाल्ल्या होत्या. त्या खोक्यातील अन्नाची पाकिटे नंतर उघडण्याचे त्यांनी ठरवले.

खोक्यांबद्दल काही निर्णय घेण्याआधीच रक्षक तिथे आले आणि त्यांना एकत्र करून युद्धकैद्यांचा एक मोठा गट जिथे वर चढत होता, तिथे घेऊन आले. ती खोकी तिथेच ठेवली गेली. हे युद्धकैदी आणि रक्षक यांना एका उन्मळून पडलेल्या बांबूच्या बनात जवळपासचे जमलेले जखमी लोक सापडले. त्यातील काही मृत्युपंथावर होते. टेकडीवरून दृश्य दिसले, कारखान्याचा भाग आणि कॅम्प १४ जवळचा भाग - कुठेही काहीही शिल्लक नव्हते. सगळे जमीनदोस्त झाले होते.

***

श्रीमती तबाता तिच्या दोन्ही मुलांसह- एक हातात आणि एक पोटात, समोरच्या दरीच्या कड्यांकडे चढायला लागली. तिकडे काही दिवसांपूर्वी ऑस्ट्रेलियाच्या

युद्धकैद्यांना कामासाठी जाताना तिने बघितले होते. एक परदेशी रस्त्यात भेटला. तोपण एक युद्धकैदी होता. तो एक मोठे गाठोडे घेऊन चालला होता.

त्याने तोडक्यामोडक्या जपानी भाषेत तिला विचारले, ''तुला खूप ओझं होत असेल. तुझं बाळ मी घेऊ का?''

तिने शांतपणे मान हलविली.

''मी तुला थोडं पाणी देतो, हे छान स्वच्छ पाणी आहे,'' तो म्हणाला.

श्रीमती तबाता त्याच्याकडे बघत होती; पण तो कोणत्या देशाचा आहे याचा काही अंदाज लागत नव्हता. कदाचित नेदरलँडचा असेल किंवा अर्धा इंडोनेशियाचा असेल. तो खूप चांगला आणि प्रामाणिक वाटत होता. युद्धकैद्यांना जपानी रक्षक कसे वाईट पद्धतीने वागवतात हे माहीत होते म्हणून त्याने पाणी विचारले तरी घ्यावे की नाही तिला कळेना. तिला वाटले, रक्षकांकडून मिळालेल्या वाईट वागणुकीसाठी तो सूड उगवायला तर काही करणार नाही?

''नको नको. मला नकोय,'' असे ओरडत ती आपल्या लहान मुलीला घेऊन दूर पळाली.

ती जसजशी वर चढू लागली तसतशी तिला युराकामी दरी धुराने भरलेली दिसली. भाजलेले आणि जखमी झालेले लोक तिच्याबरोबर तो चढ चढत होते. शहराच्या दुसऱ्या बाजूला खाली येऊन एक बी-२९ पुन्हा गोल फेरी मारून गेले. ते बघून त्या सुन्न, शांत लोकांमध्ये पुन्हा भीतीचे सावट पसरले.

''तुमची डोकी यामच्या पानांनी झाका.'' एक घाबरलेला आवाज सूचना देत होता.

''मुलांना रडू देऊ नका.''

ती विमाने गेली आणि टेकडीकडचे लोक बधिर शांततेत गेले. परत त्या भयानक दिवसाचा परिणाम आपल्या मुलीवर काय होईल याविषयी मित्स्यू विचार करत होती. तिला काहीच उमजत नसल्यासारखी ती दिसत होती. या भयंकर दिवसाची कोणती स्मृती तिच्या मनात घर करून बसेल? कोनपिरावरच्या बराकीतील काही सैनिक एका दगडी पुलाखाली लपून बसलेले बघून आईला धक्का बसला.

त्या परदेशी माणसाच्या मदतीला नकार दिल्याची खंत मनात घेऊनच, मित्स्यू तबाता नागासाकी शहराच्या दक्षिणेकडे असलेल्या आपल्या आई-वडिलांच्या घराकडे निघाली. तिचा हा प्रवास मित्स्यू ताकेनो, क्योटो हाशिमोतो आणि स्टीलच्या कारखान्याचा इंजिनिअर यांच्यासारखाच होता. शाळेजवळच्या बचावकार्य करणाऱ्या केंद्रावर तिच्या हातावर व्हॅसलीन लावण्यात आले. थोडा वेळच आई आणि मुलगी तिथे होत्या, तोपर्यंत बरेच लोक तिथे त्यांच्यासमोर मृत्युमुखी पडले. त्यांना दुसऱ्या खोलीत हलविण्यात आले. मित्स्यूच्या मुलीने ते सर्व शून्य नजरेने बघितले.

ती आई-वडिलांच्या घरी पोचली तेव्हा मित्स्यूला कुठलीही हालचाल करता येत नव्हती. भाजल्याच्या जखमांमुळे खूप दिवस ती कण्हत पडून होती. तिच्या आई-वडिलांनी नातीचा सांभाळ केला.

* * *

एका वृद्ध डॉक्टरकडे तात्पुरत्या राहणाऱ्या योशितो फुकुडा यांनी तिथे जाऊन स्वतःच्या जखमेसाठी औषध घेण्याचे ठरवले. युराकामी दरीच्या एका चढावर झाडांच्यामध्ये ते घर होते. पण कारखान्याचा संचालक तिथे आला तेव्हा ती सर्व झाडे नष्ट झालेली आणि त्यांचे जळत असलेले बुंधे दिसले. बारक्या काड्या शिल्लक होत्या. त्या डॉक्टरचे घरसुद्धा नष्ट झाले होते.

फुकुडा त्या शेतातच पडले. काही लोक जवळून गेले. त्यांनी हाका मारल्या. त्या जळत असलेल्या भागात प्रचंड उष्णता होती. त्यामुळे ते कधी बेशुद्ध पडत होते, तर कधी शुद्धीवर येत होते. कारखान्याच्या एका कनिष्ठ व्यवस्थापकाला ते सापडले. फुकुडांनी त्याला पाणी मागितल्यावर त्याने ते दिले नाही. तो म्हणाला, पाणी प्यायले तर त्यांचा मृत्यू होईल. स्वतःच्या शर्टाच्या साहाय्याने त्याने जरा सावलीसाठी सोय केली.

थोड्या वेळाने कुबो आणि आणखी एक तंत्रज्ञ यांनी फुकुडांना मदत केली. धडपडत, थांबत त्यांनी त्यांना मिचिनू स्टेशनच्या उरल्यासुरल्या इमारतींपर्यंत पोचवले. जखमी व भाजलेल्या गंभीर रुग्णांना घेऊन जी ट्रेन जाणार होती तिच्यात त्यांना बसविले. या लोकांना ओमुराच्या दवाखान्यात नेण्यात येणार होते. कुबोने फुकुडांना सांगितले की, हा तंत्रज्ञ दवाखान्यापर्यंत त्यांच्या सोबत राहील. त्याने फुकुडांशी हस्तांदोलन केले आणि निघून गेला.

ओहाशी शस्त्रास्त्र कारखान्याचे उपसंचालक असलेले फुकुडा त्या डब्याच्या मध्यावर पडलेले होते आणि लोक त्यांना ओलांडून, ढकलून जात होते. सगळा वेळ त्यांचा तंत्रज्ञ शेजारी उभा राहून त्यांची देखभाल करत होता.

* * *

सरकारी सुरक्षा बोगदा सोडून वार्ताहर सातो युराकामीकडे चालायला लागला. वाटेत जे जे दिसेल त्याची नोंद तो करत होता. शहराच्या खालच्या बाजूला असलेली प्रांताची इमारत आगीने वेढली होती. जेव्हा बॉम्बस्फोट झाला तेव्हा ती पेटली नव्हती. घरे, इतर इमारती जमीनदोस्त झाल्या होत्या. कारखान्याचे मजबूत स्टीलचे खांब वाकडे होऊन पिरगाळले गेले होते. मजबूत काँक्रीटची छतेसुद्धा कोसळली होती. मृत आणि मरणपंथावर असणारे लोक सगळीकडे पडलेले होते. काही तर

इतके जळाले होते की त्यांना ओळखणेदेखील अशक्य होते. जे जे दूर जाऊ शकत होते ते गेले होते. दरीतून त्यांनी पळ काढला होता. आता येथे स्मशानशांतता होती.

त्या दरीतून दूर जाणाऱ्या लोकांच्या लोंढ्याबरोबर सातोसुद्धा शहराच्या दक्षिणेकडच्या भागात असलेल्या आपल्या घरी गेला. त्याची आई घरात होती. ती रात्रभर दुसरीकडे राहून परत आली होती. घर शाबूत होते; पण सर्व काचा फुटल्या होत्या, त्या ती उचलत होती. त्याची बहीण तेरुको हिचे काय झाले ते तिला माहीत नव्हते. ती त्याच कारखान्यात काम करीत असे. एक मुलगी तिथून परत आली; पण तिला फारच थोड्या जखमा झाल्या होत्या. बऱ्याच जणांना खूप जखमा झाल्या होत्या आणि बरेच मृत पावले, असे ती सांगत होती. श्रीमती सातोंना आपल्या मुलीला शोधायला जायचे होते; पण मुलगा म्हणाला, सकाळपर्यंत वाट बघू. सकाळी कदाचित आगीतून आणि ढिगाऱ्यातून वाट काढणे शक्य झाले असते.

वार्ताहर परत आपले काम करायला बाहेर पडला. बंदराकडचा आणि शहराच्या खालचा भाग बघून मग दुपारी उशिरा डोमेईच्या कार्यालयात पोचला. तेथील कर्मचारी, नागासाकी बॉम्बबद्दल जे जाहीर निवेदन केले गेले होते ते ऐकून भडकले होते :

वेस्ट जपान आर्मी कमांडने ९ ऑगस्ट रोजी सव्वादोन वाजता निवेदन दिले. ९ ऑगस्टला अकरा वाजता सकाळी शत्रूची दोन मोठी विमाने नागासाकी शहरावर आली आणि त्यांनी नवीन प्रकारच्या बॉम्बचा वापर केला. तपास चालू आहे; पण तुलनेने त्याचा परिणाम फारसा नाही.

नागासाकी फॉर्ट्रेस कमांड नागासाकी खाडीच्या मुखाजवळ वसवलेली होती. स्फोटाच्या केंद्रापासून हे अंतर सात किलोमीटर आणि दोन टेकड्यांच्या मागे होते. त्यामुळे त्याच्या फक्त काचा फुटल्या होत्या, तारा तुटल्या होत्या; पण प्रत्यक्ष परिस्थिती काय आहे, याचे कोणतेही ज्ञान त्यांना नव्हते. शहराच्या उत्तरेकडेच मोठा संहार झाला होता. ते स्वतःची वीज स्वतः तयार करत, त्यामुळे स्वतःचे हे निवेदन त्यांनी वेस्ट जपान आर्मीला पाठविले आणि हाच अहवाल अधिकृत अहवाल म्हणून टोकियोला पाठवला गेला होता.

***

ओकिनावाला दोन तास घालवल्यावर दुसऱ्या अणुबॉम्ब मोहिमेवरील बी-२९ विमानांनी प्रवासाचा शेवटचा टप्पा म्हणजे टिनियन बेटाकडे उड्डाण केले. 'बॉक्स्कार'वर फारसे कुणी बोलत नव्हते आणि कर्मचारीसुद्धा फार उत्साहित नव्हते. सायंप्रकाशात

विमान मार्गस्थ झाले. ज्यांची कामे झाली होती ते कर्मचारी शांतपणे झोपले. आता विमानात आर्मड् फोर्सेस रेडिओचे संदेश पोचू शकत होते. त्यात नागासाकी बॉम्ब किंवा शरणागती मान्य केल्याच्या कोणत्याही बातम्या नव्हत्या. बातमीमध्ये रशियाने जपानविरुद्ध युद्ध पुकारले असून, रशियाचे सैन्य मान्च्युरियामध्ये घुसले आहे, असे सांगितले जात होते. त्यानंतर टॉमी डॉरसे आणि ग्लेन मिलर यांचे संगीत वाजवले गेले.

'जर जपानने शरणागती पत्करली नाही तर मला अशा अनेक मोहिमांसाठी उड्डाणे करावी लागतील,' असे स्वीनीच्या मनात आले.

* * *

पंतप्रधानांच्या अधिकृत निवासस्थानी मजबूत काँक्रीट खोलीत २.३० वाजता मंत्रिमंडळाचे १५ सदस्य पुन्हा भेटले. रशियाशी संवाद साधण्यात काय त्रुटी आल्या ते सांगत तोगोंनी चर्चेला सुरुवात केली. त्यात अणुबॉम्ब आणि त्या सकाळी रशियाने मान्च्युरियावर केलेला हल्ला हे विषय पण होते. अणुबॉम्ब फक्त एकच टाकला असा उल्लेख केला गेला; त्यावर फारसे काही भाष्यही नव्हते. जे हजर होते त्यांना हिरोशिमा बॉम्बबद्दल माहिती होता; पण नागासाकीवर टाकल्या गेलेल्या अगदी काही तासांपूर्वीच्या बॉम्बबद्दल फारसे बोलणेच झाले नव्हते; कारण त्याचा काही परिणाम जाणवला नव्हता. पोस्टडॅम जाहीरनामा मान्य करावा, ज्याच्याबद्दल वादच नाही, अशी फक्त एकच अट घालावी हे आपले म्हणणे तोगो मांडतच राहिले, तर पोस्टडॅम जाहीरनामा मान्य करताना चार अटी घालाव्यात, हेच मत अनामी मांडत राहिले. मातृभूमीसाठी लढणारे आपले सैन्य या निर्णायक लढाईत शत्रुपक्षाचे पुरेसे नुकसान करेल, असे त्यांचे मत होते.

जिंकण्याची हमी नव्हती; पण तरीही जपानला अजून कुणी हरवले नव्हते. ॲडमिरल योनाई मात्र या मताच्या विरोधात होते. ते म्हणाले की, सध्या जपान ज्या स्थितीत आहे, त्या स्थितीत युद्ध चालू ठेवणे हे शक्य नाही. आताची वेळ ही आपल्या मनातील इच्छा काय आहे हे बघण्याऐवजी थंड डोक्याने वास्तवाचा विचार करून निर्णय घ्यायची आहे.

अनामींनी अमेरिकन वैमानिकाच्या उलटतपासणीबद्दल सांगितले. त्यात पुढचा बॉम्ब टोकियोवर टाकला जाण्याची शक्यता आहे, हेही सांगितले; पण त्या दिवशी नागासाकीवर बॉम्बहल्ला झाला आहे या बाबीकडे मात्र त्यांनी दुर्लक्ष केले. ते म्हणाले की, अमेरिकेकडे जवळजवळ १०० अणुबॉम्ब आहेत आणि तरी ते युद्ध चालू ठेवण्याची भाषा बोलत होते. घडलेल्या घटनांमुळे ते एकतर हादरून गेले असावेत आणि जे घडतेय ते समजून घेण्यात चुकत असावेत किंवा मुद्दामहून

आपण जे सुचवत आहोत ते कुणी नाकारू नये म्हणून प्रयत्न करत असावेत.

सुझुकींनी मंत्रिमंडळाच्या इतर सदस्यांना त्यांच्या त्यांच्या कार्यकक्षेनुसार काय वाटते याविषयी मत मांडायला सांगितले. गृहमंत्री ॲबे म्हणाले की, जपानी लोकांचे नीतिधैर्य संपुष्टात येत आहे; पण सैन्याच्या सततच्या प्रचारामुळे त्यांना अजूनही जपानच्या विजयाची आशा आहे. तरीही जपानने बिनशर्त शरणागती पत्करली तर जनता बंड करून उठेल आणि चिडून मंत्रिमंडळ सदस्यांचा खूनसुद्धा करू शकेल. ॲबे यांना स्वतःच्याच जिवाची काळजी होती, हेही उघड होते. पराभवाच्या नाचक्कीपासून जनतेचे लक्ष इतरत्र वेधण्यासाठी अन्य समस्या कशा पुढे करता येतील हे त्यांच्या सहकाऱ्यांनी सांगितले. कृषिमंत्री इशिगुरो म्हणाले की, त्यांच्या सल्लागारांनी दिलेल्या माहितीनुसार गेल्या १९ वर्षांत झाले नसेल इतके भाताचे उत्पन्न कमी होणार आहे. अमेरिकेच्या नौदलाने समुद्रात नाकाबंदी केल्यामुळे कोरिया आणि मान्च्युरियाकडून येणारे अन्नधान्य आणता येत नसल्याची अधिक वाईट बातमी परिवहनमंत्री कोबियामा यांनी दिली आणि या सगळ्या वाईट बातम्यांवर कडी करत शस्त्रास्त्रासंबंधीचे मंत्री तोयोडा यांनी शस्त्रास्त्रांसाठी लागणारा कच्चा माल येत नाहीये; शिवाय मोठ्या प्रमाणात कामगार सुट्या घेत आहेत, असे सांगितले.

***

जेव्हा चियोको इगाशिरा यांना त्यांचे नाव कुणीतरी मोठमोठ्याने घेत असल्याचे ऐकू आले तेव्हा त्या आपल्या छोट्या मुलीला घेऊन गर्भात असलेल्या बाळासारखे अंग मुडपून शिरोयामा प्राथमिक शाळेच्या प्रथमोपचार खोलीत पडून होत्या. बाकी इमारत ढासळली होती. येणारा आवाज जरा घोगरा असल्याने त्यांनी तो आधी ओळखला नाही. शिवाय सध्या त्यांचे डोके ठिकाणावर नव्हते आणि मग ती व्यक्ती आत यायच्या आधी काही क्षण त्यांच्या लक्षात आले की तो तिचा नवरा युकिची आहे. ओहाशी शस्त्रास्त्र कारखान्यापासून त्या विध्वंस झालेल्या टेकडीवरून चालत तिथे आला होता. बहुतेक ती शाळेत असेल हे त्याला ठाऊक होते. तिथेच कदाचित या बॉम्बस्फोटाचा कमी परिणाम झाल्यामुळे ती जिवंत असण्याची शक्यता होती. स्फोटाच्या केंद्रापासून दीड हजार मीटर दूर असूनही जिथे तो काम करत असे त्या कारखान्यात प्रचंड संहार झाला होता. शिरोयामा शाळेपासून ते अंतर तिप्पट लांब होते.

चियोको यांनी युकिचींना घट्ट मिठी मारली. आत्ता या क्षणी मनात इतर कोणत्याही भावनेपेक्षा आपण वाचलो आहोत आणि आता या भयानक परिस्थितीतून वाट काढता येईल, हा विश्वास चियोको यांना वाटू लागला. आनंद किंवा दुःख ही प्रतिक्रिया नव्हती. या दोन्हींपैकी काही दाखवण्याच्या परिस्थितीतच त्या नव्हत्या.

युकिचींचे बूट गायब होते आणि डोक्यावर हवाईहल्ल्यासाठी घालतात ते हेल्मेटही नव्हते. स्फोटाच्या क्षणी किंवा नंतर कधीतरी दोन्ही उडाले. पडझड झालेल्या कारखान्याच्या ढिगाऱ्यांवरून अनवाणी चालत असल्यामुळे त्यांचे पाय रक्ताळले होते. त्यातच फुटलेल्या काचापण होत्या. ओहाशी आणि शिरोयामामधील ती टेकडी त्यांनी तशीच पार केली होती.

शाळेची उर्वरित इमारत पडण्याचा धोका असल्यामुळे इगाशिरा जोडपे जवळच्या सुरक्षा बोगद्याकडे गेले. हे तिघे तिथे पोचले तेव्हा धक्काबुक्की करणाऱ्या आणि काही अजिबात हालचाल न करणाऱ्या लोकांनी बोगदा गच्च भरला होता. काही मृत होते, काही दुःखावेगाने रडत होते आणि सतत पाणी मागत होते. इथे इतके वाईट वातावरण होते की या जोडप्याने मुलीसह पुढे जायचे ठरविले. त्यांनी एक भिंत चढून खेळाच्या मैदानाकडे जायचे ठरविले. तिथे भाजीपाला पिकवण्यासाठी काही वाफे लावले होते. वेगवेगळ्या जखमांमुळे दुबळे झालेले लोक ती उद्ध्वस्त दरी सोडून पळू बघत होते. काहींनी या शाळा शिक्षिकेला ओळखले आणि त्यांनी तिच्या नावाने हाका मारल्या; पण चियोकोंना ते कोण होते हे ओळखता येईना. त्यांनी जरी त्यांचे चेहरे बघितले तरी! त्या दिवशी घडलेल्या घटनांमुळे जो धक्का बसला होता त्यामुळे काही ओळखण्याची क्षमताच हरवली होती.

शेवटी तातेइवा चर्चजवळ जरा कमी गर्दी असलेल्या एका सुरक्षा बोगद्यात इगाशिरा आले. ही जागा शिरोयामाच्या मागच्या बाजूला होती. चियोको आपल्या पोटावरच पडल्या. आता त्यांना हलता येत नव्हते. त्यांच्या पाठीत घुसलेल्या काचेच्या तुकड्यांमुळे त्यांना खूप वेदना होत होत्या. नओमी अजूनही कुठलाच आवाज करत नव्हती. रडत नव्हती. तिला दूधसुद्धा पाजता येत नव्हते. पाणीसुद्धा प्यायची ताकद नसलेली तिची आई रात्रभर उलट्या करत होती.

संपूर्ण रात्र लोक कंदील घेऊन आपले नातेवाईक शोधायला येत होते आणि त्यांचे नाव घेऊन आवाज देत होते. श्रीमती इगाशिरांना जळणाऱ्या झाडांच्या फांद्यांचा आवाज येत होता आणि मधूनच ज्वालांचे नृत्य सुरू होते. बोगद्याच्या तोंडाशी लाल-पिवळा प्रकाश दिसत होता; पण कळत नव्हते की तो आगीमुळे परावर्तित होतो आहे का अस्ताला किंवा उदयाला येणाऱ्या सूर्याचा आहे. आता आपण मरणार, असे चियोको इगाशिरांना वाटत होते.

***

डॉ. आकिझुकींचे आई-वडील गेल्या दोन महिन्यांपासून दवाखान्याच्या जवळ राहत होते. त्यांचे वडील शहरात काम करत. दिवसा त्यांची आई घरी एकटीच असे. पण कामाचे ओझे एवढे होते की ती आपल्या मुलाला फारशी भेटू शकत नसे. दुपारी

परिचारिका मुराईने डॉक्टरांना विचारले की त्यांच्या आईची काही बातमी त्यांना कळली का?

"मला काहीच माहीत नाही." त्यांनी तुटक उत्तर दिले. पण खरे म्हणजे हे त्यांच्या मनाला खात होते. आजूबाजूच्या परिसराचे ज्या पद्धतीने सपाटीकरण झाले होते, त्यात त्यांना आई जिवंत असण्याची शक्यता कमीच वाटत होती. पण नंतर आईचा आपण शोध घेऊ या, असे नवीन परिचारिकेने सुचविले.

"जर ती जिवंत नसेल, तर ही बातमी जास्तीत जास्त उशिरा कळावी," असे ते म्हणाले.

जेव्हा नोगुचीने डॉ. योशिओकांवर उपचार करायला आकिझुकींना टेकडीवर नेले, तेव्हा सुगाकोने ठरवले की त्यांच्या आईचा शोध घ्यावा. आकिझुकी परत दवाखान्यात आल्यावर ती थोड्या वेळाने परत आली. तिच्या मागे ते गेले तेव्हा त्यांची आई श्रीमती आकिझुकी सुखरूप असल्याचे त्यांना दिसले.

परिचारिका मुराई हिला त्या एका सुरक्षित बोगद्यात सापडल्या. त्यांची दृष्टी अधू होती म्हणून, जेव्हा सर्व सुरक्षित आहे, असा इशारा वाजला तेव्हा त्या तिथे जवळपासच थांबल्या. अकरा वाजण्याच्या सुमारास पुन्हा धोक्याचा भोंगा वाजला तेव्हा परत त्याच बोगद्यात गेल्या. त्यामुळे त्या वाचू शकल्या होत्या.

"अरे, तुलापण काही जखम झाली नाहीये," डॉक्टरांची आई त्यांना म्हणाली.

त्या अणुबॉम्बच्या आपत्तीतून वाचलेले दोघेही एकमेकांकडे पाहून फक्त शांतपणे हसले. दुसरा जिवंत नसेल असे दोघांना परस्परांबद्दल वाटत होते. श्रीमती आकिझुकींचा आनंद अजून शंभर टक्के नव्हता; कारण अजून त्यांचा नवरा आणि आणखी एक मुलगा, मुली यांच्या सुरक्षेबद्दल काही समजले नव्हते.

दुपारी जेव्हा लोक अधाशीपणे भुकेबाबत बोलू लागले तेव्हा सुगाकोलाही लक्षात आले की तिनेही काल रात्रीपासून काहीच खाल्ले नव्हते. एक गट दवाखान्याच्या तळघरात असलेला मुदपाकखाना तपासायला निघाला. तो तळघरात असल्याने आगीच्या डोंबापासून वाचला होता. आत्तापर्यंत परिचारिका मुराईचे तेच कार्यक्षेत्र होते म्हणून तीपण त्यांच्याबरोबर गेली. खाली वीटकामाची पडझड झाली होती, त्यावरून जाऊन त्यांनी बघितले तर सगळीकडे अन्न पसरले होते आणि त्यात आता कचरा, घाणही मिसळली होती. हेच अन्न डॉ. आकिझुकी, त्यांची नवी परिचारिका आणि इतर कर्मचारी यांना देण्यात येणार होते; पण नेमका त्याच वेळी बॉम्ब पडला. त्याच्याकडे बघून त्यांना भूक लागली. यापेक्षाही कोठारात जे अन्न होते ते बघून त्यांच्या भुकेत आणखीनच भर पडली.

तुटलेल्या विटांवर एक लोखंडी भांडे आणून ठेवण्यात आले. परिचारिका मुराई परत आपल्या मूळ कामाकडे वळली. त्या तात्पुरत्या स्वयंपाकघरात पॉलिश न

केलेला तांदूळ शिजवण्यात आला. त्यात कोठारघरातील प्लमचे लोणचे घातले गेले. त्या दिवसाच्या शेवटी रुग्ण, जखमी कामगार, विद्यार्थी, शहरातून वर आलेले लोक, कर्मचारी आणि बचावकार्यात मदत करायला आलेले पाहुणे या सगळ्यांनी त्या अन्नाचा आस्वाद घेतला. जणू ती एक छोटी मेजवानीच होती!

सुदैवाने, आणखी एक गोष्ट घडली. शहराच्या प्रशासनाने पूर्वीच्या थिऑलॉजिकल कॉलेजचे जिम्नॅशियम कोठार म्हणून वापरायचे ठरवले व तेथे रेशनचे धान्य ठेवले होते. शहराच्या मध्यभागापासून दूर, शत्रू जर आला तर त्याच्यापासून बचाव व्हावा या हेतूने. अणुबॉम्बमुळे त्याचे दार तुटले आणि तेथे आत दवाखान्याच्या कर्मचाऱ्यांना पॉलिश न केलेल्या तांदळाची पोती, बीनची पेस्ट, इतर अन्नपदार्थ सापडले. ते भरपूर प्रमाणात होते. त्यामुळे आता पुढील कितीतरी दिवस हे कर्मचारी, रुग्ण, निर्वासित यांची भूक मिसो सूप आणि भात यांनी भागणार होती. तिथे जमलेल्या लोकांनी गरमगरम चहा पिऊन आनंद साजरा केला; कारण त्यांनी दवाखान्यातील प्रत्येक व्यक्तीला वाचवले होते. दरम्यान रात्र झाली.

***

दुपारी दोन वेळा प्रिव्ही सीलच्या अधिकाऱ्याने राजाशी चर्चा केली. कोनोए यांनी सांगितल्यावरून माजी राजदूत, परराष्ट्रमंत्री आणि एक जुने मित्र असलेले मामोरु शिगेमित्स्यू किडोंना भेटले. ती जी एक अट त्या पोस्टडॅमच्या जाहीरनाम्यात उत्तर देताना घालायची होती, त्याच्यासाठी दबाव टाकण्याचे काम सुरू होते. राजाबरोबरच्या दुसऱ्या आणि अधिक काळ चाललेल्या चर्चेनंतर किडो वाचनालयात परतले, जेथे शिगेमित्सू वाट बघत होते.

किडो म्हणाले, "राजाला पहिल्या चर्चेतील सर्व मुद्दे समजले आहेत." आता एक दरबार भरवून जिथे सगळ्यांना त्यांची मते विचारून राजाला त्याचे मत विचारले गेले पाहिजे. शिगेमित्सू यांनी लगेच उपपरराष्ट्रमंत्री मातुमोतो यांना मंत्रिमंडळाकडे पाठवले आणि हा निरोप तोगो यांना द्यायला सांगितला.

साडेपाच वाजता मंत्रिमंडळाच्या बैठकीत एक मध्यांतर घेण्यात आले आणि त्याआधी पोस्टडॅम अटींवर कोणताच निर्णय झाला नव्हता. तीन मंत्र्यांनी सैन्याने हल्ला करावा या बाजूने मत दिले होते. उरलेल्या काहींनी तोगो यांना पाठिंबा दिला किंवा फारसे स्पष्टपणे बोलले नाहीत. त्यामुळे ते नक्की कुणाच्या बाजूचे आहेत ते कळले नाही. प्रथेप्रमाणे जपानमध्ये सरकारचे निर्णय घेण्यासाठी एकवाक्यता लागते. इथे मात्र तिचा अभाव होता.

या मधल्या काळात पंतप्रधान आणि परराष्ट्रमंत्री राजवाड्यावर गेले. सुझुकींनी विनंती केल्यावरून तोगो यांनी आतापर्यंत झालेल्या सर्वोच्च युद्ध परिषद आणि

मंत्रिमंडळ यांच्या सभांमध्ये काय झाले ते सांगितले. एका अटीवर भर किंवा चार अटींवर भर देऊन मग पोस्टडॅम जाहीरनाम्याप्रमाणे सहमती द्यावी, असे सांगितले. हिरोहितो यांनी काही न बोलता ऐकून घेतले. सुझुकींनी मग त्या रात्री दरबार भरवण्यासाठी परवानगी द्यावी, अशी राजाला विनंती केली. राजाने ते मान्य केले.

पुन्हा मंत्रिमंडळ सभेत जाताना, सुझुकी कॅबिनेट सचिवाला तिसऱ्या मजल्यावर बोलावून म्हणाले की, सर्वोच्च युद्ध परिषदेच्या सदस्यांना रात्री अकरा वाजता होणाऱ्या सभेत/दरबारात हजर राहायला सांगा. सुझुकींनी त्या पत्रावर आपला शिक्का मारला. अशा प्रकारे सैन्याच्या चीफ ऑफ स्टाफने त्या दिवशी आधी अर्ज मंजूर केल्याने साकोमिझू यांना अशी सभा बोलावण्याचा पूर्ण अधिकार होता. त्यांनी याबाबत खात्री करून घेण्यासाठी उमेझू आणि तोयोडा यांना फोन केला नाही. वास्तविक त्यांनी तसे कबूल केले होते.

पुन्हा मंत्रिमंडळाची सभा झाल्यावर शिक्षणमंत्री कोझो ओता यांनी सुचवले की, पोस्टडॅमबाबतचा निर्णय घेण्यास हे मंत्रिमंडळ सक्षम नाही व आपली जबाबदारी त्याने पार पाडलेली नाही, म्हणून संपूर्ण मंत्रिमंडळाने राजीनामा द्यावा.

''आमच्या जबाबदाऱ्या काय आहेत ते मला पूर्णपणे ठाऊक आहे,'' सुझुकी चिडून म्हणाले, ''पण ही वेळ जबाबदाऱ्यांबाबत बोलण्याची नाही; उलट आता आपण तातडीने ही समस्या सोडवण्यासाठी पावलं उचलली पाहिजेत.''

आता ही एक संधी जनरल अनामींसाठी होती. आपण घ्यावी का ती संधी? जरी बाकीचे मंत्रिमंडळ तसेच राहिले तरी ते अशा स्थितीत होते की सैन्य काही नवीन युद्धमंत्री नेमू शकणार नाही आणि तशा परिस्थितीत मंत्रिमंडळाला कोणताही पर्याय शिल्लक राहणार नाही. त्यांनाही राजीनामा द्यावा लागेल.

''मला श्री. ओता यांचे मत मान्य नाही. माझ्या मते, मंत्रिमंडळाने राजीनामा देऊ नये,'' युद्धमंत्री म्हणाले.

मतदान घेतल्यावर लक्षात आले की, इथे मतभेद असल्याने मंत्रिमंडळात फूट पडली होती! सुझुकींनी चर्चा थांबविली आणि दहा वाजता बैठक संपविली.

चौदा

नागासाकी, गुरुवार, ९ ऑगस्ट १९४५, संध्याकाळ

दुपारी खूप उशिरा जेव्हा आगी शमल्या, तेव्हा बचावकार्य करणारे कामगार खोऱ्यात अधिक सुलभतेने फिरू लागले. ट्रक आणि इतर वाहने आणून जखमींना हलवून त्यांना जिथे औषधे पुरवण्याचे कार्य चालू होते तिकडे नेले गेले. शहरात जागोजागी या सुविधा तयार करण्यात आल्या होत्या किंवा या लोकांना रेल्वे स्टेशनला नेऊन तिथून इसाहाया आणि ओमुरा येथील दवाखान्यांमध्ये पाठवण्यात आले. शिनकोझेन प्राथमिक आणि कात्सुयामा या शाळांमध्ये वैद्यकीय केंद्र सुरू करण्यात आले होते. बचावकार्य करणाऱ्या चार गाड्या सुमियोशीला जा-ये करत होत्या आणि मध्यरात्रीपर्यंत तीन हजार ५०० जखमींना सुरक्षित स्थळी हलवण्यात आले.

अंगावरची सगळी कातडी भाजल्यामुळे काळवंडलेले लोक फाटलेल्या कपड्यांत सुरक्षा बोगद्यांमध्ये बसलेले किंवा झोपलेले होते. ते वेदनांनी विव्हळत होते आणि पाण्यासाठी तळमळत होते. मुले त्यांच्या आयांना शोधत रडत होती. मदतकार्य करणाऱ्या एका गटाला, एक देह काँक्रीटच्या आगीच्या टाकीत अडकलेला दिसला. तो सुमो रेसलरसारखा फुगला होता. त्यामुळे टाकीतून काढण्यासाठी त्यांना ती टाकी तोडावी लागली.

अशा वेळी सुरक्षित स्थळी जाण्याऐवजी खूप सारे निर्वासित युराकामीहून जाणाऱ्या लोंढ्याबरोबर वरती चढत जात होते. तेही दोन्ही बाजूंनी. माउंट कोनपिराच्या बाजूला नाहीतर माउंट इनासाच्या बाजूला. जिथे स्फोटाने विध्वंस झाला होता आणि आगी लागल्या होत्या त्यापेक्षा उंचावर असलेल्या चढावर गवत अजून शिल्लक होते. ते जळाले नव्हते. काही जण माउंट कोनपिराच्या पूर्वेकडे जे दोन दवाखाने होते

त्या दिशेने स्थलांतर करू लागले होते. त्यांना तिथे डॉक्टर मिळू शकणार होते; परंतु सगळीकडे औषधे आणि उपकरणे फारच कमी प्रमाणात होती.

डॉ. आकिझुकी जेव्हा डॉ. योशिओका यांच्याजवळ आणि इतर रुग्णांजवळ टेकडीवर आले तेव्हा सूर्य अस्ताला निघाला होता. येथून युराकामीचा डाय-इची रुग्णालयाचा परिसर दिसत होता. खूप रक्तस्रावामुळे योशिओका हळूहळू मृत्युपंथाला लागल्याचे दिसत होते. त्यांना परत खाली दवाखान्याच्या जवळ नेऊन त्यांची देखभाल करण्याचा निर्णय डॉ. आकिझुकी यांनी घेतला. आलटूनपालटून ब्रदर इवानागा आणि नोगुची यांनी त्यांना खांद्यावर उचलून खाली आणले. त्यानंतर मुख्य परिचारिकेला आणले गेले. शिक्षक किनोशिता पूर्णतः काळेठिक्कर पडले होते. त्यांना श्वासही घेता येत नव्हता. मेडिकलचा एक विद्यार्थी कवानो याने त्यांना पाठीवरून खाली आणले. श्रीमती किनोशिता बाळाला पाठीवर घेऊन त्याच्या मागोमाग रडत रडत खाली आली. पडझड झालेल्या ठिकाणी मिळालेल्या एका दाराच्या फळीवर ठेवून स्थानिक शेतकरी त्सुजिमोतो याला खाली आणले गेले. तो इवानागा किंवा कवानोसाठी खूप वजनदार होता. त्याच्या बायकोलाही याच पद्धतीने या तात्पुरत्या स्ट्रेचरवरून खाली आणले गेले.

डॉ. आकिझुकींचे वडील येईपर्यंत पूर्ण अंधार झाला होता. शहराच्या मध्यावर असणाऱ्या कोर्टाजवळ त्या मानाने विध्वंस कमी झाला होता. युराकामी जिल्ह्यावर बॉम्ब टाकल्याचे त्यांनी ऐकले तेव्हा दरीच्या वरच्या बाजूला येण्याचा ते प्रयत्न करू लागले; पण पडझड झालेल्या वस्तूंना आगी लागल्यामुळे तो मोठा रस्ता बंद झाला होता. मग ते उलटे कोनपिराच्या पुलावरून आले. युराकामीच्या संहाराकडे बघून त्यांची खात्री पटली की त्यांची बायको आणि मुलगा नक्की वाचले नसणार. आता आपल्याला फक्त त्यांची हाडे गोळा करावी लागणार असे गृहीत धरून त्यांनी धुरातून रस्ता शोधून धडपडत जाणाऱ्या निर्वासितांमधून आणि भाजलेल्या मांसाच्या पसरलेल्या दुर्गंधीमधून पुढे जायला सुरुवात केली. पण त्यांना आश्चर्य आणि खूप आनंद वाटेल असे घडले. युराकामी दवाखान्यात राहिलेल्या जखमी आणि बचावकार्य करणाऱ्यांमध्ये त्यांना त्यांची बायको आणि मुलगा जिवंत सापडले.

इतरही लोक त्यांच्या प्रियजनांना शोधत तिथे पोचले. आता अंधार गडद झाला होता म्हणून नावे पुकारली जात होती. नोगुची यांनी पूर्णतः बँडेज केलेल्या डॉ. योशिओका यांना तळघरातील बाथरूममधील जमिनीवर एक चटई टाकून झोपवले तेव्हा तिची वयस्क आई, भावाबरोबर तिला शोधायला आली. भावाला बहीण मिळाली. ते डोंगराच्या खिंडीतून चालत आले होते.

बॉम्बस्फोट झाला तेव्हा दवाखान्यात राहणारे रुग्ण नाश्ता करण्यासाठी आत होते. त्यामुळे फार थोडे गंभीररीत्या जखमी झाले आणि बाहेर असणाऱ्या लोकांप्रमाणे

कुणालाही खूप मोठ्या प्रमाणात भाजल्याच्या जखमा झाल्या नाहीत. आता ते स्वतःची काळजी घेऊ शकत होते. डॉ. आकिझुकींनी त्यांना सांगितले, "आता रात्रीसाठी जे काय मिळेल ते अंगाभोवती लपेटून राहा."

त्यावर रुग्ण उत्तरले, "आमच्याकडे चटया नाहीयेत."

दवाखान्याच्या इमारतीमधून त्यांना बाहेर काढले जात असताना काहींनी आपले कपडे, सामान बरोबर नेले होते. आकिझुकींनी सांगितले होते, कपडे, चटया नेऊ नका कारण त्यांना आग लागू शकते. ज्यांनी त्यांचे ऐकले नव्हते त्यांना रात्रीसाठी चटया होत्या. पण ज्यांनी त्यांचे ऐकले त्यांना नव्हत्या. आकिझुकींनी डोके खाजवले आणि ते काहीसे ओशाळून हसले.

पण शेवटी त्याने फार मोठा फरक पडला नाही. ज्यांना जखमा नव्हत्या त्यांनी आपल्या चटया जे जखमी होते त्यांना दिल्या. जिम्नॅशियममधील सर्व सामान बाजूला केले आणि खूप गंभीर जखमी रुग्णांना तेथे झोपवले गेले. जळत असलेला दवाखाना आणि कॅथेड्रल यांच्यासमोर असणाऱ्या मैदानाच्या एका कोपऱ्यात झाडांखाली बाकी सगळे अंग दुमडून झोपले. आता टेकडीवर आग पसरत होती त्यामुळे तेथील झाडे अचानक पेट घेत होती. वरून विमाने जात होती. त्यांचे सर्चलाइट लावून त्या पूर्ण परिसरावर परत आगीचे बॉम्ब टाकत होती. रात्रभर दरीकडून येणाऱ्या लोकांचे आवाज ऐकू येत होते. आपल्या प्रिय व्यक्ती आणि मित्र यांची नावे ते पुकारत होते.

"अरे, अमका-तमका इथे आहे का?" ते ओरडत.

दरीतून खाली थोड्या अंतरावर टेकडीच्या समोर एक दवाखाना होता. तिथे नागासाकी मेडिकल कॉलेज होते. तिथे असलेले डॉ. नागाई पुन्हा एकदा शुद्धीवर आले. डोळे उघडल्यावर त्यांना आकाशात एक काळा ढग आणि लालभडक प्रकाश दिसला. माउंट इनासावर एक चंद्राची कोर दिसत होती. टेकडीच्या उतारावरच्या शेतातून परिचारिकांनी भोपळे जमा केले आणि हवाईहल्ल्यासाठी असलेल्या हेल्मेटमध्ये ते उकळले. जखमींना रात्री झोपण्यासाठी तात्पुरते तंबू तयार करण्याचे काम पुरुषमंडळी करत होती. नागाईंना अजूनही जिल्ह्याच्या प्रत्येक भागात आगी धुमसत असलेल्या दिसत होत्या.

जळालेल्या फांदीचा काठीसारखा उपयोग करत प्रोफेसर सेइकी परत आले. ते चांगले दणकट होते. फार्मसी स्कूल सेंटरमध्ये मृत्युपंथावर असलेल्या विद्यार्थ्यांसाठी त्यांना मदत हवी होती. त्यांना शिजवलेला भोपळा दिला गेला पण तो न खाता ते परत त्या विद्यार्थ्यांकडे गेले.

दवाखान्याच्या त्या पसाऱ्यात काही सुया आणि थोडी औषधे सापडली होती. दोन परिचारिका त्या फार्मसी बोगद्याकडे आल्या आणि काही जखमी जे तिथे होते त्यांना इंजेक्शने दिली. बाकीचे त्यापलीकडे गेले होते. औषधे मुळातच खूप कमी

होती. त्या बोगद्यातील इतर व्यक्ती किंवा या परिचारिका बाकीच्यांसाठी फारसे काही करू शकत नव्हत्या.

रात्र जवळ येऊ लागली तेव्हा मनातील गोंधळ दूर करण्यासाठी त्सुनिओ तोमिता तो संहार झाल्यामुळे ढिगारे पडलेल्या मैदानावर काळजीपूर्वक फिरायला बाहेर पडला.

टेकडीवर युराकामी कॅथेड्रलची जळणारी इमारत त्याला दिसत होती. त्याची ती ज्वालांमध्ये वेढलेली इमारत पाहताना त्याला जुन्या आळशी दिवसांची आठवण झाली. त्या युद्धाच्या कालावधीतसुद्धा, तोमिता आणि त्याचे मित्र तिथे जवळच्या गवतावर गप्पा मारत बसायचे. त्याला वाटले की, त्याची आई आणि भाऊ बहुतेक मृत झाले असावेत.

त्या बोगद्यातील थंड चिखलाच्या जमिनीवर तोमिता आणि प्रोफेसर थंडीने कुडकुडत होते. त्यातल्या त्यात समाधानाची बाब म्हणजे एरवी उन्हाळ्यात वैताग देणारे डास आणि ढेकूण नव्हते. अणुस्फोटामुळे सगळे मेले होते.

मध्यरात्रीसुद्धा शत्रूची विमाने उडत होती. वरून जड पोती टाकत होती. ती जमिनीवर पडली की धप्प असा आवाज येत होता. त्यात पत्रके होती आणि या पत्रांत इशारा दिला होता, 'शहर सोडून जा नाहीतर शक्तिमान शत्रूकडून आणखी विध्वंस घडवून आणला जाईल.'

* * *

ज्या बोगद्यात भेदरलेली साक्यू, तिची लहान बहीण आणि छोटा भाऊ बसले होते तिथे जखमी लोकांच्या रडण्याने आवाज घुमत होता. एक आवाज आला, "कोण आहे तिकडे? कृपया, कोणीतरी मला मारा."

संध्याकाळी पडलेल्या बोगद्याच्या दरवाजातून कुणीतरी ओरडले, "कोमाबा एट्थ ग्रुपपैकी कुणी इथे आहेत का?"

मासारु ताकिगावा, लहान मुलींचे वडील, त्यांना ज्यांनी दत्तक घेतले होते ते त्यांना शोधत आले होते. साक्यू आणि रोयोको दोघी जीव तोडून एकदम ओरडल्या. कदाचित वडिलांना ऐकू जाणार नाही आणि ते निघून जातील, असे त्यांना वाटले. त्या गर्दीतून वाट काढत ते त्यांच्या जवळ आले. "बोगद्यात आता राहणे योग्य नाही. आता माझ्याबरोबर चला," ते म्हणाले.

लहान मुलाला घेऊन तिघांनी जखमी लोकांना बाजूला करत थोड्या संकोचाने मुख्य दार गाठले. वाटेत काही लोक उभे होते, तर काही बसलेले. बाहेरच्या बाजूला मृतदेह रचलेले होते. काही एकमेकांवर पडलेले होते. त्या जागा नसलेल्या सुरक्षित बोगद्यात जागा न मिळाल्यामुळे बाहेरच राहिले होते. जवळच असलेले कमर्शिअल

स्कूल पेटले होते आणि उभ्या असलेल्या लोकांवर त्याचा अधूनमधून उजेड येत होता.

खूप खालून विमाने जात असल्याचा आवाज ऐकू येत होता. ती शत्रूची बॉम्ब टाकणारी विमाने असतील या भीतीने ते कुटुंब परत बोगद्यात गेले. त्या ढिगाने पडलेल्या प्रेतांच्या बाजूला श्वाससुद्धा घेता येत नसताना ते बसून राहिले. त्या रात्री दोन-तीनदा त्यांनी बाहेर पडायचा प्रयत्न केला; पण त्यांना कुठे जाण्यासाठी जागाच नव्हती. शिवाय दर वेळेस वरती घिरट्या घालणारी विमाने त्यांना घाबरवत होती.

दरीच्या खालच्या बाजूला त्या वस्तीतील लोकांसाठी असलेल्या सुरक्षित बोगद्यात यामावाकी जुळी आणि त्यांचा मोठा भाऊ जाऊन थांबले होते. हे बोगदे मुद्दामहून टेकडीत खोदले गेले होते. त्यात माता आणि मुले होती. त्यातील काहींना अतिशय कष्टप्रद, वेदनादायी भाजल्याच्या जखमा झाल्या होत्या. शरीराचा जो भाग उघडा होता तेथे या जखमा झाल्या होत्या आणि बाकीच्यांना खिडक्यांच्या फुटलेल्या काचांमुळे अंगभर जखमा झाल्या होत्या. त्या सगळ्यांच्या रडण्यामुळे जो कर्कश बेसूर आवाज त्या बोगद्यांत प्रतिध्वनित होत होता, तो या पृथ्वीवरील वाटतच नव्हता! अकरा वर्षांच्या त्या दोन मुलांच्या लक्षात आले की ते जर व्हरांड्यात उघड्यावर असते तर त्यांनापण अशाच भयानक जखमा झाल्या असत्या.

त्या संध्याकाळी शेजारपाजारच्या लोकांनी शिजवलेला भात सगळ्यांना दिला. योशिरो यामावाकी तो तोंडात घालणार तोच त्याच्या लक्षात आले की भाताला एक घाणेरडा वास आहे. जवळून बघितल्यावर लक्षात आले की त्यात अळ्या होत्या. तो भाताचा वाडगा उघडून बघितला तर त्यात आणखी संख्येने अळ्या आणि जंतू दिसले. त्याचा रंगही गडद होता आणि वासही अधिक घाणेरडा होता. हे अति उष्णतेमुळे झाले होते. कदाचित बॉम्बस्फोटामुळे लागलेल्या आगीमुळे किंवा स्फोटामुळे.

एकाच गोष्टीने यामावाकी भावंडे चिंतित होती. त्यांचे वडील अजून आले नव्हते. रात्री खूप उशिरापर्यंत त्यांनी आपल्या वडिलांना बघितले नव्हते किंवा त्यांच्याविषयी काही ऐकले नव्हते. एवढ्या वेळात नक्कीच या विध्वंस झालेल्या शहरात ते शोध घेत येऊ शकले असते आणि घरी ठेवलेली चिठ्ठी मिळाली नसली तरी कुठे शोधायचे ते त्यांना माहीत होते. पण मित्सुबिशीत इंजिनिअर असलेले यासुओ यामावाकी आलेच नाहीत.

***

बुद्ध धर्माची अनुयायी, सकाळ-संध्याकाळ त्यातील सूत्रे म्हणणारी श्रीमती हिराई हिला वाटत होते की, दयाळू बुद्धानेच तिची पाहुणी, मित्स्यू आणि तिची मुलगी चिफुसा यांना वाचवले आहे. त्या दिवशी ती कामाला न जाता का परत आली ते

चि-चॅनने मित्स्यूला सांगितले.

"मला एक संकेत मिळाला होता, ताकेनो-सान," ती म्हणाली. इतर सगळ्या कारखान्यांप्रमाणे तिचा कारखानासुद्धा उद्ध्वस्त झाला आणि खूप विद्यार्थी व कामगार मेले होते.

अप्रतिम सौंदर्य दिसणाऱ्या त्या चढावरती ज्युनिनमधील घर वाचवायला काहीही उपयोगी पडणार नव्हते. त्या स्फोटाची शक्तीच एवढी होती. खरेतर ती जागा चार किलोमीटर दूर होती. उत्तर-पूर्वेकडच्या खिडक्या तुटल्या, काचा फुटल्या, खांब वाकले, मित्स्यूचे टेबल तुकडे होऊन एका मोडलेल्या खांबाखाली पडले होते आणि अर्धे स्वयंपाकघरसुद्धा उद्ध्वस्त झाले होते.

शेजारच्या घराचे तळघर आता सुरक्षित जागेसारखे उपयोगी पडत होते. श्रीमती हिराईने तेथे 'ओकायु' शिजवून जपानी खजूर 'उमे' याच्या लोणच्याबरोबर ते आणले. मित्स्यूला भूक नव्हती आणि त्या खिरीमुळे उलट तिला पुन्हा मळमळू लागले. पण त्या 'उमे' लोणच्याच्या खारट, आंबट चवीमुळे तोंडाला चव आली. तिने काही तुकडे चघळले आणि अधूनमधून चहा प्यायली. पुढचे कितीतरी दिवस ती काहीच खात नव्हती.

घरमालकीण आणि १६ वर्षांच्या त्या दोन मुली घर सोडून पुन्हा सुरक्षित बोगद्याकडे गेल्या. आता मित्स्यूची मळमळ कमी झाली होती. श्रीमती हिराई आणि चि-चॅनबरोबर तीपण त्या चढावरच्या दगडी रस्त्यांवरून जाऊ लागली. धापा टाकत आणि पावले जणू जबरदस्तीने ओढत. तिच्या पाठीवर तिची कपाटात मिळालेली बॅग होती.

हा बोगदा लहान होता. आधीच खूप लोक आत होते. त्यांचे पायसुद्धा त्यांना लांबविता येत नव्हते. मानसिक आणि शारीरिकदृष्ट्या पूर्णपणे दमलेल्या मित्स्यूला झोप आली नाही. आजूबाजूला अपरिचित लोकांमधून बाहेर पडून ती भटकत राहिली. पण बाहेर गार वारा होता. तिची बॅग पाठीवरच होती. त्या लहान मुलीने आकाशाकडे बघितले. दिवसभर ती विचारात होती. गोतो बेटाच्या दिशेला आता चांदण्या चमकत होत्या. त्या जणू तिला घरी बोलावत होत्या. मित्स्यू विचार करू लागली, तिचे कुटुंब आता त्या बेटावर काय करत असेल? तिची आजी, आई-वडील, तिची बहीण! त्यांनी नागासाकीची ही बातमी ऐकली असेल का? तिला आता त्यांच्याजवळ जायची खूप इच्छा होत होती. त्या समुद्राजवळच्या छोट्याशा खेड्यातील आयुष्य उपभोगण्याची, छोट्या छोट्या गोष्टींतून आनंद घेण्याची खूप इच्छा होत होती.

तिच्या स्वप्नरंजनातून मित्स्यूला मागे घडून गेलेली एक घटना आठवली. तेव्हा ती खूप लहान होती. ती जरी कॅथलिक नव्हती तरी एकदा ती चर्चच्या परिसरात भटकत होती. तेव्हा नागासाकीहून आलेले एक फादर त्या बेटावर आले

होते. चर्चमध्ये एक सुंदर फूल बघितल्यावर तिला ते घेण्याचा मोह झाला. तिला माहीत होते की असे करणे चुकीचे आहे. तिने शरमेने इकडेतिकडे बघितले आणि तिच्या लक्षात आले की ते पाहुणे आलेले फादर तिच्याकडेच पाहत होते. पण रागावण्याऐवजी ते तिच्याकडे बघून हसले आणि जणू त्यांना सर्व समजले आहे असे दर्शवले. तिने पुन्हा कधी त्यांना पाहिले नाही; पण त्यांच्या चेहऱ्यावरचे ते प्रेमळ भाव तिच्या स्मृतीत कायमचे कोरले गेले.

हा भूतकाळ होता. आता फाटलेल्या ब्लाउजमध्ये आणि चिंध्या झालेल्या पॅन्टमध्ये ती होती. मित्स्यूने आपल्या पाठीवरच्या बॅगेमधून स्वच्छ कपडे काढले आणि अंधारातच बदलले. तिचे घाणेरडे कपडे तिने एका दगडी भिंतीजवळच्या झुडपाखाली लपवले. लांबवर कुठेतरी गॅसचे टँक फुटत होते. त्याचा आवाज येत होता. त्या महिन्यातील ती पहिली रात्र होती जेव्हा धोक्याचा इशारा देणारे भोंगे वाजले नव्हते. त्या अंधारात एकटी असताना तिने बघितले की युराकामीवर आकाश लाल रंगाचे आहे, तर पश्चिमेकडे आकाश तिच्या घरापर्यंत पोचले आहे. ती विचार करू लागली, आता जपानचे काय होणार? तिला असेही वाटले की श्रीमती हिराई आणि चि-चॅन यांच्यावर आपण ओझे तर नाही? सध्याच्या परिस्थितीत गोतो बेटावर जायला नाव सुरू होणे शक्य वाटत नव्हते. इतर कुठल्याही गोष्टीपेक्षा आता तिला घरी जाणे महत्त्वाचे वाटत होते.

***

सबंध दुपारभर आपल्या मित्रांना शोधूनही कुणी सापडले नाहीत म्हणून कोइची वाडा घरी परत आला. त्याचे आजी-आजोबा बॉम्बस्फोट झाला तेव्हा घरात होते. चार किलोमीटर अंतर आणि उंच टेकडीवरचा भाग यामुळे तो आगीचा लोळ तिथपर्यंत पोचला नव्हता. घराची थोडी पडझड झाली होती. स्फोटामुळे ते थोडे झुकले होते. पण त्यांना काही जखमा झाल्या नव्हत्या. कोइचीची धाकटी बहीण शहराच्या खालच्या बाजूला असलेल्या भागात एका कार्यालयात काम करत होती. तेथे फार मोठा धक्का बसला नव्हता. तिच्या घराच्या पुढच्या दारावर एक चिठ्ठी लावलेली होती आणि त्यात ते तिघे शहराच्या आणखी पुढच्या भागाकडे गेले आहेत, असे लिहिले होते.

कोइची त्या झुकलेल्या घरात रात्री राहिला. मागच्या टेकडीवर तो भटकायला गेला तेव्हा त्याला सिटी हॉल आणि प्रांताचे कार्यालय दोन्ही जळताना दिसले. नागासाकीच्या पुढे उत्तरेकडे दरीच्या ज्या भागात त्या दुपारी तो होता तेथे या अंधाऱ्या रात्री मोठे आगीचे तांडव चालू असलेले दिसत होते. त्याच्या तारुण्याच्या या टप्प्यातच जग असे उलथेपालथे झाले होते.

कॅम्प १४ च्या युद्धकैद्यांनीसुद्धा ती रात्र माउंट इनासाच्या पायथ्याशी घालविली. जे ऑस्ट्रेलियन त्या बाम्बूच्या बनात होते, त्यात ॲलन चिक आणि जोराच्या धक्क्याने दुखापत झालेला सार्जंट पीटर मॅकग्रथ-कर हे दोघे होते. पण त्याला पुढे याबाबत काही आठवले नाही. त्यांच्या त्या ठिकाणाहूनही ते जळणारे नागासाकी शहर बघू शकत होते. रात्री पुन्हा विमाने वर घिरट्या घालू लागल्यावर त्यांनाही अस्वस्थ वाटत होते. कदाचित ती अमेरिकन असतील आणि आधीच संहार झालेल्या या भागावर आणखी नुकसान करणारे बॉम्ब टाकत असावेत.

शहराच्या जिथे नुकसान फार झाले नव्हते त्या दक्षिणेकडच्या भागाकडून सैन्याने ट्रक आणले आणि जखमींना हलवण्यास सुरुवात केली होती. तुरुंगाच्या वॉर्डनने एका ड्रायव्हरचे मन वळवले आणि जे कैदी जखमी नव्हते आणि रक्षकही सुरक्षित होते त्यांना जमीनदोस्त झालेल्या कारखान्यांतून इसाहाया तुरुंगात नेण्यास सांगितले. कोणाही कैद्याने या परिस्थितीचा फायदा घेऊन पळून जाण्याचा प्रयत्न केला नव्हता. या सगळ्या गोंधळात स्वातंत्र्य कुठे असेल हेच स्पष्ट होत नव्हते.

युराकामी तुरुंगाचे वॉर्डन मिनामी यांनी इसाहाया तुरुंगात कैद्यांच्या खोलीत रात्र घालवली. त्यांना त्यांच्या बायकोचे आणि दोन मुलांचे काय झाले हे अजून कळले नव्हते. इसाहाया तुरुंगाचे वॉर्डन ताकाहाशी यांनी त्यांना उठवले तेव्हा ते गाढ झोपेत होते, कारण कालचा दिवस म्हणजे नरक होता. ताकाहाशी यांनी बातमी आणली होती की मिनामींची मुले सुरक्षित आणि चांगली आहेत असा अहवाल आला आहे. मिनामींना अर्थात खूप बरे वाटले; पण अजूनही त्यांना त्यांच्या बायको आणि मुलीबाबत खूप काळजी वाटत होती.

***

नोगुचीला युराकामी दवाखान्याच्या तळघरात एका कोपऱ्यात दारूची बाटली सापडली. अंगणातील गवतावर पडून तो, डॉ. आकिझुकी आणि एक रुग्ण भाताच्या वाडग्यातून दारू प्यायले.

"अरे, काय छान लागते आहे," आकिझुकी म्हणाले.

पण डॉक्टरसाठी हा अगदी क्षणभंगुर आनंद होता. श्रीमती किनोशिता सारखी त्यांच्याजवळ येऊन, तिचा नवरा वेदनेने तळमळतो आहे, असे सांगत होती. त्याबाबत डॉ. आकिझुकी काहीही करू शकत नव्हते. फक्त औषधे आली की बघू, असे आश्वासन देत होते.

आकिझुकींच्या मोठ्या बहिणीने त्या दिवशी दवाखान्यात त्यांना भेटायचे ठरवले होते. अंधार झाल्यानंतर तिचा नवरा आला आणि ती कुठे नाहीशी झाली आहे याबाबत तो काळजी करत होता. तो शहरात असताना बॉम्ब पडला. पण

तोपर्यंत कदाचित दरीत वरच्या बाजूला जाणाऱ्या ट्राममध्ये ती बसली असण्याची शक्यता होती. आकिझुकींच्या मेहुण्याने जिथे जिथे ती असण्याची शक्यता होती त्या सगळ्या जागा शोधल्या होत्या. अगदी ओमुराच्या ज्या नौदलाच्या दवाखान्यात जखमींना नेण्यात आले होते, तिथेही. ते आता अगदी प्रचंड काळजीत आणि अस्वस्थ होते. पण डॉक्टरांनीसुद्धा तिला बघितले नव्हते.

किनोशिताच्या बाजूलाच श्री. व सौ. त्सुजिमोतो कण्हत पडले होते. त्सुजिमोतोंचा मोठा मुलगा आला होता; पण कुठेच औषधे उपलब्ध नव्हती. मध्यरात्री त्सुजिमोतोचा श्वासोच्छ्वास जड झाला आणि नाडी मंद होऊ लागली. कुटुंबाने, जीझस, मेरी आणि जोसेफ यांच्या प्रार्थना म्हटल्या. त्सुजिमोतोला अचानक खूपच मोठा फेफऱ्याचा दौरा पडला. त्याचे डोळे बाहेर आले. त्याचा मुलगा रडत-ओरडत होता. आकिझुकी ख्रिश्चन नव्हते म्हणून ते बुद्धाची प्रार्थना 'नमु अमिदा-बुत्सु' (तुमच्या आत्म्याला शांती लाभो) म्हणत होते.

मध्यरात्री सुमियोशी बोगद्याच्या वर टेकडीकडे सुमितेरु तानिगुचीला विमाने येत असल्याचा आवाज ऐकू आला. विमानाने घिरट्या घातल्या. खाली त्या पूर्णपणे उद्ध्वस्त झालेल्या दरीच्या परिघावर ते फेऱ्या मारत होते. खाली लोक निर्वासितांमधून शोध घेत होते. जवळ लागलेल्या आगींच्या उजेडात आपले नातेवाईक आणि मित्रांना शोधत होते. त्यांची नावे मोठ्याने ओरडत होते. विमानाने एक लक्ष्य साधून खाली झेप घेतली आणि मशिनगनने जमिनीवर मारा केला. मग झपकन वर जाऊन निघून गेले.

पहाटेपूर्वी पाऊस पडायला सुरुवात झाली. तरुण पोस्टमन आपल्या भाजलेल्या अवस्थेतच एका झुडपाखाली सरकून बसला; त्याने एक मोठे पान तोडले आणि त्याचा द्रोणासारखा आकार केला. त्याने त्यात काही पावसाचे थेंब पकडले आणि हळूच आपल्या कोरड्या घशात ओतले. त्याने बरे वाटून सुमितेरु झोपी गेला.

❊❊❊

आक्रमक रेड आर्मीच्या फार ईस्टर्न कमांडच्या सैन्याने ९ ऑगस्टला संपूर्ण दिवसभर मान्च्युरियाच्या तीन वेगवेगळ्या दिशेने आत घुसणे चालूच ठेवले होते. त्यांच्या ट्रान्स-बैकल युनिटला मान्च्युरियाच्या पश्चिमेकडील बाजूला फारच कमी प्रतिकार झाला होता. रात्र होईपर्यंत रणगाड्यांची तुकडी गोबी वाळवंटात १०० किलोमीटर आत घुसली होती. वाटेत आलेल्या इतर मंगोलियन घोडदळाला त्यांनी कधीच नामशेष केले. उत्तरेकडे सिक्स्थ गार्ड टँक आर्मी त्या वाळवंटाच्या आणि स्टेपीच्याही पुढे जाऊन ग्रँड खिनगन माउंटन्सच्या पायथ्यापर्यंत संध्याकाळीच पोचली होती. पुरामुळे दुथडी भरून वाहणारी अरगुन नदी ओलांडणाऱ्या युनिट्सनी हैलरच्या

उत्तरेकडे असणारे महत्त्वाचे पूल ताब्यात घेतले, तेव्हा संध्याकाळ झाली होती. त्यांनी पहिल्यांदाच जरा दमदार उत्तर देणाऱ्या जपानी सैन्यावर रात्रीचे हल्ले करून, त्यांना घेरून शहर ताब्यात घ्यायला सुरुवात केली होती.

पूर्वेकडच्या बाजूला मुख्य टँकचे सैन्य आणि फिरती आर्टिलरी यांनी क्वानटुंग आर्मीच्या तुकड्यांना मागे ढकलले होते. त्यातील पुढच्या तुकड्यांनी सुइफेनहोवर हल्ला करून एक महत्त्वाचा रेल्वेचा बोगदा, जो गाड्या मान्च्युरियापर्यंत नेऊ शकणार होता- तो ताब्यात घेतला. ९ ऑगस्टच्या रात्रीपर्यंत प्रतिकार करणाऱ्या जपानी सैन्याला ३५ किलोमीटर रुंद असे भगदाड पाडले गेले. सीमेवरून इतक्या आतपर्यंत रशियन सैन्य आले होते. दक्षिणेकडच्या तुंगनिंग शहरावर हल्ला करून जपानी सैन्याच्या कोरियाकडे जाणाऱ्या आणि बाहेर येणाऱ्या हालचाली थांबवण्यासाठी हा हल्ला महत्त्वाचा होता. उत्तरेकडे मात्र प्रगती जरा धीमी होती. कारण खांका तलावाजवळ खूप दलदलीचा प्रदेश होता. पण तरीही जपानी सैन्याशी लढत ते पुढे पुढे सरकत होते.

मान्च्युरियाच्या उत्तरेला सेकंड फार ईस्टर्न दलाची प्रगती फारच संथ गतीने होती. दिवसाच्या शेवटी रशियाचे सैन्य अजूनही मजबूत प्रतिकार करणाऱ्या जपानी सैन्याशी आमुर नदीजवळ लढतच होते. आमुर नदीतून बोटींवरून टँक अलीकडे आणले जात होते. रशिया हल्ला करण्याची तयारी करत असल्याचे याच सीमेवर जपान्यांनी प्रथम बघितले होते. येथे रेड आर्मीची प्रगती फारशी होत नव्हती. तरी एक हेतू साध्य होत होता तो म्हणजे क्वानटुंग आर्मीचा जो काही सैन्य दलाचा भाग होता, तो येथे एकवटला जात होता.

राजधानी चँगचुनवर पहाटे पहाटे केलेल्या हवाईहल्ल्यांमुळे क्वानटुंग आर्मीच्या जनरल स्टाफने अर्थ काढला की रशियाने आता सर्वशक्तिनीशी हल्ला चढवला आहे. हे कशा तऱ्हेने हाताळायचे याविषयी राजवाड्याच्या जनरल मुख्यालयाला विचारण्यात आले, तेव्हा त्यांना उडवाउडवीची उत्तरे मिळाली. धोरण ठरवणाऱ्या समितीने टोकियोत त्या सकाळी ठरवले होते की, क्वानटुंग आर्मी किती कमकुवत आहे हे रेड आर्मीच्या लवकरच लक्षात येईल. त्यापेक्षा रशियाशी बोलणी करून बघावी. रशियाचे अमेरिका आणि ब्रिटनशी संबंध दुरावत चालले आहेतच. क्वानटुंग सैन्याच्या हालचाली दरम्यानच्या काळात मर्यादित ठेवणे गरजेचे होते. टोकियोने सुचवले, फक्त स्वत:चे संरक्षण करणे एवढाच प्रतिसाद द्यायचा आणि रशियाशी युद्ध पुकारण्याची घोषणा करायची नाही. दुपारपर्यंत राजवाड्यातील मुख्यालयाने जपानी नागरिकांसाठी एक निवेदन जारी केले आणि त्यात 'सध्याचे हल्ले हे फार मोठे नाहीत' असे जाहीर केले.

दिवसा क्वानटुंग आर्मीचे प्रमुख जनरल यामाडा चँगचुन पॅलेसच्या देखाव्यापुरत्या

असलेल्या मान्चुकुओ राज्याचे प्रमुख पु यी यांना भेटायला गेले. पु यी सर्वसामान्यपणे शांत आणि आपणहून बोलणारे होते, तर यामाडा तणावाखाली आणि क्षणात मूड बदलणारे होते. त्यांनी रशियाने जे मान्च्युरियावर केले आहे त्याबाबत काहीही सुसंगती नसलेली माहिती या देखाव्यापुरत्या असलेल्या राजाला दिली आणि आश्वासनही दिले की क्वानटुंग सैन्यच जिंकेल. त्या बैठकीदरम्यान हवाईहल्ल्याचा इशारा देण्यात आला म्हणून त्यांना पुन्हा तळघरात जावे लागले. तिथे त्यांना बाहेर रशियाने टाकलेल्या बॉम्बचे स्फोट होत होते ते ऐकायला आले. त्यानंतर मात्र जपानच्या जिंकण्याबाबत कोणताच उल्लेख केला गेला नाही. पु यी त्या दिवशी दिवसाच्या पोशाखातच झोपले, पुन्हा हल्ला झाला तर लगेच बाहेर पडता यावे म्हणून!

इकडे टोकियोत युद्ध मंत्रालयातून एका अधिकाऱ्याने मंत्रिमंडळ सचिव साकोमिझू यांना फोन केला आणि चीफ ऑफ आर्मीने परवानगी दिल्याशिवाय ही राजवाड्यातील बैठक का बोलावण्यात आली, अशी पृच्छा केली. हा बोलणारा अनामींचा सहकारी होता, उमेझूंचा नाही.

''या पत्रकावर उमेझू यांची सही आहे,'' साकोमिझू म्हणाले.

थोड्याच वेळात बरेचसे पूर्ण लष्करी गणवेशातील तरुण अधिकारी मंत्रिमंडळ सचिवाच्या कार्यालयात घुसले. त्यांचे हात त्यांच्या सामुराई तलवारींवर होते. गबाळा राष्ट्रीय पोशाख घातलेले साकोमिझू त्यांच्या टेबलाजवळ बसून कार्यालयीन कामकाज करत होते. लेफ्टनंट जनरल योशिझुमी यांच्या नेतृत्वाखाली हे सर्व अधिकारी आले होते. योशिझुमी हे मंत्रालयातील लष्करी कामकाजप्रमुख होते. त्यांनी पुन्हा अशी बैठक बोलवण्याविषयी निषेध केला आणि शरणागतीचा डाव यशस्वी होण्यासाठी दुटप्पी वर्तन करत असल्याचा आरोप त्यांनी त्यांच्यावर केला.

साकोमिझू आपली शांतता ढळू न देता म्हणाले, ''ही एक नेहमी होते तशी, राजाला सगळ्या सदस्यांची मतं कळावी यासाठी होणारी सर्वसामान्य सभा आहे.''

''या अशा राजवाड्यातील बैठकांचा हेतू राजाला निर्णय कळवणे हा असतो; नुसतीच चर्चा ऐकवणे नाही,'' योशिझुमी म्हणाले.

साकोमिझू यांनी उत्तर दिले की, स्वतः सगळ्यांची मते ऐकायची, असे राजांनी ठरवले होते. आता ही चर्चा पुढे चालू ठेवण्यात अर्थ नाही, हे लक्षात येऊन ते आपल्या टेबलापासून उठून उभे राहिले.

''महाशय, राजवाड्यातील सभेविषयी ही सूचना आहे; त्यामुळे मला आता राजवाड्यावर गेलं पाहिजे,'' असे म्हणून त्या अधिकाऱ्यांच्या गटामधून बाहेर पडून ते निघून गेले. त्यांना कुणीही हात लावला नाही.

आगीतसुद्धा थंडपणे कसे वागावे याचा तो धडा होता. तरी इतिहासकार

त्सुयोशी हासेगावा यांनी म्हटले आहे की, अनामी, उमेझू आणि तोयोडा याने फसले नव्हते. त्यांनी राजवाड्यातील ती सभा होऊ दिली आणि त्यात रॅडिकल अधिकारी जो दबाव टाकण्याचा प्रयत्न करत होते त्याबाबत वादविवादही केला.

***

रात्री साडेदहा वाजता टिनियनला एक मोठे चंदेरी विमान अंधारातून प्रकटले आणि उत्तरेकडच्या बाजूच्या धावपट्टी-एवर उतरले. जवळजवळ २४ तास ते दूर होते. 'बॉकस्कार' त्याच्या हार्डस्टँडपर्यंत हळूहळू नेले गेले. पण या वेळेला तेथे दिवे नव्हते. कॅमेरा, मायक्रोफोन्स किंवा बक्षीस देण्याचा समारंभही नव्हता. तेथे जमिनीवरचे कर्मचारी आणि एक फोटोग्राफर होता. कर्नल टिब्बेट्स आणि अॅडमिरल पर्नेल एका बाजूला मंद उजेडात उभे होते.

थकलेले, भुकेले आणि दमून गेलेले कर्मचारी विमानाच्या दरवाजातून एकामागून एक बाहेर पडले. सगळ्यात शेवटी स्वीनी उतरला. तो इतका दमला होता की त्याला झोप येणे शक्य नव्हते. हिरोशिमा मोहिमेनंतर पहिल्यांदा बाहेर आलेले टिब्बेट्स स्वीनीपर्यंत आले.

"फारच कठीण होते चक?" त्यांनी विचारले.

"होय, फारच कठीण होते बॉस."

त्याने बघितले की टिब्बेट्सच्या मागेच अॅडमिरल होते. त्यांनीच आदल्या रात्री त्याला बॉम्बच्या किमतीविषयी महत्त्वाची माहिती दिली होती. पर्नेल म्हणाले की, जेव्हा जनरल फॅरेल यांनी हॉपकिन्सनी पाठविलेले अर्धवट संदेश वाचले तेव्हा ते अचानक खूप आजारी झाले.

"टिब्बेट्स म्हणाले की, जर कुणी हे यशस्वी करू शकत असेल तर फक्त तूच आणि मी बघतो आहे की त्यांचं बरोबर आहे," अॅडमिरल पुढे म्हणाले.

"खरंच जे काही घडलं ते अगदी शेवटच्या क्षणापर्यंत निश्चित नव्हतं," स्वीनी म्हणाला. "कोण आहे हा माणूस?"

स्वीनीने 'बिअर पिऊ या का', असे विचारले तर त्याला सांगण्यात आले, टिनियन बेसवरची बिअर संपली आहे. डॉक्टरकडे वैद्यकीय उपचारासाठी लागणारी व्हिस्की असू शकेल, असे टिब्बेट्सनी सुचविले. स्वयंपाकघर रात्रीकरता बंद झाले होते आणि परत येणाऱ्या या लोकांसाठी काही अन्न ठेवावे हे कुणालाही सुचले नव्हते. ओकिनावाला मिळालेले बोलोग्ना सँडविच तेच त्या दिवसाचे जेवण होते. या मोहिमेसाठी 'पाय' खाण्याची स्पर्धा नव्हती.

ट्रकने त्यांना मेडिकल हटमध्ये आणण्यात आले. तेथे त्यांना ते पूर्ण बरे आहेत, असे झटपट सांगण्यात आले आणि मग सुरक्षा विभागात पाठवले गेले. त्या

दिवशी काय काय घडले ते जनरल फॅरेल यांना सांगितले गेले. ॲडमिरल पर्नेल, डॉ. रॅमसे आणि टिब्बेट्स हेही हजर होते. त्यांना अगदी जुजबी प्रश्न विचारले गेले. त्यानंतर त्यांनी आपापली लॉग बुक्स (नोंदणी वह्या) दिली.

दमलेले आणि जणू शक्तिपात झाल्यागत हे अधिकारी आणि इतर कर्मचारी ऑफिसर्स मेसमध्ये गेले. तिथे त्यांच्यासाठी काही दारूचे प्रकार ठेवलेले होते- सोअर मॅश बरबॉन, स्कॉच, ओव्हरप्रूफ ग्रेन अल्कोहोल. थकलेला कर्मिट बीहान तसाच झोपायला निघून गेला. त्या दिवशी त्याचा २७ वा वाढदिवस होता. पण आता त्याला त्याचे काही कौतुक नव्हते. काही जण खूप तणावाखाली होते. त्यामुळे न झोपता ते सूर्योदयापर्यंत दारू पीत बसले.

रात्री केव्हातरी 'इनोला गे'चे काही कर्मचारी त्यांच्याबरोबर जोडले गेले. हिरोशिमा मोहिमेनंतर जो सगळ्यांचा मूड, वागणे होते ते या वेळी अजिबात नव्हते. दारू पिऊन ते काही साजरे करू बघत असतील तर नेमके काय ते साजरे करत आहेत, ते कोणालाच कळत नव्हते. मात्र वस्तुस्थिती अशी होती की ते फक्त जो ताण आला होता तो घालवत होते. जनरल फॅरेल पुन्हा एकदा त्यांना भेटायला व अभिनंदन करायला आल; पण मग वॉशिंग्टनला संदेश पाठवण्यासाठी परत त्या इमारतीकडे गेले.

स्वीनी आणि टिब्बेट्स यांनी थोडा वेळ बाजूला बसून गप्पा मारल्या. या युद्धात अणुबॉम्ब टाकणारे फक्त हेच दोन वैमानिक होते आणि अजूनही तेच आहेत. या संभाषणाचे स्वीनीला वाटणारे महत्त्व टिब्बेट्स यांना मात्र फारसे वाटले नाही. युद्धाचा हा एक असा नवा चेहरा होता, ज्याचे अनुकरण केले जाणार होते. आपण पहिले असल्याचा तिब्बेट्स यांना विशेष आनंद होता. त्याच्यासाठी स्वीनीशी बोलणे म्हणजे मोहिमेचा एक मुख्य नेता म्हणून कर्तव्य होते. पण यात इतिहास घडवण्याचे श्रेय त्याला द्यायचे नव्हते!

***

राजवाड्याच्या फुकिएज बागेच्या खाली असलेल्या सुरक्षित जागी ही खास बैठक घेण्यात आली. ही बाग खास होती. यात कमळांसाठी छोटे तलाव होते, खूप छान छोटे रस्ते तयार केले होते, जुन्या पद्धतीचे पूल होते. ड्रायव्हरने चालवत आणलेल्या गाडीतून उतरले की बैठकीला येणाऱ्या लोकांना एक कर्मचारी एका खूप उतार असलेल्या पण सतरंजी अंथरलेल्या जिन्यावरून खाली नेत होता. स्टीलचे दरवाजे, त्याच्या आत लाकडी दोन फळीचे दरवाजे आणि मग बैठकीची मोठी खोली २० मीटर खाली तळघरात होती. सैन्यातील लोकांनी पूर्ण सैनिकी, तर नागरिकांनी सकाळचा औपचारिक पोशाख घातला होता.

छोट्या खोलीत वातानुकूलित यंत्रणा चालत नव्हती म्हणून हवा कुबट, कोंदट, दमट वाटत होती. भिंतींनासुद्धा गडद रंगाचे लाकडाचे पॅनेल लावलेले होते. छताला स्टीलचे बार होते. दोन्ही गर्दीमुळे चांगले वाटत नव्हते. जसजसे लोक येत होते, तसे त्यांना दोन समांतर टेबलांपलीकडील खुर्च्यांवर बसण्यास सुचवले गेले. टेबलावर चौकटीचे दमास्क टेबलक्लॉथ टाकलेले होते. व्यासपीठावर, खोलीच्या टोकाला एक छोटे टेबल होते. त्यावर सोनेरी नक्षीचे टेबलक्लॉथ होते. त्याच्या मागे एक खुर्ची आणि पॅनेलचा पडदा होता.

अंतर्गत मंत्रिमंडळाच्या सहा सदस्यांबरोबर जे हजर होते त्यात मंत्रिमंडळाचे मुख्य सचिव साकोमिझ्झू, लेफ्टनंट जनरल योशिझुमी, ज्यांनी अर्ध्या तासापूर्वी साकोमिझूंना विरोध दर्शविला होता, ते होते. विसंगती म्हणजे दोघांना एकमेकांशेजारी बसवले होते. तेही टेबलाच्या दुसऱ्या टोकाला. त्यांच्यासमोर नौदल विभागप्रमुख व्हाइस ॲडमिरल होशिना आणि जनरल इकेडा होते. पुढे पंतप्रधान सुझुकी यांच्यासमोर बॅरन किचिरो हिरानुमा होते. ते प्रिव्ही कौन्सिलचे अध्यक्ष होते. काही सैन्यातील लोकांनी प्रिव्ही कौन्सिलचे सदस्य येथे का बोलावले, असा सवाल उपस्थित केला असता, 'गेली १५ वर्षे अशी प्रथा आहे,' असे उत्तर साकोमिझूंनी दिले. त्यामुळे त्यांच्यापुढे त्यांना वाद घालता आला नाही.

अकरा जण आपले हात आपल्या मांडीवर ठेवून शांत बसून होते. त्यांच्या प्रत्येकाच्या समोर पोस्टडॅम जाहीरनामा आणि तोगो व अनामी यांची मते संक्षिप्त स्वरूपात ठेवली होती. रात्री बाराला दहा कमी असताना राजा त्याच्या सुरक्षारक्षकांबरोबर आत आला. व्यवस्थित सैनिकी पोशाखात असलेले हिरोहितो थकलेले व आपल्याच विचारात हरवलेले दिसले. सर्व जण उठले आणि कंबरेपासून वाकले. राजा व्यासपीठावरील आपल्या खुर्चीत बसला. त्या तणावपूर्ण वातावरणात काही जण खोकलले.

सुझुकी यांनी मंत्रिमंडळ सचिवाला पोस्टडॅम जाहीरनामा वाचायला सांगितला. ते झाल्यावर पंतप्रधानांनी औपचारिकरीत्या घोषणा केली की, युद्धविषयक धोरण ठरवण्यासाठी आता सुप्रीम कौन्सिलची दुसरी सभा आयोजित केली आहे. सकाळ होऊन तीन तास उलटले तरी कोणताही निर्णय झालेला नव्हता. दुपारीसुद्धा, सात तासांनंतरही एकवाक्यता होत नव्हती. आता निर्णय घेणे लांबणीवर टाकता येणार नव्हते. सुझुकींनी राजाला म्हटले की, आता वैयक्तिकरीत्या तुम्ही विरुद्ध मते जाणून घ्यावीत.

तोगो आधी बोलले. सध्याची सैन्याची परिस्थिती सांगत ते म्हणाले, "आता जपानला दुसरा पर्याय नाही. शहरं उद्ध्वस्त होत आहेत, नागरिकांचं मनोधैर्य कमी झालं आहे. उद्योगधंदे जवळजवळ बंद पडले आहेत. त्यात रशिया आक्रमण करत

आहे. ते धोकादायक आहे. अणुबॉम्बचा धोका आहेच आणि म्हणून फक्त एक अट घालून पोस्टडॅम जाहीरनामा स्वीकारावा. राष्ट्राची जी व्यवस्था आहे, म्हणजे थोडक्यात राजेशाही टिकू द्यावी, ही अट घालून शरणागती पत्करावी.''

ॲडमिरल योनाई यांनी परराष्ट्रमंत्र्यांना पाठिंबा दिला.

आता युद्धमंत्री अनामी उभे राहिले आणि म्हणाले, ''फक्त एकच सन्माननीय पर्याय आहे तो म्हणजे युद्ध चालू ठेवावं, शत्रूंना परतवून लावावं, अगदी शेवटचा माणूस मरेपर्यंत? आणि आपण शरणागती पत्करणार असू तर ती अधिक प्रतिष्ठितपणे पत्करावी.''

त्यांनी शांततेची बाजू घेणाऱ्यांना विचारले की जर तुमची एक अट मान्य झाली नाही तर तुम्ही युद्ध सुरू ठेवायला तयार आहात का? तिघे जण जरा हळू आवाजातच म्हणाले, ''हो, आहे.'' यावर अनामींनी उत्तर दिले, त्यांना विश्वास वाटतो की युद्ध सुरू ठेवावे व चार अटी पुन्हा पुढे ठेवाव्यात. त्या चार अटी कोणत्या त्या त्यांनी पुन्हा सर्वांना सांगितल्या.

जनरल उमेझू म्हणाले की, शांतता प्रस्थापित करण्यासाठी माझा विरोध नाही. पण मला वाटते आपण चार अटी मान्य होईपर्यंत ताणून धरावे. पण हे म्हणताना त्यांच्या आवाजातील आग्रहीपणा कमी झाला होता.

काही कारणांमुळे सुझुकींनी नौदलप्रमुखांना न आमंत्रित करता बॅरन हिरानुमांना त्यांची मते मांडण्यासाठी बोलवले. हा अतिराष्ट्रवादी प्रिव्ही कौन्सिलर अर्धा तास बोलतच राहिला. पहिल्यांदा त्यांनी तोगोंना विचारले की, रशियाच्या मध्यस्थीने शांतता आणण्याच्या प्रयत्नांचे काय झाले? मग विचारले, जपानने पोस्टडॅम जाहीरनामा फेटाळून लावला आहे का?

तोगो म्हणाले, ''नाही. फेटाळला होता पण त्यांच्या संमतीने नाही.''

पुढे हिरानुमा यांनी विचारले की, लष्कर आणि नौदल हे युद्ध पुढे चालू ठेवू शकतात का? ''आत्ता जे तुम्ही करत आहात त्यापेक्षा आणखी काही तुम्ही करू शकता?'' त्यांनी पुन्हा विचारले.

त्यांना सांगण्यात आले की, जे काही सैन्य करू शकते ते सर्व काही सैन्य करते आहे.

''ते कदाचित खरं असेल,'' हिरानुमा म्हणाले, ''पण तुम्ही जे सर्व काही म्हणत आहात ते आता पुरेसं नाहीये.''

त्यानंतर एक प्रकारची संभ्रमित शांतता पसरली. शेवटी बॅरन यांनी आपले मत सांगितले. ते म्हणाले, ''परराष्ट्रमंत्री म्हणत आहेत की जपानचं राष्ट्रीय सर्वस्व जर धोक्यात असेल तर लढणं आवश्यक आहे. पण पुढच्या तीन अटींबाबत आग्रह धरला तर पराभव होईलच असं नाही.'' पुढे विषय जरा नैतिकतेकडे नेत ते म्हणाले,

"स्वतः राजांनीच राष्ट्रातील ही काही अशांतता आहे ती थांबवण्यासाठी काही केलं पाहिजे. तेच जबाबदार आहेत. कोणताही निर्णय घेण्यापूर्वी हे लक्षात घेतलं पाहिजे."

या अशा परिस्थितीत बॅरन इतकी निरर्थक बडबड करत त्यांच्या या निर्णयाप्रत कसे आले याबाबत बाकीचे विचार करत होते. युद्धविषयक चुकीची धोरणे स्वीकारल्यामुळे जो देश आधीच विनाशाच्या उंबरठ्यावर उभा आहे, त्या देशातील अस्वस्थता आता कशी थांबवणार? याच वेळेस ॲडमिरल तोयोडा यांना स्वतःचे मत मांडायची संधी मिळाली.

"युद्धात आपणच जिंकू असं आपण म्हणू शकत नाही. पण त्याच वेळेला आपली पूर्णता हार होईल, असं मानायचं कारण नाही."

तोयोडा यांनी अनामी आणि उमेझू यांच्या मताला पाठिंबा दिला. पण त्यात भर घालत ते म्हणाले की, जपानशिवाय इतरांनी जपानी सैन्याची शस्त्रास्त्रे काढायची नाहीत, हे मान्य केले जाणार नाही.

आता सुझुकींनी सभा ताब्यात घेतली. आता पहाटेचे दोन वाजले होते. आणखी दोन तासांच्या चर्चेनंतर ते म्हणाले, अजूनही आपण निर्णयाप्रत पोचलो नाही. त्यांनी सुचविले की, आता राजांना विचारले जावे की त्यांचे मत काय आहे. दहा जण उठले तेव्हा वय झालेल्या पंतप्रधानांनी राजाजवळ जाऊन, खूप वाकून अभिवादन केले आणि त्याच्यासमोर उभे राहिले.

हिरोहितो म्हणाले, "तुम्ही आपल्या जागेवर जा."

"क्षमा करा," आपल्या कानावर हात ठेवत सुझुकींनी विचारले.

हिरोहितोंनी हाताने इशारा करत म्हटले, "तुमच्या जागेवर जा."

सगळ्यांनी वाकून अभिवादन केले आणि खाली बसले जेव्हा राजा उठला. तो अतिशय सावकाशपणे बोलू लागला. युद्ध संपवले तर जगात शांतता प्रस्थापित होईल आणि आपल्या देशावर जे आघात होत आहेत, ते थांबतील.

"जे आपण सहन करू शकत नाही ते करण्याची वेळ आली आहे. मी माझे अश्रू गिळून परराष्ट्रमंत्र्यांनी जो प्रस्ताव मांडला आहे तो स्वीकारायला परवानगी देत आहे. यात शत्रूच्या जाहीरनाम्याप्रमाणे परराष्ट्रमंत्र्यांनी जे सुचवलं त्याप्रमाणे करावं."

जेव्हा हिरोहितो यांनी आपले अश्रू पांढऱ्या हातमोजाने पुसले तेव्हा खोलीतील सर्व जण रडू लागले. त्यानंतर ते निघून गेले. थोड्या वेळपर्यंत कुणीच हलले नाही की बोलले नाही. ज्या एका क्षणापर्यंत ते आता येऊन पोचले होते त्याचा परिणाम एवढा मोठा होता की सगळ्यांना धक्का बसला होता. हा आता शेवट होता. राजाचे जे स्वप्न होते त्याचा हा शेवट होता. आता यापुढे जपानचे काय

होणार? त्या दोन तासांच्या चर्चेत त्या सकाळी नागासाकीवर झालेल्या अणुबॉम्ब हल्ल्याचा कुणीही आपल्या चर्चेत उल्लेखसुद्धा केला नव्हता किंवा मत बदलण्यासाठी काही परिणाम झाला होता. राज्यपाल नागानो यांच्याकडून त्या खोलीत असणाऱ्या सगळ्यांना चुकीचा अहवालच मिळाला होता. वस्तुस्थिती माहीतच नव्हती.

"राजाने आता आपला निर्णय सांगितला आहे. हाच आता या सभेचा निर्णय आहे,'' पंतप्रधान म्हणाले. कुणी त्यावर वाद घातला नाही; पण त्याबाबत सहमतीही दर्शविली नाही.

अकरा जण सावकाश आणि शांतपणे बाहेर पडून, अरुंद मार्गिकेने त्या उंच जिन्याकडे गेले.

बाहेर योशिझुमी सुझुकींकडे वळून म्हणाले, "आता तुम्ही खूश असाल? आता झालं का समाधान?" त्याने कुचेष्टेने नजर टाकली. अनामी दोघांच्या मध्ये आले.

"मला तुझ्या भावना समजतात, योशिझुमी पण आत्ता ही वेळ नाही.''

* * *

पहाटे तीन वाजता मंत्रिमंडळ बैठकीच्या वेळेस सुझुकींनी राजवाड्यात झालेल्या चर्चेचा निर्णय सांगितला. त्यांनी सगळ्या मंत्र्यांना विचारले की, एक अट घालून पोस्टडॅम जाहीरनामा स्वीकारणे सगळ्यांना मान्य आहे का? प्रत्येकाने हात उंचावला.

जेव्हा लिखित स्वरूपात सह्यांसाठी कागद फिरवला गेला, तेव्हा गृहमंत्री ॲबे म्हणाले, "मला या सह्यांची काही गरज वाटत नाही.''

"तुम्ही सही केलीच पाहिजे, पूर्ण प्रक्रिया होणे आवश्यक आहे,'' शिक्षणमंत्री ओता म्हणाले.

ॲबे यांनी आपला कुंचला शाईत बुडविला आणि त्या कागदावर सही केली. अनामींनी पंतप्रधानांना विचारले की, जर शत्रूने ही एक अट अमान्य केली तर तुम्ही युद्ध सुरू ठेवाल का?

त्यावर सुझुकी म्हणाले, "हो!''

* * *

सकाळी पाच वाजता टिनियन बेसवर चिक्कार दारू प्यायलेला मेजर चार्ल्स स्वीनी ऑफिसर्स क्लबमधून बाहेर पडला. क्वानसेट हटकडे जाण्याचा रस्ता शोधू लागला. फेरेबी आणि जिमी व्हॅन पेल्ट यांना त्याने बारजवळ सोडले. ते अजून पीतच होते. पण तेही नंतर फार वेळ थांबले नाहीत.

त्या क्लबमधून बाहेर पडल्यावर त्यांना जनरल फॅरेल यांची जीप दिसली. तिची चावीपण लावलेली होती. ती 'उधार' घेऊन त्यांनी त्या परिसरात एक झकास सैर

केली. पण हे धाडस अचानक थांबवावे लागले कारण ती जीप त्यांनी कर्मिट बीहान आणि डॉन अलबुरी झोपले होते त्या खोल्यांमध्ये घुसविली.

ती तेथेच टाकलेली जीप स्वीनीला दिसली. एकटाच तेथे झुलत उभा राहत त्याने विचार करायला सुरुवात केली. ती जीप येथे कशी आली असेल? त्या मोडलेल्या जीपमध्येच तो आडवा झाला आणि गाढ झोपी गेला. दारू चढली होतीच.

पंधरा

टोकियो, शुक्रवार, १० ऑगस्ट १९४५ आणि नंतर

रात्रभर चाललेल्या मंत्रिमंडळाच्या बैठकीमधून निघून शिगेनोरी तोगो परराष्ट्र मंत्रालयात आले आणि त्यांनी खास राजाच्या उपस्थितीत झालेल्या सभेचा निर्णय शत्रूंना कळवण्यासाठी एक तार तयार केली. हा संदेश स्वित्झर्लंड आणि स्वीडन या सरकारांमार्फत १० ऑगस्ट रोजी सकाळी सात वाजता पाठवण्यात आला. त्यात म्हटले होते :

तीन देशांनी एकत्रितपणे तयार केलेल्या व मागील महिन्याच्या २६ तारखेला जाहीर केलेल्या जाहीरनाम्यातील अटी स्वीकारण्यास जपान सरकार तयार आहे. राजाच्या सार्वभौम सत्तेविरुद्ध कोणतीही मागणी या बदल्यात केली जाणार नाही हे समजावे, असे आम्ही मानतो.

जपानच्या सरकारला आशा आहे की, ही समजूत योग्य आहे आणि मनःपूर्वक आशा करते की याबाबतचे विशिष्ट स्वरूपातील परिणाम लवकरात लवकर सूचित केले जातील.

ऑगस्ट १०, २० वे वर्ष शोवा (हिरोहितो यांच्या राज्याचे वर्ष)

साडेनऊ वाजता जपानच्या युद्ध मंत्रालयातील वरिष्ठ अधिकाऱ्याची भेट घेऊन त्याला परिषदेत काय निर्णय झाला ते युद्धमंत्र्यांनी सांगितले. याबाबत चर्चा चालू आहे हे त्यांना ठाऊक होते; पण जेव्हा प्रत्यक्षात बातमी कानावर आली तेव्हा त्यांना धक्का बसला.

जनरल अनामी म्हणाले, "लक्षात ठेवा, तुम्ही सैनिक आहात आणि आज्ञा

पाळणं तुमचं कर्तव्य आहे. सैनिकी शिस्तीचं पालन झालं पाहिजे. अशा कठीण परिस्थितीत एका माणसाने जरी चुकीचं पाऊल उचललं तरी देशाचा सर्वनाश होऊ शकतो.''

एका तरुण अधिकाऱ्याने विचारले, ''खरंच, युद्ध मंत्रालय शरणागतीबाबत विचार करत आहे का?''

त्यावर शांतता पसरली. आपल्या हातातील काठी टेबलावर आपटत अनामी म्हणाले, ''ज्यांना माझी आज्ञा पाळायची नसेल त्यांना तसं माझ्या प्रेतावरून जाऊन करावं लागेल.''

साडेसात वाजता डोमेईने शत्रूकरता रेडिओच्या लघुलहरींवरून हा संदेश पाठवायला सुरुवात केली. त्याच वेळेला अमेरिकेच्या गुप्तहेर खात्याने घोषणेची प्रत मिळविली. त्याचे भाषांतर करून अमेरिकेचे युद्ध व नौदल सचिव यांना पाठवण्यात आली, तेव्हा वॉशिंग्टनमध्ये सकाळचे सात वाजले होते. अध्यक्षांनी त्यांच्या नागरी आणि सैनिकी सल्लागारांची बैठक नऊ वाजता बोलवली.

न्यू यॉर्कच्या पुढे ऑसेबल क्लब येथे निघालेले हेन्री स्टिमसन आणि त्यांची पत्नी यांना विमानतळावर नेण्यासाठी बाहेर गाडी उभी होती. त्यांची ही रजा डॉक्टरच्या सल्ल्यानुसार घेतलेली असली तरी ते लगेच रजेवर निघाले, याचा अर्थ त्यांना जपान इतक्या लवकर शरणागती पत्करेल असे वाटले नव्हते. तिसरा अणुबॉम्ब टाकण्याची कदाचित गरज भासेल असे त्यांना वाटत होते. रशियाने युद्धात उडी घेतली आहे, नागासाकीवर दुसरा बॉम्ब टाकण्यात आला आहे आणि आता शरणागतीबाबत घोषणा, हे बघितल्यावर युद्ध सचिव तातडीने पेंटॅगॉन येथे जपानचे घोषणापत्र वाचायला आले. त्याच वेळी व्हाइट हाउसमधून बोलावणे आले. या निर्णयाबाबत उशीर झाला तर रशिया प्रत्यक्ष जपानच्या भूमीवर पोचेल आणि मग युद्ध संपल्यावर त्यावर कब्जा मिळवणे, तेथे राज्य करणे इत्यादी गोष्टींचा आग्रह धरेल, अशी त्यांना भीती वाटत होती.

जपानच्या पत्राला सेक्रेटरी ऑफ स्टेट जेम्स बायरनेस यांनी उत्तर लिहिले. अमेरिकेतील जनतेचे या एका अटीबद्दलचे मत लक्षात घेऊन त्यांनी ही अट मान्य न करता विनाअट शरणागती पत्करण्याचा आग्रह धरावा, असे मत मांडले. यानंतर सेक्रेटरी ऑफ नेव्ही जेम्स फॉरेस्टॉल यांनी ही कोंडी फोडत सुचवले की, त्या अटीबाबत पुरेशी मुग्धता ठेवून जपानी सरकारला शरणागती पत्करायला भाग पाडावे व अमेरिकेला राजेशाही राहिली तरी चालेल; अशा समजुतीत जपानला राहू द्यावे. अमेरिकेने याला प्रतिसाद म्हणून असे लिहिले की, 'जपानने त्यांचे सरकार जपानी लोकांच्या इच्छेप्रमाणे तयार करावे व चालवावे.' राजाने तिथे राहावे म्हणजे तिथे प्रवेश करून ताब्यात घेणे सोपे जाईल, असेच वॉशिंग्टनला वाटत होते.

राजे हिरोहितो यांच्याबद्दल लोक काय म्हणतील याची काळजी ट्रुमन यांना नव्हती. जपानची एक अट त्यांना मान्य होती; पण आता अणुबॉम्बबद्दल त्यांच्या मनात विचारचक्र सुरू झाले. जपानने शरणागती स्वीकारण्याच्या आदल्या दिवशी त्यांना जॉर्जियाच्या सिनेटर रसेल यांची कडक शब्दांत तार आली.

मला ठाऊक आहे की जपानी लोक खूप क्रूर आणि अगदी मानवता सोडून वागणारे आहेत, विशेषतः युद्धामध्ये. पण तरीही मला हे अजिबात समजत नाही की ते क्रूर आणि पाशवी वृत्तीने वागतात म्हणून आपणही त्याच पद्धतीने वागायचे का?

ट्रुमनने लिहिले, 'माझाही हेतू जास्तीत जास्त अमेरिकेच्या लोकांना वाचविणे हाच आहे, पण त्याचप्रमाणे जपानच्या स्त्रिया आणि मुले यांच्याबाबत माझ्याही मनात कणव आहे.'

यापुढे आपल्या आदेशाशिवाय एकही बॉम्ब टाकायचा नाही असा १० ऑगस्टच्या मंत्रिमंडळ बैठकीत ट्रुमन यांनी आदेश दिला. पहिल्यांदाच त्यांनी अणुबॉम्ब मोहिमेत हस्तक्षेप केला होता आणि आता निर्णय येथेच थांबणार होता. एक दिवस आधी जनरल स्पाट्झ, ट्विनिंग, जनरल लेमे आणि ॲडमिरल निमिट्झ यांनी टोकियोवर तिसरा अणुबॉम्ब टाकावा, असे आवर्जून सुचवले होते. ग्रोव्हजनी ओपनहेमर यांना फोन करून कळवले की, आता प्लुटोनिअमचे उत्पादन फार जलद गतीने करू नका. तरीही जपानी शहरांवर बराच संहार करणाऱ्या बॉम्बचा वर्षाव होतच राहिला.

अमेरिकेने ११ ऑगस्ट रोजी स्वीडनमार्फत आपले उत्तर जपानला पाठविले, ते १२ ऑगस्टला टोकियोला पोचले. फॉरेस्टॉलच्या मोघम भाषेमुळे त्याचे भाषांतर करणे कठीण झाले. त्यामुळे पुन्हा जेव्हा मंत्रिमंडळ बैठक दुपारी झाली तेव्हा जपानी नेत्यांमध्ये संकट आल्याची भावना निर्माण झाली. तोगोंना वाटत होते की, राजेशाही चालू राहावी असे त्यातून ध्वनित होते. पण बाकीच्यांना त्याची खात्री नव्हती. सुझुकी म्हणाले की, जोपर्यंत शत्रू आपले मत स्पष्टपणे मांडत नाही, तोपर्यंत जपानला युद्ध सुरूच ठेवावे लागेल. पण काही काळाने तोगोंनी त्यांचे मन वळवले. अनामींचे म्हणणे होते की, राजाचे सार्वभौमत्व टिकवण्याची अट अमेरिकेने मान्य केलेली नाही आणि याचाच अर्थ जपानचा शांततेचा प्रस्तावही धुडकावला आहे. आता परत एकदा अशी स्थिती आली की पुन्हा निर्णयात एकवाक्यता नव्हती.

मध्यरात्रीच्या सुमारास बोटीवरून उड्डाण करणाऱ्या हजार विमानांचा ताफा टोकियोवर गेला. संपूर्ण युद्धामधील ही सर्वांत मोठी मोहीम होती. अमेरिकेच्या विमानांनी पत्रके टाकली असून, त्यात अमेरिका व जपान यांच्यामध्ये शांतता नांदावी याबाबत बातमी होती, असे दुसऱ्या दिवशीच्या सकाळी राजाचे प्रमुख सल्लागार किडो यांनी ऐकले. आतापर्यंत असे प्रयत्न चालू आहेत ही बातमी जपानने

नागरिकांपासून लपवली होती. कदाचित सैन्य बंडखोरी करेल याची भीती वाटून किडो यांनी राजाला पुन्हा एकदा राजवाड्यात सगळ्यांची सभा बोलावण्याचा सल्ला दिला. सुझुकींनी एका सभेची केलेली विनंती सैन्याच्या दोन्ही प्रमुखांनी अमान्य केली होती. शासनाला त्यांच्या होकाराची गरज होती; पण राजाला नव्हती.

दुसऱ्या दिवशी सभेमध्ये अनामी, उमेझू आणि तोयोडा यांनी अमेरिकेचे उत्तर अपूर्ण व असमाधानकारक असल्याचे म्हटले. त्यांना अधिक ठोस उत्तर हवे होते. तोगोंना चिंता होती की पुन्हा अमेरिकेकडे स्पष्टीकरण मागितले तर नेमके सध्या जो अर्थ होता त्याऐवजी त्यांनी देऊ केलेल्या अटी नाकारल्यासारखे होईल.

राजा म्हणाला, "सैन्याचं जे मत आहे त्याबद्दल इतर कुणीही सहमती दाखवत नाहीये असं दिसतं आहे. आता मी माझं मत सांगतो. मला आशा आहे की तुम्ही त्याबाबत सहमती दर्शवाल. माझं मत मी काल रात्री जे सांगितलं तसंच आहे. अमेरिकेने पाठवलेलं उत्तर मला पुरेसं वाटतं." त्यांनी सरकारला सांगितले की, राजातर्फे पुन्हा एकदा निवेदन तयार करा आणि 'युद्ध थांबवा' असे म्हणा. शिवाय हे लोकांना कळावे म्हणून हा निर्णय आकाशवाणीवरून प्रसारित करा. मंत्रिमंडळाने पुन्हा विचार केला व कोणत्याही अटीविना शरणागती पत्करली.

त्या दिवशी उशिरा राजा हिरोहितो यांनी दुसऱ्या दिवशी म्हणजे १५ ऑगस्टला रेडिओवर द्यायच्या जपानच्या शरणागतीच्या घोषणेचे ध्वनिमुद्रण केले. त्याच वेळी किडो यांना ज्याची भीती वाटत होती त्याप्रमाणे काही कनिष्ठ अधिकाऱ्यांनी बंड करण्याचे ठरवले होते. त्या गटातील काही जण राजाच्या घोषणेचे ध्वनिमुद्रण पळवणार होते, तर काही सैन्याचे सरकार स्थापून युद्ध चालू ठेवणार होते. युद्धमंत्र्याने या लोकांबरोबर जायला नकार दिला आणि राजाच्या निर्णयाचा आदर करा, असा त्यांना आदेश दिला.

त्या रात्री तोगोंची भेट झाली असता अनामी म्हणाले, "मी तुम्हाला या युद्धात सगळी मदत करायला हवी होती. पण मला वाटतं त्या उलट मी तुम्हाला खूप त्रास दिला." मग अनामींनी वाकून अभिवादन केले आणि आपल्या घरी गेले.

त्या मध्यरात्री त्यांचा मेहुणा परत त्यांच्या घरी गेला आणि बंडात सामील होण्यासाठी आग्रह करू लागला. पण अनामी मृत्युपत्रासारखे काहीतरी लिहीत असल्याचे त्याने बघितले. अनामी म्हणाले की, 'मी पारंपरिक पद्धतीने आत्महत्या करण्याचा विचार करत आहे.' त्या दोघांनी एकत्र बसून दारू घेतली. जेव्हा पहाटे चार वाजता पोलीस कमांडर घरी आला तेव्हा त्याला काय पाहिजे ते बघायला अनामींनी मेहुण्याला पाठविले.

जेव्हा ताकेशिता बाहेर गेला होता तेव्हा कोरेयिका अनामी त्यांच्या झोपण्याच्या खोलीसमोर एका अरुंद जागी बसले. आपला चाकू त्यांनी कंबरेखाली डाव्या बाजूला

खुपसला आणि मग तो उजव्या बाजूपर्यंत आणला. जेव्हा ताकेशिता परत आला तेव्हा अनामी आपला गळा चाचपून पाहत होते. त्यांचे पोट कापून उघडे पडले होते. त्यांनी तो चाकू त्यांच्या गळयाच्या उजव्या बाजूला खुपसला आणि पुढे पडला. सगळे रक्त जमिनीवर सांडले. मंत्री बेशुद्ध होता पण मृत नव्हता. ताकेशिताने चाकू असलेला त्यांचा हात पकडला आणि तो अधिक खोलवर खुपसला. त्यामुळे अर्धवट राहिलेले काम पूर्ण झाले. त्यांनी एक चिठ्ठी लिहून ठेवलेली होती, 'आता आपली पवित्र भूमी काही जिंकू शकत नाही यावर माझा पूर्ण विश्वास आहे. मी माझ्या मृत्यूने, या अक्षम्य अपराधाबद्दल राजे, मी मृत्यू स्वीकारून तुमची क्षमा मागतो. राजे, माझ्या हातून घडलेल्या या मोठ्या अपराधासाठी मला क्षमा करा.'

कोरेचिका अनामी हे राजाचे जपानी सैन्य आणि स्वतः राजा यांच्याशी एकनिष्ठ होते. आपल्या देशाप्रति असलेल्या प्रेमापोटी त्यांनी असा निर्णय घेतला. या द्विधा परिस्थितीत सापडल्याने, अन्य कोणताही मार्ग शिल्लक नाही हे बघून त्यांनी आत्महत्येचा मार्ग पत्करला. जर त्यांनी तसे केले नसते तर युद्धातील गुन्हेगार म्हणून त्यांच्यावर खटला भरून त्यांचा शिरच्छेद केला गेला असता. लष्करातील सुधारणावादी आणि शांततावादी यांच्यादरम्यान असलेल्या गुंतागुंतीत जपानचा निर्णय लोंबकळत असताना त्यांनी शासनातील अन्य माणसांप्रमाणे शरणागतीच्या निर्णयाला एक प्रकारे सहमतीच दर्शविली.

बंडखोरांनी कुठलेच पाऊल उचलले नाही. हिरोहितोंचे भाषण संपूर्ण जपानभर प्रसारित करण्यात आले. बऱ्याच जपानी लोकांना त्यांच्या राजाचा आवाज पहिल्यांदाच ऐकायला मिळाला. पण आवाजात खूप खरखर होती त्यामुळे ते काय बोलत आहेत हे कळत नव्हते. आवाज आश्चर्यकारकरीत्या उच्चरवात होता आणि उच्चार औपचारिक वाटत होते. भाषा अलंकारिक आणि स्पष्टपणे न समजणारी होती, 'हे युद्ध आता जपानच्या फायद्याचे नाही' हे त्यांचे बोलणे वस्तुस्थितीला धरून नव्हते. 'पुढील पिढ्यांसाठी शांतीचा मार्ग काढण्यासाठी आपल्याला आता जे भोगता येणार नाही ते भोगावे लागणार आहे आणि जे दुःख सहन करता येत नाही ते सहन करावे लागणार आहे.'

हिरोहितोंनी अणुबॉम्बचा उल्लेख करताना म्हटले, "याशिवाय आता शत्रूने एक नवीन अत्यंत क्रूर बॉम्ब तयार केला असून, कधीही भरून काढता येणार नाही असे प्रचंड नुकसान त्या शक्तिशाली बॉम्बच्या साहाय्याने केले आहे. त्यामुळे अनेक निरपराध मारले जात आहेत. आपण युद्ध सुरू ठेवायचे का? त्यामुळे आपला संपूर्ण पराभव तर होईलच आणि संपूर्ण नाशही! पण एवढेच नाही तर त्यातून कदाचित मानवजातीचाच नायनाट होईल."

अणुबॉम्बच जपानच्या शरणागतीसाठी प्रामुख्याने कारणीभूत होता, याचा पुरावा म्हणून या भाषणाचा उल्लेख केला जातो आणि त्याचा तसा वापर समर्थनीय असल्याचे मानले जाते; पण शरणागतीचा प्रत्यक्ष निर्णय जेव्हा घेण्यात आला तेव्हा मात्र बॉम्बचा विचार फारसा केला गेला नव्हता. खरेच नागासाकी बॉम्बमुळे केवढे नुकसान झाले, याचा जो अहवाल नेत्यांपर्यंत त्या वेळेला पोचला, तो दिशाभूल करणारा होता. त्यात नुकसान किरकोळ झाले आहे असे म्हटले होते. या दोन्ही बॉम्बमुळे किती महाभयंकर संहार झाला आहे हे हिरोशिमानंतर आठ दिवसांनी अधिक लक्षात आले असते; जेव्हा हे भाषण लिहिले गेले. पण प्रत्यक्षात निर्णय मात्र स्फोट झाल्यावर तीन दिवसांनी घेतला गेला. १७ ऑगस्टला आपल्या सैनिकांसाठी आणि खलाशांसाठी जे निवेदन लिहिले गेले त्यात राजाने या शरणागतीच्या निर्णयावर रशियाच्या हल्ल्यामुळे कसा परिणाम झाला, यावर भर दिला होता; पण बॉम्बचा उल्लेख केला नव्हता.

✷ ✷ ✷

जसे युद्ध संपले तसे अमेरिकेचे सरकार अणुसंशोधन शांतीच्या काळात कशा पद्धतीने वापरावे याचा विचार करू लागले. १९४६ च्या शेवटापर्यंत सैन्याचा मॅनहॅटन इंजिनिअर डिस्ट्रिक्ट जनरल लेस्ली ग्रोव्हज यांच्या मार्गदर्शनाखाली देशाच्या अणुकार्यक्रमावर नियंत्रण ठेवून होता. पण आता झपाट्याने बदलणाऱ्या काळात असे असणे एक तात्पुरती सोय होती.

त्याआधी अणुसंशोधन आणि अणुशस्त्रांच्या चाचण्या याबाबत आंतरराष्ट्रीय पातळीवर कुणाचेच बंधन नव्हते. पण युद्धाच्या शेवटानंतर अमेरिकेने नव्याने गठित झालेल्या 'युनायटेड नेशन्स' या संस्थेकडे ती जबाबदारी सोपविली. अण्वस्त्रांच्या बाबतीत एकाधिकारशाही असलेल्या अमेरिकेच्या शर्ती मान्य करण्यास रशिया राजी नव्हता आणि शर्तींमध्ये बदल करण्यास अमेरिका तयार नव्हती. एकमेकांविरुद्ध मनात संशय असल्यामुळे एक प्रकारचे शीतयुद्ध सुरू झाले. १९४९ मध्ये रशियाने त्यांच्या पहिल्या अणुबॉम्बची चाचणी घेतली. १९५०पर्यंत या दोन देशांतील ही शस्त्रास्त्र स्पर्धा अगदी बरोबरीने चालू होती.

युद्धानंतर पेंटॅगॉन आणि वॉशिंग्टन यांतील राजकारणामुळे ग्रोव्हज यांना आपली भूमिका त्याबरहुकूम बदलणे कठीण गेले. जरी ते मॅनहॅटन प्रकल्पाचे एक कार्यक्षम नेते होते, तरी त्यांना मित्रांपेक्षा शत्रूच जास्त होते. युद्धकाळात आपलेच म्हणणे रेटण्याची त्यांची पद्धत पुढे निकामी ठरली. त्यांची सत्ता आणि नेतृत्व हळूहळू कमजोर होत गेले; कारण हेही स्पष्ट झाले होते की पूर्वीसारखा अशा तऱ्हेचा अतिमहत्त्वाचा प्रकल्प आता त्यांना मिळणे शक्य नव्हते. शेवटी त्यांना जबरदस्तीने

निवृत्त व्हावे लागले आणि १९४८ साली त्यांनी अमेरिकेतील लष्करातून रजा घेतली.

मॅनहॅटन प्रकल्पावरील ग्रोव्हज यांचे वैज्ञानिक संचालक रॉबर्ट ओपनहेमर यांना अणू विषयाशी संबंधित अनेक मुद्द्यांचा समावेश असलेल्या समितीचे संचालकपद मिळाले. अण्वस्त्रांवर अमेरिकेचा ताबा राहावा यासाठी त्यांनी खूप मेहनत घेतली. पण मग त्यांचीही सद्दी संपली. सुरुवातीला ज्या दोन शहरांवर अणुबॉम्ब टाकले गेले तेथील नरसंहार आणि अमाप हानीचे तपशील देणारे अहवाल येऊ लागल्यावर 'प्रकल्प अल्बर्टा'च्या यशाचा सुरुवातीचा जल्लोश ओसरू लागला आणि पुढे तर, या प्रकल्पात सहभागी झाल्याचा खेद वाटतोय का, या प्रश्नाचे उत्तर देणे ते टाळू लागले. त्यांचे त्यांच्या पत्नी व मुलासह अमेरिकेतील कम्युनिस्ट पक्षाशी संबंध असल्याने युद्ध सुरू असतानाच त्यांच्यावर एफबीआयची नजर होती.

हाउस अन-अमेरिकन ॲक्टिव्हिटी कमिटीसमोर त्यांची चौकशी झाली. तेव्हा आपले १९३० मध्ये कम्युनिस्ट पक्षाशी संबंध असल्याचे त्यांनी कबूल केले, पण त्यातील सदस्यांची नावे सांगण्यास नकार दिला. १९५३ साली जे. एडगर यांच्या एका सहकाऱ्याकडून आलेल्या एका पत्रामुळे त्यांचा सिक्युरिटी क्लिअरन्स तात्पुरता स्थगित केला गेला. त्याला कारण होते, एक पत्र जे. एडगर हूव्हर यांच्या सहकाऱ्याकडून आले होते. त्यानंतर झालेल्या सुनावणीत त्यांचे चमत्कारिक वागणे त्यांच्याविरोधात वापरण्यात आले. पण अनेक शास्त्रज्ञ, शासन आणि सैन्यातील लोकांनी त्यांच्या बाजूने साक्ष दिली. लेस्ली ग्रोव्हज मात्र त्यात नव्हते. आधीच्या काही बाबींमध्ये तुमची भूमिका परत तपासली जाईल, अशी धमकी एफबीआयने ग्रोव्हज यांना दिल्यावर ग्रोव्हज यांनी आपल्या या माजी सहकाऱ्याच्या विरोधात साक्ष दिली.

ग्रोव्हज त्या तपासणीदरम्यान बोललेले एक वाक्य प्रकाश टाकणारे आहे : 'मी प्रकल्पाचा ताबा घेतल्यानंतर जवळजवळ दोन आठवड्यांपर्यंत माझ्या मनात कोणताही संभ्रम नव्हता की रशिया हा आपला शत्रू आहे आणि हा प्रकल्प त्याच तत्त्वावर चालवला जात होता.'

ओपनहेमरना त्यानंतर कधीच सिक्युरिटी क्लिअरन्स दिला गेला नाही.

***

युद्ध संपल्यानंतर 'बॉकस्कार'वरील प्रकाशझोत गेला आणि 'इनोला गे'प्रमाणे तेही एअरफोर्सच्या ओहिओ येथील डेटन शहरातील संग्रहालयामध्ये ठेवले गेले. त्याच्या वैमानिकाप्रमाणे 'इनोला गे' पण फार प्रसिद्धीच्या झोतात येण्यासाठी उत्सुक नव्हता. सुरुवातीला दोन्ही मोहिमांच्या कर्मचाऱ्यांकडे अमेरिकन लोक 'अमेरिकेचे तारणहार'

आणि जपानवरील चढाईत ज्या शेकडो लोकांचा बळी गेला असता त्यांना जीवदान देणारे अशा दृष्टीने बघत होत; पण लवकरच अणुबॉम्ब टाकण्याची गरज व अण्वस्त्र वापरण्यातील नैतिक प्रश्न उपस्थित केले जाऊ लागले.

'बॉकस्कार'चे काही कर्मचारी, उदा. कर्मिट बीहान हवाई दलातच राहिला. पण बाकीच्यांनी युद्धाआधी जे त्यांचे आयुष्य होते ते स्वीकारले. नागासाकीवर अणुबॉम्ब टाकल्याबद्दल सदसद्विवेकाची बोचणी कोणालाही लागली नाही. अर्थात काही प्रमाणात पश्चात्ताप होताच. ज्याने प्रत्यक्षात तो बॉम्ब टाकला तो बीहान म्हणाला, 'मी त्यासाठी कधीही क्षमा मागणार नाही.'

नोव्हेंबर १९४५ मध्ये नागासाकी मोहिमेचा प्रमुख न्यू मेक्सिकोतील रोझवेल लष्करी हवाईतळावर रुजू झाला. उत्तरेकडील पॅसिफिक महासागरात अण्वस्त्र चाचण्यांसाठी बिकिनी ॲटॉल हा तळ होता. तेथे नवीन कर्मचाऱ्यांना प्रशिक्षण देण्याचे काम करू लागला. चक स्वीनी हवाई दलामध्येच होता, पुढे तो पायऱ्या चढत चढत ब्रिगेडिअर जनरलपदापर्यंत पोचला. अणुबॉम्बच्या वापराचे नैतिक समर्थन तो करत राहिला. पर्ल हार्बर बंदरावर जपानने केलेला छुपा हल्ला आणि युद्धकैद्यांना दिलेली वागणूक यानंतर 'अमेरिकन लोकांचे रक्षण' ही घोषणा त्याच्या समर्थनाला होती. त्यानंतर स्वीनीने अनेक विमानांच्या कसरतीमध्ये भाग घेऊन तो एक दुय्यम दर्जाचा सेलेब्रिटी झाला!

कर्नल पॉल टिब्बेट्सदेखील हवाई दलात राहिले. तेही ब्रिगेडिअर जनरल झाले. जरी स्वीनीला टिब्बेट्सबद्दल खूप आदर होता तरी युद्धानंतर त्यांचा फारसा संपर्क राहिला नाही. स्वीनीचा मृत्यू होईपर्यंत टिब्बेट्स थांबले आणि नंतर नागासाकी मोहिमेचा नेता या नात्याने स्वीनीच्या कामगिरीवर त्यांनी जाहीर टीका केली. स्वीनीची निवड चुकीची होती, असे मत त्यांनी व्यक्त केले; पण त्याचे कारण मात्र दिले नाही.

पण स्वतःच्याच गटांमधून टिब्बेट्सवर टीका, तीही वैयक्तिक, करणारे लोक होते. दोन्ही मोहिमांमध्ये अधिकारी असलेला जेकब बेसर म्हणाला, "एक वैमानिक म्हणून, मोहिमेतला सहकारी म्हणून मला त्याच्याबद्दल खूप आदर वाटला; पण तो काही अत्युत्तम नेता किंवा कमांडर नव्हता. तो खूप अहंकारी होता. खूप काम करवून घ्यायचा. तो स्वार्थी माणूस होता आणि त्याच्या मर्जीतल्या लोकांवर मेहरबानी करायचा."

अमेरिकन सैन्यातील वरिष्ठ अधिकाऱ्यांचे अर्कचित्र असे टिब्बेट्सना संबोधले गेले व त्यावरून 'डॉ. स्ट्रेंजलव्ह' नावाचा सिनेमाही निघाला. १९७६ मध्ये त्यांनी एका बी-२९ विमानातून हिरोशिमावर बॉम्ब टाकण्याचे प्रात्यक्षिक टेक्सासमधील एका एअर शोमध्ये करून दाखविले. त्यात तो मशरूम ढगपण दाखविला. यावर

हिरोशिमाच्या महापौरांनी निषेध नोंदविला. त्यामुळे अमेरिकेच्या सरकारला माफी मागावी लागली.

२००२ मध्ये एका मुलाखतीत टिब्बेट्सनी एक अगदी वेगळी गोष्ट सांगितली. नागासाकीच्या बॉम्बहल्ल्यानंतर एक-दोन दिवसांनी आपल्याला जनरल लीमे यांचा फोन आला. त्यांच्याकडे आणखी 'ती वस्तू' (बॉम्ब) आहे? असे त्यांनी विचारले.

टिब्बेट्स म्हणाले, "आहेत पण उटाह इथे आहेत."

"मग ते इथे आणा," लीमे म्हणाले. "तू आणि तुझे कर्मचारी ते विमान उडवणार आहात." टिब्बेट्स म्हणाले की, ते विमानात ठेवले गेले होते. तेही कॅलिफोर्नियामध्ये आणि युद्ध संपले होते. यापुढे अणुबॉम्ब मोहीम होणार नाही, असे अध्यक्षांनी जाहीर केल्यावर हा संवाद झाला. या गोष्टीतून अमेरिकेतील लष्करी नेतृत्वावर आणि स्वतः टिब्बेट्सवरही बराच प्रकाश पडतो.

त्याच मुलाखतीत त्यांनी आपले युद्धविषयक विचार मांडले : 'आपण जगात अशा कुठल्याही ठिकाणी युद्ध केलेलं नाही जिथे निरपराध लोकांना मारले जात नाही. निरपराध माणसं तिथं असणं, हे त्यांचं दुर्दैव असतं."

हीच प्रवृत्ती कर्टिस लीमेंच्या अणुबॉम्बबद्दलच्या उत्साहात प्रतिध्वनित होते. 'आम्ही ९ आणि १० मार्च रोजी टोकियोमध्ये जेवढ्या लोकांना जखमा दिल्या, उकळले आणि भट्टीत भाजले त्यामानाने हिरोशिमा आणि नागासाकी या दोन्ही हल्ल्यांत मिळून लोकांची वाफ झाली!' त्याने लिहिले.

***

ऑगस्ट १९४५ च्या पहिल्या आठवड्यात रशियाच्या सैन्याला युद्ध संपवण्याची अजिबात घाई नव्हती. मान्च्युरियामध्ये स्थानिक पातळीवर खूप विरोध होत होता, पण म्हणावे तसे मोठे युद्ध झाले नाही. ज्या रणगाड्यांनी ग्रँड खिनगन पर्वत ओलांडले होते ते मान्च्युरियाच्या मध्यावर असलेल्या मैदानी प्रदेशात पोचले होते. त्यांनी १२ ऑगस्टला त्यावर ताबा मिळवला. पूर्वेकडचे सैन्य दलदलीतून आणि तैगाकडून पुढे घुसून त्यांनी १४ ऑगस्टपर्यंत तेथील जपानी सैन्याचा बीमोड केला होता. रणगाडे पुढे सरकत होते आणि जपानी सैन्य दुसऱ्या भागात होते. शिवाय हवाई छत्र आणि पायदळ यांच्या जोरावर त्यांनी त्या प्रदेशातील महत्त्वाच्या शहरांवर ताबा मिळवला. त्यामुळे पूर्वेकडील क्वानटुंग सैन्याचा प्रतिकार ढेपाळला. अतिपूर्वेकडील सैन्य आणि ट्रान्स-बैकल सैन्य मान्च्युरियाच्या मध्य भागात एकत्र आले.

टोकियोकडून क्वानटुंग सैन्याला आदेश गेला होता की, दक्षिण मान्च्युरियामध्ये त्रिकोणी आकारात माघार घ्या. अधिकाऱ्यांच्या कुटुंबीयांना दक्षिणेकडे रेल्वेने पाठवण्यात आले; पण तीन लाख जपानी नागरिक मात्र मागेच ठेवले गेले. १० ऑगस्ट रोजी

क्वानटुंग सैन्याचे मुख्य जनरल यामाडा हे राजवाड्यात परत आले आणि त्यांनी पु यी यांना सांगितले की, सैन्य माघार घेत आहे आणि राजधानी टुनगुहा येथे हलवत आहोत. भले मोठे घर आणि खूप मोठा जमीनजुमला असलेले पु यी म्हणाले, ''त्यांना हलण्याची तयारी करायला दोन दिवस लागतील.'' 'असा उशीर करणे शहाणपणाचे होणार नाही,' असे मान्चुकुओ राजघराण्याच्या राजवाड्याच्या अधिकाऱ्याने आदरपूर्वक सुचवले. पुढे सरकणाऱ्या सैन्याकडून पु यी यांचीच सर्वप्रथम हत्या होईल, असेही त्याने सूचित केले. हा नामधारी राजा दुसऱ्याच दिवशी संध्याकाळी रेल्वेने निघून गेला.

सर्व सैन्य निघून गेल्यामुळे आता मागे राहिलेल्या जपानी नागरिकांसाठी दुःस्वप्न सुरू झाले होते. रणगाडे आणि हवाईहल्ले यामुळे स्त्रिया, मुले आणि वृद्ध सैरावैरा पळाले. तरुण सगळे सैन्यातच होते. या अशा अर्धवट स्थितीत काही लढताना मेले, काही नदी पार करताना बुडून मेले. मागे परतणाऱ्या जपानी नागरिकांनी मोठ्या प्रमाणात आत्महत्या केल्या. काहींना गुंडांनी किंवा या भागात घुसलेले चीनचे अनधिकृत सैन्य, एट्थ रूट आर्मीच्या कम्युनिस्टांनी मारले. मान्च्युरियाचे स्थानिक लोक जपानच्या विरोधात गेले आणि त्यांच्या वसाहतवादी पद्धतीवर सूड उगवू लागले. मान्चुकुओ राष्ट्रीय सैन्यातील सैनिक रशियाने आक्रमण केल्यावर आपले राष्ट्रीयत्व सोडून रशियाला मदत करू लागले.

१४ ऑगस्ट रोजी टोकियोकडून राजे हिरोहितो यांनी त्या ठिकाणच्या सैन्याला युद्ध थांबवण्याचे आदेश दिले; पण यामाडाने नेमके विरुद्ध आदेश दिले. लोकांवर जबरदस्ती, अत्याचार न करता स्थानिक पातळीवर शांतता करार करा, असे क्वानटुंग सैन्याला सांगण्यात आले. पण हा आदेश त्या युद्धाच्या प्रत्यक्ष ठिकाणी आणणे कठीण होते. क्वानटुंग सैन्याकडे आपापसातील संदेशवहनासाठी साधने नव्हती. ते सार्वजनिक टेलिफोन लाइन्स वापरू लागले; पण रशियाच्या चढाईमुळे त्याही तुटल्या होत्या. त्यामुळे काही ठिकाणी युद्ध सुरू राहिले, तर काही ठिकाणी शरणागती. त्यामुळे फक्त गोंधळाचे राज्य होते.

१९ तारखेला जपानी सैन्याने रेड आर्मीपुढे अधिकृत शरणागती पत्करली. क्वानटुंग सैन्याचे सहा लाख जवान बोटीने रशियाला पाठवले गेले. मंगोलियाचा बाह्य भाग आणि रशिया येथे या युद्धकैद्यांना कामगार म्हणून वापरण्यात आले. जनरल यामाडांना युद्धकैदी म्हणून जवळच्या खाबरोव्हस्क इथे नेण्यात आले आणि युद्धाच्या गुन्ह्यांसाठी रशियाच्या मजुरांच्या छावणीत २५ वर्षांची शिक्षा झाली.

१८ ऑगस्टला जल व हवाईमार्गाने चढाई करून रशियाच्या पायदळाला मदत करत उत्तर-पूर्व कोरियाच्या किनाऱ्याकडे रशियाचे सैन्य निघाले. तेथील सैन्याला ताब्यात घेण्यासाठी विमाने याआधीच पायोनगँग येथे पाठवली गेली होती आणि मग

कोरियाच्या उत्तरेकडील शहर रशियाच्या ताब्यात आले. २२ ऑगस्टला रशियाची फौज पोर्ट आर्थर येथे पोचली.

८ सप्टेंबरला अमेरिकेचे सैन्य दक्षिण कोरियात इनचॉन येथे उतरले आणि उत्तरेकडे 'थर्टी-एट्‌थ पॅरलल' येथे पोचले. आजही तेथे वाळूत तयार केलेली सीमारेषा आहे.

***

पॅसिफिकचे युद्ध हा व्यापारातील मंदीवर मात करण्याचा जपानचा एक आक्रमक प्रयत्न होता. तेलाचा मुख्य स्रोत असलेल्या अमेरिकेने हा व्यवहार करण्यास नकार दिला. कारण जपानने आपला चीनवरचा ताबा सोडला नसल्याने अमेरिकेच्या तेथील अर्थव्यवस्थेला धोका होता. त्यात पर्याय होता डच ईस्ट इंडीजचा स्रोत. पण त्यांनीसुद्धा नकार दिला. मग जपानने हल्ला चढवून तेल मिळवण्याचा प्रयत्न केला. थोड्या काळापुरते ठीक होते; पण हा पर्याय फार फलदायी ठरला नाही.

युद्ध संपल्यानंतर जपानची आर्थिक प्रगती ही या आधुनिक जगात एक आश्चर्यकारक बाब मानली जाते. विसंगती अशी की जपानच्या पूर्वीच्या शत्रूंनी बघ्याचे धोरण स्वीकारले त्याचा हा परिणाम होता. पाश्चिमात्य पद्धतीच्या लोकशाहीचे मॉडेल घेऊन शांततामय वातावरण टिकवणे हा जपानचा हेतू होता, पण जगातील सत्तेचा समतोल मात्र सतत नाट्यमयरीत्या वर-खाली होत होता. चीनमध्ये कम्युनिस्टांनी बाजी मारली. १९४९ मध्ये पीपल्स रिपब्लिक ऑफ चायना उदयाला आले. रशियाशी शीतयुद्ध आणि चीनचा उदय यामुळे जपानबाबतची मित्रराष्ट्रांची आर्थिक धोरणे बदलली. अमेरिकेने आपला लष्कराचा उपसचिव जपानला पाठविला. तो परत आल्यावर अमेरिकेने उद्योगांची उभारणी आणि व्यापार सुरू करण्याची धोरणे राबवावीत, असा सल्ला त्याने दिला. कम्युनिझमला विरोध करण्यासाठी आता जपानचा मोहरा वापरला जाणार होता. १९४७ मध्ये जपानला ४०० दशलक्ष अमेरिकन डॉलर्स आर्थिक नियोजनासाठी दिले गेले. हे युद्धकाळातील नियोजनाप्रमाणे होते; फक्त त्यात सैन्याचा भाग अभिप्रेत नव्हता. यात अनेक गोष्टींचे जणू मिश्रण होते आणि ते मान्य केले गेले.

१९५० मध्ये कोरियाविरोधी युद्ध सुरू झाले आणि त्यासाठी जपानकडून चार अब्ज डॉलर्सच्या विविध वस्तू मागवण्यात आल्या. पंतप्रधान योशिदांचे शब्द होते, 'हे युद्ध म्हणजे देवाची देणगीच आहे.' जपानमध्ये उद्योग वाढले आणि त्यामुळे लोकांची आर्थिक स्थितीसुद्धा पूर्वी जशी होती तशी झाली. पॅसिफिक युद्धातील पराभव आणि हिरोशिमा, नागासाकीची राखरांगोळी यातून फिनिक्स पक्ष्याप्रमाणे झेप

घेऊन जपान आता जागतिक, आर्थिक आणि व्यवसायाच्या स्तरावर एक सत्ता म्हणून प्रस्थापित व्हायला लागला. या स्पर्धेतून त्याने नाव कमविले.

नागासाकीच्या अणुबॉम्ब हल्ल्यातून जे वाचले होते, त्यांना युद्धानंतरच्या जपानच्या भरभराटीतील हिस्सा मिळायला लागला होता. निदान भौतिक तरी! हल्ल्यानंतर दुसऱ्या दिवशीच्या सकाळी जे जिवंत होते त्यांना भविष्याबद्दल कोणतीच आशा नव्हती. जी काही ऊर्जा त्यांच्याकडे होती ती फक्त जिवंत राहण्यात खर्च झाली होती. काहींकडे तर तेवढीसुद्धा नव्हती. अणुस्फोटामुळे जे किरणोत्सर्ग पसरले होते ते जमिनीवर आणि त्यांच्या शरीरातसुद्धा होते. त्यामुळे ते जाईपर्यंत आणखी कितीतरी माणसे त्याला बळी पडणार होती. प्रत्यक्ष स्फोट झाला त्या दिवशी सुमारे ४० हजार लोक मेले आणि आणखी ४० हजार लोक नंतर जखमांमुळे आणि किरणोत्सर्गामुळे झालेल्या आजारांनी मेले. नक्की किती आकडा, कुणालाच ठाऊक नाही. पण जे स्फोट आणि किरणोत्सर्ग दोन्हीपासून वाचले त्यांना मात्र नवीन जपानवर उगवणारा सूर्य बघायला मिळणार होता.

सोळा

नागासाकी, शुक्रवार, १० ऑगस्ट १९४५ आणि नंतर

सुमियोशीच्या मागे टेकडीवर सुमितेरु तानिगुची पहाटे जागा झाला. नागासाकीवर अणुबॉम्ब टाकल्यानंतर दुसऱ्या दिवशी धूर आणि धूळ यांचे मिश्रण युराकामी खोऱ्यात आणि शहरावर पसरले होते. त्याने आपल्या हातांचा आधार घेत स्वतःला उचलून धरले आणि सभोवताली बघितले. त्याच्या लक्षात आले की या परिसरात तो एकटा जिवंत होता. हा नवीन जपानचा पहिला दिवस होता; पण त्याला ते कळायला मार्ग नव्हता. युद्धविरामाची तयारी आता सुरू झाली होती.

सुमितेरुला जगण्याची जिगीषा होती. त्याने स्वतःला एका झाडापर्यंत ओढत नेले. त्यावरून तीन कडक, कच्ची फळे तोडली आणि त्यांचा कडवट रस चावून चावून खाल्ला, पिऊन टाकला. खूप खाली त्याला बचावकार्य करणारी आगगाडी ये-जा करताना दिसत होती. जे जिवंत होते ते काही जण टॉरपेडो कारखान्याच्या बोगद्याच्या तोंडाशी पडले होते. त्याने ओरडण्याचा प्रयत्न केला; पण आवाज अगदी बारीक होता.

आपली पत्रांची बॅग पकडून तो त्या ठिकाणाहून स्वतःला ओढत एका पडझड झालेल्या इमारतीकडे गेला. बाम्बूच्या वाडग्याने पाणी प्यायला. थोडे स्वतःच्या अंगावर शिंपडले. झाडाच्या सावलीत त्याने अंगावरचे कपडे काढले. त्यांचीच गुंडाळी करून एक उशी तयार केली आणि गाढ झोपी गेला. संध्याकाळच्या वेळेला त्याला जाग आली तेव्हा कारखान्यातील कामगार त्याच्यावर ओणवा होऊन उभा असल्याचे त्याला दिसले. काहीही न बोलता त्या माणसाने त्याचे उशाखालचे कपडे घेतले आणि निघून गेला. सुमितरू पुन्हा झोपला.

११ ऑगस्टच्या सकाळी बचावकार्य करणाऱ्या कर्मचाऱ्यांना खूप भाजलेला हा तरुण पोस्टमन सापडला. त्याने त्याला इवाया-माची येथे न्यायला सांगितले. तिथे तो पोस्ट ऑफिसात काम करत असे. आपल्याजवळची पत्रांची बॅग तेथे देऊन नंतर त्याला मिचिनू रेल्वे स्टेशनला नेण्यात आले. ते पोस्ट ऑफिस मात्र पूर्णतः मोडकळीस आलेले होते.

माउंट इसानाच्या उतारावर असलेले तानिगुचीच्या आजी-आजोबांचे घर बऱ्यापैकी वाचले होते. काही फरश्या तुटल्या होत्या. खिडक्या फुटल्या होत्या. ओबा-चॅनला त्यांच्या नातवाच्या एका सहकाऱ्याने सांगितले होते की, सुमितेरुची मोडकी सायकल सुमियोशीला सापडली होती. तिच्या नवऱ्याने युराकामी खोऱ्याच्या वरच्या बाजूला दिवसा त्याचा शोध घेतला होता; परंतु रात्री तो भाताच्या शेतात झोपला होता. ११ तारखेला इवाया-माची पोस्ट ऑफिसला आला. जि-सानला उत्सुकता आणि काळजी दोन्ही वाटत होते. शेवटी त्याला मिचिनू स्टेशनच्या मागे सावलीत खूप भाजलेला आपला नातू त्याच्या पोटावर झोपलेला सापडला. ते इसाहायाला गाडीने गेले. तेथे शाळेत आणीबाणीसाठी एक औषधोपचार करणारे केंद्र सुरू केले होते.

बॉम्बस्फोटानंतर पाच दिवसांनी सुमितेरुची तब्येत ढासळली. त्याच्या उघड्या मांसातून रक्त येऊ लागले आणि अंग पेटल्याप्रमाणे देहाची लाहीलाही होऊ लागली. जळालेले मांस कुजून सडू लागले आणि गळून पडू लागले. त्याला फक्त पोटावरच झोपता येत होते. वेदनेने तळमळून तो ओरडू लागला, 'आता मला मारून टाका.' कोणतीही औषधांची किंवा इतर मदत उपलब्ध नव्हती. या पूर्ण वेळ जि-सान त्याच्याबरोबर होते. दोन दिवसांनी नागायो येथे उभारण्यात आलेल्या एका तात्पुरत्या दवाखान्यात त्याला लाकडाच्या गाडीतून नेण्यात आले. तेथे सुमितेरुला कागदाची राख आणि मक्याचे तेल या औषधाने मदत मिळाली. पण ते अतिशय वेदनादायी होते.

आपल्या आयुष्याची दोरी त्याने जणू घट्ट धरून ठेवली होती. त्याला त्याच्या जि-सानसह शहराच्या खालच्या बाजूला नागासाकीच्या शिनकोझेन प्राथमिक शाळेत सुरू केलेल्या एका आणीबाणी दवाखान्यात ठेवण्यात आले आणि तिथे अनुभवी डॉक्टरकडून इलाज केले गेले, तेही पहिल्यांदा! एक दिवस अमेरिकन सैन्य दलातील दोन डॉक्टर आले. त्यांनी फ्लॅशलाइट वापरून फोटो घेतले आणि एक अक्षर न बोलता निघून गेले.

शेवटी रुग्णवाहिका आली आणि आगगाडीने त्याला आणि त्याच्या आजोबांना ओमुरा नौदल दवाखान्यात नेले गेले. तेथे सुमितेरु चेहरा खाली करून एका मोठ्या पलंगावर १८ महिने पडून होता, प्रचंड वेदना आणि एक असहायपणा

सहन करीत. त्याच्या बरगड्यांचा पिंजरा जळाला होता, फुफ्फुसांवर दाब आला होता. शेवटी डॉक्टरांनी दोन नवीन उपचारपद्धती वापरल्या. एकामुळे, त्याच्या वेदना पहिल्यांदा कमी झाल्या. मे १९४७ मध्ये एक आठवड्यानंतर तो कुबड्यांशिवाय चालू लागला. त्याआधी उभा राहू लागला होता. बॉम्बस्फोटानंतर १८ महिन्यांनी सुमितेरुने पुन्हा नागासाकीला जाण्यासाठी ट्रेन पकडली. त्याला पुन्हा नव्याने जन्म घेत असलेले आपले शहर दिसले.

टेकडीच्या बाजूला काही जुनी घरे होती पण त्या राखेतून आता नवीन इमारती तयार होत होत्या.

***

पहाटेच्या वेळेस सूर्य उगवत असताना त्याच्या प्रकाशात युराकामीच्या या संहारात एका शेडच्या पडझड झालेल्या दरवाजापाशी एक तरुण मुलगी उभी असलेली दिसली. एका मातकट पाण्याच्या थारोळ्यात पोटावर पडून कुणीतरी पाणी पिण्याचा प्रयत्न करत होते. साक्यूचे वडील म्हणाले, ''ते पाणी पिऊ नका.'' पण कुणीही त्यांचे ऐकले नाही. ती व्यक्ती मेली आणि तिला ढकलत आणखी एक व्यक्ती रांगत पुढे आली. एक मोठा हूक घेऊन त्या मेलेल्या लोकांभोवती एक माणूस उभा होता. तो एकेका मृताला खांदा धरून उचलायचा. त्याच्या चेहऱ्याकडे बघायचा. 'हे मूल माझं नाही' असे प्रत्येक चेहऱ्याकडे बघून म्हणायचा - सगळीकडे आई-वडील मुलांना शोधत होते आणि मुले आई-वडिलांना.

साक्यूने छोट्या तमाशीला पाठीवर घेतले होते. रोयोको मागून चालत होती. श्री. ताकिगावा नदी ओलांडून कोमाबाला आले आणि बायकोला आणि मुलीला शोधायला गेले. नदीच्या खालच्या प्रवाहात खूप मृतदेह तरंगत होते. त्यात नदीच्या काठावर अनेक निश्चेष्ट देह दिसत होते. मृत किंवा मृतवत्! त्यांना त्यांची एक शेजारीण दिसली. तिचा चेहरा काळाठिक्कर पडला होता आणि गळा पूर्ण कापला गेला होता. एका मुलीने वाडग्यात सूप आणले व पाजायचा प्रयत्न केला पण ते त्या जखमेतून बाहेर आले.

कोमाबा-चो आत्तासुद्धा जळत होते. ते त्यांचे घर होते त्या जागेवर आले. तेथेच मिवा ताकिगावा आजूबाजूच्या लोकांच्या सभा आणि मग राष्ट्रीय व्यायाम घेत असत. त्या सगळ्या ढिगाऱ्यांत श्री. मात्सुमोतो यांचा मृतदेह जवळच्याच दारात पडला होता. त्यांचे डोळे आणि जीभ बाहेर लोंबत होती.

मोडलेल्या एका हातगाडीखाली एक जळालेले शरीर पडले होते. ते इतके जळाले होते की ओळखता येणे कठीण होते. मुलीच्या वडिलांनी ते शरीर उलटे केले तेव्हा चेहऱ्यावरचा हात खाली पडला. तेवढाच भाग जळालेला नव्हता.

छोटी रोयोको धक्क्याने घाबरली आणि ओरडली, "ही तर मोठी बहीण!" सगळेच त्या चेहऱ्याच्या एवढ्याशा भागाकडे भयानक शांततेने बघतच राहिले. किती परिचित होता तो! जणू एखाद्या फोटोचा अर्धवट भाग फाटावा तसे ते दिसत होते.

तिघांनी श्रीमती ताकिगावांना शोधण्यासाठी आजूबाजूची राख, मलबा खोदला पण त्यांना यश आले नाही. आजूबाजूचे शेजारीपण कुटुंबीयांना शोधत होते. तेवढ्यात त्यांना एक विमान दिसले. त्याबरोबर कुणीतरी ओरडले, "धावा!" प्रत्येक जण ताणाखाली होता. ताकिगावा कुटुंबही धावत पूल पार करून परत त्या गर्दी असलेल्या सुरक्षित स्थळी पोचले. तिथेही खूप मृतदेह होते. त्यामुळे त्यांना त्यांच्यासमोरच राहावे लागले.

त्या संध्याकाळी साक्यूचा मोठा भाऊ मासुइची याने त्यांना शोधले. जेव्हा स्फोट झाला तेव्हा हा मेडिकलचा विद्यार्थी एका खांबामागे उभा होता, त्यामुळे वाचला. बाकी त्याच्या आवतीभोवती असलेले सर्व मेले. त्याचे कपडे जळाले होते. फाटले होते. पण निदान कोणत्याही बाह्य गंभीर जखमा त्याला झाल्या नव्हत्या. तरीदेखील त्याला उलट्या होत होत्या आणि नंतर त्याच्या हिरड्यांमधून रक्त यायला लागले. त्या रात्री ताकिगावा कुटुंब त्या सुरक्षित जागेच्या समोर जवळ जवळ बसले होते, पण थंडीने कुडकुडत होते.

दुसऱ्या दिवशी मासेरु ताकिगावा पुन्हा कोमाबा-चो इथे गेले आणि आणखी थोडे पुढे जाऊन बायकोचा शोध घेऊ लागले. पुढे तिची जवळची मैत्रीण श्रीमती शिमोहिरा राहायची. तिथे त्यांना त्या धुमसत्या राखेत एकमेकांना धरून, टेकून बसलेली दोन शरीरे सापडली. त्यांनी मिवा ताकिगावा यांना तोंडात एक सोन्याचा दात बसविला होता, त्यावरून ओळखले.

दोन दिवसांनी साक्यू आणि रोयोको त्यांच्या या दत्तक वडिलांबरोबर परत त्या ठिकाणी गेल्या. त्यांनी तुटलेले लाकडाचे तुकडे जमविले आणि मृतदेहावर अंत्यविधी करण्यासाठी चिता रचली. त्यावर श्रीमती ताकिगावा आणि सडाको यांचा अंत्यविधी होणार होता. आजारामुळे खूप दुबळे झालेला, मासुइची त्या सुरक्षित जागेच्या दरवाजाजवळून हलू शकत नव्हता. थोड्या वेळाने तो रडत रडत म्हणू लागला, "मला मरायचं नाही, मला मरायचं नाही!"

ग्रामीण भागातून शोध घेत आलेल्या त्यांच्या नातलगांना मासेरु आणि तीन लहान भावंडे एवढेच ताकिगावा कुटुंब जिवंत आढळले. त्या उद्ध्वस्त झालेल्या शहरातून बचाव केल्यावर मुलींचे केस गळायला लागले. नाकातून रक्त येऊ लागले आणि विष्ठेतूनपण रक्त जाऊ लागले. मग त्यांना चाचण्यांसाठी दवाखान्यात नेण्यात आले. पण तेथे हगवण नाही असे सिद्ध झाले म्हणून त्यांना

सोडून देण्यात आले.

तब्येत बरी झाल्यावर तमाशीला इतर नातेवाइकांजवळ सोडून श्री. ताकिगावा परत साक्यू आणि रोयोकोला घेऊन नागासाकीला आले. त्यांनी ढिगाऱ्यावर पडलेल्या सामानांतून एक तात्पुरता निवारा बनवला. ज्या काही शाळेतील मुली वाचल्या होत्या त्यांच्याबरोबर आणि एक पाय नसलेली कोरियाची बाईसुद्धा त्यांच्या सुरक्षित बोगद्यात एकत्र राहू लागले. प्राणी मारायला वापरतात तसा एक लाकडी ओंडका सापडला होता. त्यावर ती आपला कापलेला पाय ठेवत असे. प्रत्येक संध्याकाळी ती कोरियन भाषेतील खूप उदास गाणी म्हणत असे. शेवटी साक्यू तिला थांबायला सांगत असे. तिला त्या गाण्यातून आपली हरवलेली आई आठवत असे.

हळूहळू या दोन मुलींचे आयुष्य पूर्ववत झाले. त्या शाळेत जायला लागल्या. कुमारवयातच रोयोकोचे अपेंडिक्सचे ऑपरेशन करावे लागले. पण झालेली जखम लवकर भरून येईना. कदाचित किरणोत्सर्गामुळे रक्तातील पांढऱ्या पेशींचे प्रमाण कमी झाले असणार. त्या न भरलेल्या जखमेतून घाणेरडा वास यायचा, त्यामुळे या तरुण मुलीला सतत लाजिरवाणे वाटायचे. तिने अखेरीस आगगाडीसमोर स्वतःला झोकून दिले आणि तिचे हे छोटे आयुष्य संपविले.

साक्यू कावासाकी प्रौढ झाली आणि शॉपिंग मॉल, गाड्या विकतात ती यार्ड्स अशा ठिकाणी नोकरी करू लागली. मिवा ताकिगावांच्या मैत्रिणीचा, श्रीमती शिमोहिरा यांचा मुलगा काही काळ त्यांच्या घरी राहायला आला. पण रोयोकोच्या मृत्यूनंतर दोघे बोलायला लागले. त्याआधी बोलत नसत. आता साक्यू कावासाकी श्रीमती शिमोहिरा झाली.

***

बॉम्बस्फोटानंतरची अस्वस्थ रात्र गेल्यावर सकाळी डॉ. नागाईंना जाग आली. टेकडीवरून त्यांना खाली राख झालेले शहर दिसले. उन्हाळ्यात एरवी परत येणारे सिसाडा कीटक आले नव्हते. एक गट खाली पडझड झालेल्या मेडिकल कॉलेजच्या दवाखान्याकडे गेला आणि काही उपयुक्त उपकरणे किंवा औषधे आहेत का ते बघू लागला. पण त्यांना तिथे फक्त त्यांचे पूर्वीचे सहकारी आणि रुग्ण यांची जळालेली मृत शरीरे दिसली. रात्री टाकण्यात आलेले एक पत्रक हातात फडकवत मेट्रन हिसामात्सु धावत आली. त्यात लोकांना सूचना दिली गेली होती की, 'शहरे सोडून दूर जा.' पण आता फार उशीर झाला होता. खूपच उशीर!

ज्याचे खोदकाम अजून चालू आहे अशा फार्मसी विभागाच्या जवळ असलेल्या बोगद्यात त्सुनिओ तोमिता जागा झाला आणि त्याच्या पाठोपाठ प्रोफेसर सेइकी

जागे झाले. आधी जखमी झालेले फक्त दोन विद्यार्थी, मात्सुमोतो आणि ओकामोतो जिवंत होते. आपल्या सहकाऱ्यांसोबत डॉ. नागाई जखमींवर उपचार करण्यासाठी आले. त्यांनी अमेरिकेच्या लोकांनी टाकलेले पत्रक सेइकींना दाखविले. त्यांनी ते वाचले आणि आकाशाकडे पाहिले. या काळात नागाई आणि त्यांचे सहकारी यांनी त्या गंभीररीत्या जखमी झालेल्या विद्यार्थ्यांना तपासले पण त्यांच्यासाठी कोणतीही औषधे किंवा साधने नव्हती. डॉक्टरना स्वतःलाच बरे वाटेनासे झाले. हा गट आणखी जवळपास असलेल्या जखमी लोकांकडे जाऊ लागला. काही गटागटाने झोपलेले होते, तर काही बसलेले होते. अमेरिकेची विमाने सारखी वर घिरट्या घालत होती त्यामुळे आधीच असलेल्या असहाय भावनेत भर पडत होती.

सकाळी त्या अर्धवट खोदलेल्या बोगद्यात मात्सुमोतोला शोधायला एक जोडपे आले. तो त्यांचा भाडेकरू होता. त्यांनी एका टोपलीत फळे, भाज्या, काकड्या आणल्या होत्या. पण त्याला खाता येत नव्हते. अर्ध्या तासानंतर त्याचा मृत्यू झाला. चक्कर येत असणारा ओकामोतोसुद्धा थोडा वेळ भेलकांडत होता पण मग तोही कोसळला. जड आवाजात अगदी हळू बोलत त्याने तोमिताला विनंती केली, 'माझ्याजवळ थांब.' जसा तोमिता त्याच्याजवळ उकिडवा बसला तसा ओकामोतो वळला आणि मृत झाला. त्या सकाळी उशिरा त्या बोगद्यातील उरलेल्या दोन जिवंत व्यक्तींनी तेथे समोरच मृत दोघांवर अंत्यसंस्कार केले. प्रोफेसर आणि तोमिताने तेथे लाकडे उभी केली आणि त्यावर कोळशाने त्या दोघांची नावे कोरली.

नौदलात ड्राफ्ट्समन असलेला त्सुतोमु यामागुची दोनदा या अणुस्फोटांमध्ये सापडला होता. दुसऱ्या एका सुरक्षित बोगद्यात जवळजवळ आठवडाभर तो अर्धवट शुद्ध असलेल्या अवस्थेत पडून होता. त्याच्या डाव्या बाजूचा चेहरा आणि हात हे खूप वाईट पद्धतीने सुजले होते. त्याला खूप ताप चढला. जो भाग भाजला होता तेथील कातडी तडकून तेथे मोठे मोठे फोड आले. त्यातून रक्त वाहू लागले. ही रात्र आहे की दिवस हेही त्याला कळत नव्हते! हळूहळू त्याला शुद्ध आली तेव्हा त्याच्या लक्षात आले की त्याच्या आजूबाजूची माणसे रडत आहेत. राजाचे शरणागती स्वीकारल्याचे भाषण आकाशवाणीवर सुरू होते, ते ऐकून ते रडत होते. यामागुचीच्या मनात कुठलीच भावना नव्हती. आपण आता जगणार नाही असेच त्याला वाटत होते.

पण तो जगला. दोन महिन्यांच्या उपचारानंतर तो ऑफिसला परतला. शारीरिकदृष्ट्या तो तेथे काम करत असे पण त्याचा आत्मा मात्र त्यात नव्हता. यामागुचीला काही दिवस अमेरिकेच्या ताब्यात असलेल्या सैन्यात काम करावे लागले, मग शिक्षक म्हणून. पण शेवटी तो पुन्हा मित्सुबिशीच्या शिपयार्डमध्ये

परत आला.

गर्भवती मित्स्यू तबाता हीसुद्धा यामागुचीसारख्या अवस्थेत होती. आई-वडिलांच्या घरात पडून, वरून जाणाऱ्या विमानांच्या आवाजांनी गोंधळून जात होती! तिला मनापासून आपल्या मुलांना भेटायचे होते; पण मुले नवऱ्याच्या कुटुंबाबरोबर मिचिनू येथे होती. बॉम्बस्फोटानंतर तिची छोटी मुलगी तिथे गेली होती.

तिला सतत उपचाराची, निगराणीची गरज होती आणि वृद्ध आई-वडिलांना ती पुरवणे जड जात होते. १५ ऑगस्टच्या पहाटे तिला एका लाकडाच्या दारावर ठेवून एका सायकलने चालविल्या जाणाऱ्या गाडीने नेण्यात आले. हिरोहितोंनी युद्ध संपल्याची घोषणा केली आणि ती धक्के देत जाणाऱ्या खड्ड्यांच्या रस्त्यावरून आपल्या नवऱ्याकडे परत जायला निघाली. तो प्रवास तिने पूर्ण केला. वेदना तशाच होत्या आणि ऑक्टोबरपर्यंत जखमा पण भरल्या नव्हत्या. त्या महिन्याच्या शेवटी श्रीमती तबाताने दुसऱ्या मुलीला जन्म दिला. बाळ अगदी कमी वजनाचे होते, कारण पोषण मिळाले नव्हते. दोन महिन्यांपासून ती आपल्या बाळंतपणाच्या कालावधीचा अदमास घेत होती.

***

डॉ. आकिझुकींना जाग आली तीच मुळी एक चमत्कारिक, आपण अपयशी ठरलो अशी बोच घेऊन. आपल्याला औषधे का दिली जात नाहीयेत हे जाणून घेण्यासाठी लोकांनी रात्रीसुद्धा त्यांना दोन-चार वेळा उठवले. परिचारिका मुराई तर क्षणभरसुद्धा डोळे न मिटता जागली होती. आदल्या दिवशी स्त्रवलेल्या ॲड्रेनालीनमुळे ती रात्रभर जागीच होती. सकाळी तिने रुग्णांचे जेवण तयार करायला सुरुवात केली.

फ्रान्सिस्कन दवाखान्याच्या तळघरात काही औषधे साठवलेली असल्याचे नोगुचीने डॉ. आकिझुकींना सांगितले. पूर्वीच ती सुरक्षित राहावी म्हणून तळघरात ठेवली गेली. साधी औषधे मर्क्युरोक्रोम, झिंक ऑक्साइड मलम, काही जंतुनाशके यामुळे फार मर्यादित उपचार करणे शक्य होते. पण काहीच नाही यापेक्षा काही उपचार होणे महत्त्वाचे होते.

दवाखान्याच्या मैदानावरच उपचार करण्यासाठी एक टेबल आणि हिरव्या बाम्बूवर कापड टाकून तपासणीची सोय केली गेली होती. आपल्या सहकाऱ्यांच्या मदतीने डॉ. आकिझुकी यांनी भाजलेल्या रुग्णांवर उपचार केले. मलमाव्यतिरिक्त त्यांच्याकडे दुसरे काहीच नव्हते. काही रुग्णांचे नातेवाईक आले आणि आपल्या रुग्णांना घरी घेऊन गेले. पण काही तिथेच थांबले. एवढी कमी औषधे आणि उपकरणे यामुळे डॉक्टर अगदी वैतागून गेले होते. कधी कधी त्यांना असे वाटत

होते की सर्व काही सोडून देऊन पराभव स्वीकारून येथून निघून जावे. पण परिचारिका मुराई आणि इतर कनिष्ठ सहकारी आपापली कामे करतच राहिले, त्यामुळेसुद्धा त्यांना सोडून जाता आले नाही. त्यामुळे त्यांनी ठरवले की, डॉक्टर आपल्याजवळ आहे याचेच रुग्णांना समाधान असेल तर ते व परिचारिका सगळे तिथे थांबतील. त्या दुपारी डॉ. आकिझुकी हवाईहल्ल्याच्या वेळेस आसरा घेतला जातो त्या निवाऱ्यात गेले. जवळजवळ २० जण तिथे होते. मोतोहारा उद्‌ध्वस्त झाले होते. मेलेली झाडे, जळालेले विजेचे खांब, लोंबकळणाऱ्या वायरी आणि घरे जमीनदोस्त झालेली. तेथील रहिवासी निघून गेले होते. जेव्हा स्फोट झाला तेव्हा जे लोक बोगद्यात होते ते तेथील भिंतीवर आदळून ठार झाले, त्यांची प्रेते तिथे होती. रात्रीसुद्धा मेणबत्तीच्या उजेडात गंभीररीत्या भाजलेल्या व्यक्तींच्या जखमेवर डॉक्टर ब्रशने तेल लावत होते. फुटलेल्या काचांचे तुकडे बऱ्याच जणांच्या शरीरात होते, ते काढत होते. त्यासाठी छोट्या चिमट्याचा वापर करत होते.

दुसऱ्या दिवशी सैन्याकडून जवान आले. त्या पडझड झालेल्या दवाखान्याच्या दुसऱ्या मजल्यावरील जागा त्यांनी रिकामी केली. त्यावर चटया टाकल्या, गवत टाकले. मोतोहारा इमर्जन्सी दवाखान्यातील गंभीररीत्या जखमी झालेल्या ३० रुग्णांना तिथे आणण्यात येणार होते. जेव्हा त्यांना विचारले की त्यांच्यावर उपचार कोण करणार? तेव्हा ते म्हणाले, ''तुमच्याकडे डॉक्टर आहे ना?''

डॉ. आकिझुकींव्यतिरिक्त परिचारिका मुराई आणि आणखी दोन स्त्रिया मदत करत होत्या. ब्रदर इवानागा, नोगुची आणि दोन पुरुष हे औषधाव्यतिरिक्त इतर मदत करत होते.

आपणही मदत करू, असे त्या जवानांनी आकिझुकींना सांगितले. पण लवकरच ते निघून गेले. त्या दिवशी उशिरा खालच्या भागातील ताकाहारा दवाखान्यातून उपचार करण्यासाठी डॉक्टर मंडळी येऊ लागली.

त्या व्यायाम करण्याच्या जिममध्ये जे धान्य ठेवले होते तिथे शहराची रेशन व्यवस्था होती, तिथून दवाखान्याचे कर्मचारी अन्नपदार्थ सतत आणत होते. बुद्ध गुरू, भिक्खू आणि धर्मगुरू यांना कॅथेड्रलजवळच्या दुकानामधून मीठ दिसले, ते मोठ्या गाडीत भरून आणत. खूप दिवसांनी जेव्हा कौन्सिलचे सदस्य आले आणि त्यांनी त्या कोठाराचा ताबा घेतला तेव्हा त्यांच्या लक्षात आले की येथून अन्नधान्य नेले गेले आहे पण त्यांनी त्याकडे दुर्लक्ष केले. त्याचा उल्लेख कधीही केला गेला नाही.

सुगाको मुराई रुग्णाला उपचार देत असतानाच तिचे काका तिथे आले. तिला जिवंत बघून त्यांना खूप आनंद झाला. ते म्हणाले, ''मला वाटलं, तू देवाघरी गेलीस आणि म्हणून तुझ्या अस्थी गोळा करायला आलो होतो.'' त्यांना तिला घरी

न्यायचे होते, पण ती नाही म्हणाली. इथे तिची जास्त गरज होती. तिने त्यांना सांगितले की, ती सुखरूप आहे हे सगळ्यांना सांगा. ही तात्पुरती परिचारिका मुराई पुढे अनेक दिवस घरी गेली नाही.

या रुग्णांमध्ये पूर्वी कधीही न दिसलेली लक्षणे डॉ. आकिझुकी यांना या वेळेस दिसली. रुग्ण काळे पडत होते आणि सगळ्यांना गंभीर स्वरूपातील हगवण लागत होती. त्यांच्या हिरड्यांतून रक्त येत होते. त्यांच्या तोंडाचा रंग जांभळट होत होता. हे सर्व बुचकळ्यात टाकणारे होते. काही जण या स्फोटांत जखमी झाले नव्हते. हेही खूप आश्चर्यकारक होते. भाजलेल्या रुग्णांच्या जखमा चार ते पाच दिवसांनी बऱ्या होताना दिसल्या पण त्यांची तब्येत मात्र खालावत चालली होती.

सुगाकोलासुद्धा जडपणा जाणवू लागला आणि ताप आला. आपण जणू तरंगत आहोत असे वाटू लागले. जेव्हा ताप कमी झाला तेव्हा हगवण आणि रक्तस्राव सुरू झाला. मग तिच्या लक्षात आले की, आपल्याला काहीतरी गूढ, चमत्कारिक आजार झाला आहे. नेहमीप्रमाणे रक्ताळलेल्या त्याच कपड्यात ती रुग्णांच्या जखमांमधील अळ्या काढत होती. नदीचे पाणी तापवून मग कपडे धुणे, अन्नपदार्थ शिजवणे ही कामे करत होती. हे रेशन त्या कौन्सिलच्या कोठारातून आलेले होते. सुगाकोने ज्यांच्यावर उपचार केले ते रुग्ण वारले, पण ती स्वतः हळूहळू बरी झाली.

बाहेरच्या जगातून फारशा काही बातम्या येत नसत. राजाने घोषणा करून युद्ध समाप्त झाले आहे हे त्यांना दोन दिवस कळले नव्हते. आता परिचारिका मुराईला सुटका झाल्याची भावना होत होती. आता रस्त्यावरून खुशाल चालत जाताना विमानांची घरघर भीती निर्माण करणार नाही, असे तिला वाटत होते.

***

शाळेच्या दवाखान्यात असलेल्या चियोको इगाशिरा खरे म्हणजे स्फोटाच्या केंद्राच्या अगदी जवळ होत्या. त्या स्फोटाच्या वेळी तातेइवा श्राईनच्या सुरक्षित बोगद्यात सबंध दिवस होत्या. आता त्यांच्या पाठीत घुसलेले काचेचे तुकडे वेदना देत होते. घरी आजीजवळ किंवा ताकाशीजवळ असलेल्या त्यांच्या चार मुलांचे काय झाले हे त्यांना ठाऊक नव्हते. त्यांचा मुलगा ट्रान्स्पोर्ट कंपनीत कामाला होता. त्यांना एकच खात्री होती की त्यांचे छोटे बाळ, नओमी जगली होती. थोडी आत्ममग्न होती पण सुखरूप वाटत होती.

युकिची पहाटे घरी जायला निघाले. पण आगी अजूनही भडकलेल्याच होत्या. त्यामुळे ते जवळ जाऊ शकले नाहीत. त्यांनी पुनःपुन्हा दिवसा प्रयत्न केला. एका

वेळी मात्र ताकाशीला घेऊन पुन्हा त्या बोगद्यापाशी आले. त्यांच्या मुलाला गंभीररीत्या भाजले नव्हते. पण तीव्र हगवणीमुळे तो अगदी मलूल झाला होता.

दुपारी खूप उशिरा युकिचींनी पुन्हा प्रयत्न केला. या वेळेस मात्र एक पुरावा एका भांड्यात घेऊनच ते आले. त्या भांड्यात त्यांच्या आईची, त्यांच्या तीन मुलींची हाडे होती. स्फोटाच्या उष्णतेने हे घडले होते. त्यांच्या एकूण पाच मुलींपैकी फक्त नओमी आणि ताकाशी वाचल्या होत्या.

दुसऱ्या दिवशी एका लाकडाच्या स्ट्रेचरवर ठेवून चियोको यांना ओहाशी शस्त्रास्त्र कारखान्यात उभारण्यात आलेल्या प्रथमोपचार केंद्रात नेले गेले. त्यांना त्यांच्याच जुन्या परिचित वस्तीतून नेण्यात येत होते. तेव्हा त्यांना शिरोयामा दिसल्या पण त्यांनी ओळखले नाही. सगळ्या परिचित इमारती जळक्या ढिगाऱ्यात रूपांतरित झाल्या होत्या. नदीकाठी असलेले एकही चेरीचे झाड उभे नव्हते. लांब काँक्रीट घाट उद्ध्वस्त झाला होता. पाण्यावर मृतदेह तरंगत होते. ते फुगले होते. त्यांना नदीतून ओढून काढण्यासाठी कुदळी वापरल्या जात होत्या, मोठ्या माशांसाठी वापरल्या जातात तशा. या मृतदेहांचे ढीग करून ते नदीकाठी जाळले जात होते. त्याची दुर्गंधी वातावरणात पसरली होती. त्यामुळे घाणेरडा कुबट वास सुटला होता.

प्रथमोपचार केंद्रात पलंग नसल्याने जखमींना गवतावर झोपवले जात होते. तेथील वैद्यकीय कर्मचाऱ्यांनी चियोकोंची पाठ बघितली आणि औषध लावले. त्यांची पॅन्ट आतल्या कातडीवर चिकटली होती. ती जेव्हा ओढून काढण्यात आली तेव्हा एक चमत्कारिक आवाज आला. त्यात अडकलेले बारीक बारीक काचेचे तुकडे काढणे आवश्यक होते. युकिची यांची शुद्ध पुन्हा हरपली. त्यांना स्केलेटल कारखान्यात कुठेतरी हलवण्यात आले. ताकाशी पण इतका दुबळा झाला होता की त्यालाही दुसरीकडे नेले गेले.

चियोकोंच्या पाठीवर उपचार झाल्यावर त्या, ताकाशी, युकिची आणि नओमी हे नातेवाइकांकडे राहायला गेले. दुबळा होत चाललेला ताकाशी तीन दिवसांनी मृत पावला. आता हे कुटुंब चियोकोंच्या आई-वडिलांकडे गेले. पण आता युकिची किरणोत्सारामुळे होणाऱ्या आजारांनी त्रस्त झाले. त्यांच्या शरीरावर डाग येऊ लागले. त्यांचे केस गळू लागले. डॉ. ताकाहारा त्यांना रोज मिठाच्या पाण्याचे इंजेक्शन देऊ लागले. कारण औषधेच शिल्लक नव्हती. ऑक्टोबरमध्ये युकिची म्हणू लागले की, त्यांची आई आणि ताकाशी त्यांना भेटायला आले होते आणि थोड्या दिवसांनी ते मृत्युमुखी पडले.

चियोकोंना रक्तपुरवठा केला गेला आणि त्या बऱ्या झाल्या. त्यांच्या बहिणीचे फोडही गेले. नोव्हेंबरमध्ये इतर चौघी जणींबरोबर इनासा प्राथमिक शाळेची एक

खोली त्यांनी उधार घेतली आणि वर्ग सुरू केले. चियोको इगाशिरा ९२ वर्षांपर्यंत जगल्या आणि त्यांची मुलगी नओमी अजून हयात आहे.

***

बॉम्बस्फोटानंतर दुसऱ्या सकाळी इतरही लोक युकिचींसारखे आपले कुटुंब आणि मित्रमंडळींच्या शोधार्थ निघाले खरे; पण ती माणसे जिवंत सापडणे कठीण आहे हे ते मनोमन जाणून होते. मनात एक आशा असते की असे काहीतरी जादुमय घडेल आणि दुःख सुखात पालटले जाईल! शिवाय जे मृत होतात त्यांच्या आत्म्याला शांती मिळण्यासाठी काही कर्तव्ये असतात. वॉर्डन मिनामींनी इसाहाया तुरुंग १० तारखेला सकाळी लवकर सोडला आणि ते परत युराकामीला आले. जसजसे ते तुरुंगाच्या जवळ जाऊ लागले तसतसे त्यांना आरडाओरडा, रडणे आणि कण्हणे ऐकू येऊ लागले. पण ते तुरुंगापर्यंत पोचले तेव्हा तेथे फक्त शांतता होती. आणि तुरुंग नव्हता.

त्या तीन इमारतींचे अवशेष म्हणजे निव्वळ तुटलेल्या सिमेंटचे स्लॅब एवढेच होते, ज्यावर तुरुंग उभा होता. सगळेच जवळजवळ मारले गेले होते. कुणीच ओळखता येण्याजोगे नव्हते. मिनामींची बायको आणि मुलगी क्षणार्धात गेल्या. एके काळी तुरुंगात कैदी असणाऱ्या किंवा त्या परिसरात राहणाऱ्यांची राख वॉर्डनने जमा केली. ती घेऊन त्या लोकांच्या नातेवाइकांना देण्यासाठी पुढे जाऊ लागले. 'डोमेई न्यूज'चा पत्रकार जुन्जी सातो, हा शस्त्रास्त्र कारखान्यापर्यंत गेला. तेथे त्याची लहान बहीण, तेरुको काम करत असे. कुठेच तिचा ठावठिकाणा नव्हता. स्फोटात ती वाचली नसणार याची मात्र खात्री पटत होती. त्याला पुन्हा ती कधीच दिसली नाही.

सकाळपर्यंत यामावाकी भावंडांचे वडील परत बोगद्याकडे आले नव्हते. तीन मुले म्हणजे ११ वर्षांची जुळी आणि १४ वर्षांचा तोशिहिरो यांनी त्यांना शोधायचे ठरवले. अमेरिकेच्या विमानांनी टाकलेली पत्रके त्यांना वाटेत मिळाली. 'आपली शहरे खाली करा' असे त्यात लिहिले होते. कागद चांगल्या प्रतीचा होता, पण अक्षर मात्र भयानक होते. तोशिहिरोला वाटले की, ही पत्रके दुसऱ्या पिढीच्या जपानी-अमेरिकन माणसांनी लिहिली असावीत.

प्रत्येक पोलिस ठाण्याच्या पुढच्या गेटवर एक सूचना टांगलेली होती : 'जर तुम्हाला शत्रूने केलेला काही प्रचार सापडला तर ते लगेच पोलिसांकडे सुपूर्त करावे.' पण ते जिथून गेले तेथील पोलिस ठाणेच नष्ट झाले होते. आपल्या मोठ्या भावाच्या खिशात एक शत्रूचे पत्रक आहे, अशी योशिरोला भीती वाटली.

मित्सुबिशी इलेक्ट्रिक कॉर्पोरेशनपर्यंत ते चालत गेले. पुढे संहार आणखी

वाईट पद्धतीने झाला होता. रस्त्याच्या कडेची घरे जळून खाक झाली होती. झाडाचे खुंट आणि विजेचे खांब जणू जाळून टाकलेल्या मोठ्या आगपेटीच्या काड्यांसारखे वाटत होते. नदीच्या काठावर असणाऱ्या कारखान्यांचे आता फक्त धातूचे सांगाडे उरले होते. फक्त मोठे मोठे काँक्रीटचे खांब उभे होते. सुजलेले चेहरे, हात आणि पाय अशा अवस्थेतील त्या ढिगाऱ्यांवर पडलेले मृतदेह रबरी बाहुल्यांसारखे दिसत होते. चुकून जरी या मुलांचे बूट त्या प्रेताला लागले तरी तेथील कातडी गळून पडत होती आणि त्याखालचा पांढरा चरबीचा थर दिसत होता.

युराकामी नदीत प्रेते तरंगत होती. एका तरुण बाईची एक लांबलचक पांढरी रीबन तिच्या मागे मागे तरंगत होती. पण जवळून बघितल्यावर दिसले की ती तिच्या ओटीपोटातून बाहेर पडलेली आतडी होती. आपल्या वडिलांच्या कारखान्याजवळ आल्यावर तात्सुरो जोरात ओरडला. त्याला आधी वाटले होते की एका तरुण मुलाने नूडल्स खाऊन उलटी केली आहे. जवळ जाऊन तपास केल्यावर दिसले की त्याच्या शरीरात तोपर्यंत जगत असलेले वाटोळे जंत आता भराभरा बाहेर पडत होते. यामावाकी भावंडे ते बघून आपली मळमळ कशीबशी दाबत तिथून पळाली.

मित्सुबिशी इलेक्ट्रिक कॉर्पोरेशन आता एक मोठा उन्मळून पडलेल्या, वाकड्यातिकड्या झालेल्या धातूच्या खांबात आणि विटा व काँक्रीट यांच्या ढिगाऱ्यात परावर्तित झाला होता. त्या पडलेल्या भिंतीजवळ तीन माणसे फावडी घेऊन काम करत होती. तोशिहिरोने ओरडून विचारले, ''आमचं नाव यामावाकी आहे. आमचे वडील कुठे आहेत ते तुम्हाला माहीत आहे का?''

एका माणसाने त्यांच्याकडे बघितले. ''तुमचे वडील त्या तिकडे आहेत,'' तो म्हणाला. त्याने एका पडलेल्या कार्यालयीन इमारतीकडे बोट दाखविले.

तिन्ही मुले त्याने दाखविलेल्या दिशेने धावली. आपले वडील तेथे टेबलापाशी बसलेले असतील असे त्यांना वाटत होते. प्रत्यक्षात तेथे तर, त्यांचा जळालेला आणि फुगलेला मृतदेह होता. ''तुम्हाला जर त्यांना तुमच्याबरोबर घरी न्यायचं असेल तर त्यांचे अंत्यसंस्कार करा. नाहीतर त्यांचं इथेच दफन करा.'' एक कामगार म्हणाला.

दुसऱ्या दिवशी या तिन्ही मुलांना पडझड झालेल्या घराच्या स्वयंपाकघरात भांडे आणि चिमटे सापडले, ते घेऊन ते परत कारखान्यात आले, आपल्या वडिलांच्या देहाचे उर्वरित भाग नेण्यासाठी! आता त्यांना प्रेतांची भीती वाटत नव्हती, कारण आता ते मृतदेह म्हणजे निव्वळ फक्त रस्त्यातील अडथळे होते.

जिथे त्यांनी वडिलांचे अंत्यसंस्कार काल केले होते तिथे आता राख आणि

हाडे असतील असा त्यांचा समज होता, पण ती पेटविलेली चिता अर्धवट विझली त्यामुळे प्रेतही अर्धवट जळाले होते.

अर्धवट जळालेला आणि राखेने झाकला गेलेला तो सांगाडा, हे दृश्य मुलांसाठी भयानक होते. योशिहिरोला आता आपल्या वडिलांच्या मृतदेहाकडे बघवेना. "आता आपण घरी जाऊ या आणि हा मृतदेह इथेच ठेवू या," तो म्हणाला.

तोशिहिरो त्या देहाकडे बघून म्हणाला, "आपण फक्त कवटी घरी घेऊन जाऊ या. बस!"

त्याने चिमटा वडिलांच्या कवटीभोवती घातला पण एखाद्या सुकलेल्या प्लॅस्टरप्रमाणे तिचा भुगा झाला आणि आतून अर्धवट जळालेला मेंदू वाहायला लागला. तोशिहिरो घाबरून जोरात ओरडला आणि त्याने तो चिमटा फेकून दिला. तो धावत सुटला. त्याचे दोघे भाऊही वडिलांचा देह तिथेच टाकून त्याच्या पाठीमागे पळाले.

दुसऱ्या दिवशी त्यांच्या काकांना मुले एका निवारागृहात आढळली आणि त्यांनी मुलांना आपल्याबरोबर सागा इथे नेले. त्यांची सावत्र आई आणि लहान बहीण-भाऊ सागा इथे राहत होते. बॉम्बस्फोटाआधीच त्यांना सागाला स्थलांतरित केले होते. चौघे जण मिचिनूपर्यंत चालत गेले. त्यांना आगगाडीत चढू दिले गेले नाही. कारण गाड्या फक्त जखमींना नेण्यासाठी वापरल्या जात होत्या. आपल्या पडक्या घरी परत येऊन त्यांनी पूर्ण रात्र इसाहायाकडे चालत जाण्यासाठी घालवली. वडिलांच्या काळ्या ओबीने एकमेकांना धरून ते चालत राहिले म्हणजे एखादा झोप लागून मागे पडायला नको. वडिलांचे काही अवयव उचलताना काय घडले हे त्या मुलांनी आपल्या सावत्र आईला सांगितले नाही.

***

विध्वंसाच्या रात्री युराकामीत काय घडले त्याचा बिनचूक वृत्तान्त स्फोटाच्या दुसऱ्या दिवशी महापौर ओकाडांकडून मिळाल्यावर राज्यपाल नागानो यांनी तातडीने आणीबाणीमध्ये करायच्या बचावकार्यासाठी नियोजन केले. टोकियोच्या गृहखात्याला दर ३० मिनिटांनी मृतांची संख्या आणि स्फोटाचा झालेला परिणाम याबाबत माहिती पुरवली जावी असे त्यांना वाटत होते. तेवढी नवीन माहिती दर ३० मिनिटांनी पुरवली जाईल का किंवा टोकियोलासुद्धा एवढी माहिती ऐकायची आहे का, हेही एक कोडेच होते. नुकसान कमी झाले आहे, असा अहवाल आधी पाठवून चूक केल्यामुळे आता मात्र आपण जबाबदारी घेणारे अधिकारी आहोत, असे नागानोंना भासवायचे होते.

ओकाडांनी सांगितलेल्या वर्णनाने थक्क झालेले राज्यपाल आता प्रत्यक्ष स्फोटाच्या ठिकाणाची पाहणी करायला निघाले. कुणी कल्पनासुद्धा करू शकणार नाही अशा पद्धतीने झालेला तो संहार बघून ते सुन्न झाले. अर्थात आदल्या दिवशी जशी आग सगळीकडे पसरली होती तिथे आता विझत आलेल्या आगी दिसत होत्या. त्यामुळे झाकोळलेल्या आकाशाखाली जळून खाक झालेले युराकामी दिसत होते. इमारती पायापासून उखडून जमीनदोस्त झाल्या होत्या. त्याखाली आलेल्या सगळ्या गोष्टी चिरडल्या गेल्या होत्या.

एकदा स्फोट झाल्यानंतर पळून जायला वावच नव्हता. स्फोटानंतर लागलेल्या आगी म्हणजे जणू लचके तोडणारे हिंस्र तरस होते. तरस जसे अगदी हाडापर्यंत मांस चाटूनपुसून साफ करतात तशा येथे इमारती, माणसे, झाडे सगळेच नष्ट केले गेले होते.

कचरा रस्त्यात फेकून द्यावा तशी जळालेली प्रेते सगळीकडे पसरली होती आणि सध्या जिवंत असलेलेसुद्धा मृत्युपंथाला लागलेले होते. नागानोंनी चेहरा खाली करून पडलेली एक स्त्री बघितली. डास गुणगुणण्याइतक्या बारीक आवाजात ती पाणी मागत होती. 'मला थोडे पाणी द्या' असे म्हणण्याएवढीसुद्धा शक्ती तिच्यात नव्हती. त्याऐवजी ती फक्त एकच शब्द उसासा टाकल्यासारखी म्हणत होती, 'पाणी.' सडणाऱ्या गोष्टींचा घाण वास राज्यपालांच्या नाकात घुसत होता.

बॉम्बस्फोटाच्या दुसऱ्या दिवशी ही युराकामीची खरी कहाणी नागानो बघत होते. एक पूर्ण जिल्हा आगीने स्वाहा केला होता. सर्व हिरवाई नष्ट झाली होती. कुठेही सावली नव्हती. सगळीकडे होता प्रेतांचा खच आणि जखमींचे विव्हळणे! उघड्यावरच एक प्रथमोपचार केंद्र सुरू केले गेले होते. जखमींना शाळेच्या मैदानावर, मोठ्या घरांमध्ये किंवा उद्ध्वस्त कारखान्यांच्या काँक्रीटच्या जमिनीवर ठेवले होते. कुणीतरी येईल आणि औषधोपचार करेल याची सगळे वाट बघत होते.

या बॉम्बस्फोटाच्या संहारानंतर नागासाकी पुन्हा उभारणे ही एक खूप मोठी आणि सर्व शक्ती शोषून घेणारी, न संपणारी दुःखद घटना होती. यात फारच थोडे क्षण समाधानाचे होते. याचा प्रचंड परिणाम वाकामात्सू नागानोंवर झाला. राष्ट्राच्या भव्य पटावर हा एक अतिशय मर्यादित क्षमता असलेला राजकारणी होता. जानेवारीत त्याने स्वतःहून राजीनामा दिला.

ताकेजिरो निशिओका यांचे पुढचे आयुष्य नागानोंच्या अगदी विरुद्ध गेले. किरणोत्सर्ग झालेल्या आजारांतून उठल्यावर तसे घडले. नागासाकी प्रांताला परराष्ट्र व्यवहाराचा मुख्य कशासाठी हवा होता हे स्पष्ट नाही; पण स्वतःला शहाणा

समजणारा नाकामुरा होता. त्याने असे म्हटले की, हिरोशिमाबद्दल राज्यपालांनी नाकामुरासारख्या अधिकाऱ्यांना काही माहिती दिली नाही आणि म्हणून, निशिओका यांच्यामुळे नागासाकीवर ओढवलेले संकट अधिक गडद झाले.

निशिओकांनी नागानोंना माहिती दिली होती. त्यांनी नागासाकीवर हल्ला झाला त्या वेळी योगायोगाने बैठक बोलवली होती. नागानोंनी पोलिसप्रमुखाला कळवले पण त्याने पूर्ण शहरात माहिती न देता फक्त आपल्या कुटुंबाला सांगितले. निशिओका म्हणाले, उलट त्यांनी अनेकांना ही माहिती दिली, तर नाकामुरा म्हणाले की, चुकीच्या अफवा पसरवल्याचा गुन्हा केल्यामुळे त्यांना अटक होण्याची शक्यता होती.

शेवटी ताकेजिरो निशिओका आपली वर्तमानपत्रातील रुची आणि 'मिनयु'ची जबाबदारी बायकोकडे सोपवून राजकारणात शिरले आणि पुढे नागासाकीचे राज्यपाल झाले.

***

११ ऑगस्टला, जेथे पूर्वी मेडिकल कॉलेज दवाखान्यात बाह्यरुग्ण तपासले जात, तेथे एक तात्पुरता माहितीकक्ष उभारण्यात आला. त्याचा हेतू जी जखमी आणि गंभीररीत्या आजारी माणसे होती त्यांना लष्कराकडून येणाऱ्या डॉक्टरांकडे औषधोपचार घेण्यासाठी सोपवणे, तसेच नागासाकीच्या बाहेरूनही येणारी मदत, माहिती गोळा करणे, बळींबद्दलची उत्तरे देणे आणि जे हरवले आहेत त्यांची माहिती मिळवणे, हा होता. उन्हाळ्यातील तापमानामुळे सगळीकडे प्रेतांची दुर्गंधी पसरली होती. त्यामुळे गरजूंना मदत करण्याखेरीज मृतांची विल्हेवाट लावणेही गरजेचे होते. जे रुग्ण होते त्यांची सोय करणे गरजेचे होते. उतारावरून लाकडे जमा करून चिता रचल्या गेल्या.

बाहेरून आलेले डॉक्टर आणि परिचारिकांमुळे नागाईंना आपल्या बायकोला शोधायला वेळ मिळाला. त्यांच्या मनात मात्र या शोधाबद्दल आधीच शंका होती. एका मोठ्या भागात पडझड झालेल्या ढिगाऱ्यातून त्यांनी आपले घर शोधून काढले. सगळीकडे फुटक्या फरश्या आणि पांढरी राख पसरलेली होती. त्यांना त्यात मिडोरी सापडली. जळून राख झालेल्या मिडोरीची हाडे मिळाली. ती तिच्या स्वयंपाकघरातच मृत पावली होती. तिच्या पावडरसारख्या झालेल्या हाताच्या हाडांत तिने एक रोझरी पकडली होती, त्याचे मणी, चेन सगळे वितळून त्याचा एक गोळा तयार झाला होता. ताकाशी नागाई डोके झुकवून हमसाहमशी रडू लागले. तिच्या आत्म्यासाठी प्रार्थना करून त्यांनी तिची हाडे, राख काळजीपूर्वक उष्णतेने वाकड्या झालेल्या एका बादलीत भरली.

अधिष्ठाता त्सुनो मेडिकल कॉलेजच्या वरच्या बाजूला असलेल्या टेकडीवर होते. त्यांना सांगितले गेले की, माउंट कोनपिराच्या पलीकडे असलेल्या निशियामा या त्यांच्या घराच्या जवळ, फारसे नुकसान झालेले नाही आणि त्यांचे कुटुंबीय सुखरूप आहेत. पण स्ट्रेचरने तिकडे येण्यास त्यांनी नकार दिला. आता थोडे बरे वाटत होते. पण त्यांना दवाखान्याच्या या पडझड झालेल्या परिसरातच उपचारासाठी थांबायचे होते. म्हणून त्यांना जवळच्या एका सुरक्षित बोगद्यात नेले गेले. तीन दिवसांनी त्यांच्या जखमांमध्ये संसर्ग झाला. जवळजवळ आठवडाभर दोन वेळा किरणोत्सर्गाचा प्रादुर्भाव झाल्याने ते ताप, हगवण आणि इतर लक्षणांशी झगडत राहिले. २२ ऑगस्टला त्यांचा मृत्यू झाला.

डॉ. नागाईनासुद्धा किरणोत्सर्गाचा दोन वेळा प्रादुर्भाव झाला होता. पण किरणोत्सर्गाची लक्षणे व आधीच असलेला रक्ताचा कॅन्सर यात फरक करणे कठीण होते. युद्धानंतर त्यांना नागासाकी मेडिकल कॉलेजचे प्रोफेसर म्हणून नेमले गेले. त्यांनी तेथे किरणोत्सर्गामुळे होणाऱ्या आजारांवर संशोधन सुरू केले. १९४६ मध्ये नागासाकी स्टेशनला ते कोसळले. तेव्हापासून ते आजारी होते. पलंगावर झोपून होते. पण १९५१ पर्यंत लेखन करत राहिले. शेवटी रक्तस्राव झाल्यामुळे त्यांचा ४३ व्या वर्षी मृत्यू झाला.

***

कोइची वाडा होतारुजया ट्राम कंपनीच्या मुख्यालयात रुजू झाला आणि बचावकार्यात काम करू लागला. हरवलेल्या सहकाऱ्यांचा शोध घेऊ लागला. नागासाकीच्या उत्तरेकडच्या बाजूने चालत जाताना फक्त दुःखच समोर दिसत होते. सुरुवातीला आपण वाचलो असा आशावाद वाटत असतानाच किरणोत्सर्गाच्या आजारांमुळे शेवटी मृत्यू ओढवला जाई.

कोइचीच्या आजी-आजोबांच्या घराचे बॉम्बस्फोटात नुकसान झाले होते. पाया आणि वरच्या भिंती वाकड्या झाल्या होत्या. वरचे छत मोडले होते. त्याची बहीण आणि आजी-आजोबा मोजीला गेले; पण हा तिथेच घराची दुरुस्ती करू लागला. जपानी फरश्या हलक्या असतात. सहज काम करता येते. पण त्याच्या लक्षात आले की तो काही गवंडी नाही. उन्हाळा लवकरच पानगळीत बदलला. पाऊस घराच्या छताच्या फटीतून आत येई आणि घरात पाणी होई. छतात गळती होत होती. तरीही कोइची काम करतच राहिला आणि शेवटी त्याने गळती थांबविली. सप्टेंबरमध्ये त्याचे केस गळायला लागले. हिरड्यांतून आणि विष्ठेतून रक्त जाऊ लागले. तो सतत दमू लागला. त्याला नैराश्याने ग्रासले. कधी कधी आत्महत्या करण्याचे विचार मनात येऊ लागले. तरीही या बॉम्बमुळे मोडून पडायचे नाही,

असे त्याने ठरविले. त्याची आजी चिनी जडीबुटीचा चहा उकळून, टेकडीवर जमा केलेली पर्सिमॉन पाने त्यात घालायची. हळूहळू रक्त जाणे थांबले. महिन्याच्या शेवटी या जुन्या ट्राम ड्रायव्हरला अधिक ताकद आली, बरे वाटू लागले.

एक दिवस नागासाकी इलेक्ट्रिक स्ट्रीटकार कंपनीचे लोक आले आणि जर त्याने ट्रामच्या रुळाचे काम करण्यात मदत केली तर पुन्हा ट्राम चालविण्याची संधी कोइचीला दिली. हामागुची ते ओहाशीपर्यंतचे सगळे रूळ उखडले होते, वाकडे झाले होते. कोइचीने ते दुरुस्त करणाऱ्या कर्मचाऱ्यांबरोबर काम केले. स्लीपर्स घातल्या गेल्या. रूळ व्यवस्थित रस्त्यात बसवले गेले आणि खाली त्यात खडी टाकली गेली. ते खूप श्रमांचे काम होते, खरे म्हणजे आजारामुळे तो अजून पुरेसा तंदुरुस्त नव्हता. पण त्याला पगार दिला जात होता. एक वाडगा पांढरा भात प्रत्येक दिवशी कामाच्या शेवटी दिला जायचा. अर्धा खाऊन तो उरलेला अर्धा वर्तमानपत्रात गुंडाळून घरी नेत असे. त्या भातापासून त्याची आजी 'ओकायु' म्हणजे पेजेसारखा पदार्थ सगळ्यांसाठी तयार करत असे.

या कंपनीच्या कामगारांनी बॉम्बस्फोटांत ज्या ट्राम मोडल्या, तुटल्या होत्या, त्यातील इतर चांगले भाग घेऊन सात नव्या ट्राम कार तयार केल्या. कोइची वाडाने त्यातील चौथी ट्राम कार होतारुजयाहून चालवली. १९४८ मध्ये ड्रायव्हिंग विभागातून तो मुख्य कार्यालयात बदलून गेला. त्याने त्या काळात रात्रशाळेत जाऊन एक पदवी मिळवली आणि पुढे तो व्यवस्थापनात गेला.

बॉम्बस्फोटांत वाचलेल्या लोकांच्या संघटनेचा वाडा पुढे सदस्य झाला. (हिबाकुशी) आणि अचानक एक दिवस त्याला श्रीमती मियाहारा यांचा फोन आला. या स्त्रीच्या अंगावर, अर्ध्या शरीरभर काही गाठी आणि डाग होते (केलॉईड). बॉम्बस्फोटामुळे काही काळानंतर होणारे हे एक लक्षण आहे. ती म्हणाली की, १९४५ मध्ये ती त्याच्या ट्राम कंपनीत कंडक्टर म्हणून काम करत असे आणि तिला या आजारासाठी शासनाकडून काय मदत मिळते त्याची माहिती पाहिजे होती. ती तात्सु नोगुची होती. ग्रामीण क्युशू भागातून आलेल्या दोन बहिणींपैकी मोठी! जिच्याकडे त्या वयात कोइची वाडा एका कुमारवयातील आश्चर्य म्हणून बघावे तसे बघत असे पण आदरपूर्वक अंतर ठेवून! तेही ६४ वर्षांपूर्वी. आता २०१० मध्ये ते प्रत्यक्ष बोलत होते.

***

बॉम्बस्फोटानंतर दोन दिवसांनी मित्स्यू ताकेनोला जरा बरे वाटत होते. बहुतेक खूप वेळ चालत असताना ज्या उलट्या सतत होत होत्या त्यामुळे पोटातील विषारी घटक कमी झाले असावेत. ती आणि चि-चॅन त्यांच्या शाळेतील दोन मैत्रिणींसोबत

मेझामे येथे गेल्या. त्यांना एन-सान कशा आहेत ते बघायचे होते. त्या, त्या दुर्दैवी दिवशी कामावर आल्या नव्हत्या. नाकाजिमा नदी ओलांडून त्या युराकामीला आल्या. तेव्हा त्यांची भेट एन-सानच्या वडिलांशी झाली. ते जवळच्या कमर्शिअल भागात काम करत.

मित्स्यूने बोलायला सुरुवात केली, 'सेत्सुको...' पण तिचा प्रश्न पूर्ण होण्याआधीच त्यांनी उत्तर दिले, त्यांची मुलगी, बायको यांच्या डोक्यावर घराचे छत पडल्याने त्या, त्याच्याखालीच गाडल्या गेल्या. ते स्वतः त्या वेळेस शहराच्या खालच्या भागात असणाऱ्या त्यांच्या कार्यालयात कामासाठी गेले होते म्हणून वाचले होते. त्यांचा चेहरा भकास आणि दुःखी होता. डोकेही खाली झुकले होते. ते हळूहळू जड पावलांनी पुढे चालू लागले तेव्हा त्या उभ्या राहिल्या. आता युराकामीत काहीच काम नव्हते म्हणून त्या परत फिरल्या.

बॉम्ब पडल्यानंतरच्या पाचव्या दिवशी मित्स्यूला समजले की गोतो बेटाकडे जाणारी बोट सुरू आहे. ती बोट पकडायला धावली. बंदरावर तिला तिची आई भेटली. ती घरापासून चार किलोमीटर धावत आली होती. मित्स्यूला तिच्या काकाच्या बैलगाडीतून त्यांच्या गावाकडे नेण्यात आले. व्हरांड्यातून बघणाऱ्या तिच्या लहान बहिणी धावत रस्त्यावर आल्या, त्यांना बैलगाडी दिसली होती. या कुटुंबाला भेटण्याच्या, प्रेमात आकंठ बुडून जाण्याच्या आशेनेच तिने हे पाच दिवस रेटले होते. ताकेनो कुटुंबाने आनंद साजरा करण्यासाठी 'साशिमी' नावाचा पदार्थ भरपूर प्रमाणात केला होता. मुलगी घरी आली होती. ती आता आपल्या खूप प्रिय कुटुंबाच्या, नातेवाइकांच्या कोंडाळ्यात होती.

पण तिचा आनंद फार टिकला नाही. लवकरच तिच्या संपूर्ण शरीरावर लाल डाग आले. किरणोत्सर्गाच्या आजाराचे ते लक्षण होते. हळूहळू ती बारीक होऊ लागली. हृदयाच्या ठोक्यांची गती वाढली, फार वेळ तिला उभे राहता येईना. सप्टेंबरला तिचे केस गळायला लागले. पण मग महिन्याच्या शेवटी ताप कमी होऊ लागला. हळूहळू ती घराभोवती फिरू लागली आणि त्यातून लवकर बरे होण्याची चिन्हे दिसू लागली.

मित्स्यूची नागासाकीची शाळा ऑक्टोबरमध्ये पुन्हा सुरू झाली. तोपर्यंत या बॉम्ब टाकल्या गेलेल्या शहरात परत येण्याजोगी स्थिती निर्माण झाली होती. पुन्हा एकदा ती श्रीमती हिराई आणि चि-चॅनबरोबर राहणार होती. पुढे लग्न झाले आणि कोबे इथे ती गेली. १९९५ मध्ये झालेल्या प्रचंड मोठ्या भूकंपाच्या वेळी ती तिथे होती आणि सुदैवाने त्यातूनही ती वाचली.

आता ती आजी आहे. या श्रीमती कुबो (पूर्वीची मित्स्यू) हिचे आयुष्य म्हणजे नाती जुळणे आणि तुटणे याची न संपणारी गोष्ट आहे. काही वर्षांनंतर, बॉम्बस्फोटात

जे दोन धर्मगुरू कॅथेड्रलमध्ये मृत पावले होते त्यांपैकी एकाचा फोटो एका पेपरमध्ये प्रसिद्ध झाला होता आणि तिने त्यांना चटकन ओळखले. त्यांचा निरागस चेहरा तिच्या मनात अगदी ठसला होता. ते फादर निशिदा होते. तिच्या त्या बेटावरच्या घराजवळ असलेल्या चर्चमध्ये ते एकदा पाहुणे धर्मगुरू म्हणून आले होते. तेव्हा त्यांनी तिला चर्चच्या मैदानातील फूल तोडताना बघितले होते आणि न रागावता ते फक्त हसले होते. हे सर्व खूप वर्षांपूर्वी घडले होते.

गोतोला जाण्यापूर्वी मित्स्यूला असाच एक तरुण मुलगा भेटायला आला होता. तेव्हा ती त्या सुरक्षित बोगद्यात होती. हा तोच मुलगा होता ज्याच्या सोबतीने, मार्गदर्शनाखाली माउंट कोनपिराच्या कड्यावरून ती आपल्या घरी पोचली होती. तोंडभरून हसत त्याने तिला विचारले होते की आता कसे वाटत आहे? त्याच्या कपाळावर एक जाळीचा तुकडा होता. मित्स्यू जेव्हा सुरुवातीला बरी होत होती तेव्हा तिने त्याला नाव विचारले होते. ''ते काही महत्त्वाचं नाही. तू ठीक आहेस हे बघून मला बरं वाटलं,'' तो म्हणाला.

त्यांनी एकमेकांना वाकून अभिवादन केले. तेव्हा १६ वर्षांच्या मुलीने जपानी शाईमध्ये त्याच्या कॅनव्हासच्या बुटांवर 'होन्डा' असे लिहिलेले वाचले. खूप वर्षे त्याला शोधायचा तिने प्रयत्न केला, त्याबाबत वर्तमानपत्रांत लेखपण आला, पण पुन्हा तिला तो दिसला नाही.

***

नागासाकीतील नागरिकांना घरे नव्हती, तर एक गट असा होता जो खूप वर्षांनी आपल्या घरी परत येण्याच्या प्रयत्नांत होता. कॅम्प १४ मधील युद्धकैदी टेकड्यांमधील आपापल्या सुरक्षित बोगद्यांतून परत आपापल्या दरीत त्यांच्या कॅम्पमध्ये परत आले. त्यांचा विश्वासच बसत नव्हता, खरे म्हणजे हेच सगळे भयानक दृश्य त्यांनी आदल्या दुपारी बघितले होते. त्यांच्या बराकी पूर्णपणे जमीनदोस्त झाल्या होत्या आणि स्टीलचे खांब वाकडेतिकडे!

त्यांच्या रक्षकांबरोबरचे संबंधसुद्धा संदिग्ध होते. ते धड कैदेत नव्हते पण स्वातंत्र्यही मिळाले नव्हते. युद्धकैद्यांनी बॉम्ब पडण्याआधी जिथे सुरक्षित बोगदे केले होते तिथे ते आता तात्पुरती राहण्याची सोय करू लागले. ज्यांना जखमा नव्हत्या ते पुढचे काही दिवस स्वच्छता करणाऱ्या कामगारांबरोबर काम करत होते. ते कुठूनतरी अन्न मिळवत आणि रात्री उघड्यावर झोपत. डच मेडिकल कर्मचारी उपकरणे नसतानासुद्धा जी काही मदत करता येईल ती करत. त्यात भाजलेल्या कातडीवर जे टरारून आलेले फोड होते ते फोडून औषध लावत.

१३ ऑगस्टला युद्धकैद्यांना तोमाशी येथील इमारतीत नेण्यात आले. ती शहराच्या

दक्षिणेकडे होती. तेथे मित्सुबिशीचे कर्मचारी आणि काम करणारे विद्यार्थी आधीच राहत होते. काही डच कैदी, जे अंगात काहीही न घालता स्फोट झाला तेव्हा उघड्यावर काम करत होते ते भयंकर भाजले होते आणि आजारी होते. २९ ऑगस्टपर्यंत आणखी चार डच माणसे जखमांमुळे किंवा किरणोत्सर्गामुळे मृत्युमुखी पडली.

राजाच्या आकाशवाणीवरच्या घोषणेनंतर चार दिवसांनी कैद्यांना परेड करायला लावली गेली आणि जपान जगातील इतर देशांबरोबर शांतता प्रयत्नात सामील होत असल्याचे त्यांना सांगण्यात आले. युद्ध संपले असल्याचे छावणी मुख्याने सांगितले आणि म्हणाला, ते आता घरी जाऊ शकतात. ते सगळेच स्तब्ध झाले. कुणाच्याही तोंडून अक्षर फुटेना. कुणीही ओरडले नाही की आनंद दर्शविण्यासाठी कुणी हात हलविले नाहीत.

थोड्याच वेळाने तोमाशीवरून अतिशय कमी उंचीवरून अमेरिकेची विमाने उडत गेली. कैद्यांनी पी.ओ.डब्ल्यू. असे मोठ्या अक्षरांत लिहून त्या इमारतीच्या शेजारच्या भागात ठेवले. तेथे त्यांच्यासाठी बचावाच्या गोष्टी टाकण्यात आल्या. ७ सप्टेंबर रोजी म्हणजे जवळजवळ बॉम्बस्फोटानंतर एक महिन्याने अमेरिकेचा वार्ताहर जॉर्ज वेलर रेड क्रॉसच्या माणसांसोबत या नवीन छावणीजवळ आला. युद्धकैद्यांनी केनोएला म्हणजे दक्षिणेकडे जो विमानतळ आहे तिकडे जावे असे वेलरने सुचविले. तो जपानचा विमानतळ होता. पण आता जपानवर ताबा घेण्यासाठी त्याचा खूप उपयोग करून घेतला जात होता. माणसे, वस्तू, अन्नधान्य या सगळ्यांची ने-आण केली जात होती. ४० विमाने रोज भरून येत होती आणि जाताना रिकामी जात होती.

ऑस्ट्रेलियाचे जवान, ज्यांत पीटर मॅकग्रथ-कर आणि ॲलन चिक होते ते सगळे नागासाकी स्टेशनकडे गेले आणि तिथून त्यांनी केनोएला जाणारी आगगाडी पकडली. त्यांनी आपल्याबरोबर छावणी १४ फुकुओका येथील आपल्या सहकाऱ्यांची राख बरोबर घेतली. ते तिथेच गेले होते. परदेशी लोकांसाठी असलेल्या साकामोतो स्मशानभूमीतून ती आणली होती. जपान इतक्या भयानक अवस्थेत होता की कातडीवर पापुद्रे आलेले; कुपोषित पाश्चिमात्यांनी जपानच्या रेल्वेने प्रवास करण्यात रुची दाखविली नाही.

मॅकग्रथ-कर आणि जॉन मार्शल ज्यांची मानेची हाडे मोडली होती त्यांच्या जखमांवर लष्करी दवाखान्यात केनोएला उपचार करण्यात आले आणि तेथून विमानाने त्यांना इतर ऑस्ट्रेलियाच्या जवानांबरोबर ओकिनावा आणि मनिला येथे नेले गेले. तेथे मॅकग्रथ-करला दवाखान्यात ठेवले गेले. बाकी ऑस्ट्रेलियाचे जवान 'फॉरमिडेबल' नावाच्या बोटीने सिडनी इथे १३ ऑक्टोबरला पोचले. डच आणि ब्रिटिश युद्धकैदी तोमाशीलाच थांबले. १३ सप्टेंबर रोजी अमेरिकी सैन्याच्या

ताब्यात दिले गेले, म्हणजे ते स्वदेशी पाठविले गेले असते.

सैन्यातून निवृत्त झाल्यावर मॅकग्रथ-करने होबार्ट इथे काम केले, मग लौन्सेस्टन येथे ड्राफ्ट्समन इंजिनीअर म्हणून काम केले. चिक जेव्हा ऑस्ट्रेलियाला गेला तेव्हा त्याने सैन्यातून निवृत्ती घेतली नाही; उलट जपानचा ताबा घेणाऱ्या सैन्याच्या तुकडीबरोबर तो परत जपानला आला. हिरोशिमाच्या बाहेर, कुरे इथे त्याला काम दिले गेले.

गावाकडचा हा अबोल मुलगा १९५३ मध्ये तास्मानियाला परत आला; पण जपानी बायको घेऊन! आपल्या गावी परतल्यावर आपले थंड स्वागत होईल असे त्याला वाटले होते पण आश्चर्य म्हणजे त्याची बायको हारुको लगेचच सेंट हेलेन्सच्या लोकांकडून स्वीकारली गेली. तेथे तो लाकूड-कारखान्यात काम करू लागला. पण मग वरिष्ठांबरोबर वाद झाल्यावर ॲलन चिक आपल्या बायकोबरोबर ग्रामीण व्हिक्टोरिया भागात जिप्सलँड येथे गेला. २०१० मध्ये ते तेथील नर्सिंग होममध्ये राहत होते.

***

बॉम्बस्फोटानंतर अनेक आठवडे मित्सुबिशीचे व्यवस्थापक योशिरो फुकुडा पोटाचा अल्सर असल्याने ओमुरा नौदल दवाखान्यात पलंगावर पडून होते. त्यांच्या पांढऱ्या रक्तपेशींची संख्या नाट्यमयरीत्या कमी होत होती. ज्याने त्यांना मिचिनूहून येताना खूप जपले होते तो तंत्रज्ञ मात्र दोन आठवड्यांनी किरणोत्सर्गाच्या परिणामांमुळे मृत पावला. डॉक्टरांनीही फुकुडा यांची आशा सोडली होती. पण मग अचानक, त्यांची स्थिती एकदम पालटली. त्यात सुधारणा झाली आणि ते एकदम ठणठणीत झाले.

आणि सगळ्यात आश्चर्याची बाब म्हणजे असे लक्षात आले की किरणोत्सर्गामुळे त्यांचा पोटाचा अल्सर बरा झाला. त्याचे कारण समजणे कठीण होते. कारण अल्सर हे पोटातल्या आम्लामुळे होतात असे मानले जायचे. ६० वर्षांनंतर ऑस्ट्रेलियातील दोघा शास्त्रज्ञांनी नोबेल पारितोषिक जिंकले. त्यांच्या संशोधनात पेप्टिक अल्सर हा बॅक्टेरियाच्या संसर्गाने होतो असा निष्कर्ष काढला गेला होता. किरणोत्सर्गामुळे बॅक्टेरिया नष्ट होतात पण आम्लाचा स्राव थांबत नाही. फुकुडा यांचा अल्सर नष्ट होणे ही या शास्त्रज्ञांसाठी मोठी संधी होती का याबाबत मात्र कुणी विचार केला नाही.

***

युराकामी दवाखान्यात फक्त भेटायला आलेले डॉ. योशिओका यांच्याही चेहऱ्यावरचे अणुस्फोटामुळे झालेले परिणाम बरे झाले. थिऑलॉजिकल कॉलेज जेव्हा परत

बांधले गेले तेव्हा ब्रदर जोसेफ इवानागा परत शिक्षक म्हणून शिकवायला गेले. योशिनी नागुची फ्रान्सिस्कनमध्ये धर्मगुरू झाले. युराकामी डाय-इची दवाखाना पुन्हा बांधला गेला तेव्हा फादर फेलिक्स हे सेंट फ्रान्सिस दवाखान्यात चॅप्लेन झाले.

डॉ. आकिझुकी यांची मोठी बहीण सुझुको हिचा कुठेही थांगपत्ता लागला नाही. डॉक्टर शेवटी ग्रामीण भागात जाऊन राहू लागले आणि त्यांनी स्वतःचा दवाखाना सुरू केला. तांबडा भात खात, तारा माउंटन्समध्ये खूप वर एका लाकूडतोड्याच्या घरात ते राहत आणि आजूबाजूच्या खेड्यांमध्ये जाऊन औषधोपचार करत. युराकामी दवाखाना आता नव्याने पुन्हा सुरू झाला, त्याने या खेड्यात काम करणाऱ्या डॉक्टरना काही औषधे दिली आणि परिचारिका मुराई हिला ती त्यांच्यापर्यंत पोचवायला सांगितली.

सुगाकोला औषधे व अन्न यांचा पुरवठा करण्यासाठी वापरून आकिझुकी आपले तऱ्हेवाईक वागणे पुढे चालू ठेवू शकले. त्यांनी डोंगरात एक छोटे घर बांधले. १९४९ मध्ये आकिझुकी यांनी सुगाकोला त्यांचा मार्गदर्शक डॉ. ताकाहारा यांच्यामार्फत लग्नाची मागणी घातली.

सुगाको आणि तात्सुइचिरो आकिझुकी यांचे दोन वेगळ्या समारंभांत लग्न लागले. एकदा त्या लाकूडतोड्याच्या घरी, डोंगरातील त्यांच्या शेजाऱ्यांसाठी तो समारंभ होता. तिथे त्या वेळेस ग्रामीण भागात देतात तशी मेजवानी दिली गेली आणि दुसरा समारंभ हा अधिकृतरीत्या सेंट फ्रान्सिस दवाखान्याच्या चॅप्लेनमध्ये तोही भेट देण्यास आलेल्या कॅनडाच्या धर्मगुरूद्वारा शपथ घेऊन. सुगाकोला लग्नासाठीचा पोशाख घालता आला नाही कारण तिचे सर्व किमोनो जळाले तरी होते किंवा हरवले होते आणि त्या दोघांकडेही फारसे सामानच नव्हते.

नवीन लग्न झालेले हे जोडपे आकिझुकींनी डोंगरात बांधलेल्या लहान घरात राहत असे; पण शेवटी त्यांना नागासाकीला येऊन दवाखान्यात काम करणे भाग पडले. थोड्याच दिवसांनी त्यांना सेंट फ्रान्सिस हॉस्पिटलमध्ये वैद्यकीय संचालकपद देण्यात आले आणि श्रीमती आकिझुकी क्वासुई महिला महाविद्यालयाच्या मेट्रन म्हणून काम करू लागल्या. ती त्यांचीच जुनी संस्था होती. अतिशय कुशल पण स्वभावाने विचित्र, स्वतःच्या क्षमतांविषयी मनात शंका असणाऱ्या या व्यक्तीच्या जीवननौकेला जणू तिच्या रूपाने एक मजबूत नांगर मिळाला होता.

***

मानवी अस्तित्वाच्या बाबतीत एक विसंगती आहे की अतिशय कठीण, जीवनाची परीक्षा बघणाऱ्या वेदनेच्या अंधारातही माणसाला प्रगतीच्या वाटेवर नेणारे, आनंददायी

असे लखलखीत क्षण सापडतात. नागासाकीवरचा बॉम्बहल्ला म्हणजे जपानच्या प्रगतीच्या दिशेने पहिले पाऊल होते. यात जपान सैन्याच्या विळख्यात जाण्यापासून वाचला, युद्धानंतर भविष्यात अगदी जादू व्हावी त्याप्रमाणे जपानने आर्थिक स्थैर्य प्राप्त केले. आपल्या जगण्याचा रोजच्या पातळीवर आपण विशिष्ट पद्धतीने प्रयत्न करत असतो. योशिरो फुकुडांचा पोटातला अल्सर बॉम्बच्या किरणोत्सर्गामुळे बरा झाला, म्हणजे जणूकाही प्रत्यक्ष जीझस ख्राईस्टचा संजीवक स्पर्श त्यांच्या आयुष्याला झाला आणि तात्सुइचिरो आणि सुगाको आकिझुकी या नागासाकीच्या भयानक उत्पातात एकमेकांना भेटले आणि पूर्ण आयुष्यभर जोडले गेले.

आकाशातील ती क्षेपणास्त्रांची घरघर माणसाविरुद्ध किती भयानक उत्पात करू शकते; पण नंतर त्यातून काही उत्तमही घडू शकते, नशिबाचा फासा उडतो तेव्हा किंवा देवाच्या कुशीत असतो तेव्हा, हे विश्व कसे निर्माण झाले याची प्रत्येकाची आपली-आपली एक कल्पना आहे, दृष्टिकोन आहे हेच खरे! तुम्ही काय विचार करता त्यावर हे अवलंबून असते.

◆

हिरोकोच्या आयुष्यभराच्या सोबतीणी

बर्न्ट शॅडोज

लेखक
कमिला शामसी

अनुवाद
रेश्मा स. कुलकर्णी

दि. ९ ऑगस्ट १९४५, नागासाकी.

हिरोको तानाका आपल्या घराच्या ओसरीवर उभी राहून समोरचं निसर्गसौंदर्य न्याहाळण्यात गुंतलेली असते.

पाठीवर तीन काळ्या बगळ्यांची नक्षी असलेला

किमोनो ल्यायलेली हिरोको २१ वर्षांची आहे आणि लवकरच तिचा प्रियकर कोनरॅड वेईससोबत लग्न करणार आहे.

क्षणार्धात सगळं विश्व शुभ्र पडद्याखाली झाकलं जातं.

पुढच्या क्षणात त्यात अग्नीचा रोष उफाळून येतो

घडल्या गोष्टीची कल्पना येऊ लागते. बॉम्बहल्ल्यामध्ये हिरोको तिचं सर्वस्व गमावते– उरतात फक्त तिच्या पाठीवर त्या तीन काळ्या बगळ्यांच्या भाजक्या खुणा...

जणू तिला तिच्या जुन्या आयुष्याचं स्मरण करून देत राहण्यासाठी...